D1680519

பாரசீக மகாகவிகள்

பாரசீக மகாகவிகள்

குளச்சல் யூசுஃப்

குமரி மாவட்டம் குளச்சலில் பிறந்தவர். தற்போது நாகர்கோவிலில் வசித்து வருகிறார். வைக்கம் முகம்மது பஷீரின் படைப்புகள் உட்பட முப்பதுக்கும் மேற்பட்ட நூல்களைத் தமிழிலும் செம்மொழித் தமிழாய்வு மத்திய நிறுவனத்துக்காக நாலடியார் அறநூலை மலையாளத்திலும் மொழியாக்கம் செய்துள்ளார். *ஆனந்த விகடன்*, *ஸ்பாரோ*, *நல்லி திசையெட்டும்* விருதுகளுடன் தொ.மு.சி. ரகுநாதன், உள்ளூர் பரமேஸ்வரய்யர், வி.ஆர். கிருஷ்ணய்யர் ஆகியோரின் நினைவாக வழங்கப்படும் விருதுகளையும் பெற்றவர்.

மின்னஞ்சல்: *kulachalsmyoosuf@gmail.com*

அலைபேசி: 99949 23926

குளச்சல் யூசுஃப்

பாரசீக மகாகவிகள்

காலச்சுவடு பதிப்பகம்

அன்பார்ந்த வாசகருக்கு,

வணக்கம்.

காலச்சுவடு நூலை வாங்கியமைக்கு நன்றி.

நூலின் உள்ளடக்கம், உருவாக்கம், அட்டைப்படம் இன்ன பிற அம்சங்கள் பற்றிய உங்கள் கருத்துகளையும் ஆலோசனைகளையும் காலச்சுவடு வரவேற்கிறது. தகவல், எழுத்து, வாக்கியப் பிழைகள் தென்பட்டால் கட்டாயம் தெரிவித்து உதவுங்கள். நூல் தயாரிப்பில் கடும் குறைபாடு இருப்பின் மாற்றுப் பிரதி உங்களுக்குக் கிடைக்கக் காலச்சுவடு ஏற்பாடு செய்யும்.

மின்னஞ்சல்: publisher@kalachuvadu.com

காலச்சுவடு நாகர்கோவில் தலைமையகத்துக்கும் கடிதம் அனுப்பலாம்.

தங்கள்
எஸ்.ஆர். சுந்தரம் (கண்ணன்)
பதிப்பாளர் — நிர்வாக இயக்குநர்

பாரசீக மகாகவிகள் ❖ கட்டுரைகள் ❖ ஆசிரியர்: குளச்சல் யூஃஸுப்

© குளச்சல் யூசுஃப்

❖ முதல் பதிப்பு: டிசம்பர் 2018 ❖ வெளியீடு: காலச்சுவடு பப்ளிகேஷன்ஸ் (பி) லிட்., 669 கே.பி. சாலை, நாகர்கோவில் 629001

காலச்சுவடு பதிப்பக வெளியீடு: 851

paaraciika mahaaKavikaL ❖ Essays ❖ Colachel Yoosuf

© Colachel Yoosuf

❖ Language: Tamil ❖ First Edition: December 2018 ❖ Size: Demy 1 x 8 ❖ Paper: 18.6 kg maplitho ❖ Pages: 288

Published by Kalachuvadu Publications Pvt. Ltd., 669 K.P. Road, Nagercoil 629001, India ❖ Phone: 91-4652-278525 ❖ e-mail: publications@kalachuvadu.com ❖ Wrapper printed at Print Specialities, Chennai 600014 ❖ Printed at Mani Offset, Chennai 600077

ISBN: 978-93-86820-82-2

12/2018/S.No. 851, kcp 2187, 16 (1) KLL

பொருளடக்கம்

முன்னுரை	9
1. ஹஸ்ரத் ராபியா பஸ்ரி 718 - 801	13
2. மன்சூர் அல் ஹல்லாஜ் 858 - 922	21
3. ஃபிர்தவ்ஸி 940 - 1019	31
4. உமர் கய்யாம் 1048 - 1131	47
5. ஹகீம் ஸனாயி	78
6. காகானி 1121 - 1199	84
7. அன்வரி 1126 - 1189	92
8. நிஸாமி கன்ஜவி 1141 - 1209	102
9. ஃபரீதுத்தீன் அத்தார் 1145 - 1221	117
10. ஜலாலுத்தீன் ரூமி 1207 - 1273	132
11. ஷேக் ஸஅதி ஸீராஸி 1210 - 1292	178
12. அமீர் குஸ்ரூ 1253 - 1325	209
13. காஜா ஹாஃபிஸ் 1325 - 1390	234
14. மௌலானா ஜாமி 1414 - 1492	251
15. ஷேக் ஃபைஸி 1547 - 1595	279

முன்னுரை

அன்பு ஒன்றுதான் இறைப்பண்பு. அதை இறைவன்மீதான காதலில் அடைய முற்படுவது சூஃபிஸம். விஞ்ஞான அறிவையும் வாதத்திறனையும் சட்ட விதிகளையும் கடந்து நிற்கும் இம்முறையியல், முழுக்கமுழுக்க அன்பையும் காதலையும் பிரதானப் படுத்துகிறது. சரி, தவறுகளை ஆராயாமல் அன்பை மட்டுமே வெளிப்படுத்துவது இதன் அடிப்படைக் குணம்.

சூஃபி கவிதைகளைப் புரிந்துகொள்வதற்கான கூறுகளும் ஏகத்துவ நம்பிக்கையின் வேர்களும் விவாதங்கள் வழியாக இன்றைய நிலையை அடைந்துள்ளன. கலைக் கோட்பாடுகளைக் கண்காணிப்பதும், வரலாற்றின் திசைவெளியைத் தீர்மானிக்கும் திறனற்றதுமான சட்டவிதிகள், அந்தந்தக் காலகட்டங்களில் சூஃபிஸக் கருத்தியல்கள் மீது அழுத்தம் பெற்றதாக இருந்துவருகின்றன.

சூஃபி ஞானப் பாடல்களின் மறைபொருளும் அழகியலும் இறைகுறித்த தேடல்களில் வெளிப் படையாகவும், இஸ்லாமியக் கலைகளின் உலகளாவிய தாக்கங்களைப் புரிந்துகொள்வதற்கான அடிப்படைத் தேவையாகவும் உள்ளன. அதன் உட்கூறுகள் வாழ்க்கை, வழிபாடு எனத் தனிமனிதனுக்குள் கலந்தும் மதங்களையும் உட்பிரிவுகளையும் கடந்தும் பொது வான, மனிதம் சார்ந்த, ஆரோக்கியமான தளத்தில் இன்று புரிந்துகொள்ளப்படுகின்றன.

சூஃபி கவிஞர்களின் ஒன்றுகூடலில் அழகியல் பிரதானப் பேசுபொருளாக இருந்திருக்கிறது. அழகியல் சார்ந்த ஆன்மிக முயற்சியை இறை

வெளிச்சத்தைப் பிரதிபலிக்கும் கண்ணாடியாக உவமிக்கும் உலகப் புகழ்பெற்ற இஸ்லாமிய அறிஞர் அல் கஸ்ஸாலி, சீன ஓவியனுக்கும் கிரேக்க ஓவியனுக்கும் இடையிலான ஒரு போட்டியைக் குறித்த தனது சித்திரிப்பில், 'சீன ஓவியன், தனது சுவரில் மிக அழகான ஓவியத்தைத் தீட்டுகிறான்; கிரேக்க ஓவியன் தனது சுவரை வெறுமனே மெருகூட்டி சீன ஓவியத்தை அதில் இன்னமும் அழகாகப் பிரதிபலிக்கச் செய்கிறான்,' என்கிறார். மேலும், 'மனிதன் அழகியலில் முழுமையை விரும்புகிறவன். அழகு என்பது வெறும் காட்சிப்படிமம் தொடர்பானது மட்டுமல்ல; அது, அகத்தின் அழகைப் பக்குவ நிலைக்குக் கொண்டு செல்வதன் வெளிப்பாடு; கலைஞனின் அழகு அவன் உருவாக்குகிற கலை வடிவங்களில் வெளிப்படுகிறது," என்கிறார்.

உலகப் புகழ்பெற்ற படைப்புகளை, ஆன்மிகச் சிந்தனையை ஏந்திச்செல்லும் கைவிளக்காகக்கொண்ட சூஃபிகள், தங்கள் கருத்தியல்களை உதாரண, உவமேயங்களுடன் விளக்குவதினூடே அழகியல் கூறுகளை உருவகங்களாகவும் படிமங்களாகவும் வெளிப்படுத்தியுள்ளனர். நாடோடிப் பாடலான லைலா - மஜ்னுவை உலக இலக்கியமாக மாற்றிய கவிஞர்கள், இதிகாச நாயகர்களான யூசுஃப் - ஸுலைஹா காதலில் வெளிப்படையாகத் தொனிக்கும் அழகியலுக்குத் தெய்வீகத் தன்மையளித்தனர். இவற்றின் மூலம் காதலுணர்வுக்கும் ஆன்மிகத் தேடலுக்கும் புதிய வழிகாட்டினர். இத்தகைய பார்வைகள் அப்படைப்புகளுக்கு மேலும் வலுவூட்டிச் சாகாவரம் பெற்ற நிலையை அடையச் செய்தன.

சூஃபிகளின் சிறுகுறிப்பில் தென்படுகிற நுட்பங்கள்கூட அவர்களது அகமன உணர்வுகளையும் ஆன்மிக எண்ணங்களையும் பிரதிபலிக்கின்றன. கூண்டிலடைபட்ட ஒரு பறவை ஆன்மாவையும் உயிர்க்கூட்டையும் சுட்டிக்காட்டுவதாகப் பரிணமிக்கிறது. அடர்ந்து வளர்ந்த கார் கூந்தல், சிக்குண்ட மனம் ஆன்மிக வனத்தில் திக்குத் தெரியாமல் தவிப்பதாக உணர்த்துகிறது. நெடிதுயர்ந்த மரம் சொர்க்க ஊற்றைக் குறிப்பிடுவதாகவும், அதன் கபாடம் அழகிய மாதர்கள் இல்ல வாசலாகவும், மதுவை ஊற்றும் ஸாகி, தியாகியாகவும் விவரிக்கப்படுகிறார்கள். புகழ்பெற்ற மார்க்க அறிஞர் இப்னு அரபி, 'பெண்கள்மீது அன்பு காட்டுவது ஞானிகளின் பூரணத்துவம் தொடர்பானது,' என்கிறார். மனத்தில் படுபவற்றைக் கவித்துவமாகச் சொல்வதில் மட்டுமே தங்கள் கவனத்தைச் செலுத்தும் ஞானிகளுக்கு இறைவன்முன் ஒளிவு மறைவுகள் கூடாது என்கிறார்கள்.

கலைகளும் நாடோடிக் கவிதைகளும் பூத்துக் குலுங்கிய பாரசீக மண்ணை கிபி. ஏழாம் நூற்றாண்டில் இஸ்லாம் வெற்றிகொண்டது. இதற்கு முந்திய ஃபார்ஸி மொழியில் எழுதப்பட்ட ஒரே படைப்பு, ஸொராஷ்ட்ரிய மதத்தின் வேதக் கிரந்தமான 'ஸென்த் அவெஸ்தா' மட்டும்தான் என்று சில ஆய்வுக் குறிப்புகள் சொல்கின்றன. பாரசீகத்தில் இஸ்லாமிய வருகைக்கு நூற்றைம்பது ஆண்டுகளுக்குப் பிறகு, அதன் புராதன மொழிவடிவங்களான பஹ்லவி, அவெசுதா மொழிகள், அரபு மொழியின் வரிவடிவத்தில் எழுதப்படத் தொடங்கின.

இதே காலகட்டங்களில் அரபு நாட்டில் கவி புனையும் ஆற்றல் மிகவும் மேலோங்கி நின்றது. பால், இனம், வயது என எந்தப் பாகுபாடுகளுமின்றி மக்களில் பெரும்பாலானோரும் கவி புனையும் ஆற்றலுடன் திகழ்ந்தனர். இதில் உயர்நிலை, கீழ்நிலை எனப் பிரிவுகளும் இருந்தன. கவித்துவமும் உணர்வாற்றல் மிக்க மொழித்திறனும் நினைப்பதைக் கவிதையாகப் பாடும் திறனும் பெற்றவர்கள் உயர்நிலைக் கவிஞர்களாவர். அரேபியர் அல்லாதவர் மொழியற்றவர்கள் என்று கருதுகிற அளவுக்கு, தங்களது ஆற்றல் மிக்க மொழி வளத்தையும் உணர்ச்சி வெளிப்பாட்டையும் குறித்து அவர்கள் பெருமிதம்கொண்டிருந்தனர். மிகச் சிறந்த புகழுரைக் கவிதையை இயற்றியவர், தனித்துவம் பெற்ற முக்கியஸ்தர்களில் சிறந்தவராக ஏற்றுக்கொள்ளப்படுவார். இத்தகைய கவிஞர்கள், படைத்தலைவர்களுக்கும் அரசர்களுக்கும் நிகரானவர்கள் அல்லது அவர்களை விடவும் சிறந்தவர்கள்.

இனக்குழுக்களைப் பரஸ்பரம் போரில் ஈடுபடச் செய்வது, போரை நீடிக்கச் செய்வது, முடிவுக்குக் கொண்டுவருவது என எதுவாக இருந்தாலும் கவிஞர்களைப் பொறுத்தவரைக்கும் எளிதான விஷயங்களாக இருந்தன. மிகச்சிறந்த புகழ்மாலைக் கவிதைகள், கஅபாவின் கதவில் தொங்கவிடப்பட்டன.

பாரசீகத்தின் பண்பாடுகளும் நாடோடிக் கதைகளும் கலைத் திறனும் அரபிகளின் கவி புனையும் ஆற்றலும் மொழிவளமும் ஒன்றிணைந்த நிலையில் உலக இலக்கியம்மீதான புதிய பாய்ச்சலுடன் பாரசீக இலக்கியம் வெளிப்பட்டது. உலகில் பாரசீகக் கவிஞர்களின் தாக்கம் இல்லாத இலக்கியவாதிகள் மிகவும் குறைவு எனலாம். இது, இன்று திரைப்பட வரலாற்றில் தனக்கான மிக முக்கியப் பங்கினை வகிப்பது வரைக்கும் தொடர்ந்து கொண்டிருக்கிறது.

ஆயிரத்தொரு இரவு அரேபியக் கதைகளினூடே பயணித்து உலக அளவில் மாபெரும் கவிதைப் புரட்சிக்கு வித்தூன்றிய இரான்தான் உலகில் இஸ்லாமியப் புரட்சி நடந்த ஒரே ஒரு நாடு.

அரபுப் பண்பாடுகள் ஆதிக்கம் செலுத்திய காலகட்டத்தில் அது உலகுக்கு அளித்த கவிதைக்கொடைகள் போல், இஸ்லாமிய புரட்சி நிகழ்ந்த, இறுக்கமான சூழலுக்குப் பின்னரும் சிறப்பு வாய்ந்த திரைப்படங்கள் மூலம் உலகுக்கான தனது கலைப் பங்களிப்பை அது தொடர்ந்துகொண்டிருக்கிறது. இது குறித்த தேடல்களும் காலங்காலமாகத் தொடரும் ஒரு மாபெரும் கலைத் தொடர்ச்சியைக் குறுகியகால வாழ்க்கையில் துய்க்கும் பெரும்பேறும்தான் இந்நூல் வெளிவருவதற்கான காரணங்கள்.

இந்நூலுக்கான ஆதாரங்களாகப் பயன்பட்டவை: தமிழ், மலையாளம், ஆங்கில இணைய தளங்கள். குறிப்பாக, பெர்ஷியன் என்சைக்ளோபீடியாஸ், என்சைக்ளோபீடியா இரானிகா. மலையாள நூல்கள்: 'இஸ்லாமிக் விஞ்ஞானகோசம், பெர்ஷியன் மகாகவிகள்.'

நாகர்கோவில்
11-09-2018

குளச்சல் யூசுஃப்

ஹஸ்ரத் ராபியா பஸ்ரி

DEPICTION OF RABI'A GRINDING GRAIN
FROM A PERSIAN DICTIONARY

இம்மைக்கென்று அனுமதித்தவற்றை இறைவா,
என் பகைவர்களுக்குத் தந்தருள்வாயாக!
மறுமைக்கென்று அனுமதித்தவற்றை இறைவா,
உன் பக்தர்களுக்குத் தந்தருள்வாயாக!
எனக்கான அனைத்துக்கும் ஏகன் நீ ஒருவனே...

என்று இறைதிருப்தி ஒன்றையே பக்தி மார்க்கமாகக் கொண்ட ஹஸ்ரத் ராபியா பஸ்ரி, அரபுலகின் ஆண்டாளாக அறியப்படுபவர்.

முஹம்மத் நபி (ஸல்) அவர்கள் ஹிரா குகையில் மேற்கொண்ட தியான சிந்தனையின் தொடர்ச்சியை அலி (ரலி) அவர்களினூடே பெற்ற ஹஸ்ரத் ஹஸன் பஸரீ அவர்களை ஞானாசிரியனாகக் கொண்டவரும், இறையன்பை வழிபாடாகப் பாடியவரும், தொடக்க கால ஸூஃபி கவிஞர்களில் மிக முக்கிய மானவரும், முதல் பெண் ஸூஃபி கவிஞருமானவர் ஹஸ்ரத் ராபியா பஸ்ரி.

எட்டாம் நூற்றாண்டைச் சேர்ந்த ராபியா பஸ்ரியின் வாழ்க்கைக் குறித்த மிக முக்கிய தகவல்கள், நான்கு நூற்றாண்டுகளுக்குப் பிறகு வாழ்ந்த சூஃபி ஞானியும் மகாகவியுமான ஃபரீதுத்தீன் அத்தார் இயற்றிய 'தத்கிரதுல் அவ்லியா' (இறை நேசர்களின் சரிதம்) என்னும் நூலில் முதன் முதலில் வெளியாயின. பின்னர் மார்க்கரட் ஸ்மித் என்பவர், 1928 இல் தனது ஆய்வு மேற்படிப்புக்காக எழுதிய (Rabia the Mystics and Her Fellow Saints in Islam) என்னும் நூலில் விரிவான தகவல்கள் வெளியாயின.

இராக்கின் பஸ்ரா நகரில் சமூகப் பெருமை மிக்க, ஆதி கோத்திரத்தில் மிகவும் ஏழ்மையான குடும்பத்தில், இஸ்மாயீல் என்னும் இறை நேசர் ஒருவரின் நான்காவது பெண் மகளாகப் பிறந்தவர் சூஃபி கவிஞர் ராபியா பஸ்ரி. நான்காவது என்று பொருள்கொண்ட 'ராபியா' என்னும் பெயரையே தன் மகளுக்குச் சூட்டினார் இஸ்மாயீல்.

ராபியாவைப் பிரசவிக்கும்போது இஸ்மாயீலின் வீட்டில் விளக்கேற்றுவதற்கு எண்ணெய் கூட இல்லாத அளவுக்கு வறுமை வாட்டியது. பக்கத்து வீட்டிலிருந்து சிறிது எண்ணெய் வாங்கி வரும்படிக் கணவரிடம் சொன்னார் ராபியாவின் தாய். படைத்தவனிடம் கேட்கும் வாயால் படைப்புகளிடம் கேட்க மாட்டேன் என்று வாழ்ந்துவந்த அம்மனிதர், பக்கத்து வீட்டுக்குச் செல்வதுபோல் பாவித்து வெறுங்கையுடன் திரும்பி வந்து, "அவர்கள் கதவைத் திறக்கவில்லை" என்றார். அழுதபடியே சோர்வுடன் அயர்ந்து தூங்கிய அந்தத் தாயின் கனவில் வந்த இறைத்தூதர், "அழ வேண்டாம். உலக மக்களுக்கு நல்வழி போதிப்பதற்காகப் பிறக்கவிருக்கும் இந்தக் குழந்தை இறையம்சம் பொருந்தியது," என்றார்.

உண்பதற்கு உணவோ உடலை மறைத்துக்கொள்ள போதிய ஆடையோ இல்லாத அளவுக்கு வீட்டில் வறுமை. பிறந்த குழந்தையின் உடலைக் குளிரிலிருந்து பாதுகாப்பதற்குக் கந்தல் துணியும் இல்லை. இருளை நீக்குவதற்கான விளக்கோ, குழந்தையின் தொப்புளில் வைப்பதற்கான எண்ணெய்யோ இல்லாத சூழலில் பிறந்து வளர்ந்த சூஃபி ஞானி ஹஸ்ரத் ராபியா பஸ்ரி தனது சிறுவயதில் பெற்றோரையும் இழந்தார்.

பஸ்ரா நகரில் ஒருமுறை கடும் பஞ்சம் ஏற்பட்டது. தாயையும் தகப்பனையும் இழந்த குழந்தைகள் நால்வரும் போற்றுவதற்கு ஆளின்றி நாலா திசைகளாகப் பிரிந்தனர். ஒரு வணிகக்குழுவினருடன் பயணம் செய்துகொண்டிருந்த ராபியா பஸ்ரி, கொள்ளைக் கூட்டத்தினரிடம் கையில் சிக்கிக்கொண்டார். அதன் தலைவன், ராபியா பஸ்ரியைக் கண்டிப்பு மிகுந்த ஒரு

தனவானுக்கு அடிமையாக விற்றான். ஹஸ்ரத் ராபியா பஸ்ரி அடிமைப் பெண்ணாக வாழ்கிற அவலச் சூழலுக்குள் தள்ளப் பட்டார்.

அன்பின் வடிவமும் அருளின் உறைவிடமுமான ஹஸ்ரத் ராபியா பஸ்ரி, தனக்கு உறுதுணையாக இறைவனை மட்டுமே நம்பி வாழ்ந்தார். பணிப்பெண்ணாக இருப்பினும் தனது கடமையையும் எஜமானின் கருத்தையும் அறிந்து, கூர்மதியுடனும் சீரிய ஒழுக்கத்துடனும் தனக்கிட்ட பணியை மேற்கொண்டார்.

இப்படி அனாதைச் சிறுமியாக சில காலம் அடிமை வேலை பார்த்து வந்தார் ராபியா பஸ்ரி. குழந்தைப் பருவத்தில் பழகிய பிரார்த்தனையை அப்போதும் அவர் கைவிடவில்லை. நள்ளிரவில் எழுந்து இறை வணக்கத்தில் ஈடுபடுவதுவும் இறைநாமங்களை உச்சரிப்பதுமாக வாழ்ந்துகொண்டிருந்தார்.

பகல் முழுவதும் ஓயாமல் வேலை செய்த களைப்பும் உடல் வலியும் காரணமாக அயர்ந்து நித்திரைகொள்ள வேண்டிய நள்ளிரவு நேரத்தில் ஹஸ்ரத் ராபியா பஸ்ரி எழுந்து வீட்டின் மேல் தளத்துக்குச் சென்று, தனிமையில் அமர்ந்து இறை வணக்கத்தில் ஈடுபடுவது வழக்கம்.

'என்னிறைவா! உன்னை மன்றாடிக் கேட்போருக்கு நீ அருள் மழை பொழியும் இந்நேரம் தன்னந்தனியே நான் உன்னுடன் இருக்கிறேன்,' என்று கண்ணீருடன் ஊனுருக மனங் கசிந்து இறைவனை வேண்டிப் பாடுவார்.

தினமும் இப்படியே நடந்துகொண்டிருந்தது. ஒரு நள்ளிரவு, தூக்கத்திலிருந்து விழித்துக்கொண்ட எஜமான் தனது அடிமைப் பெண் இந்நேரத்தில் எழுந்துத் தனியாகச் செல்வதைக் கண்டு அவரைப் பின் தொடர்ந்தான்.

நள்ளிரவின் கூரிருளில் பிரபஞ்சம் சலனமற்றுக் கிடந்தது. மரங்களிலுள்ள இலைகளும் கூட அசைவற்று மௌனம் பூண்டிருந்தன.

வீட்டின் மேல் தளத்துக்குச் சென்ற ராபியா பஸ்ரி தன்னந் தனியாக ஓரிடத்தில் அமர்ந்து பிரார்த்தனையில் ஈடுபட்டார். "விழிகளுக்கு ஆனந்தமேகும் என்னிறைவா! எந்நேரமும் உன் அடியொட்டித் தொழுது நிற்கவும் உன் ஆணைகளைச் சிரமேற்கொள்ளவும் மனம் கொள்ளும் ஆர்வத்தை நீயறிவாய். சுதந்திரமாக வாழ்ந்தால், இரவு பகல் பாராமல் உன்னையே பிரார்த்தித்து வாழ்ந்திருப்பேன். ஆனால் என்னை நீ மனிதனுக்கு அடிமையாக்கி வைத்திருக்கிறாயே, நான் என்ன செய்வேன்?" என்று இறைவனிடம் மன்றாடினார்.

இந்தக் காட்சியைக் கண்ட எஜமான் இவ்வளவு புனிதமான ஒரு பெண்ணை அடிமையாக வைத்திருப்பது தெய்வக் குற்றமாகி விடுமே என்று பயந்துபோனான். காலையில் ராபியா பஸ்ரியை அடிமைத்தளையிலிருந்து விடுவித்த எஜமான், "தங்களை நான் விடுதலை செய்துவிட்டேன். இந்த வீட்டில் அடிமையாக இல்லாமல் எல்லா உரிமைகளுடனும் வாழ்வதோ தங்களுக்கு விருப்பமான இடத்துக்குச் செல்வதோ தங்களுடைய உரிமை. இங்கேயே தங்கியிருப்பதெனில், தங்களுக்குப் பணிவிடை செய்யும் பெரும் பாக்கியம் பெற்றவர்களாவோம்," என்று சொல்லி, களங்கமற்ற இப்புனிதவதியை இதுவரை என்னால் புரிந்து கொள்ள முடியவில்லையே என்று அங்கலாய்த்தார்.

ஆனால் ஹஸ்ரத் ராபியா பஸ்ரி அதற்கு மேல் அந்த வீட்டில் தங்கியிருக்க விரும்பவில்லை. எஜமானிடம் விடைபெற்ற அவர் புறப்பட்டார். மிகுந்த மரியாதையுடன் அவர்கள் ராபியா பஸ்ரியை வழியனுப்பிவைத்தனர்.

விடுதலை பெற்ற ராபியா பஸ்ரி, ஹஸன் பஸரீயை ஞானாசிரியராகக் கொண்டு அவரது வழிகாட்டுதலிலும் தோழமையிலும் வாழ்ந்துவந்தார்.

இன்ப துன்பங்களிரண்டும் இறை நியதி
இன்பத்தைத் துய்ப்பதும் துன்பத்தில் துவள்வதும்
இறை நியதிக்கெதிரானது

என்று பாடிய ராபியா பஸ்ரியின் புகழ் பஸ்ரா முழுவதும் பரவியது. அவரது வழி காட்டுதலைக் கோரி ஏராளமான சீடர்கள் வந்து சேர்ந்தனர். இறைவனின் திருப்தி ஒன்றையே தனது வாழ்நாள் நோக்கமாகக்கொண்ட ராபியா பஸ்ரி, இல்லற வாழ்க்கையில் நாட்டமில்லாதவராக இருந்தார். அவரை வாழ்க்கைத் துணையாக அடைவதற்காக, பஸ்ராவின் ஆட்சியாளர் உட்பட பலர் வந்து திருமண ஆலோசனைகளை முன்வைத்தனர். இதற்கு ஹஸ்ரத் ராபியா பஸ்ரி சொன்ன பதில் இதுதான்: "மூன்று பிரச்சினைகள் என்னை அலட்டுகின்றன. அவற்றிற்கு உங்களால் தீர்வு காண இயலுமெனில் நான் மணம் புரிந்துகொள்வேன். அந்தப் பிரச்சினைகள் இவைதாம். இறை சிந்தனையுடன் என்னால் மரணிக்க இயலுமா? இறுதித் தீர்ப்பு நாளின்போது எனது செயல்பாடுகள் குறித்த ஏடு கிடைப்பது வலது கையிலா, இடது கையிலா? அங்கே எனக்குக் கிடைக்குமிடம் வலது புறமா, இடது புறமா?"

இதற்கு உறுதியான பதிலைச் சொல்வது தங்களுடைய அறிவுக்கு அப்பாற்பட்ட விஷயம் என்பதை அவர்கள் புரிந்து

கொண்டனர். அப்போது ராபியா கேட்டார்: "பதில் சொல்ல இயலாத பிரச்சினைகளால் அலட்டப்படும் பெண் ஒரு மானுடன்மீது ஆசைவைக்க இயலுமா?"

"உலக இச்சையில் திளைப்பவன் ஆணும் பெண்ணுமற்ற நபும்சகன். மறுமை இன்பத்தில் நாட்டம்கொண்டவள் பெண். இறையின்பத்தை நாடுகிறவன் ஆண். என்மீது ஆர்வம்கொண்ட நீர் உலக இச்சையில் திளைப்பவராயின் நபும்சகன். நானோ, பெண். நபும்சகனுடனான மணவுறவு சாத்தியமன்று. நீர் மறுமை இன்பத்தில் நாட்டம் கொண்டவராயின் நீரும் பெண் நானும் பெண். இரு பெண்களிடையிலான மணவுறவும் சாத்தியமல்ல! நீர் இறையின்பத்தை நாடுகிறவராயின் நானும் அதையே நாடுகிறேன். எனில் நாமிருவரும் ஆண்கள். இரு ஆண்களிடையிலான மணவுறவும் சாத்தியமற்றது."

இறைப்பற்றும் அருட்பார்வையும் ராபியா பஸ்ராவிடம் பிரகாசித்ததாகவும் அவர் இயேசுவின் மாதாவான மரியத்துடன் உவமிக்கும் அளவில் களங்கமற்ற இரண்டாம் மரியம் என்றும் மக்கள் கருதினர் என்று அவரது வாழ்க்கைக் குறிப்பை எழுதிய ஃபரீதுத்தீன் அத்தார் குறிப்பிட்டுள்ளார்.

> உனக்கென நீ கருதியிருக்கும் அனைத்தையும்
> உன்னிலிருந்து இறைவன் அகற்றிக்கொள்வானாக
> தன்னை நினைந்து தயாபரனை மறக்கும் அனைத்தையும்

ராபியா பஸ்ரியின் தவவாழ்க்கையும் அவரது உபதேசங்களும் ஏராளமான மக்கள் தங்களை நல்வழிப்படுத்திக்கொள்ளவும் இறைநெறி சார்ந்து வாழவும் உதவியாக அமைந்தன. இவர்களில் ஏழைகள் அதிகமென்றாலும் செல்வந்தர்களும் இருந்தனர். அவர்கள் ஹஸ்ரத் ராபியா பஸ்ரிக்குத் தேவையான அனைத்து உலகியல் உதவிகளையும் செய்யத் தயாராக இருந்தனர். இதை ஹஸ்ரத் ராபியா பஸ்ரியும் அறிவார். எனினும், அவற்றையெல்லாம் பொருட்படுத்தாமல் யார் உதவியுமின்றித் தனது தவவாழ்க்கையை மேற்கொண்டார்.

ஹஸ்ரத் ஹஸன் பஸரீ ஒருநாள் ராபியா பஸ்ரியிடம், "நீர் மணம் புரிந்துகொள்ளாலாமே," என்றார். இதற்கு ராபியா பஸ்ரி, "தனியொரு ஜீவனும் தனியொரு ஜீவிதமும் கொண்டவர்களுக்கு மணவாழ்க்கை தேவைதான். நானோ என்மீதான ஆதிக்கத்தை இழந்தவள். சுயமாக எதையும் செய்ய இயலாதவள். இறைவனின் அடிமை. நான் எதையேனும் செய்ய வேண்டுமென்று தாங்கள் விரும்பினால் அதை எனது எஜமானனான இறைவனிடம்தான் கேட்க வேண்டும்."

ஹஸ்ரத் ராபியா பஸ்ரியின் நெறி சார்ந்த வாழ்க்கையை விடவும் இறைவனைக் குறித்த அவரது பார்வைகள்தாம் உலகின் கவனத்தை ஈர்த்தன. தன்னலமற்ற இறை வழிபாடென்னும் கருத்துக்கு அவர் மிகுந்த முக்கியத்துவம் அளித்தார். ஒரு கையில் எரியும் தீப்பந்தத்துடனும் மறு கையில் தண்ணீர்ப் பாத்திரத்துடன் ஒருநாள் பஸ்ரா வீதிகளில் ஓடிக்கொண்டிருந்த ராபியா பஸ்ரியிடம் இதற்கான காரணத்தைக் கேட்டபோது சொன்னார்: "நான் சுவர்க்கத்தை தீக்கிரையாக்கவும் நரகத்தை நீரில் மூழ்கடிக்கவும் விரும்புகிறேன். இவ்விரண்டும் எனது நோக்கத்துக்குத் தடையாக இருப்பவை. தண்டனைக்குப் பயந்தோ, பிரதிபலனுக்கு ஆசைப்பட்டோ மேற்கொள்கிற இறை வழி பாட்டை நான் விரும்பவில்லை. நிபந்தனைகளற்ற இறைவழி பாட்டினூடே அவனது அன்பைப் பெறுவது ஒன்றுதான் எனது நோக்கம்."

ராபியா பஸ்ரி பிரார்த்தித்தார்: "இறைவா, நரக பயம் காரணமாக உன்னை வழிபட்டேன் எனில் என்னை நரகத்தில் தள்ளிவிடுவாயாக. சுவர்க்கத்தின்மீது ஆசைகொண்டு உன்னை வழிபட்டேன் எனில் என்னை சுவர்க்கத்துக்கு வெளியே நிறுத்தி விடுவாயாக. உன்னையறிந்து அன்பு செலுத்தினால் உன் அழிவற்ற புனித சோபையை எனக்கு மறுக்காதிருப்பாயாக."

இப்லீஸ் குறித்த ஒரு கேள்விக்கு ராபியா பஸ்ரி பதில் சொல்லும்போது, "என்னை ஆட் கொண்டிருக்கும் இறைநேசம் அவனையன்றி யார்மீதும் அன்பு வைக்கவோ வெறுக்கவோ இடமளிப்பதில்லை.

ஒரு நீர்த்தடாகத்தின் அருகில் ராபியா பஸ்ரியைச் சந்தித்த ஹஸ்ரத் ஹஸன் பஸரீ, தனது தொழுகைப்பாயை தடாகத்தின்மீது விரித்து விட்டு ராபியா பஸ்ரியைப் பார்த்து, "வாருங் கள் ராபியா, நாம் இரண்டு *ரக்அத் (அ.கு: முறை) இறைவனைத் தொழுவோம்" என்று அழைப்பு விடுத்தார்.

ஆன்மிகக் குருவென்பதில்
ஆனந்தம் கொள்கிறீர்களா? எனில்,
அறிந்துகொள்ளப் பாருங்கள்!

என்று பாடிய ராபியா பஸ்ரி, "ஹஸன், ஆன்மிகச் செல்வம் என்பது வணிகச் சந்தையின் காட்சிப் பொருளெனில், அதை மற்றவர்கள் செய்வதுபோல் அல்லாமல் புதிய வடிவத்தில் காட்சிப்படுத்த வேண்டும்" என்று கூறி விட்டு, தனது தொழுகைப்பாயை காற்றில் வீசியெறிந்து அதிலேறி அமர்ந்துகொண்டு சொன்னார்: "வாருங்கள் ஹஸன் பஸரீ, இதில் வந்து அமர்ந்துகொள்ளுங்கள். இதில் அமர்ந்தால் மற்றவர்களுக்குப் பார்க்க வசதியாக இருக்கும்"

என்று சொல்லிவிட்டு மேலும் தொடர்ந்தார்: "ஹஸன் தாங்கள் செய்வதை மீன்களாலும் செய்ய இயலும்; நான் செய்வதைப் பறவைகளும் செய்யும். உண்மையான இறை வணக்கம் இந்த வினோதச் செயல்களுக்கு எல்லாம் அப்பாற்பட்டது. நம்முடைய கவனம் செல்ல வேண்டிய இடம் அதுதான்."

சதாசர்வ காலமும் இறைச் சிந்தனையில் ஆழ்ந்திருந்த ராபியா பஸ்ரி ஒருமுறை நடந்துவந்துகொண்டிருந்தார். வழியில் அவரைச் சந்தித்த ஓர் அன்பர், "எங்கிருந்து வருகிறீர்கள் ராபியா? இப்போது எங்கே செல்கிறீர்கள்?" என்று நலம் விசாரித்தார். ராபியா பஸ்ரி சொன்னார்: "இறைவனிடமிருந்து வந்த நாம் அவனிடமே திரும்பச் செல்லவிருக்கிறோம்."

ஹஸ்ரத் ராபியா பஸ்ரியின் இருப்பிடத்தில் ஓர் உடைந்த கோப்பை இருந்தது. தொழுகைக்காக உடல் தூய்மை செய்யவும் நீரருந்தவும் அந்தக் கோப்பையை அவர் பயன்படுத்தினார். கூடவே, படுத்துக்கொள்ள ஒரு பழைய பாயும் தலை சாய்க்க செங்கல்லும் இருந்தன. அவரது எளிமையான இக்கோலத்தைக் கண்ணுற்ற தோழர்கள் மனம் வருந்தினர்.

ராபியா பஸ்ரியின் இருப்பிடத்திற்கு ஒருநாள் ஹஸ்ரத் மாலிக் இப்னு தீனார் வந்தார். அவரது எளிய வாழ்க்கையைக் கண்ட இப்னு தீனார் சோகம் மேலிட கண்ணீர் வடித்தார். அவர்களிடையிலான உரையாடலின்போது இப்னு தீனார் சொன்னார்: "ராபியா, தாங்கள் விரும்பினால் வசதி படைத்த என் நண்பர்கள்மூலம் உங்களுக்குத் தேவையான எதையேனும் வாங்கித்தர இயலும்." இதற்கு ராபியா பஸ்ரி சொன்ன பதில்: "மாலிக், தாங்களுமா இப்படிச் சொல்கிறீர்கள் என்று வியப்பாக இருக்கிறது. எனக்கும் தங்களின் வசதி படைத்த நண்பர்களுக்கும் உணவளிப்பவன் ஒரே இறைவன் அல்லவா?"

ராபியா பஸ்ரியின் பதிலை ஏற்றுக்கொண்ட மாலிக் இப்னு தீனார் பதில் சொல்லவில்லை. ராபியா பஸ்ரி மீண்டும் சொன்னார்: "ஏழைகளை மறந்துவிடாத இறைவன், செல்வந்தர் என்பதற்காக அவர்களையும் மறந்துவிடமாட்டான்." "ஆம், தாங்கள் சொல்வது உண்மைதான்" என்றார் மாலிக் இப்னு தீனார். "பிறகேன் நமது நிலையை இறைவனிடம் சொல்லி முறையிட வேண்டும்? அவன் எதை விரும்புகிறானோ அதை நாம் ஏற்றுக்கொள்ள வேண்டும்."

திறந்துகொடு திறந்துகொடுவென்று
எத்தனை காலம்தான் தட்டுவீர்கள்
திறந்து கிடக்கும் கதவை!

ராபியா பஸ்ரி ஒருமுறை நோய் வாய்ப்பட்டுப் படுக்கையிலானார். அவரைப் பார்ப்பதும் ஆறுதல் வார்த்தைகள் சொல்வதுமாக மக்கள் வந்து போயிருந்தனர். அதிலொருவர் ஊர் முக்கியஸ்தர். அவருக்கு ராபியா பஸ்ரியின் நோய் அதிகரித்திருப்பது போன்றும் எந்த நிமிடத்திலும் அவர் இறந்துவிடலாம் என்றும் தோன்றியது. அவர் ராபியா பஸ்ரியிடம் சொன்னார்: "உலகம் எவ்வளவு கருணையற்றதாக மாறிவிட்டது பாருங்கள். எங்கு பார்த்தாலும் கொலைகளும் கொள்ளைகளும் வழிப்பறியும் தொத்து வியாதிகளும். இவ்வுலகம் நம்மைப்போன்றவர்கள் வாழ்வதற்கு உகந்ததல்ல! இதை விட்டுப் பிரிவதில் எனக்கு எந்தத் தயக்கமுமில்லை."

இதைக்கேட்ட ராபியா பஸ்ரி படுக்கையில் கிடந்தபடியே சொன்னார்: "உலக வாழ்க்கை மீது நீங்கள் அளப்பரிய ஆசை வைத்திருக்கிறீர்கள். ஆகவேதான் இப்படி பேசுகிறீர்கள். ஒருவர் தனக்கு விருப்பமான பொருளை முதலில் சற்று உதாசீனமாக அணுகுவார். பிறகு விலை குறைத்து வாங்க முற்படுவார். நான் இவ்வுலகைக் குறித்துச் சிந்திக்கவில்லை. ஆகவே, அதன் தரக்குறைவைப் பற்றி எனக்கு ஆவலாதிகளில்லை.

ஹஸ்ரத் ராபியா ஞானத்தின் உயர்நிலையை அடைந்த பிறகு குர்ஆன் வசனங்களைத் தவிர, தனது நாவால் வேறெதையும் உச்சரிப்பதில்லை. தன்னிடம் கேட்கும் கேள்விகள் அனைத்துக்கும் குர்ஆன் வசனங்கள் மூலம் மட்டுமே பதில்சொல்வதை வழக்கமாக்கினார்.

ஹஸ்ரத் ராபியா பஸ்ரியின் உடல் கூட்டுக்குள் சிறைபட்டிருந்த உயிரானது கிபி. 801 இல் விடுபட்டு எல்லையற்ற இறைப்பெருவெளியில் கலந்தது. பைத்துல் முகத்திஸின் கிழக்குப் பகுதியிலுள்ள ஸைதா என்னும் குன்றில் அவரது உடல் அடக்கம் செய்யப்பட்டதாகச் சொல்லப்படுகிறது.

மன்சூர் அல் ஹல்லாஜ்

பாரசீக தேசம் திராட்சை மதுவின் போதையிலும் பன்னீர்ப்பூக்களின் சுகந்தத்திலும் அழகிகளின் ஆலிங்கனத்திலும் மூழ்கிக்கிடந்த காலம். சுல்தான் முக்ததிர் பில்லாஹ்வின் ஆட்சி. கோட்பாடுகளின் வளர்ச்சியில் கோபம்கொள்கிற காலக்கட்டம். கவிஞர்களும் கலைஞர்களும் ஞானிகளும் சர்வாதிகாரிகளின் முன் தெண்டனிட்டு நின்றிருந்தனர். ஸ்துதி பாடகர்களாக!

கி.பி. 858 இல் பாரசீகத்தின் பெய்ஸா பகுதியில் ஸீராசிலுள்ள ஒரு பருத்தி விவசாயக் குடும்பத்தில் அபூ முகீஸ் ஹுசைன் பின் மன்சூர் அல் ஹல்லாஜ் பிறந்தார். (ஹல்லாஜ் என்றால் அரபு மொழியில் பருத்தி நெய்பவன் என்று பொருள்) முன்னோர்கள் பார்ஸி மதத்தைச் சேர்ந்தவர்கள். சிறுவயதிலேயே திருக்குர்ஆனை மனப்பாடமாக்கிய மன்சூர் அல்

ஹல்லாஜ், தாய்மொழியான பார்ஸியை விடவும் அரபு மொழியில் மிகுந்த பாண்டித்தியம் பெற்றார். தொடர்ந்து, துஷ்தாரின் பெரிய பாடசாலையில் சேர்ந்து சமூகம், ஆன்மிகம், மதம், இலக்கியம் என அனைத்துத் துறைகளிலும் புலமை பெற்றார். பண்டிதராக வெளிவந்த மன்சூர் ஹல்லாஜுக்குள் போதாமைகள் இருந்தன. மேலும் அறிந்துகொள்ள வேண்டுமென்ற ஆர்வம். கற்றதையே மேலும் கற்க விரும்பாத ஆன்ம தாகம். அறிவை அறிந்து கொள்ளவும் நெருங்கிச் செல்லவுமான பேரார்வத்துடன் இருளில் வழியறியாமல் தவிப்பதாக உணர்ந்தார். ஏதேனும் வெளிச்சக்கீற்று தென்படாதா என்று தேடியலைந்தார். பஸ்ரா, குராசான், துர்க்கிஸ்தான், செசன்யா, மக்கா போன்ற பகுதிகளுக்குச் சென்று கற்றதை மென்மேலும் சீர்தூக்கி ஆய்வு செய்தார். அப்போது ஒருநாள் உமர் இப்னு உஸ்மானைச் சந்தித்தார். உமரின் ஆஸ்ரமம் பாலைவனத்தின் பசுமையான ஒரு பகுதியிலிருந்தது. குரு ஒரு புதிய வழி காட்டினார்; அதுதான் 'ஸூஃபி மார்க்கம்.'

ஸூஃபிகளில் மிகவும் புகழ்பெற்றவரும் 'அனல் ஹக்' என்னும் தனது ஐந்தெழுத்து மந்திரம் மூலம் அனல் கக்கும் எதிர்ப்பை எதிர்கொண்டவருமான மன்சூர் அல் ஹல்லாஜ் இறைவிதிகள் குறித்த மனிதப் பார்வையில் குற்றவாளியாக மாறினார்.

மனத்துக்குள் பூரணத்துவம் பெற்றிருந்த, இறைநம்பிக்கை சார்ந்த, அகமனச் சிந்தனையின் வெளிப்பாடான 'நானே பரமோன்னதமான உண்மை' என்று அர்த்தம் தரும் 'அனல் ஹக்'கை ஹல்லாஜின் இறையியல் கோட்பாடாகக் கருதியவர்கள் அவரை வேட்டையாட ஆரம்பித்தனர். இந்தச் சொல் மக்களின் இறைநம்பிக்கையைப் பாழடித்து விடுமென்று அவர்கள் பயந்தனர்.

'அனல் ஹக் அனல் ஹக்'
(நானே சத்தியம் நானே சத்தியம்)
'ஸுப்ஹானி' (நானே தூய்மை செய்பவன்)
'மாஃபில் ஜைஃபி இல்லல்லாஹ்'
(இறைவனை அன்றி எதுவும் என்னிடத்திலில்லை)

நான் அன்பு செலுத்தும் நானும் அவனே;
நான் அன்பு செலுத்தும் அவனும் நானே!

என்னுடைய தலைப்பாகையினுள்
இறைவனைத் தவிர வேறெதுவுமில்லை.

அன்பு காட்டுபவனும் நானே;
அன்பு காட்டப்படுபவனும் நானே!

ஓரே உடல்கூட்டுக்குள் இயங்கும்
இரண்டு உயிர்கள் நாங்கள்.

நீ என்னைப் பார்த்தால் அவனைப் பார்த்துள்ளாய்;
அவனைப் பார்த்தால் என்னைப் பார்த்துள்ளாய்.

திராட்சை ரசம் தூய நீரில் ஒன்றுசேர்வதுபோல்
உன் ஆன்மாவும் என் ஆன்மாவும் ஒன்று கலந்துவிட்டது.

உன்னைத் தீண்டுகிற அனைத்தும் என்னைத் தீண்டுகிறது;
அவ்விதம் எல்லா நிலையிலும் நீ நானாக மாறியிருக்கிறாய்.

ஆன்மிக உள்ளொளியின் வெளிப்பாடு. ஹல்லாஜ் அதில் ஆழ்ந்திறங்கினார். யுக யுகாந்திரங்களின் ஆர்வத்துடனும் கொடுங்காற்றின் சீற்றத்துடனும் அவர் பௌதிக எல்லைகளைக் கடந்தார். தியான வயப்பட்ட நிலையில் அழிவற்றதும் நிரந்தரமானதுமான பேரொளியின் சிறுமேகப் படலம்போல் தன்னை மறந்தார்.

யதார்த்தம் அழிவற்றது ... சிருஷ்டிப்பவனும் நானே ... சிருஷ்டியும் நானே!

ஆஸ்ரமம் குலுங்கியது. குருவும் சீடர்களும் நடுநடுங்கினர். அவர்கள் பயத்துடன் ஹல்லாஜை முறைத்தனர். நூற்றாண்டுகளாக மேற்கொண்டு வரும் நம்பிக்கைகளின் அடிக்கட்டுமானத்தைத் தகர்ப்பதுபோன்ற அறிவிப்பு. 'அனல் ஹக்' ஹல்லாஜுக்கு அறிவு மயக்கம் ஏற்பட்டு விட்டது என்று அவர்கள் ஆறுதல்பட்டுக் கொண்டனர். சமூக அழுத்தம் ஆஸ்ரமத்தை அழித்துவிடும் என்று பீதியிலாழ்ந்த குரு, ஹல்லாஜை ஆஸ்ரமத்தை விட்டு வெளியேறச் சொன்னார். மனத்தின் கொதிநிலையில் வெளிவரும் வார்த்தைகளென்று விமர்சனமும் செய்தார்.

தொடர்ந்து வீதிக்கு வந்து சேர்ந்த ஹல்லாஜை மக்கள் புத்தி சுவாதீனமற்றவர் என்று கருதிக் கூச்சலிட்டுப் பின் தொடர்ந்தனர்; கல்லெறிந்தனர்; அடித்து விரட்டினர். இறுதியில் சித்தப் பிரமையைப் போக்குவதற்குச் சிகிச்சை நிலையத்தில் கொண்டு போய்ச் சேர்த்தனர். ஆனால், ஹல்லாஜுக்குச் சிகிச்சைக்கான தேவைகளில்லை என்று அவர்களும் வெளியேற்றினர்.

பஸ்ரா நகரில் அவரால் வாழ இயலாமலாயிற்று. இருக்க இடமின்றி மீண்டும் அலைந்து திரிந்தார். பற்பல சூஃபி ஞானிகளின் ஆஸ்ரமங்களில் ஏறியிறங்கினார். இறுதியில் பாக்தாதுக்கு வந்து சேர்ந்தார். புகழ்பெற்ற சூஃபி ஞானியும் மகாபண்டிதருமான ஹஸ்ரத் ஜுனைத், அகற்றப்பட வேண்டியவரென்று அறியப்பட்ட ஹல்லாஜுக்கு அபயமளித்தார். ஆனால் தன்னுடைய கருத்துகளை வெளிப்படுத்தக்கூடாதென்ற அறிவுரையும் நல்கினார். சுதந்திரக்காற்றைச் சுவாசிக்க

இயலும் ஒரு பிடி மண்கூட இவ்வுலகில் இல்லையே என்பதை நினைத்து மனத்துக்குள் வருந்திய ஹல்லாஜ் அங்கேயே தங்கிக் கொண்டார்.

அனைத்தையும் மறந்து மீண்டும் மீண்டும் ஆவேசம்கொள்வது ஹல்லாஜின் வழக்கமாகிப் போனது. சீடர்களுடன் வாதப்பிரதி வாதங்கள் செய்து ஆவேசமடைவதை அவர் வழக்கமாகக் கொண்டார். "ஹல்லாஜ், சிருஷ்டித்தவனையும் சிருஷ்டியையும் ஒன்றாகப் பார்ப்பது மாபெரும் தவறு. இது சமூக நம்பிக்கைக்கு எதிரான பார்வை. இறைவிதிகளை மீறினால் என்ன நடக்குமென்பதை நீங்களும் அறிவீர்கள்தானே?" ஹஸ்ரத் ஜுனைத் வேதனையுடன் முன்னறிவிப்பு செய்தார்.

ஹல்லாஜ் இறைவனை நோக்கிப் பாடினார்:

நான் உன்னை மட்டுமே நம்புகிறேன். உன்னையல்லால் வேறு யாரையும் நான் அறியேன். உனது எல்லா அருட் கொடைகளுக்கும் நான் நன்றியுள்ளவனாக இருக்கிறேன். உனதருளைப் பெற்ற அடிமை நான். நீ என்மீது சொரிந்த பெரும்பேறுகளுக்கு நன்றி சொல்ல ஒரே ஒரு நாவை மட்டும் வழங்கியுள்ளாய் என்பதுதான் எனது ஆதங்கம். இந்தப் போதாமையுடன் உன்னைப் பிரார்த்திக்கிறேன். அனல் ஹக்.

குரு தாக்கீது செய்தார்: "ஹல்லாஜ், கவனம் தேவை. ஆபத்தான நாளொன்று உம்மை அண்மித்துக்கொண்டிருக்கிறது. சூடான உமது நிணநீர், யூஃப்ரடீஸ் நதிக்கரையின் வெண் மணலைச் சிவப்பாக்கும் அந்த அந்திம தினத்தின்மீதும் உமது கவனம் பதியட்டும்..."

"அந்திம தினம்!" ஹல்லாஜ் சொன்னார்: "அதை எண்ணி நான் அஞ்சப்போவதில்லை. அந்த அந்திம நாளில், இவ்வுன்னத இருக்கையை விட்டு நீர் கீழே இறக்கப்படுவீர். அணிந்திருக்கும் துறவு ஆடைகளை இழக்கும் நீர் வெறுமொரு நீதிமானாக அன்று தரம் தாழ்த்தப்படுவீர். ஆகவே, ஹஸ்ரத் ஜுனைத் அவர்களே, கவனம் உமக்கும் தேவை. அனல் ஹக்."

ஹஸ்ரத் ஜுனைதின் ஆஸ்ரமத்தை விட்டு ஹல்லாஜ் வெளியேறினார். இதற்குக் காரணம், அவரது 'அனல் ஹக்' அறிவிப்புதான் என்றும் ஞானத்தின் உயர்நிலையை அடைந்த ஹல்லாஜை இனி தாங்கள் புறப்படலாம் என்று ஹஸ்ரத் ஜுனைத் அறிவுறுத்தியதாகவும் இருவேறு கருத்துகள் முன்வைக்கப்படுகின்றன.

தொடர்ந்து தேவாலயங்களிலும் கடைவீதிகளிலும் மைதானங்களிலும் ஹல்லாஜின் ஆவேச உரைகள் முழங்கின. புதிய சிந்தனைகள் ஒரு பிரிவு மக்களை வசீகரித்தன. கோட்பாடுகளின் உலகில் புரட்சிப் பேரோசையுடனான கொடுங்காற்று. பண்டிதர் வர்க்கம் பதற்றமடைந்தது. மிகுந்த புகழ்பெற்ற ஹல்லாஜைச் சுற்றியிருந்த இரகசிய ஆலோசனையின் கண்ணிகள் மேலும் இறுகின. மதத்துரோகி, அவநம்பிக்கையாளன் என வதந்திகள் பல உலா வந்தன. ஹல்லாஜைக் கொலை செய்யும் இரகசிய ஆலோசனைகளும் நடந்தேறின.

இக்காலகட்டத்தில்தான் ஹல்லாஜ் தேசாடனங்கள் மேற்கொண்டார். *புஸ்தானுல் மஅரிஃபா, தஃப்ஷீர் ஸூறரத்தில் இக்லாஸ், அல் அப்த், அத்தவ்ஹீத், அல் ஜீமுல் அஸ்கர், அல் ஜீமுல் அக்பர், கஸாயினுல் கைறாத் (அல் அலிஃபுல் மஹ்லூஃப்), அல் அத்லு வத்தவ்ஹீத், இல்முல் பகாயி வல் ஃபனாஹ், அல்கரீப் வல் ஃபஸீஹ், கிறானுல் குர்ஆனி வல் ஃபுர்கான், அல் கிப்ரீத்துல் அஹ்மர், அல் கைஃபியத்து வல் ஹகீகா, கைஃப கான கைஃபா யகூனு, லா கைஃப், நூறுன்னூர், அல் வுஜ்ஜூதுல் அவ்வல், அல் வுஜ்ஜூதுஸ்ஸானி, அல் யகீன்* உட்பட பல்வேறு நூல்கள் எழுதினார்.

தொடர் இடர்ப்பாடுகளைச் சந்தித்த நிலையிலும் இந்த ஐந்து வருட காலத்தினுள் அவர் நாற்பத்தேழு நூல்கள் எழுதியதாகச் சொல்லப்படுகிறது. ஹல்லாஜின் நூல்களை அரசாங்கம் தடைசெய்த நிகழ்வு, அவை மிகப்பெரும் புகழ் பெறுவதற்குக் காரணமாக அமைந்தது. "மகாகவி, மாபெரும் தத்துவஞானி, மகாசமுத்திரத்தின் சிறு துளி, தன்னை மகா சமுத்திரமென்று சொல்வதுபோலவோ பெரும் மலையின் சிறு கல் தன்னைப் பெரும் மலையென்று சொல்வதுபோலவோ அவர் சொல்லியிருக்கலாம். எல்லாமே இறைவனின் அம்சங்கள்தான் என்பதால்," என்று சில சிந்தனையாளர்களும் கவிஞர்களும் ஹல்லாஜை வாழ்த்தவும் தவறவில்லை.

ஹல்லாஜின் கவிதைகளும் சொற்களும் பாக்தாதின் ஆட்சியாளர்களையும் மதப்பண்டிதர்களையும் பதற்றம்கொள்ள வைத்தன. ஹல்லாஜ் தன்னைக் கடவுள் என்றும் தீர்க்கதரிசி என்றும் சொல்லிக்கொள்வதாக அவர்கள் குற்றம் சாட்டினர். ஹல்லாஜின் புகழ் நாடு முழுவதும் பரவியது. சுல்தானின் பலவீன அரசு பயந்து போனது. புரோகிதர்களின் எதிர்ப்பு தீவிரமடைந்தது. இப்படியாக, அதிகாரமும் ஆச்சாரமும் ஹல்லாஜின் இரு பெரும் எதிரிகளாக மாறின. அவர்கள் ஹல்லாஜுக்குப் பல்வேறு வாக்குறுதிகள் அளித்தனர். பண்டிதர்

வர்க்கம் தந்திரமான முறையில் காய் நகர்த்தியது; ஹல்லாஜை வாதம் புரிய அழைப்பு விடுத்தது. அறிஞர்கள் நிரம்பிய பாக்தாத் மகாசபையை எதிர்கொண்ட ஹல்லாஜ் முழங்கினார்:

"மனித சிந்தனைகளைக் கோட்பாட்டுக் கோட்டைக்குள் அடைத்துவிட இயலாது. அது, பூவுலகைத் தழுவியபடியே வானுலகைக் கடந்து மேலும் பாய்ந்து செல்லும். என்னுடைய கருத்துகளோ எண்ணங்களோ உங்கள் உத்தரவுகளுக்குக் கீழ்ப்படியாது. என்னை உங்கள் கூட்டத்தில் சேர்த்துக் கொள்ள வேண்டியதில்லை."

ஆயிரமாயிரம் அறிஞர்களின் கோபக்கனல் தெறிக்கும் விழிகள் ஹல்லாஜை நோக்கித் திரும்பின. தெளிவான இறைவிதி களுக்கெதிரான ஹல்லாஜின் கருத்துகள் ஆபத்தானவை என்றும் அவர் இதற்கு மன்னிப்பு கேட்கவில்லையெனில் மரண தண்டனை விதிக்க வேண்டுமென்றும் அபிப்ராயங்கள் எழுந்தன. ஒரு சிலர், மனநிலை பாதிக்கப்பட்ட ஒருவரின் கூற்றை இறைநியதி களுக்கு எதிராகப் பார்க்க வேண்டியதில்லை என்றனர். குழப்பத்திலாழ்ந்த சுல்தான் முக்ததிர்பில்லாஹ், சூஃபி ஞானிகளை வரவழைத்து அவர்களிடம் கருத்து கேட்டார். "ஹல்லாஜின் மனவோட்டங்களுக்கான உட்பொருளை ஞானிகளால் மட்டுமே புரிந்துகொள்ள இயலும். இருந்தாலும் பாமர மக்களிடையே அவை தவறான எதிர்விளைவுகளை உருவாக்கிவிடக்கூடும். ஆகவே இதுபோன்ற அறிவிப்பை வெளியிடுகிறவர்களுக்குச் சட்டப்படி தண்டனை வழங்கலாம். மேலும், ஹல்லாஜுக்கும் அவருடைய எஜமானுக்குமான உறவை விசாரிக்க வேண்டிய தேவை நீதிபதிகளுக்குக் கிடையாது. சட்ட விதிகளின் பணி, தனக்கெதிரான குற்றங்களுக்குத் தண்டனை வழங்குவது மட்டுமே," என்று அவர்கள் கருத்து தெரிவித்தனர்.

இறையியல் விதிகளுக்கு எதிராகச் செயல்படும் ஹல்லாஜுக்கு மரண தண்டனை விதிக்க வேண்டுமென்ற மக்கள் கருத்து உருவாக்கப்பட்டது. இதற்குப் பெரிய அளவில் எதிர்ப்புகளும் உருவாயின. இந்நிலையில் சுல்தான், மார்க்கப் பண்டிதர்களின் கருத்துகளைக் கேட்டார். அவர்கள் மூன்று பிரிவினராக நின்று தங்கள் கருத்தைத் தெரிவித்தனர். "இறையியல் விதிகள் வகுக்கப்பட்ட நிலையில், மறைபொருள் வாதங்களை ஏற்பதற்கில்லை. இந்நிலையில் சட்டத்துக்குப் புறம்பான கருத்துகளை முன் வைத்து, மக்களிடையே குழப்பங்களை விளைவிக்கும் ஹல்லாஜுக்கு மரண தண்டனை விதிக்க வேண்டும்," என்னும் பெரும்பான்மையினரின் கருத்து ஏற்றுக் கொள்ளப்பட்டது.

ஹல்லாஜை மன்னிப்புக் கேட்க வைக்கும் நோக்கத்துடன் அவரை விசாரிக்கும் பொறுப்பை பாக்தாதின் தலைமையமைச்சர் ஹாமித் இப்னு அப்பாசிடம் ஒப்படைத்தார் சுல்தான். கடவுளென்றும் தீர்க்கதரிசியென்றும் தான் உரிமை கோருவதான குற்றச்சாட்டுகளை ஹல்லாஜ் மறுத்தார்: "இறைத்தன்மையும் தீர்க்கதரிசன உரிமையும் கோருவதிலிருந்து இறைவன் என்னைப் பாதுகாப்பானாக! அனுப்பொழுதும் இறைச் சிந்தனையில் வாழும் சாதாரண மனிதன் நான். நோன்பும் தொழுகையும் சற்று அதிகமாகிவிட்டது என்பதைத் தவிர வேறு எதுவும் எனக்குத் தெரியாது," என்றார்.

ஞானிகளால் மட்டுமே புரிந்துகொள்ள இயலுகிற உட்பொருள்கொண்ட ஸூஃபிஸச் சொற்கள் மனத்தின் விசேட நிலையில் வெளிவந்தவையாக இருப்பினும் சட்டத்தின் பார்வையில் அவை குற்றச் சொற்கள்தாம், அவற்றைப் பயன்படுத்திய ஹல்லாஜ் குற்றவாளிதான் என்பதில் யாருக்கும் அங்கே கருத்து வேறுபாடுகள் எழவில்லை.

ஹல்லாஜைச் சுற்றிலும் கழுகுகள்போல் அவர்கள் கூடி நின்றனர். அப்போது மதப்பண்டிதர்களின் ஒருமித்தக் கருத்துடன் தீர்ப்பு தயாரானது. 'இறைவிதிகளை மீறிய நிலையில் ஹல்லாஜ் காஃபிராகி விட்டார். ஆகவே, அவர் மரண தண்டனைக்குரியவராவார்...'

மரண தண்டனை!

> "தோழர்களே, இறப்புக்குப் பிறகுதான் வாழ்க்கை தொடங்க இருக்கிறது. உன்னுடைய எல்லாக் குணங்களும் பறித்தெறியப்பட்டுப் படைத்தவன் முன் நீ நிற்கும்போதுதான் எது அன்பு என்பதை அறிவாய். அப்போது அவனுடைய குணங்கள் உன்னுடையவையாக மாறும். உனக்கும் எனக்குமிடையே இருக்கும் நான் அழிந்த பின், நாம் மட்டுமே எஞ்சியிருப்போம்."

ஆயிரத்திற்கும் அதிகமான மதப்பண்டிதர்கள் எந்த எதிர்ப்புமின்றிக் குற்றப்பத்திரிகையில் கையெழுத்திட்டனர். அதை பாக்தாதின் தலைமையமைச்சர் ஹாமித் இப்னு அப்பாசும் ஏற்றுக்கொண்டார். சுல்தான் முக்ததிர்பில்லா மட்டும் அதில் கையெழுத்திடவில்லை. ஹஸ்ரத் ஜுனைத் கையெழுத்திடாத குற்றப்பத்திரிகையில் தன்னுடைய முத்திரையைப் பதிக்க இயலாதென்று அவர் மறுத்துவிட்டார். ஹஸ்ரத் ஜுனைதை அழைத்து வருவதற்காக அவரது ஆசிரமத்திற்குப் பலமுறை சென்றும் பண்டிதர் குழு தோல்வியுடன் திரும்பியது. இறுதியில்,

குற்றப்பத்திரிகையை மறுத்தோ ஆதரித்தோ ஒரு பதிலைச் சொல்லும்படி சுல்தானே அவரிடம் கேட்கும்படியாயிற்று. நீதிமன்றத்துக்கு வந்த ஹஸ்ரத் ஜுனைத் தயக்கத்துடன் நின்றிருந்தார். அப்போது அங்கிருந்த ஹல்லாஜ், "குருவே, சூஃபிகளுக்கான ஆடைகளைக் களையாதவரைக்கும் மரண தண்டனைக்குத் தங்களால் ஒப்புதலளிக்க இயலாது" என்றார். இத்துடன் சூஃபிகளுக்கான ஆடைகளை மன வருத்தத்துடன் கழற்றியெறிந்து, வெறும் நீதிமானின் ஆடைகளை அணிந்து அதில் கையெழுத்திட்ட ஹஸ்ரத் ஜுனைத், நடுங்கும் கரங்களுடன் அதில் எழுதினார்.

'சமூகச் சட்ட விதிகளின்படி ஹல்லாஜ் மரண தண்டனைக் குரியவர். உண்மையை அடிப்படையாகக்கொண்டால் — இவ்வுலகைப் படைத்தவனும் பரிபாலிப்பவனுமாகிய சர்வ வல்லமை படைத்த இறைவன் ஒருவனே அனைத்தையும் அறிந்தவன்.'

கண்களில் நிரம்பிய கண்ணீர்ப் பெருக்குடன் ஹஸ்ரத் ஜுனைத் சொன்னார்: "நானும் ஹல்லாஜும் நிகரானவர்கள். மனப்பிறழ்வு என்னை மன்னித்தது; அறிவு மன்சூருக்கு அழிவை ஏற்படுத்தியது."

கைகளில் விலங்கிடப்பட்ட ஹல்லாஜ், சிப்பாய்கள் புடைசூழ யூஃப்ரடீஸ் நதிக்கரைக்குக் கொண்டு செல்லப்பட்டார். அவரை மரச்சிலுவையில் பிணைத்துச் சித்திரவதை செய்தனர். பின்னர் கொட்டடியில் அடைத்தனர். கம்பிகளினுள் சிறைப்பட்ட நிலையிலும் ஹல்லாஜ் முழங்கினார்: "அனல் ஹக் ... அனல் ஹக்." நாட்கள் செல்லச் செல்ல சிறைச்சாலையின் முன் மக்கள் கூட்டம் கூட்டமாகத் திரள ஆரம்பித்தனர். ஹல்லாஜ் குற்றமற்றவர் என்றும் குரல்கள் எழுந்தன. மதப்பண்டிதர்கள் சிறைச்சாலையைப் பார்வையிட வந்தனர். சுல்தான் உத்தரவிட்டார்: "ஹல்லாஜை இனிமேலும் சிறையில் வைத்திருப்பது நாட்டில் குழப்பங்கள் அதிகரிக்கவே உதவும். மக்கள் நலனை முன்வைத்து, அவரது மரணதண்டனையை நிறைவேற்றியாக வேண்டும். அவர், 'அனல் ஹக்ஞ்' என்று குரலெழுப்பினால் கம்பால் அடியுங்கள். அவரது மரண தண்டனையை இன்றே நிறைவேற்றியாக வேண்டும்."

மன்சூர் அல் ஹல்லாஜ் சிறைக்கொட்டடியிலிருந்து வெளியே கொண்டுவரப்பட்டார். திரண்டிருந்த மக்களின் ஆரவாரங்களிடையே அந்திம சாசனம் வாசிக்கப்பட்டது. ஹல்லாஜ் குறுநகை புரிந்தார். அமைதியாகவும் மகிழ்ச்சியுடனுமிருந்த அவர் உரத்தக் குரலில் முழங்கினார்:

'அனல் ஹக்! அனல் ஹக்!'

அப்போது ஹல்லாஜின் உடலில் முநந்நூறுக்கும் மேற்பட்ட அடிகள் விழுந்தன. சுட்டெரிக்கும் வெயிலில் நிர்வாணமாக நிறுத்தப்பட்டார். உடலிலிருந்து இரத்தம் வடிந்தது. மக்கள் கூட்டம் ஆர்ப்பரித்தது. கழுமரத்தை நோக்கிக் கொண்டுசெல்லப்பட்ட ஹல்லாஜ் அதை நெஞ்சோடு சேர்த்தணைத்தார்.

"இறைவா, உன்னை அடைவதற்கான தொலைவைக் குறைத்துக்கொண்டிருக்கும் இவர்களிடமிருந்து மகிழ்ச்சியையும் ஆனந்தத்தையும் அகற்றிவிடாதே."

இறுதிப் பிரார்த்தனையில் ஆழ்ந்திருந்த ஹல்லாஜ்மீது கோபம்கொண்டவர்கள் ஆவேசமாகக் கற்களை வீசினர். ஹல்லாஜ் அப்போதும் புன்னகைத்தார். வெறி கொண்ட சிலர் கூச்சலிட்டனர். "ஹல்லாஜின் அங்கங்கள் துண்டிக்கப்பட வேண்டும்." கொலையாளிகள் அப்படியே செய்தனர்.

"எனது பௌதிக உறுப்புகளைத் துண்டிப்பது மிகவும் எளிது," என்றார் ஹல்லாஜ். அவரது கால்கள் இரண்டையும் வெட்டி யெடுத்தனர். கொட்டிய குருதியின்மீது முகம் கவிழ்ந்து வீழ்ந்தார் ஹல்லாஜ். அவரைத் தூக்கியெடுத்தனர் கொலையாளிகள்.

"இரத்தம் சோர்ந்து வெளிறிய என் முகத்தை இவ்வுலகம் பார்க்க வேண்டாம். என்னைக் கோழையாகக் காட்டிக்கொள்ள விரும்பவில்லை. என்னைக் கொலை செய்யும் உங்களுக்கு அதற்கான கூலியும் எனக்கு இறவாப் புகழும் கிடைக்கும்."

பயத்தின் சுவடுகளற்ற ஹல்லாஜின் கண்கள் பிரகாசித்தன. உடனே, அவை தோண்டியெடுக்கப்பட்டன. கூச்சல்கள் தொடர்ந்தன: "அந்த காஃபிரின் நாவையும் இழுத்துத் துண்டிக்க வேண்டும்."

"சற்றுப் பொறுங்கள்," ஹல்லாஜ் கேட்டுக்கொண்டார். இல்லாத தனது கண்களை ஆகாயத்தை நோக்கி உயர்த்திய ஹல்லாஜ் இறுதியாக வேண்டிக்கொண்டார்.

"எனது சிந்தனைகளின் உன்னத லட்சியமே, என்னை இம்சிப்பவர்களின் சேம சௌபாக்கியங்களை நீ இல்லாமல் செய்துவிடாதே! அனல் ஹக்!" தொடர்ந்து, அவரது நாவும் துண்டிக்கப்பட்டது. இறுதியில், ஹல்லாஜின் பெருமிதமிக்க சிரசு உடலை இழந்து, குருதி கட்டி நின்ற மண்ணில் வீழ்ந்தது.

ஹல்லாஜின் உயிரற்ற உடலைத் துண்டுகளாக்கி அவர்கள் சிதை மூட்டினர். உயர்ந்தெழும் அக்னியின் ஜுவாலையைப் பார்த்து அவர்கள் அட்டகாசக் குரலெழுப்பினர். இறுதியில் ஹல்லாஜின் சாம்பலை நதியில் கரைத்தனர்.

ஆனால்..! அதுவரை அமைதியாகத் தவழ்ந்துகொண்டிருந்த யூஃப்ரடீஸ் நதி, திடீரென கலங்கிப் புரண்டு இரத்த நிறமானது. ஹுங்காரத்துடன் மலைபோல் உயர்ந்த அலைகள் ஆர்ப்பரித்தன. இயற்கை நிச்சலனமானது. கோபத்தில் கொந்தளித்த மகாசமுத்திரம், அண்டசராசரங்களையும் நடு நடுங்கவைப்பதுபோல் உக்கிரத்துடன் இரைந்தது.

'அனல் ஹக்! அனல் ஹக்!'

மன்சூர் அல் ஹல்லாஜின் சொல், உண்மையில் 'அனபில் ஹக்' (இறை என்னும் சத்தியத்தில் முழுமையாக அர்ப்பணிக்கப்பட்டவன்) தானே தவிர, 'அனல் ஹக்' என்பதல்ல என்றும், ஹல்லாஜின் கொலை அரசியல் காரணங்களுக்காக நிகழ்ந்தது என்றும் பிற்கால மார்க்க அறிஞர்கள் பலர் குறிப்பிட்டுள்ளனர். அவர்களில் தலை சிறந்தவரான இமாம் நபவி சொல்கிறார்: "சூஃபி ஞானிகளின் விவாதத்திற்குரிய ஒவ்வொரு சொல்லையும் குறைந்த பட்சம் எழுபது வியாக்கியானங்களுக்கு உட்படுத்த வேண்டும். அவற்றில் எதிர்ப்பின் அம்சங்களில்லாததை ஏற்றுக்கொள்ள வேண்டும். ஹல்லாஜின் சொற்களை இப்படி வியாக்கியானம் செய்திருந்தால் அவர் சொன்னதில் எந்தத் தவறுமில்லை என்பதைப் புரிந்துகொண்டிருக்க இயலும்." பாரசீக இலக்கிய உலகின் வரலாற்றுக் களங்கமாக மாறிய மன்சூர் அல் ஹல்லாஜின் கொலை நிகழ்வைப் பாடமாகக்கொண்ட பிற்கால சூஃபிகள், மீண்டும் இது நிகழாதவாறு தங்கள் சிந்தனைகளின் வரையறைகளைத் தெளிவுபடுத்திக்கொண்டதாக வரலாற்றுக் குறிப்புகளில் உள்ளன.

ஃபிர்தவ்ஸி

MAUSOLEUM OF FERDOWSI IN TUS, IRAN

பாரசீகப் படைப்புலகின் முதல் வசந்தமாகவும் தனியொரு கவிஞரால் எழுதப்பட்ட, உலகின் மிகப்பெரும் காப்பியமாகவும் கருதப்படும் 'ஷா நாமா' என்னும் அமர காவியத்தை இயற்றி, கால தேசங்களைக் கடந்து உலகப் புகழ்பெற்றவராக விளங்குபவர் பாரசீகத்தின் மாபெரும் கவிஞர் ஃபிர்தவ்ஸி.

அபுல் காசிம் ஹஸன் பின் ஃபக்ருத்தீன் அஹமத் அலி என்னும் இயற்பெயர் கொண்ட ஃபிர்தவ்ஸி, குராசான் மாகாணம், தூஸ் நகரின் அருகிலுள்ள ஷஹ்தாப் என்னும் அழகிய கிராமத்தில் கி.பி. 940 இல் பிறந்தார். நீர்த்தாவரங்கள் அடர்ந்த சோலை களும் கனி தரும் விருட்சங்களும் செழித்துவளர்ந்த

தனது அழகிய தோட்டத்துக்கு ஃபிர்தவ்ஸ் (சொர்க்கப் பூங்கா) என்று பெயரிட்டார் நிலக்கிழாரும் ஃபிர்தவ்ஸியின் தந்தையுமான அஹமத் அலி. வருங்காலத்தில் கவிஞராக வேண்டும் என்று தனது சிறுவயது முதல் ஆசைப்பட்ட அபுல் காசிம், ஃபிர்தவ்ஸி (சொர்க்கவாசி) என்று புனை பெயரும் சூடிக்கொண்டார்.

அக்காலகட்டத்தில் குராசானின் ஆட்சியாளராக இருந்தவர் சுல்தான் மஹ்மூத் கஸ்னவி. கவிஞர்களையும் கலைஞர்களையும் ஆதரிப்பதில் மிகுந்த ஆர்வம்கொண்ட மஹ்மூத் கஸ்னவியின் அரசவை நானூற்றுக்கும் மேற்பட்ட கவிஞர்களுடன் அழகுறத் திகழ்ந்தது. அதன் தலைமைக் கவிஞராக விளங்கிய அன்சாரியுடன் அறிமுகம் செய்துகொள்ள விரும்பினார் ஃபிர்தவ்ஸி.

ஒருநாள் மாலை, அன்சாரி தனது சீடர்களுடனும் அரசவையின் முக்கிய கவிஞர்களான அஸ்ஜாதி, ஃபாரூக்கி ஆகியோருடனும் பூங்காவில் அமர்ந்து உரையாடிக் கொண்டிருந்தார். அப்போது அங்கே ஃபிர்தவ்ஸியும் வந்தார். அறிமுகமில்லாத அவ் விளைஞனைக் கண்ட அதிலொருவர், தாங்கள் கவிதை பாடுவதைக் கேட்க வந்தவனாக இருக்குமென்று கருதி எரிச்சலுடன் சொன்னார்:

"குழந்தாய், நாங்கள் கவிஞர்கள். நகரின் ஆரவாரங்களிலிருந்து விலகி, கவிதை படைப்பதற்காக வந்துள்ளோம். இங்கே கவிஞர்களுக்கு மட்டும்தான் அனுமதி."

"நானும் சிறு கவிஞன்தான்" என்றார் ஃபிர்தவ்ஸி.

ஃபிர்தவ்ஸியின் அருகாமையைத் தவிர்த்துக்கொள்ள விரும்பிய அன்சாரி, ஓர் உபாயத்தைக் கையாண்டார்.

"உன்னைக் கவிஞனாக ஏற்றுக்கொள்ள வேண்டுமெனில் நாங்கள் முன்வைக்கும் சோதனையில் நீ வெற்றி பெற்றாக வேண்டும். அதாவது, நாங்கள் மூவரும் ஆளுக்கொரு வரி கவிதை சொல்வோம். நான்காவது வரியைச் சொல்லி, கவிதையை முடித்து வைக்க வேண்டியது கடைசியாக வந்த உன்னுடைய பொறுப்பு. இதற்கு ஒப்புக்கொள்கிறாயா?" என்று கேட்டார் அன்சாரி.

தங்களுடைய கூடுகையிலிருந்து ஃபிர்தவ்ஸியை எப்படியாவது அகற்றியாக வேண்டும் என்பது அன்சாரியின் நோக்கம்.

"கவிதையின் ஓசை நயம், எதுகை மோனையுடன் அமைந்திருக்க வேண்டும் என்பது பொதுவான விதி," என்று கண்டிப்புக் காட்டினார் அன்சாரி.

ஃபிர்தவ்ஸியும் இதற்கு உடன்பட்டார். போட்டி ஆரம்ப மானது. பிற கவிஞர்களிடம் கண்களால் சமிக்ஞைக் காட்டிய அன்சாரி முதல் வரியைப் பாடினார்:

'ஸௌன் ஆரஸிதே துமாஹ் நஃபாஷத்ரோஷன்'
(நின் முகமதியை விடவும் ஒளி அதிகமில்லை வான்மதிக்கு)

அன்சாரியின் பிரதம சீடனும் நிமிட கவியுமான அஸ்ஜாதி அடுத்த வரியைப் பாடினார்:

'மானிந்தே ருகத் குலே நபவத் தர் குல்ஷன்'
(உன் அழகிய முகமலரை உவமிக்க இயலாது ரோஜா மலராலும்)

இமைப் பொழுதினுள் அடுத்த வரியைப் பாடினார் ஃபாரூக்கி:

'மிஸ்கானத் ஹமீ குஸர் குனத் ஃபர்ஜோஷன்'
(உன் கண்ணிமை அம்புகளால் துளைக்க இயலும் எந்தக் கவசத்தையும்)

சொற்கள் கிடைக்காத நிலையில் ஃபிர்தவ்ஸி தோற்றுப்போய் விடுவார் என்று கருதி, வெற்றிப் புன்னகையுடன் அமர்ந்திருந்த அரண்மனைக் கவிகளை ஆச்சரியப்படுத்தும் விதமாக ஃபிர்தவ்ஸி பாடினார்:

'மானிந்தே ஸ்ஃபினால் க்யூதர் ஜங்கே பேஷன்.'
(பேஷனுடன் மோதிய க்யூபின் எறியீட்டிபோல்)

பெண்ணின் அழகை வர்ணிக்கிற இந்தக் கவிதை வரிகளில் ரோஷன், குல்ஷன், ஜோஷன் என்னும் சொற்களினூடே இறுதி இரண்டு எழுத்துக்களான ஷன் என்பதை ஒன்றுபோல் பாடியிருக்கிறார்கள் திறமை வாய்ந்த அரண்மனைக் கவிஞர்கள். நான்காவதாக ஷன் என்னும் வார்த்தையில் முடியும் வேறு சொற்பிரயோகம் பாரசீக மொழியில் கிடையாது. ஃபிர்தவ்ஸி திகைத்துவிடுவார் என்றுதான் அவர்கள் கருதினர். ஆனால், கூர்மதி படைத்த ஃபிர்தவ்ஸியோ, 'பேஷன்' என்னும் பாரசீக இதிகாச நாயகனைக் கவிதைக்குள் கொண்டு வந்து அரண்மனைக் கவிஞர்களை ஆச்சரியப்பட வைத்தார்.

பேஷன் என்னும் மாவீரன் பாரசீகக் காவியங்களில் பிரதாபம் மிகுந்தவராகச் சித்திரிக்கப்படுபவன். வீரப்புருஷனாகிய பேஷனைக் கவிதைக்குள் கொண்டு வந்ததன் மூலம் தனது கவித்திறனையும் காவிய அறிவையும் ஒருசேர வெளிப்படுத்தினார் ஃபிர்தவ்ஸி. அவரது ஆற்றலை மூன்று கவிஞர்களும் வெகுவாகப் புகழ்ந்துரைத்தனர்.

“நீர், பாரசீகப் புராணங்களில் மிகுந்த தேர்ச்சி பெற்றவர்போல் தெரிகிறதே?”

“ஆம்! பாரசீகப் புராணங்கள் அனைத்தையும் நான் கற்றிருக்கிறேன்,” என்றார் ஃபிர்தவ்ஸி.

அக்காலகட்டத்தில் சுல்தான் மஹ்மூத் கஸ்னவி, பண்டைய பாரசீகப் பேரரசர்கள் குறித்து ஒரு காவியம் படைக்கும்படி அன்சாரியிடம் வலியுறுத்தி வந்தார். இத்தகைய மாபெரும் பணியை ஏற்றுக்கொள்ளும் அளவுக்குத் திறமை பெற்றிராத அன்சாரி, பல்வேறு காரணங்களைச் சொல்லி சுல்தானிடமிருந்துதப்பித்துக்கொண்டிருந்தார். ஃபிர்தவ்ஸி பாரசீகப் புராணங்களில் தேர்ச்சிபெற்றவர் என்பதை அறிந்துகொண்ட அன்சாரி அவரது திறமைமீதான நம்பிக்கை யுடன், சுல்தானின் விருப்பத்தை நிறைவேற்ற இயலுமா என்று கேட்டார். ஃபிர்தவ்ஸியும் இதனை ஏற்றுக்கொண்டார். இந்தத் தகவலை சுல்தானிடம் கூறினார் அன்சாரி. ஃபிர்தவ்ஸி முதலில் தன்னைப் பற்றிக் கவிதை எழுதட்டும் என்றார் சுல்தான் மஹ்மூத். ஃபிர்தவ்ஸி, சுல்தானை விதந்துரைக்கும் கவிதையைப் புனைந்தார்.

ஓரே துறையில் நீரருந்தும் ஓநாயும் ஆடும்
கோமகனின் நீதி நிலவும் முடியாட்சி
காஷ்மீரம் முதல் சீனக்கடல்வரை
அனைவரும் உணர்ந்தது அவர் சிறப்பு
பால்பட்ட மழலையின் அதரம் மொழியும்
முதல் சொல்லே மஹ்மூத் என்பதுவாம்
விருந்தோம்பலில் அவரது பெருந்தன்மை
சமர்களத்தில் அவரே அரியேறாம்
மலர்வனத்தில் கோமகன் உலவுகையில்
குதித்தெழுமாம் காலடியில் நீல மலர்கள்
வசந்தம்கண்ட பலவண்ணத் தோட்டம்போல்
அனைத்தும் புன்னகைக்கும் அவர் மாட்சி
மன்னவனின் பெருந்தன்மைப் பனித்துளிகள்
மண்ணில் விழுந்த பாரசீகம் மலர்வனமாகும்

ஃபிர்தவ்ஸியின் கவியாற்றலில் திருப்தியடைந்த சுல்தான், பாரசீக இதிகாச நாயகர்கள் குறித்த மகாகாவியம் எழுதும் பணியில் அவரை நியமித்தார். காவியம் படைப்பதற்கான தனிமைச் சூழல்களை உருவாக்கும்பொருட்டு அரண்மனையின் அருகிலேயே ஃபிர்தவ்ஸிக்கு அழகிய மாளிகையும் கட்டிக் கொடுத்தார். அதன் சுற்றுச் சுவர்களில் பாரசீகத்தின் புகழ்பெற்ற வீரர்கள், அரசர்கள், சிங்கம், புலி, யானை, குதிரை, போர்க்களம், கோட்டைக் கொத்தளங்கள்போன்ற ஓவியங்களைத் தீட்டினார்கள் புகழ் பெற்ற பாரசீக ஓவியர்கள். காவியம் படைக்கும் தனது

STATUE OF FERDOWSI IN FERDOWSI SQUARE IN TEHRAN
BY SADIGHI

பணியினூடே தலை நிமிர்ந்து பார்க்கும் கவிஞரின் பார்வையில் இந்த அழகிய ஓவியங்கள் தென்பட வேண்டும்; இதன் மூலம் அவரது படைப்பூக்கம் மேலும் தூண்டப்பட வேண்டும் என்பதற்காக சுல்தான் செய்து கொடுத்த ஏற்பாடுகள் இவை.

ஃபிர்தவ்ஸி 'ஷா நாமா' எழுதும் தனது பணியைத் தொடங்கினார். அதன் ஒவ்வொரு வரிக்கும் ஒரு தங்க நாணயம் அன்பளிப்பு வழங்குவதாக வாக்குறுதி அளித்திருந்தார் சுல்தான் மஹ்மூத் கஸ்னவி. இக்காலகட்டத்தில் ஃபிர்தவ்ஸிக்கு அபூதுலாப், அலி தைலான் என்னும் இரண்டு நண்பர்கள் கிடைத்தனர். ஃபிர்தவ்ஸி எழுதியதை அபூதுலாப் வாசிப்பார். தனது அழகிய கையெழுத்தில் அலி தைலான் அதைப் பிரதியெடுப்பார். இப்படியாக, கஸ்னாவில் தங்கியிருந்து தனது காவியப் படைப்பைத் தொடங்கினார் ஃபிர்தவ்ஸி.

பின்னர், தனது சொந்த ஊரான தூஸுக்குச் சென்ற அவர், தொடர்ந்து நான்கு ஆண்டுகளை 'ஷா நாமா' எழுதும் பணியில் செலவிட்டார். சுல்தான் வாக்குறுதியளித்த அன்பளிப்புத் தொகையின் உதவியால் தனது சொந்த ஊரை அபிவிருத்தி

செய்யவும் விவசாயத்துக்கு உதவியாக அணைகள் கட்டவும் திட்டமிட்டார். பின்னர், கஸ்னாவுக்குத் திரும்பிய ஃபிர்தவ்ஸி, முழுமைப்படுத்திய 'ஷா நாமா'வின் முதல் நான்கு பாகங்களை சுல்தான் மஹ்மூதுவிடம் சமர்ப்பித்தார். சுல்தானுக்கு மிகுந்த திருப்தி. மீண்டும், தனது காவியப் படைப்பைத் தொடர்ந்தார் ஃபிர்தவ்ஸி.

சுல்தான் மஹ்மூதுவின் அரசவையில் தலைமை அமைச்சராக இருந்தவர் அபுல்காசிம் அஹ்மத் பின் அல் ஹசன். இவர், ஷியா பிரிவுக் கவிஞர்கள்மீது வெறுப்புகொண்டவர். ஃபிர்தவ்ஸியின் கவிதைகள் இஸ்லாத்துக்கு மாறுபட்ட கருத்துகளைக் கொண்டிருப்பதாக அவர் குற்றம் சாட்டினார். நான்காவது கலீஃபாவான அலி (ரலி) அவர்களைக் குறித்த ஃபிர்தவ்ஸியின் வாழ்த்துப்பாக்களில் ஷியா கருத்தியல் மேலோங்கி நிற்பதாகத் தோன்றிய சுல்தானுக்கும் ஃபிர்தவ்ஸியின்மீது அதிருப்தி உருவானது. சுல்தானின் அணுக்கத் தொண்டரான அயாஸூம் ஃபிர்தவ்ஸிக்கு எதிரான குற்றச்சாட்டுகளைப் பரப்புரை செய்து வந்தார். சுல்தானின் வலதுகரமான தன்னைப் பற்றி ஷா நாமாவில் ஒரு வரிகூட ஃபிர்தவ்ஸி எழுதவில்லை என்பதுதான் அயாஸின் கோபத்துக்குக் காரணம்.

பொறுமையை இழந்த சுல்தான் ஒருநாள், ஃபிர்தவ்ஸியை வரவழைத்துக் கண்டித்தார்: "உமது எழுத்துகளிலும் செயல்பாடு களிலும் மார்க்க விரோதச் சிந்தனைகள் மேலோங்கி நிற்கின்றன. ஆகவே, நீர் யானையில் கால்களால் மிதித்துக் கொல்லப்பட வேண்டும் என்று மரண தண்டனை விதித்து உத்தரவிட இருக்கிறேன்."

சுல்தானின் மிரட்டலுக்குப் பயந்துபோன ஃபிர்தவ்ஸி அவரது கால்களில் விழுந்து, தான் மார்க்க விரோதியல்ல என்று அடிபணிந்துதெரிவித்துக்கொண்டார். மேலும், இவை அனைத்தும் தன்னைப் பிடிக்காதவர்கள் செய்யும் அவதூறுப் பிரச்சாரங்கள் என்றும் தெரிவித்தார். சுல்தான் சொன்னார்: "தூஸ் நகர் எப்போதும் சன்மார்க்க விரோதிகளை மட்டுமே உருவாக்கி வருகிறது. உமது தவறுகளை நீர் திருத்திக்கொள்ள முன் வந்தால் நிச்சயம் உம்மை மன்னிப்பேன்."

ஃபிர்தவ்ஸி அப்போதைக்குத் தப்பித்துக்கொண்டார். ஆனால், தனது தலைமீது தொங்கிக் கிடக்கும் ஆபத்தை உணர்ந்துகொண்ட அவர் 'ஷா நாமா'வின் இறுதிக்கட்டப் பணிகளில் ஈடுபட்டார். கிபி 977இல் தொடங்கிய 'ஷாநாமா'வைக் கிபி. 1010 இல் ஏழு தொகுப்புகளாக அவர் எழுதி முடித்தார். முப்பதாண்டு காலம் தான் இடைவிடாது மேற்கொண்ட

முயற்சிகளின் பலனான அறுபதாயிரம் வரிகளுக்குரிய தங்க நாணயங்களை எதிர்பார்த்து இருந்தார் ஃபிர்தவ்ஸி. ஆனால், புறங்கூறுபவர்களின் சொற்களுக்குச் செவி சாய்த்துவிட்ட சுல்தான், அறுபதாயிரம் தங்க நாணயங்களுக்கு மாறாக, அறுபதாயிரம் வெள்ளி நாணயங்களைக் கொடுத்து அனுப்பினார். சுல்தான் வாக்குறுதியளித்த அறுபதாயிரம் தங்க நாணயங்களின் உதவியால் தனது தாய்மண்ணில் அணைக்கட்டுகளும் அழகிய சத்திரங்களும் கட்டி ஊரை வளப்படுத்தும் கனவில் ஆழ்ந்திருந்த கவிஞர், வெள்ளி நாணயங்களைக் கண்டதும் வெகுண்டெழுந்தார். தனது குளியலறையிலிருந்து வெளியே வந்த ஃபிர்தவ்ஸியின் முன் அறுபதாயிரம் வெள்ளி நாணயங்களுடன் நின்றிருந்தான் சுல்தானின் பிரதிநிதி. கொதித்துப்போன ஃபிர்தவ்ஸி, அதைக் கொண்டு வந்த பிரதிநிதிக்கு அதிலிருந்து இருபதாயிரம் வெள்ளி நாணயங்களை வழங்கினார். குளியலறையின் உரிமையாளனுக்கு இருபதாயிரம் வெள்ளியும் அங்கே சுவை நீர் விற்பனை செய்து கொண்டிருந்த வணிகனுக்கு இருபதாயிரம் வெள்ளியும் வழங்கி சுல்தானின் அன்பளிப்பைச் செலவு செய்துவிட்டு அங்கிருந்து காணாமல் போனார். பின்னர் சுல்தான் மஹ்மூத் கஸ்னவியின் நூலகத்தில் இருந்த 'ஷா நாமா'வின் கையெழுத்துப் பிரதியைத் தந்திரமாக எடுத்துக்கொண்டு வந்த ஃபிர்தவ்ஸி, அதில் சுல்தானைக் கேலி செய்வதுபோன்ற கவிதையையும் எழுதிச் சேர்த்தார்.

அந்தக் கவிதையின் உள்ளடக்கம்:

இப்பாக்களை இயற்ற நானிழந்த தியாலங்கள் எத்தனை
மாமன்னனின் மகத்துவமதை மனதில்கொண்டும்
சூடவிருப்பது சிரோமகுடமென்றும் எண்ணி
மரபார்ந்த முடிவேந்தன் இவனெனில்
அறிவன் சிரசிலும் ஏறியிருக்கும் மணிமுடி
புண்ணியத்தின் விலையறியா
புனிதக் கலப்பற்ற குருதி அது
ஆணிப்பொன் தரித்தமைக்காக
அடிமைக் குணமெங்கு போகும்?
ஏகன் தோட்டத்தில் எட்டிக்காய் விதை நட்டு
அடிவேரில் தேனூற்றி நாட்தோறும் நீரூற்றி
அன்புகாட்டி ஆதரித்தால் அடிவேரின் குணம் போமோ
எட்டிக்காய் அதுவேயன்றி குணமதில் வேறதாமோ?

இதையறிந்த சுல்தான் மஹ்மூத், ஃபிர்தவ்ஸியைக் கைது செய்து தன்முன் கொண்டு வரும் படி உத்தரவிட்டார். வீரர்கள் கவிஞரைத் தேடிப் புறப்பட்டனர். கஸ்னாவிலிருந்து வெளியேறிய ஃபிர்தவ்ஸி, ஃபிரதுக்குச் சென்று, புகழ்பெற்ற கவிஞரான அஸ்ரகின் தந்தையின் இல்லத்தில் ஆறு மாதங்கள் தலைமறைவாக இருந்தார்.

கவிஞரைத் தேடி தூஸ் நகருக்குச்சென்ற சுல்தானின் ஆட்கள் தோல்வியுடன் திரும்பினர். இதையறிந்த ஃபிர்தவ்ஸி, பாக்தாதுக்குச் சென்று கலீஃபா முக்ததிர் பில்லாஹ்வின் அரண்மனையில் தங்கியிருந்து, 'யூசுஃப் – ஸுலைகா' என்னும் காவியத்தை இயற்றினார். பிறகு, அங்கிருந்து தூஸ் நகருக்குத் திரும்பினார்.

சுல்தானின் வீரர்களால் தொடர்ந்து வேட்டையாடப்பட்டு வந்த மகாகவி ஃபிர்தவ்ஸி 'ஷா நாமா' கவிதைப் பிரதியுடனும் உயிர்ப்பயத்துடனும் தபரிஸ்தானை அடைந்தார். தபரிஸ்தானை அப்போது இஸ்ஃபகாபாத் ஸஹ்ரியார் பின் ஷிர்வான் என்னும் அரசர் ஆட்சி செய்து வந்தார். இவர், பாரசீகத்தின் முந்தைய பேரரசர்களில் புகழ் பெற்றவரான யஸ்கிர்தின் வம்சாவளியைச் சேர்ந்தவர்.

சுல்தான் மஹ்மூதுவைப் பற்றிய ஆட்சேபணைக் கவிதைகளில் சில ஈரடிகளை இஸ்ஃபஹாபாதுக்குப் பாடிக் காண்பித்த ஃபிர்தவ்ஸி, "ஷா நாமாவில் இடம்பெற்றிருக்கும் போர்களும் வீரப்பிரதாபங்களும் தங்களுடைய முன்னோர்கள் தொடர்பானது. ஆகவே, இதை மஹ்மூதுவின் பெயருக்குச் சமர்ப்பணம் செய்வதை விடவும் தங்கள் பெயருக்கு சமர்ப்பணம் செய்வதுதான் பொருத்தமாக இருக்கும்," என்றார்.

இஸ்ஃபஹாபாத், ஃபிர்தவ்ஸிக்கு ஆறுதல் கூறினார்: "உண்மை எதுவென்பதை மஹ்மூத் அறியமாட்டார். ஆகவேதான் உமக்கு இப்படி நேர்ந்தது. இதன் பின்னணியில், உம்மீது பொறாமைகொண்ட சிலர் செயல்பட்டுள்ளனர். அவர்கள் உம்மீது சேற்றை அள்ளி வீசியுள்ளனர். போதாக்குறைக்கு, நீர் ஷியா பிரிவைச் சேர்ந்த கவிஞர். என்னைப் பொறுத்தவரை மஹ்மூதுவுக்குத் திறை செலுத்துகிற ஒரு மன்னன் நான். 'ஷா நாமா'வை நீர் சுல்தான் மஹ்மூதுவின் பெயருக்கே சமர்ப்பணம் செய்யலாம். சுல்தானைப் பற்றிய ஆட்சேபணைக் கவிதை இருக்கும் பகுதியை மட்டும் கிழித்து என்னிடம் தந்து விடும். பதிலுக்கு என்னால் இயன்றதை நான் தருகிறேன். உண்மை என்னவென்பதை அறிந்துகொண்ட பிறகு, தான் வாக்குறுதியளித்த பொற்காசுகளை சுல்தான் மஹ்மூத் கஸ்னவி நிச்சயமாகவே தந்து விடுவார் என்று நம்புகிறேன்."

மறுநாள், மகாகவி ஃபிர்தவ்ஸிக்கு ஒரு இலட்சம் தினார்கள் அன்பளிப்பாக வழங்கினார் மன்னர் இஸ்ஃபஹாபாத். இதற்குக் கைமாறாக 'ஷா நாமா'விலுள்ள பிரச்சினைக்குரிய பக்கங்களைக் கிழித்து மன்னரிடம் ஒப்படைத்தார் ஃபிர்தவ்ஸி. இந்தக் கவிதைகள் பிறகு அழிக்கப்பட்டதாகவே வரலாறு குறிப்பிடுகிறது. ஆயினும், அதிலுள்ள ஒரு சில வரிகள் எப்படியோ 'ஷா நாமா'வில் இடம்பெற்றுள்ளன.

காலங்கள் கடந்தன. சுல்தான் மஹ்மூதுவின் மனதில் மாற்றங்கள் தென்பட்டன. 'ஷா நாமா'வில் இடம்பெற்ற, மறக்க இயலாத சில வைர வரிகள் அவரை மிகவும் கவர்ந்தன. மகாகவி ஃபிர்தவ்ஸிக்கு வாக்குறுதியளித்த வெகுமதியை அளிக்காமல் விட்டதற்காக அவர் மனம் வருந்தினார். தூஸ் நகரில் மகாகவி ஃபிர்தவ்ஸி வறுமையில் வாடுவதாக அறிந்த சுல்தான், வாக்குறுதியளித்த அறுபதாயிரம் பொற்காசுகளைத் தனது ஒட்டகத்தில் ஏற்றிக் கவிஞருக்கு அனுப்பிவைத்தார். அறுபதாயிரம் பொற்காசுகளும் சுல்தானின் பிரதிநிதியும் சேவகர்களும் உட்பட்ட அரசுப் பரிவாரங்கள், ஒட்டகங்களில் ஏற்றிய அன்பளிப்புகளுடன் தூஸ் நகரக் கோபுரத்தின் 'ருத்பார்' வாயிலைக் கடக்கும்போது மகாகவி ஃபிர்தவ்ஸியின் உயிரற்ற உடல் 'ரஸான்' வாயிலினூடே மய்யவாடிக்குச் சென்று கொண்டிருந்தது. தனது 80 ஆவது வயதில் (கி.பி. 1020) இல் மகாகவி ஃபிர்தவ்ஸி இறப்பெய்தினார்.

ஃபிர்தவ்ஸியின் உடலை முஸ்லிம்களை அடக்கம் செய்யும் மய்யவாடியில் மறைவு செய்வதற்கு தபரிஸ்தானைச் சேர்ந்த வயோதிகத் தலைவரும் அவரது ஆட்களும் அனுமதிக்க மறுத்தனர். ராஃபிதி பிரிவைச் சேர்ந்த ஒருவரை முஸ்லிம்களின் கபருஸ்தானில் அடக்கம்செய்ய அனுமதிக்க மாட்டோம் என்று அவர்கள் மறுப்பு தெரிவித்தனர். இதையே காரணமாகக்காட்டி மகாகவியின் ஜனாஸா தொழுகையை நடத்துவதற்கான வேண்டுகோளை நிராகரித்தார் தூஸின் தலைமை நீதிபதியான ஷேக் அப்துல் காசிம் ஜுரானி. ஆகவே, ஃபிர்தவ்ஸியின் உடல் அவரது சொந்த இடமான சொர்க்கப் பூங்காவில் அடக்கம் செய்யப்பட்டது.

சுல்தான் மஹ்மூத் கஸ்னவி அனுப்பிவைத்த அன்பளிப்புப் பொருட்கள் அனைத்தும் அவரது புதல்வியிடம் ஒப்படைக்கப் பட்டன. அவர் அதனைப் பெற்றுக்கொள்ள மறுத்தார். ஆகவே, அந்த அறுபதாயிரம் பொற்காசுகளும் தூஸ் நகரின் பிரமுகரான இமாம் அபூபக்ர் பின் இஸ்ஹாக்கிடம் ஒப்படைக்கப்பட்டன. அவர், அந்தத் தொகையை மகாகவி ஃபிர்தவ்ஸியின் விருப்பப் படியே சத்திரங்களைப் பழுது பார்க்கவும் புதிய சத்திரங்கள் கட்டுவிக்கவும் செலவிட்டார்.

1905 – 25 ஆம் ஆண்டுகளில் 'ஷா நாமா'வை ஒன்பது தொகுப்புகளாக ஆங்கிலத்தில் மொழியாக்கம் செய்த ஆர்தர், எட்மண்ட் வார்னர் சகோதரர்கள் தங்கள் முன்னுரையில் மகாகவி ஃபிர்தவ்ஸிக்கு ஒரு மகன் இருந்ததாகவும், கவிஞரான அவர் தனது அறுபத்து ஐந்தாவது வயதில் மரணமடைந்ததாகவும்

குறிப்பிட்டுள்ளனர். மகாகவி ஒருவர் தனது அறுபத்தெட்டாவது வயதில் நதியில் வீழ்ந்து மூழ்கும் நிலையில் அவரது வாசகரால் காப்பாற்றப்பட்டதாக 'ஷா நாமா'விலும் ஒரு குறிப்பு இடம்பெற்றுள்ளது.

'ஷா நாமா இயற்றியதன் பின்னணியில் இருந்த வரலாற்று நிகழ்வுகளை அம் மகாகாவியத்தின் சில குறிப்புகளில் இருந்து புரிந்துகொள்ள இயலும். ஃபிர்தவ்ஸிக்கு முன்பே பாரசீக மாவீரர்களின் வரலாற்றைக் காவியமாகப் படைக்கும் பணியில் தகீகி என்னும் கவிஞர் ஈடுபட்டிருந்தார். அதற்கான குறிப்புகளை அவர் சேகரித்தும் வைத்திருந்தார். அதை இயற்றுவதற்கு முன்பே தன்னுடைய சீடன் ஒருவனால் அவர் கொலை செய்யப்பட்டார். தகீகியின் இந்தக் குறிப்புகள் ஃபிர்தவ்ஸிக்குக் கிடைத்தன. அவர் 'ஷா நாமா'வை அழகுபட இயற்றினார். 'ஷா நாமா'வை எழுதி முடித்த ஃபிர்தவ்ஸி, தன்னுடைய மனம் எந்த அளவுக்கு மகிழ்ச்சியில் திளைத்தது என்பதை அதிலுள்ள ஒரு கவிதையில் குறிப்பிடுகிறார்.

நானினி வாழ்வேன்;
சொற்களின் விதைகளை
நானிதோ விதைத்து விட்டேன்;
இனி எனக்கு மரணமில்லை.

ஆனால், சுல்தான் மஹ்மூத் கஸ்னவியிடம் பெற்ற அனுபவம், கடைசிக் காலத்தில் ஃபிர்தவ்ஸியை மிகவும் வேதனைக்குள்ளாக்கியது. பிற்காலத்தில் தான் இயற்றிய யூசுஃப் – ஸுலைகா நூலின் முன்னுரையில் தனது 'ஷா நாமா'வை மூடக் கதைகளின் குப்பைத் தொட்டி என்று வர்ணிக்கிறார் ஃபிர்தவ்ஸி. சுல்தானிடம் கிடைத்த கசப்பு அனுபவம்தான் இப்படியான முடிவுக்கு வர அவரைத் தூண்டியிருக்க வேண்டும். தனது உலக மகா இலக்கியப் படைப்பை அதன் ஆசிரியர் கசப்புணர்வுடன் இப்படி நினைவுகூர்கிறார்:

மனம் சோராது சமர் செய்தேன்.
அறிந்தறியா தொல்செயல்கள் ஒன்று சேர்த்தேன்
அரபு – பாரசீக காப்பியங்கள்
அனேகமனேகம் ஆய்வு செய்தேன்.
ஆயாசம், சொல்லொணா மனச்சோர்வு,
முற்றுப்பெற்றது யௌவனம்.
சோகம் நிரம்பிய அகச்சுமை
இதரன் பாடலை இசைக்கச் சொல்கிறது.
யௌவனத்தை எண்ணி நெட்டுயிர்க்கிறேன்
யௌவனமே... என்னைக் கைவிட்டுச் சென்ற யௌவனமே...

ஒரு சமூகத்தின் எழுச்சியைப் பிரதிபலிப்பதுபோல் உலகில் உருவான முதல் படைப்பு 'ஷா நாமா'தான் என்பது விமர்சகர்

களின் கருத்து. 'ஷா நாமா' முஸ்லிம் அல்லாத பாரசீகர் களின் கதைகள்தான். எனினும் முஸ்லிம்களின் போற்றுதலுக்கும் இது பாத்திரமானது. புராதன கலாச்சாரத்தின் மீதான பாரசீக மக்களின் அளவற்ற பற்றுதல்தான் இதற்குக் காரணம் என்று பேராசிரியர் இ.ஜி. பிரவுண் குறிப்பிடுகிறார்.

'ஷா நாமா'வை விடவும் மிகச்சிறந்த படைப்பு, உலக இலக்கியத்தில் இல்லை என்றே சொல்லலாம். புராதன பாரசீகக் கவிதை எனும் நூலில் எம்.பி. டபிள்யூ. ஜாக்ஸன் குறிப்பிடுகிறார்:

"ஒரு பிரிவு மக்களையும் அவர்களது முன்னோர்களின் மகத்தான பாரம்பரியத்தையும் நினைவூட்டும் படைப்புதான் இதிகாசம் எனில், 'ஷா நாமா' அதில் முன்னிலை வகிக்கிறது."

இரானின் தேசிய காவியமான 'ஷா நாமா'வின் இலக்கியச் சிறப்புகளில் முதன்மையானது, பண்டைக் காலம் முதல் கி.பி. ஏழாம் நூற்றாண்டு வரையிலான பாரசீகத்தின் தொன்ம வரலாறுகளைச் சொல்வது; அதன் இன்னொரு சிறப்பு, பிற மொழிக் கலப்பற்ற பாரசீக மொழி வடிவம். பிற்காலத்தில் பிற மொழிச் செல்வாக்கிலிருந்து பாரசீக மொழியை மீட்டெடுக்கவும் இது பேருதவியாக அமைந்தது. இந்நூல் பாரசீகத்தின் வரலாறு, பண்பாட்டு விழுமியங்கள், முன்னோர்களின் மதங்கள், நாட்டுப்பற்று ஆகியவற்றை வெளிப்படுத்தும் படைப்பாகவும் உள்ளது. இந்நூலில் நினைவு கூரத்தக்க பல்வேறு சாதனையாளர்கள் இடம் பெற்றுள்ளனர். எனினும், பாரசீக நாட்டுக்கும் அதன் பண்பாடுகளுக்கும் இதில் மிகுந்த முக்கியத்துவம் அளித்திருந்தார் ஃபிர்தவ்ஸி.

"செங்கற்களால் உருவாக்கப்பட்ட ரோம் நகரைக் கண்ட அகஸ்டஸ் அதைச் சலவைக் கற்களால் அழகுபடுத்தியதுபோல், பாரசீக இலக்கியத்தில் மகாகாவியத்தின் இல்லாமையைப் புரிந்துகொண்ட ஃபிர்தவ்ஸி, உலகத்தரமான மாபெரும் படைப்பை உருவாக்கிவிட்டு மறைந்தார்" என்று பேராசிரியர் கோவலின் சுட்டிக்காட்டுகிறார். இப்படைப்பிலிருந்து தூண்டுதல் பெற்ற ஏராளமான மகாகவிகளின் அரங்கேற்றம் பாரசீக மண்ணில் நிகழ்ந்துள்ளது. ஆனால், 'ஷா நாமா' போல் மற்றொரு படைப்பை உருவாக்க அவர்களில் யாராலும் இயலவில்லை. ஹோமரின் மகாகாவியம்போல் இன்றும் உலகப்புகழ் பெற்ற கலைப்படைப்பாக இருந்து வருகிறது 'ஷா நாமா'. எளிமையும் அழகும் நிரம்பிய பாரசீகச் சொற்களால் பல்வேறு உணர்வு நிலைகள் கலந்த மாபெரும் உலகை ஃபிர்தவ்ஸியால் உருவாக்க இயன்றது என்பதுதான் 'ஷா நாமா' வின் மிகப் பெரும் சாதனை. ஓசை நயங்களால் நிரம்பிய இம்மகாகாவியத்தில் வீரப்

BAHRAM GUR AND COURTIERS ENTERTAINED BY
BARBAD THE MUSICIAN, PAGE FROM A
MANUSCRIPT OF THE SHANAMA OF FERDOWSI.
BROOKLYN MUSEUM

பிரதாபங்களும் சாகசங்களும் கம்பீரமும் சிருங்கார பாவனைகளும் மனத் துயரங்களும் அழகுறச் சித்திரிக்கப்பட்டுள்ளன. இந்திய இலக்கியத்தில் காளிதாசனின் 'ரகுவம்ச'த்திற்கான அதே இடம் பாரசீகக் காவியங்களில் 'ஷா நாமா'வுக்கு இருக்கிறது. இதிலுள்ள கதைகள் பல்வேறு கல்வி நிலையங்களில் பாடமாகவும் உள்ளன. இதன் எளிமை, உலக இலக்கியத்தில் குறிப்பிடத்தக்க குழந்தைகள் இலக்கியம் எனும் தகுதியையும் பெற்றுத் தந்துள்ளது. உலக மொழிகளில் 'ஷா நாமா'வின் தாக்கம் இல்லாத கவிதைகள் வெகு அபூர்வம். ஜூலியஸ் வொன் மோகல் என்பவர், 1831 இல் பிரெஞ்சு அரசுக்காக 'ஷாநாமா'வை முதன்முதலில் மொழியாக்கம் செய்தார். 1832இல் ஜேம்ஸ் அட்டிக்கின்ஸன் என்பவரால் 'ஷா நாமா' ஆங்கிலத்தில் மொழியாக்கம் செய்யப்பட்டது. தொடர்ந்து, பெரும்பாலான உலக மொழிகள் அனைத்திலும் இது மொழியாக்கம் செய்யப்பட்டது.

இந்தப் படைப்பின் ஓவியங்கள் பாரசீக மினியேச்சர் ஓவியக் கலைக்கு எடுத்துக்காட்டாக அமைந்துள்ளன.

அரசர்களின் வரலாறு

காதலும் வீர சாகசங்களும் நிரம்பிய 'ஷா நாமா' என்னும் சொல்லின் சரியான பொருள், அரசர்களின் வரலாறு என்பதாகும். கிமு. 600 ஆண்டுகளுக்கு முந்திய புராதன வரலாறு முதல் பாரசீகத்தை அரேபியர்கள் கைப்பற்றும் காலகட்டம்வரையிலான அதன் உள்ளடக்கத்தில், தொடக்ககால அரசாட்சிகளின்போது நிலவிய நாகரிகங்களும் அவற்றின் வளர்ச்சிகளும் விவரிக்கப்பட்டுள்ளன. முப்பதாண்டுகள் அரசாட்சி செய்த கயாமர்த் என்னும் அரசன், துர்தெய்வமான அஹிர்மானுடன் போர் புரிந்தான். பிறகு, ஹூஷாங்க் என்னும் அரசன் அக்னியைக் கண்டுபிடித்தான். தொடர்ந்து, தேவனைப் பிடித்துப் பிணைத்து வைத்ததால் தேவ்பந்த் என்று பெயர்பெற்ற தெஹ்முராஸ் என்னும் அரசன் ஆட்சி புரிந்தான். பிறகு ஆட்சிக்கு வந்த ஜம்ஷித் பேரரசன் எழுநூறு ஆண்டுகள் ஆட்சி செய்தான். ஆயுதங்களைக் கண்டுபிடித்த இவன், அவற்றை நான்கு பிரிவுகளாக ஆக்கினான். சூரிய வருடத்தை வழக்கில் கொண்டு வந்தான். இதன் பிறகு ஸொஹாக் என்னும் கொடூரன் ஆட்சிக்கு வந்தான். இவனுடைய ஒவ்வொரு தோள்களிலிருந்தும் பாம்புகள் முளைத்துக் கிளம்பும். அவை மனித மூளைகளைத் தின்று உயிர் வாழும். இப்படியாக அரச வம்சங்களைக் குறித்த பல்வேறு புனைவுக் கதைகளும் இதில் இடம் பெற்றுள்ளன.

'ஷா நாமா' அக்னி ஆராதனையாளர்களான ஸொராஷ்ட்ர அரசர்களின் வரலாறு. ஏகத்துவ நம்பிக்கையாளரான ஃபிர்தவ்ஸி, இதன் சொற்களை மிகவும் கவனமாகவே கையாண்டுள்ளார். அக்னி ஆராதனையாளர்கள் தங்கள் கடவுளை அஹூரா மஸ்தா என்று குறிப்பிட்டனர். இதற்குப் பதிலாக, ஃபிர்தவ்ஸி உலகைப் படைத்தவன் என்ற சொல்லைப் பயன்படுத்தியுள்ளார். இறைவனைச் சுட்டுகிற சில இடங்களில் கடவுள் என்றும் நீதிமான் என்றும் குறிப்பிட்டுள்ளார். அல்லாஹ் என்னும் சொல்லை இந்நூலில் அவர் பயன்படுத்தவே இல்லை. அக்னி ஆராதனையாளர்கள் தங்களைத் தீமையை நோக்கிச் செலுத்தும் சக்தியை 'அஹிர்மான்' என்று குறிப்பிட்டனர். இந்தப் பெயரை 'ஷா நாமா' முழுவதும் பரவலாகக் காண முடியும். சில இடங்களில் இதனை 'தேவ்' என்றும் 'இப்லீஸ்' என்றும் குறிப்பிடுகிறார் ஃபிர்தவ்ஸி.

இயேசுவின் பிறப்புக்கு 600 ஆண்டுகளுக்கு முன், பாரசீகத்தை ஆட்சி செய்து வந்த மனுஷஹர் என்னும் பேரரசன் மக்களின் நன்மதிப்பைப் பெற்றிருந்தான். மனுஷஹரின் படைத்தலைவராக இருந்த ஸான் என்னும் மதியூகிதான் மனுஷஹரின் பெருமைகள்

அனைத்துக்கும் காரணம். ஸானின் புதல்வனான ஸால், காபூல் அரசனின் புதல்வி ரூதேபாவை மணம் முடித்திருந்தான். இவர்களுக்குப் பிறந்தவன்தான் உலகப்புகழ் பெற்ற கதாபாத்திரமான ருஸ்டம் என்னும் மல்யுத்த வீரன்.

அற்புதங்கள் நிரம்பிய ஏழு பயணங்களின்போது மல்யுத்த வீரர்கள், ஜின்களுடனும் பிசாசுகளுடனும் மோதுகிறார்கள். மலைப்பாம்பு, சிங்கம் போன்ற விலங்கினங்கள், வெள்ளை யானை, ஸீமுர்க் என்னும் யானை தூக்கிப் பறவைகள் போன்ற கற்பனை விலங்கினங்களையும் 'ஷா நாமா'வில் காணலாம். ருஸ்டமின் புதல்வன் ஸொஹ்ராபுக்கும் தெஹ்மினா அரசகுமாரிக்கும் இடையிலான காதல் கதை வாசகர்களை மகிழ்ச்சியில் ஆழ்த்துகிறது.

பல்வேறு வீரசாகசக் கதைகள் 'ஷா நாமா'வில் தொடர்ச்சியாக இடம் பெற்றுள்ளன. இவ்வாறான குருதி விளையாட்டுகளைச் சித்திரிக்கும்போதும் போற்றத்தக்க மனித உணர்வுகளின் வெளிப்பாட்டை முன்வைத்து அவற்றை மகத்துவம் மிக்கதாக மாற்றுகிற கலைப்பொறுப்பையும் அதீத சித்திரிப்புகள் மூலம் நிகழ்வுகளைக் காவியமாக்கும் கலையையும் வீர ஆராதனைக்கு முக்கியத்துவம் அளிப்பதுடன் மக்கள் பிரிவின் நன்மை தரும் அம்சங்களுடன் அதனைத் தொடர்புபடுத்தும் நுட்பக் கலையையும் ஃபிர்தவ்ஸி மிக அற்புதமாகக் கையாண்டுள்ளார்.

போர்க்களத்தில் ஸொஹ்ராபும் வீரமங்கை கோர்த் அப்ரித்தும் மோதிக்கொள்ளும் காட்சியை ஃபிர்தவ்ஸி விவரிக்கிறார்:

அவள் குதிரை வீராங்கனையாகப் பயிற்சி பெற்றவள். போர்க்களங்கள் பலவற்றில் வெற்றி வாகை சூடி வீரமங்கை எனப் பெயர் பெற்றவள்; தன்னைப் போர்வீரன்போல் அலங்கரித்துக்கொண்டாள். குழற்சிகையைக் கட்டி சிரசில் தாங்கி அதன்மீது கவசத் தொப்பியைத் தரித்துக்கொண்டாள். இடுப்புத் துணியை வரிந்து கட்டித் தன் குதிரை மீதேறினாள். சிங்கம்போல் பாய்ந்து கோட்டையை விட்டு வெளியே வந்தாள். கையில் குத்தீட்டியுடன் ராஜாளிபோல் காற்றில் பறந்து விரைந்த அவள், சுழன்றடிக்கும் தூசுபோல் வந்து துருக்கியர் படை முன் நின்று இடி முழக்கும் குரலில் கேட்டாள்: "எங்கே உமது வீரர்கள்? எங்கே உமது தலைவன்? என்னுடன் தனியாக மோத உங்களில் யார் வருகிறீர்கள்? யார் ஏற்கிறீர்கள் என் அறைகூவலை? போர்க்களத்தில் திறமை காட்டும் அம் மாவீரனை நான் காண வேண்டும்."

சிங்கத்தை வெற்றிகொண்ட ஸோரப் அவளைக் கண்டு புன்னகை புரிந்தான். தன் உதடுகளைக் கடித்தபடி, "வாள் வீரனின் வலையில் ஒரு வேட்டை விழுந்தது" என்றான். புயல் வேகத்தில் உடல் கவசம்பூண்ட ஸோரப் தலைக்கவசத்தையும் தரித்துக்கொண்டான். அப்ரித் முன் கொடுங்காற்றுபோல் வந்து நின்ற ஸோரபுக்கு அவள் கயிற்றில் பிணைந்துகொண்ட ஏதோ மாயக்காரி போல் தோற்றம் தந்தாள்.

வில்லில் நாணேற்றிய அப்ரித் தயாரானாள். அவளது அம்பு இலக்கு வைத்த எந்தப் பறவையும் தப்புவதில்லை. ஸோரபையும் அவனது வீரர்களையும் குறிவைத்து மாரிபோல் சரம் தொடுத்தாள் அப்ரித். ஒரு கணம் வியந்துநின்ற ஸோரப் நெருங்கி வந்தான். அப்ரித்தின் சரமழையைத் தன் குடைக் கேடயத்தால் தடுத்து நின்ற ஸோரப், குருதி வயலை உழுது நீங்கினான். எரிதழல் ஒன்று தன்னை நோக்கி விரைந்து வருவதை அப்ரித்தும் கண்டாள். வில்லைத் தோளில் ஏந்தி, சேணத்தில் கால்களையூன்றி எழுந்து நின்று ஸோரபைக் குறிவைத்துப் பாய்ந்தாள் அப்ரித். இதைக்கண்ட ஸோரபும் வேங்கையானான். குதிரையை முடுக்கிய அவன் மின்னல்போல் பாய்ந்தான். பெண் சிங்கம் சீற்றத்துடன் விரைந்தது. இருவருமே சினத்துடன் முன்னேறினர். ஸோரபின் ஈட்டி முனை அப்ரித்தின் கவசத்தில் நுழைந்து உடலை வருடியபடி தலைக் கவசத்தை அகற்றியது. அப்ரித் சற்று விலகவில்லை எனில், ஈட்டியால் குத்தி அவளை ஆகாயத்தை நோக்கி உயர்த்தியிருப்பான் ஸோரப். தன் இடையிலிருந்த குத்தீட்டியை உருவிய அப்ரித், ஸோரபின் ஈட்டியைத் துண்டித்தாள். பின்னர் தன்னை சுதாரித்துக்கொண்டு நேரடிச் சண்டைக்குத் தயாரானாள். வீரத்தில் ஸோரபுக்கு இணையாக அப்ரித்தால் இயலுமா? நம்பிக்கையும் அதிர்ஷ்டமும் சில நொடிகள் அவளுக்குக் கை கொடுத்தன. வெகு விரைவிலேயே சூழலில் மாற்றம் நிகழ்ந்தது. வெளிச்சத்தை இருளாக்குவதுபோல் கோபத்துடன் பாய்ந்துவந்த மற்றொரு வீரனின் தாக்குதலில், தலைக் கவசத்தை இழந்து விட்டிருந்த அப்ரித்தின் குழற்சிகைக் குலைந்தது. பனி போர்த்திய முழுமதிபோல் நின்றாள் அப்ரித்.

தன்னுடைய எதிரி ஒரு வீரமங்கை என்பதை ஸோரப் அப்போதுதான் புரிந்துகொண்டான். அவளது சுருண்ட தலைமுடி, இரத்தினக் கற்கள் பதித்த மணிமுடிபோல் தோற்றம் காட்டியது ஸோரபுக்கு. அவன் வியந்துபோய் நின்றான். 'பாரசீகப் படையில் இப்படியான பேரழகிகளும் இருக்கிறார்களா? இத்தகைய மகிழ்வூட்டும் தலைமையில்தான் வீரர்கள் புழுதி எழுப்புகிறார்களோ? பாரசீகக் கட்டிளம் குமரிகளே இவ்விதமாயின், காளைகளான வீரர்களிடமிருந்து எதையும்

எதிர்பார்க்கலாம்' என்று வியப்புடன் நின்ற ஸோரப், சுருக்குக் கயிற்றை எடுத்து வீசினான். அது அப்ரித்தின் இடையில் விழுந்தது. ஸோரபின் பிடிக்குள் வந்தாள் அப்ரித். "மதிமுக அழகியே, நீ சமர் செய்ய விரும்புகிறாயா? விடுவிக்கச் சொல்லிக்கேட்டு விடாதே. இதுபோன்ற மான்கள் எதுவும் என் வலையில் வீழ்வதில்லை," என்றான் ஸோரப்.

தலைசிறந்த வீரர்களை மகத்தான பண்பாட்டுத் தொடர்ச்சியாகச் சித்திரித்து, மானுட விழுமியங்களைத் தூண்டுவதிலும் வெறும் வன்முறை வாசனையால் கவரப்பட்ட மாவீரர்களை இகழ்வாகச் சித்திரிப்பதிலும் மகாகவி ஃபிர்தவ்ஸியின் கலை மனம் திறன் படச் செயல்பட்டுள்ளது. கடினமானதும் தனிப்பட்டதுமான மனச்சிக்கல்களுக்கு ஆட்பட்ட நிலையில் சுயத்தை ஆழமாகச் சிந்திக்கிற கதாபாத்திரங்களினூடே போராட்டங்கள் நிரம்பிய மானுட வாழ்வின் பின்னணி சார்ந்து மனித மனங்களின் ஆற்றலையும் ஆன்மிக உணர்வையும் சித்திரித்துக் காட்டுகிறார். மனத்தின் ஆழ்வெளிகளுக்குள் பயணித்த மகாகவி ஃபிர்தவ்ஸியின் புகழும் கலை ஆற்றலும் கால தேசங்களைக் கடந்து இன்றும் நிலைபெற்றிருப்பதில் வியப்பில்லை.

உமர் கய்யாம்

THE STATUE OF KHAYYAM IN UNITED NATIONS OFFICE IN VIENNA AS A PART OF PERSIAN SCHOLARS PAVILION DONATED

கியாஸுத்தீன் அபுல் ஃபகத் உமர் பின் இப்ராஹீம் அல் கய்யாமி அந்நிஷாபூரி என்னும் நெடிய இயற்பெயர்கொண்ட உமர் கய்யாம், இலக்கிய மேதை மட்டுமல்ல, திறமை வாய்ந்த மொழியியல் அறிஞர், கணித மேதை, வானியல் விஞ்ஞானி, மருத்துவ நிபுணர், தத்துவவியலாளர், இயற்பியல் அறிஞர் எனப் பல்வேறு அறிவியல் பரிமாணங்கள் சார்ந்தும் புகழுடன் திகழ்ந்தவர்.

செல்ஜூக் அரசர்களின் வம்சாவளி ஆட்சியின்போது குராசானிலுள்ள நிஷாப்பூரில் பிறந்தார் மகாகவி உமர் கய்யாம். பிறந்த தேதி தெளிவாக அறியப்படவில்லை என்றே வரலாற்று ஆய்வாளர்களில் பலரும் குறிப்பிட்டுள்ளனர். ஏற்புடைய சில தகவல்களின்படி உமர் கய்யாம் கிபி. 1048 மே மாதம் 18ஆம் தேதி பிறந்தார். அவரது இறப்பு கிபி. 1131 டிசம்பர் 4இல் நிகழ்ந்தது.

பாரசீக மொழியின் புராதனக் கவிதை வடிவங்களில் ஒன்று ருபாயி. நான்கு வரிகளைக்கொண்ட கவிதை. இதன் முதல் இரண்டு வரிகளின் முடிவும் கடைசி வரியின் முடிவும் ஓசை நயத்துடன் அமைந்திருக்க வேண்டும். மூன்றாவது வரியின் முடிவிலும் ஓசை நயம் இருக்கலாம். ஆனால், நிர்ப்பந்தமில்லை. இதுதான் ருபாயியிக்கான பொது விதி. பெரும்பாலான பாரசீகக் கவிஞர்களும் ருபாயியத் பாடியிருக்கிறார்கள். ஆனால், பாரசீக மகாகவி உமர் கய்யாம் இயற்றிய ருபாயியத் மட்டுமே காலங்களைக் கடந்து இன்னமும் வாழ்ந்துகொண்டிருக்கிறது. உமர் கய்யாம் பாரசீக மொழியில் எழுதிய ருபாயியத்தின் இடையே அரபு மொழிப் பாடல்களும் இடம் பெற்றுள்ளன.

உலகப் புகழ்பெற்ற மகாகவிகளில் இறவாத்தன்மை பெற்றவராகப் போற்றப்படும் உமர் கய்யாமை அன்றைய பாரசீக உலகம் ஏற்றுக்கொண்டிருந்தது ஒரு மகாகவியாக அல்ல! எட்வர்ட் ஃபிட்ஸ்ஜெரால்ட் (1809–'83) போன்ற ஆங்கிலேய மொழிபெயர்ப்பாளர்கள் சிலர் உமர் கய்யாமின் கவிதைகளை மொழியாக்கம் செய்து பாரசீகத்துக்கு வெளியே அறிமுகம் செய்து வைத்தனர். ருபாயியத்தின் வடிவ உத்தியை மட்டும் கவனத்தில் கொண்டும் பாரசீகத்தின் வாழ்வியல் முறைகள், ஆன்மிக சிந்தனைகள், பண்பாட்டுப் பின் புலங்கள், உமர் கய்யாமின் பன்முக ஆளுமைகள், தனிப்பட்ட சிந்தனை போன்ற எதையுமே கவனத்தில் கொள்ளாமலும் மேற்கொண்ட இதுபோன்ற மொழியாக்கங்கள்தான் உமர் கய்யாம் உலகியல் இன்பங்களில் ஆழ மூழ்கியவராக, பாரசீகத்துக்கு வெளியே அறிமுகமாகவும் காரணமாக அமைந்தன. இம்மொழியாக்க முறையியல் மூலப் படைப்புக்கு நீதி செய்வதாகவும் அமையவில்லை என்பது ஆய்வாளர்கள் கருத்து. உமர் கய்யாம் சார்ந்த கோட்பாடுகளுடன் சிறிதளவும் தொடர்பில்லாத மொழிபெயர்ப்பாளர்கள், காலதேச இடைவெளிகளைக் கடந்து ருபாயியத்தையும் உமர் கய்யாமையும் சரிவரப் புரிந்துகொள்ள இயலாதபடி அறிமுகம் செய்து வைத்தனர்.

மூலப்படைப்பை பிறிதொரு மொழியின் வழியாக மொழியாக்கம் செய்வதில் ஏற்படும் சிக்கல்களும் மொழி

பெயர்ப்பாளரின் மொழி ஆளுமையும் போதாமைகளும் தனிப்பட்ட கருத்துகளும் உமர் கய்யாம் என்னும் மாபெரும் கவிஞன் தவறாகப் புரிந்துகொள்ளப்படுவதற்கு மேலும் காரணங்களாக அமைந்தன.

இப்படி, தவறான புரிதல்களுடன் புகழ்பெற்றுவிட்ட உமர் கய்யாம், உண்மையில் சூஃபி ஞானியாகவே அறியப்படுகிறார். இதற்கு ஆதாரமாக, இறையியல் சார்ந்து அவர் எழுதிய, 'அல் ரிசாலாஹ் ஃபில் உஜூத்', 'அல் – குத்பத்துல் கர்ரா' , 'ரிசாலா ஜவாபன் லில் த்ஸலாஸ் மசாயில்' ஆகிய தத்துவ விளக்க நூல்களைக் குறிப்பிடலாம். இந் நூற்களில் விவரித்துள்ள ஆன்மிகக் கருத்துக்களைத் தனது கவிதைகளில் பாரசீகக் கவிதை மரபு சார்ந்து மது, காதலி என்று குறியீடுகளாகக் கையாண்டுள்ளார் உமர் கய்யாம். ஃபிட்ஸ்ஜெரால்ட் இவற்றை நேரடியாகவே பொருள் கொண்டுவிட்டார். உமர் கய்யாமும், ருபாயியத்தும், ஃபிட்ஸ்ஜெரால்டின் மொழியாக்கமும் தவறான புரிதல்களுடன் உலகப் புகழ் பெறுவதற்கு மற்றொரு காரணம் அதில் எட்மண்ட் ஜோசப் தீட்டிய வசீகர ஓவியங்கள்.

எழுதிச் செல்லும் விதியின்கை
எழுதி எழுதி மேற்செல்லும்
தொழுது போற்றி நின்றாலும்
சூழ்ச்சி பலவும் செய்தாலும்
அழுது கண்ணீர் விட்டாலும்
அபயம் அபயம் என்றாலும்
வழுவிப் பின்னால் ஏகியொரு
வார்த்தை மாற்றம் செய்திடுமோ ?

கவிமணி தேசிக விநாயகம் பிள்ளை

என்று இறை நியதியைப் பாடிய உமர் கய்யாமின் ருபாயியத் ஆங்கில மொழிபெயர்ப்பு நூலில் வரையப்பட்டிருந்த ஓவியங்களில் சில.

> Here with a Loaf of Bread beneath the Bough,
> A Flask of Wine, a Book of Verse - and Thou
> Beside me singing in the Wilderness -
> And Wilderness is Paradise enow.

பாரசீகத்தின் சுவடே தெரியாதபடி ஃபிட்ஸ்ஜெரால்ட் ஆங்கிலத்தில் மொழியாக்கம் செய்த ருபாயியத்தின் இந்தக் கவிதை வரிகளை கவிமணி தேசிக விநாயம் பிள்ளை அழகு தமிழில்,

> வெய்யிற்கேற்ற நிழலுண்டு, வீசும் தென்றற் காற்றுண்டு
> கையிற் கம்பன் கவியுண்டு, கலசம் நிறைய மதுவுண்டு
> தெய்வ கீதம் பலவுண்டு, தெரிந்து பாட நீயுண்டு,
> வையந்தருமிவ்வனமின்றி வாழும் சொர்க்கம் வேறுண்டோ ?

என்றும், ஃபிட்ஸ்ஜெரால்டின் இதே மொழியாக்கத்தை, கவின் சார்லன்,

> ஒரு கையில் அழகிய கவிதைப் புத்தகம்
> மறு கையில் அருந்திட மதுக்கோப்பையும் உணவும்
> அருகினில் மரநிழலில் இசை பாடியே நீயும்
> இந்த மலர் நந்தவனமும் இருக்கையிலே
> அந்த வானத்து சொர்க்கமும் எனக்கு ஏதுக்கடி

என்றும், அவெரி – ஸ்டப்ஸின் மொழிபெயர்ப்பை அடிப்படையாகக் கொண்டு, கவிஞர் ஆசை,

> ஜாடி மதுவும் கவிதை நூலும்
> ரொட்டித் துண்டும் வேண்டும் எனக்கு.
> பிறகு நீயும் நானும் யாருமற்ற இடத்தில்
> சுல்தானின் ராஜ்யத்தை விட அதிக செல்வம் நமதாகும்

என்று நவீன மொழிநடையிலும் மொழியாக்கம் செய்துள்ளனர்.

உலகியல் இன்பங்களில் ஆழத் திளைத்த மகாகவியென்று உலகம் கொண்டாடி மகிழும் பாரசீகக் கவிஞர் உமர் கய்யாமின் வரிகளை, ஃபிட்ஸ்ஜெரால்ட் தனது ஆங்கில மொழியாக்கத்தில்,

> But helpless pieces in the game He plays
> Upon this chequer-board of Nights and Days
> He hither and thither moves, and checks ... and slays
> Then one by one, back in the Closet lays

என்று பாடினார். இதை, தனது அழகுத் தமிழில் மொழியாக்கம் செய்த கவிமணி தேசிக விநாயகம் பிள்ளை,

இந்த வையம் இரவு பகல்
எழுதும் தாயக்கட்டமடா!
வந்த விதியோ மனிதர் தமை
வைத்துக் காயாய் விளையாடி
முந்தி நகர்த்தி நகைக்குமடா!
மூலைக்கிழுத்து வெட்டுமடா!
பிந்தி ஒவ்வொரு காயாகப்
பெட்டிக்குள்ளே வைக்குமடா!'

என்று பாடினார். இதையே செந்தமிழ்ச் செம்மல் பேராசிரியர் அ. சீநிவாசராகவன்,

இரவு பகலென்ற சதுரங்கப் பலகையிலே
விதி மனிதர்களைக் காய்களாக்கிக் கொண்டு
விளையாடும் சூதுதான் வாழ்வு.
காய்கள் இங்கும் அங்கும் நகர்த்தப்படுகின்றன
வெட்டப்படுகின்றன
ஒன்றின் பின் ஒன்றாக
மீண்டும் பெட்டிக்குள் எடுத்து வைக்கப்படுகின்றன

என்றார். சாமி சிதம்பரனார் இதை மொழியாக்கம் செய்யும்போது,

இரவுபகல் கோடுள்ள சதுரங்க உலகத்தே
எள்ளளவும் சக்தியில்லா சிறு தாயக் கட்டைகளால்
விளையாடல் சில பண்ணி அலைகின்றான்
இங்கும் அங்கும்

என்றார். இதன் இன்னொரு மொழியாக்கம் இப்படிச் சொல்கிறது:

எல்லாம் இங்கோர் சூதாட்டம்;
இரவும் பகலும் மாறாட்டம்
வல்லான் விதியே ஆடுமகன்;
வலியில் மனிதர் கருவிகளாம்;
சொல்லாதெங்கும் இழுத்திடுவான்,
ஜோடிசேர்ப்பான், வெட்டுவான்,
செல்லாதாக்கி ஒவ்வொன்றாய்த்
திரும்ப அறையில் இட்டிடுவான்

உமர் கய்யாமின் கவிதைகளைப் போலவே, அவர் குறித்த விவாதங்களும் இறவாப் புகழ் பெற்றவை. உமர் கய்யாம் சூஃபி கவிஞர் என்றும், இல்லை அவர் வெறும் இலௌகிக வாதிதான் என்றும் இலக்கிய உலகம் இன்றும் அவர் குறித்த விவாதங்களில் ஈடுபட்டு வருகின்றது. கிரேக்கத் தத்துவச் சிந்தனைகள்மீது உமர் கய்யாம் கொண்டிருந்த அதீத ஈடுபாட்டின் விளைவாக அவரது கவிதைகளிலும் அவை தாக்கம் செலுத்தியுள்ளன என்றும் ஆய்வாளர்கள் சுட்டிக்காட்டுகின்றனர். இதற்கு முரணாக,

எத்தனை எத்தனை காலம்தான்
கிரேக்கத் தத்துவங்களைப் போற்றுவாய் நீ
முதலில் உன்னைச் சார்ந்தவர்களின் தத்துவங்களைப் படி

என்று பொருள்படும் வரிகளைப் பாடுவதற்கு ஜலாலுத்தீன் ரூமியைத் தூண்டியது உமர் கய்யாம்தான் என்று சொல்பவர்களும் உண்டு.

உமர் கய்யாமின் கவிதைகளைப்போலவே அவரது வாழ்க்கை குறித்த தகவல்களிலும் கற்பிதங்கள் கலந்துள்ளன. இதன்மூலம், உண்மையான உமர் கய்யாமை வெளிக்கொண்டு வருவதில் வரலாற்று ஆய்வாளர்கள் மிகுந்த இடர்பாடுகளை எதிர்கொள்ள வேண்டியதாயிற்று.

உமர் கய்யாம் குறித்த சரியான தகவல்களை வெளிக்கொண்டு வந்தது அல்லாமா ஸிப்லி நுஃமானியின் 'ஸிஅரெ அஜம்' என்னும் பாரசீகக் காவியம். பதினொன்றாம் நூற்றாண்டில் பாரசீகத்தின் நிஷாப்பூர் நகரில், கூடாரம் என்னும் பொருள்படும் 'சிபிரம்' தயாரிக்கும் குடும்பத்தில் பிறந்தார் உமர் கய்யாம். இந்தத் தொழிலில் அவர் நேரடியாக ஈடுபடவில்லை. எனினும், அவரது முன்னோர்களின் தொழில் இதுவாகவே இருந்தது.

கய்யாம் என்ற சொல்லுக்கான பெயர்க்காரணம் குறித்து இருவேறு கருத்துகள் முன் வைக்கப்படுகின்றன. 'கய்மா' என்பது 'சிபிரம்' என்னும் சொல்லைக் குறிக்கும். உமர் கய்யாமின் முன்னோர்கள் 'சிபிரம்' (கூடாரம்) தயாரிப்பவர்கள். ஆகவே, 'கய்மா' என்று உட்பொருள் தொனிக்கும்விதமாக கய்யாம் என்ற பெயரில் குறிப்பிடப்பட்டார் என்பது ஒரு தரப்பினரின் கருத்து. இரண்டாவது கருத்து, உமர் என்னும் அவரது இயற்பெயரின் பின்னொட்டாகச் சேர்ந்திருக்கும் கய்யாம் என்னும் புனைப்பெயர் காவிய ரசனை தொடர்பானது. கய்யாம் என்னும் இச்சொல்லுக்கு ஓசை நயம் பொருந்திய காவியக் கலை என்பதாகப் பொருள்படும் என்று மொழியியல் ஆய்வாளர்கள் தெரிவித்துள்ளனர்.

அரபு மொழியில் இல்லத்தையும் செய்யுள் வடிவத்தையும் 'பைத்' என்று குறிப்பிடுவதுபோல் 'கய்மா'வுக்குத் தவறான சொல்லைக் கண்டடைந்த சிலரால் ஏற்பட்ட பிழை இதுவென்று தொடக்கக் கால ஆய்வாளர்கள் கருதுகின்றனர். எதுவாயினும், தன்னுடைய புகழ்பெற்ற நான்கு அடிகளைக்கொண்ட கவிதைகளில் உமர் கய்யாம், 'கய்யாம் கி கய்மஹாயி ஹிக்மத் மீ துக்த்' என்று தெளிவாகவே குறிப்பிட்டிருப்பதால் 'கய்மா' என்பது கூடாரம்தான் என்றும் இது காவிய ரசனை தொடர்பான வார்த்தை அல்ல என்பதும் தெளிவாகிறது. பிற்காலத்தில் மகாகவியும் அறிவியல் அறிஞருமாக மாறிய உமர் கய்யாம், வானியல் ஆய்வகம் நிறுவுவதில் காட்டிய ஆர்வம் அவரது கய்யாம் என்னும் பெயருக்கு இசைந்ததாகவே மாறியது.

உமர் கய்யாமின் காலத்தில் பண்பாட்டுச் செழுமையில் மிகவும் உயர் நிலையை அடைந்த நகரமாக இருந்தது நிஷாப்பூர். எட்டு பல்கலைக்கழகங்கள் அங்கே இயங்கி வந்தன. நிஷாப்பூர் இமாம் முவாஃபிக் என்னும் மார்க்க அறிஞரின்கீழ் கல்வி பயின்று வந்தார் உமர் கய்யாம். உமரைத் தவிர மேலும் இரண்டு பேர் இமாம் முவாஃபிக்கின் மாணவர்களாக இருந்து வந்தனர். இம்மூவரும் வகுப்புத் தோழர்கள் என்பதுடன் உற்ற நண்பர்களாகவும் இருந்தனர். இந்த இரண்டு நண்பர்களில் ஒருவர் ஹசன் பின் அலி, இன்னொருவர் ஹசன் பின் ஸப்பாக். சிறுவயது முதல் இணைபிரியாத நண்பர்களாக இருந்த இவர்கள், தங்களுடைய வாழ்க்கை முழுவதும் இந்த நட்பைப் பேணிப் பாதுகாத்துக்கொள்வதாக ஒரு விசித்திர ஒப்பந்தமும் செய்திருந்தனர். இதன்படி, மூன்று பேரில் யார் பெரிய பதவியை அடைந்தாலும் ஏனைய இருவரையும் பாதுகாக்கும் பொறுப்பு அவருக்கு இருப்பதாகவும் அதில் குறிப்பிட்டிருந்தனர். இவர்களில் ஹஸன் பின் அலி என்பவர் பிற்காலத்தில் நிஸாமுல் முல்க் என்னும் பெயரில் பாரசீக அரசின் தலைமை அமைச்சராக பொறுப்பேற்றார். நிஸாமியா பல்கலைக்கழகத்தை நிறுவியவர் இவர்தான்.

உமர் கய்யாமும் நிஸாமுல் முல்க்கும் வகுப்புத் தோழர்களாக இருந்திருக்க வாய்ப்பில்லை என்று கூறும் பேராசிரியர் இ.ஜி. பிரவுன், “உமர் கய்யாம் பிறப்பதற்கு இருபதாண்டுகளுக்கு முன் பிறந்தவர் நிஸாமுல் முல்க். ஆகவே, இவர்கள் ஒன்றாகப் படித்தனர் என்று சொல்வது ஏற்புடையதல்ல” என்கிறார். அல்லாமா ஸிப்லி தனது வரலாற்று நூலில், பிற்காலத்தில் ஸெல்ஜுக் அரசர் அல்ப் அர்ஸலானின் தலைமை அமைச்சராக இருந்த நிஸாமுல் முல்க் ஹசன் பின் அலியை உமர் கய்யாம் சந்தித்ததாகவும் தன்னுடைய பள்ளித்தோழருக்கு எத்தகைய உதவிகள் வேண்டுமானாலும் செய்து கொடுக்க நிஸாமுல் முல்க் தயாராக இருந்ததாகவும் குறிப்பிட்டுள்ளார். ஆண்டொன்றுக்கு பன்னிரெண்டாயிரம் திர்ஹம் வருமானமுள்ள ஒரு கிராமத்தை உமர் கய்யாமிற்கு அவர் அன்பளிப்பாக வழங்கியதாகவும் அல்லாமா ஸிப்லி தனது நூலில் குறிப்பிட்டுள்ளார்.

எதுவாயினும், உமர் கய்யாம் வாழும் காலத்திலேயே அவருக்கு சமூக அங்கீகாரம் கிடைத்துள்ளது. ஆட்சியாளர்களும் அவரை உயர்வாக மதித்துள்ளனர். அமீர்களுக்கும் பிரபுக்களுக்கும் நிகரான மரியாதையை உமர் கய்யாமும் பெற்றிருந்தார். தனது வானியல் ஆய்வு சார்ந்தும் பேரரசரிடம் அளவற்ற நன்மதிப்பைப் பெற்றிருந்தார் உமர் கய்யாம். ஸெல்ஜுக் சுல்தான் மாலிக் ஷாவின் வாரிசான சுல்தான் சஞ்சாருக்கு உமர் கய்யாம் மீது

பெரிய அளவில் மதிப்பில்லை. சுல்தான் சஞ்சார் இளைஞனாக இருக்கும்போது ஒருசமயம் உடல்நிலை சீரற்றிருந்தார். மருத்துவ அறிவிலும் கை தேர்ந்த உமர் கய்யாம் சென்று அவரைப் பார்த்தார். இந்நோயிலிருந்து அரச குமாரன் அவ்வளவு எளிதில் மீண்டுவிட இயலாது என்றார் உமர் கய்யாம். அரச குமாரனான சஞ்சாரும் இதை அறிந்துகொண்டார். ஆனால், ஆச்சரியப்படும் வகையில் நோயிலிருந்து மீண்டார் அரச குமாரன். உமர் கய்யாம் மீதான இளவரரின் மதிப்பு குறைவதற்கு இதுவே காரணம்.

செல்ஜுக் வம்சாவளியின் மூன்றாவது அரசரான சுல்தான் மாலிக் ஷா, விண்மீன்கள் குறித்த ஆய்வு நோக்கத்துடன் நிஷாப்பூரில் வானியல் ஆய்வுக்கூடம் நிறுவுவதாக முடிவு செய்தார். இதற்குப் பொருத்தமான அறிவியல் அறிஞரை அவர் தேடி வந்தார். பல்வேறு அறிவியலாளர்களைக் கண்டடையவும் செய்தார். அதில் ஒருவர் உமர் கய்யாம்.

உமர் கய்யாமின் தலைமையில் வானியல் ஆய்வுக்கூடம் நிறுவப்பட்டது. நிஷாப்பூரில் அமைந்த இந்த வானியல் ஆய்வுக்கூடம்தான் உலகில் அறிவியல் நோக்கத்துடன் முதன் முதலில் நிறுவப்பட்ட ஆய்வு மையம். இலட்சக்கணக்கான பணத்தை வானியல் ஆய்வுக்காகச் செலவிட்டார் சுல்தான் மாலிக் ஷா. விண்மீன்கள் பற்றிய விரிவான ஆய்வுக் குறிப்புகள் தயாரித்தார் உமர் கய்யாம். இந்தக் குறிப்புகள் உமர் கய்யாமை பாரசீகத்தின் புகழ்பெற்ற மனிதராக மாற்றியது.

இயற்கணிதம், இசைபோன்ற துறைகளிலும் ஆழமான ஆய்வுகள் செய்து நூற்கள் எழுதியுள்ள உமர் கய்யாம், சுல்தான்

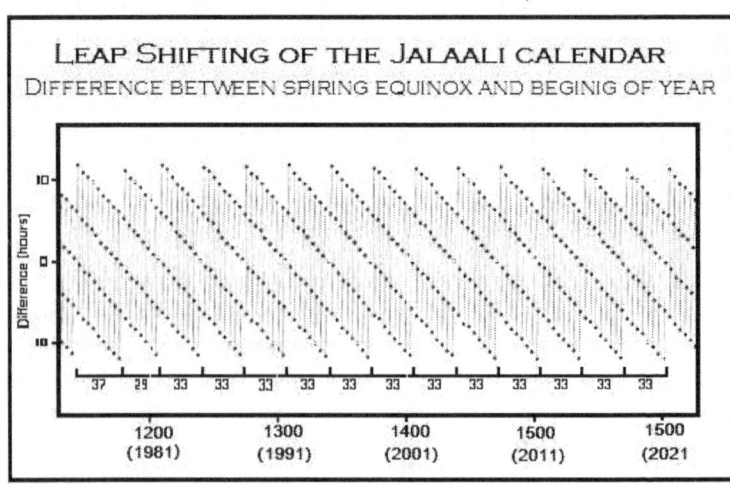

மாலிக் ஷாவின் வானியல் ஆய்வுக் கூடத்தில் பதினெட்டு ஆண்டுகள் ஆய்வு செய்தார். இதன் பயனாக கிபி. 1079, மார்ச் 15 இல் நடைமுறைக்கு வந்த 'ஜலாலி காலண்டர்' என்னும் புதிய நாட்காட்டி முறையைக் கண்டு பிடித்தார். இந்தக் காலக்கணக்கு முறையானது, அப்போது வழக்கில் இருந்த வந்த ஜூலியன் முறையை விடவும் துல்லியமாகவும் கிரிகோரியன் முறைக்கு நெருக்கமாகவும் இருப்பதாக அறிவியலாளர்கள் தெரிவித்துள்ளனர்.

ஜெ.ஜெ.ஓ. கொன்னர் மற்றும் இ.ஜெ. ராபர்ட்சன் ஆகியோர், "கய்யாம் ஓர் ஆண்டின் நீளம் 365.24219858156 என்று கணக்கிட்டார். இந்த முடிவு பற்றி இரண்டு கருத்துக்களை முன்வைக்கலாம். முதலில், இத்தனைத் துல்லியமாகச் சொல்வதற்கு அசாதாரணமான தன்னம்பிக்கை வேண்டும். மனிதனின் வாழ்நாளில் ஓர் ஆண்டின் நீளம் என்பது ஆறாம் தசம இடத்தில் மாறுபடுகிறது என்பதை இப்போது நாம் அறிந்திருக்கிறோம். இரண்டாவது, கய்யாமின் முடிவு மிகவும் துல்லியமாகவே இருக்கிறது. ஒப்பீட்டளவின் பார்த்தால், 19 ஆம் நூற்றாண்டின் முடிவில் ஓர் ஆண்டின் நீளமானது 365.242196 நாட்களாக இருந்தது. இன்று அது 365.242190 நாட்களாக உள்ளது" என்கிறார்கள்.

கோப்பர் நிக்கசுக்கு நீண்ட காலங்களுக்கு முன்பே பூமியும் பிற கோளங்களும் சூரியனைச் சுற்றி வருகின்றன என்று கண்டுபிடித்தவர் உமர் கய்யாம் என்றும் சொல்லப் படுகிறது.

அறிவியல், கணிதம், பௌதிகம், ஆன்மிகம் போன்ற துறைகள் குறித்து பல்வேறு நூல்கள் எழுதி உலக அளவில் அளப்பரிய சாதனைகளை நிகழ்த்திய உமர் கய்யாமை கவிஞர் என்பதை விடவும் அறிவியலாளர் என்னும் நிலையில்தான் பாரசீக மக்கள் வியந்து போற்றினர். கவிஞர் என்னும் நிலையில் உமர் கய்யாமின் ஒரே படைப்பிலக்கியமான 'ருபாயியத்' இன்றும் உலகப் புகழ்பெற்ற கவிதை நூலாக திகழ்கிறது.

ஜோதிட சாஸ்திரத்திலும் உமர் கய்யாம் பெற்றிருந்த இடத்தைப் புரிந்து கொள்வதற்கு கிபி. 1115 இல் நடந்த நிகழ்வைக் குறிப்பிடலாம். வேட்டைக்குச் செல்வதாக முடிவு செய்த சுல்தான் சஞ்சார், காற்றும் மழையும் வருவதற்கு வாய்ப்பில்லாத ஏழு நாட்களை ஆய்வு செய்து கண்டுபிடித்துச் சொல்லும்படி உமர் கய்யாமிடம் கேட்டுக்கொண்டார். இரண்டு நாளைய ஆய்வுக்குப் பிறகு, குறிப்பிட்ட ஒரு நாளில் சுல்தான் சஞ்சார் வேட்டைக்குச் செல்லலாம் என்று பரிந்துரை செய்தார் உமர்

கய்யாம். சுல்தான் அந்நாளில் வேட்டைக்குப் புறப்பட்டார். சுல்தானும் பரிவாரங்களும் ஒரு கல் தொலைவுகூட சென்றிருக்க மாட்டார்கள். வானத்தில் கருமேகங்கள் உருண்டு திரண்டன. சுற்றிலும் மேக மூட்டம் படர்ந்தது. சுல்தானுடன் இருந்தவர்கள் உமர் கய்யாமின் தீர்க்க தரிசனத்தைச் சொல்லிச் சிரித்துக்கொண்டனர். அப்போது உமர் கய்யாமும் அங்கிருந்தார். அனைவரும் அவரை ஏளனம் செய்தனர். அப்போது, உமர் கய்யாம் சுல்தானைச் சந்தித்து பணிவுடன், திரண்டு வரும் மேகங்கள் உடனே கலைந்து விடும் என்றும் பிறகு ஐந்து நாட்களுக்கு மழையே இருக்காது என்றும் அறிவித்தார். அவர் சொன்னதுபோலவே நிகழ்ந்தது. ஐந்து நாட்கள் மழை பெய்யவே இல்லை. தீர்க்க தரிசனத்தைப் பொறுத்த வரைக்கும் மகாகவி அன்வரியை விடவும் உமர் கய்யாம் அதிர்ஷ்டசாலிதான்.

கிரேக்க தத்துவம்

கிரேக்க தத்துவ சிந்தனைகளால் ஈர்க்கப்பட்ட உமர் கய்யாமிற்கு அதைக் கற்றாக வேண்டுமென்ற ஆர்வம் ஏற்பட்டது. அவரது காலத்தில் கிரேக்க தத்துவம் சார்ந்த, ஏறக்குறைய அனைத்து நூல்களும் அரபு மொழியில் மாற்றம் செய்யப்பட்டு விட்டன. அந்த நூல்களை எவ்வித சிரமங்களுமின்றி உமர் கய்யாமால் வாசித்து விட இயன்றது. கிரேக்கத்தின் கோட்பாடுகளும் அதன் பார்வைகளும் உமர் கய்யாமை மிகவும் கவர்ந்தன. மட்டுமல்ல, அவரது சிந்தனையில் அவை குறிப்பிடத் தக்க மாற்றங்களையும் நிகழ்த்தின. கிரேக்க சிந்தனைகளை மற்றவர்களுக்குக் கற்பிப்பதில் உமர் கய்யாம் மிகுந்த ஆர்வம் காட்டினார். சில ஆய்வாளர்கள் அவரைக் கிரேக்க தத்துவவியலாளர் என்று அடையாளப் படுத்தியதற்கான காரணம் இதுவாகவும் இருக்கலாம்.

'நுஸ்ஹாதுல் அர்வாஹ்' (ஆன்மாக்களின் ஆனந்தம்) என்னும் நூலின் ஆசிரியரான ஷஹ்ரஸூரி, கிரேக்க தத்துவ ஞானிகளை வாழ்த்திப் பாடிய முஸ்லிம் மருத்துவ – தத்துவவியலாளரான இப்னு ஸீனாவின் கருத்துக்களை உமர் கய்யாமும் பின் பற்றுகிறார் என்றும், உமர் கய்யாம் முன் கோபியும் அறிவில் முழுமை நிலை கைவரப் பெறாதவர் என்றும், ஆசிரியப் பணியில் சிறிதும் ஆர்வமற்றவர் என்றும், ஆனால் ஆச்சரியமூட்டும் விதமான நினைவாற்றல் கொண்டவர் என்றும் தனது நூலில் குறிப்பிட்டுள்ளார்.

கிரேக்க சிந்தனைகள் சார்ந்து தத்துவ விளக்கம் அளித்திருக்கிறார் உமர் கய்யாம். அதில், இஸ்லாமிய கோட்பாடு

களுக்கு மாறான சில கருத்துகள் இடம் பெற்றிருப்பதாகக் கருதிய மக்கள் கோபம் கொண்டனர். இதற்காக அவருக்கு மரண தண்டனை விதிக்க வேண்டும் என்றுகூட சிலர் கருத்துத் தெரிவித்தனர். உமர் கய்யாம் அப்போது தனது ஹஜ் கடமையை நிறைவேற்றுவதற்காக மக்காவுக்குச் செல்லும் ஏற்பாடுகளில் ஈடுபட்டிருந்தார்.

ஹஜ் கடமையை நிறைவேற்றிய உமர் கய்யாம், பாக்தாதுக்குச் சென்றார். அங்கே தத்துவ ஞானம் குறித்து விளக்கவுரை ஆற்றும்படி மக்கள் அவரிடம் வேண்டுகோள் விடுத்தனர். சொந்த நாட்டில் தனது தத்துவ ஞான விளக்கத்தைக் கேட்ட மக்கள் கோபத்துடன் ஆற்றிய எதிர்வினையை அவர் மறக்கவில்லை. அதே நிகழ்வு இங்கும் உருவாக வேண்டாமென்று கருதிய உமர் கய்யாம் அவர்களது வேண்டுகோளை ஏற்கவில்லை. இதற்கான கோரிக்கையுடன் வந்த பாக்தாத் தத்துவ அறிஞர்களின் அழைப்பையும் அவர் பணிவுடன் மறுத்தார்.

பின்னர் நிஷாப்பூருக்குத் திரும்பினார் உமர் கய்யாம். கிரேக்க சிந்தனைகளை ஆதரித்துப் பேசாமல் இருப்பதுடன் ஹஜ் கடமையை நிறைவேற்றி விட்டு வந்ததால் அவர் மீதான எதிர்ப்பை மக்கள் கைவிட்டனர்.

உமர் கய்யாமின் இறுதிக் காலம் குறித்து சில வரலாற்றுக் குறிப்புகள் உள்ளன. இப்னு ஸீனாவின் 'கிதாபுஸ்ஸிஃபா' என்னும் மருத்துவ நூலை வாசித்துக்கொண்டிருந்த உமர் கய்யாம் அதில், 'ஏகமும் அநேகமும்' என்பது பற்றிய பகுதியை வாசித்து முடித்ததும் அமர்ந்திருந்த இடத்திலிருந்து எழுந்தார். பல் குத்துவதற்குப் பயன்படுத்தும் ஊசியை எப்போதும் அவர் கையில் வைத்திருப்பார். வாசித்து முடித்த குறிப்பிட்ட அந்தப் பகுதியில் கையிலிருந்த ஊசியை குத்தி வைத்து விட்டு நூலை மூடினார். பின்னர், அப்படியே பிரார்த்தனையில் மூழ்கினார். தொழுகையை முடித்து விட்டு, தன்னுடைய இறுதி சாசனத்தை எழுதும் பணியில் ஈடுபட்டார். நோன்பு வைத்திருந்த உமர் கய்யாம், இரவு பிரார்த்தனை முடிந்த பின் படுக்கையில் படுத்திருந்தபடியே, "இறைவா, என்னால் முடிந்த அளவு மட்டும்தான் உன்னைப் புரிந்துகொள்ள முடிந்தது. ஆகவே என்னை மன்னித்தருள்வாயாக" என்று பிரார்த்தனை செய்தார். இந்நிலையிலேயே அவரது உயிரும் பிரிந்தது. உலக மகா கவிஞரான உமர் கய்யாம் கி.பி. 1131 இல் மரணமடைந்தார். அவரது உடல் நிஷாப்பூரில் கய்யாம் தோட்டத்தில் அடக்கம் செய்யப்பட்டது.

இமாம் கஸ்ஸாலியின் சமகாலத்தவர்

அறிவுக்கடல் என்று புகழப்படும் அபூ ஹாமிதில் கஸ்ஸாலியும் உமர் கய்யாமும் சம காலத்தவர்கள். கிரேக்க தத்துவ சிந்தனைகள்மீதான உமர் கய்யாமின் பற்றுதலை இமாம் கஸ்ஸாலி விரும்பவில்லை.

இதுபோன்ற சிந்தனைகள் அபத்தக் களஞ்சியம் என்பதை விளக்குகிற, 'தஹாஃபத்துல் ஃபலாஸிஃபா' என்னும் நூலை இயற்றினார் இமாம் கஸ்ஸாலி. இந்நூலை எழுதுவதற்காக கிரேக்க தத்துவ சாஸ்திரங்கள் குறித்து இமாம் கஸ்ஸாலி, உமர் கய்யாமிடம் கேட்டு அறிந்துகொண்டதாகவும் உமர் கய்யாம் மது மயக்கத்தில் ஆழ்ந்திருக்கும்போது இமாம் கஸ்ஸாலி வந்து அவரிடம் கல்வி பயின்றதாகவும் கதை உள்ளது.

மாபெரும் மார்க்க அறிஞரான இமாம் கஸ்ஸாலி, உமர் கய்யாமின் வானியல் ஆய்வில் மிகுந்த ஆர்வம் காட்டினார். அவரது வானியல் ஆய்வு குறித்த நூல்களை ஆர்வத்துடன் வாசித்தார்.

குறிப்பிட்ட விஷயங்கள் சார்ந்த சில சந்தேகங்களுக்கு இமாம் கஸ்ஸாலி உமர் கய்யாமிடமிருந்து நேரடியாக விளக்கம் கேட்டார் என்று சில வரலாற்றுக் குறிப்புகளிலும் சொல்லப்பட்டுள்ளன. உமர் கய்யாமிற்கும் இமாம் கஸ்ஸாலிக்குமிடையிலான தொடர்பு களைப் பற்றி விரிவான வேறு குறிப்புகள் எதுவுமில்லை.

தனது வாழ்க்கையின் இறுதிக்கட்டத்தில் உமர் கய்யாம் பல்வேறு இன்னல்களை எதிர்கொண்டார். தலைமை அமைச்சர் நிஸாமுல் முல்கின் மரணத்துடன் உமர் கய்யாமிற்குக் கிடைத்த வந்த அரசு உதவிகள் நின்றுவிட்டதாகவும், வறுமைக்கு ஆட்பட்ட அவர் பெரும் துன்பங்களை அனுபவிக்க நேர்ந்ததாகவும், இதை முன் வைத்து அவர் பல்வேறு சோக காவியங்களை இயற்றியதாகவும் வரலாற்றுக் குறிப்புகள் உள்ளன.

வினோதக் கதைகள்

உமர் கய்யாமைப் பற்றி வேறு பல வினோதக் கதைகளும் சொல்லப்படுகின்றன. இத்தகைய கதைகளை, தப்ரீசைச் சேர்ந்த யார் அஹ்மது என்பவர் கிபி. 1462 இல் 'தாஹ்ஃபஸ்ல் என்ற தரப்கானா' என்னும் பெயரில் நூல் வடிவில் தொகுத்து வெளி யிட்டார். இதிலுள்ள கதைகள், உமர் கய்யாமின் ருபாயியத்திலுள்ள கருத்துக்களுக்கு ஒத்திசைவான முறையில் எழுதப்பட்டுள்ளன.

வேட்டைக்குப் புறப்பட்ட நிலையில் உமர் கய்யாம் ஒரு ருபாயி பாடினார்; வீடு கட்டிக்கொண்டிருந்த இடத்துக்குச்

சென்றபோது அதன் வாசல் படியில் ஏறுவதற்கு மறுத்து நின்ற கோவேறு கழுதையின் காதில் ஒரு ருபாயி பாடினார்; உடனே அந்தக் கழுதை வாசல் படியில் ஏறியது. ருபாயியைப் பாடி முடித்ததும் உமர் கய்யாமின் முகம் கறுத்திருண்டது; அடுத்த ருபாயியைப் பாடியதும் அம்முகம் முன்போல் பிரகாசித்தது. புகாராவுக்குச் சென்ற உமர் கய்யாம் ஹதீசைத் தொகுத்தளித்த இமாம் புகாரீயின் உடல் அடக்கம் செய்யப்பட்ட இடத்தைத் தரிசித்தார். பன்னிரண்டு நாட்கள் அங்கே தங்கியிருந்தார். பின்னர், ருபாயியைப் பாடியவாறே காட்டில் அலைந்து திரிந்தார் என்றெல்லாம் அந்த நூலில் விவரிக்கப்பட்டுள்ளன. இது கதை நூலாக இருந்தாலும், இமாம் புகாரீயின் மக்பராவை உமர் கய்யாம் சென்று பார்த்திருக்கிறார் என்பதற்கான வரலாற்றுச் சான்றுகள் உள்ளன.

உமர் கய்யாம் திருமணம் செய்துகொள்ளவில்லை என்றும் ஆகவே, அவருக்கு வாரிசுகள் இல்லை என்றும் சில வரலாற்றாய்வாளர்கள் குறிப்பிட்டுள்ளனர்.

கிரேக்க தத்துவ சிந்தனைகளைப் பின்பற்றியவர்களை மார்க்க அறிஞர்கள் 'ஃபைலஸூஃப்' என்று குறிப்பிட்டனர். உமர் கய்யாமும் இப்படித்தான் குறிப்பிடப்பட்டார். 'ஹுஜ்ஜத்துல் ஹக்' (உண்மையின் சாட்சி) என்று தனது நண்பர்களால் குறிப்பிடப்பட்ட உமர் கய்யாமைப் பற்றி புகழ்பெற்ற மார்க்க அறிஞரான நஜ்முத்தீன் தாயா தனது 'மிர்ஸாதுல் இபாத்' என்னும் நூலில் குறிப்பிடுகிறார்: 'சன்மார்க்கத்தில் இருந்து விலகிப்போன துரதிர்ஷ்டசாலிகளான சில லோகாதாயவாதிகளில் ஒருவர் உமர் கய்யாம்.' இதற்குச் சான்றாக, உமர் கய்யாமின் இரண்டு ருபாயியத்களைச் சுட்டிக் காட்டுகிறார் நஜ்முத்தீன் தாயா. இறைவனது படைப்பின் நோக்கங்களைக் கேள்விக்குட் படுத்துகிற, குறிப்பிட்ட ருபாயியத்தின் சாரப்பொருள் இதுதான்:

நாம் வந்து போகும் வட்டம்
அந்தமும் ஆதியுமற்றது.
தொடக்கமெது, முடிவெது
யாருமறியோம்
பற்பல சொற்களின் பொருளால்
படைப்புகளை ஆக்கியவன்
அவற்றை ஏன் அழிக்க வேண்டும்?
ஏன் அதனைச் சிதைக்க வேண்டும்?
உருவகங்களின் எழில் சதமில்லையெனில்
யார் செய்த பிழையது?

இதையே தமிழ்க் கவிஞர் ஒருவர் அழகுத் தமிழில் பாடினார்:

THE STATUE OF KHAYYAM IN PERSIAN SCHOLARS PAVILION, UNITED NATIONS OFFICE IN VIENNA, AUSTRIA

யாதுசொன்னாய்? இன்னமுதம்
ஏந்திஉண்ட கலமதனை
மோதி உடைக்கும் அறிவில்லா
மூடன் எங்கும் உண்டுகொலோ?
ஓதற்கரிய பேரருளால்
உவந்துகண்ட உருவமதைத்
தீதென்றெண்ணிச் சினம்பெருகிச்
சிதைக்கத் தெய்வம் துணிந்திடுமோ?

பாரசீக ஸூஃபிசத்தை உலகுக்கு அறிமுகம் செய்து வைத்த ஆங்கில – பார்ஸி அறிஞரான பேராசிரியர் இ.ஜி. பிரவுனும் உமர் கய்யாமை ஸூஃபி கவிஞராக ஏற்றுக்கொள்ளவில்லை. "உமர் கய்யாமை ஸூஃபி என்பதை விடவும் ஸூஃபிசத்துக்கு எதிரானவர் என்று குறிப்பிடுவதுதான் சரியாக இருக்கும்" என்று கூறும் நிக்கல்ஸன், "பதிமூன்றாம் நூற்றாண்டில் ஸூஃபிகள், உமர் கய்யாமை மிகத் தீவிரமாக எதிர்த்து எழுதியிருக்கிறார்கள்" என்று ஃபிட்ஸ்ஜெரால்ட் மொழியாக்கம் செய்த ருபாயியத்தின் முன்னுரையில் குறிப்பிட்டுள்ளார்.

மேலும் அவர், "தானே உருவாக்கிய தனித்துவ சித்தாந்தத்தில் உறுதியாக நின்ற உமர் கய்யாம்மீது மட்டுமல்ல, ஆய்வுகளைப் புனித குர்ஆன் ஹதீஸின் அடிப்படையில் மேற்கொள்ளாத எல்லா இஸ்லாமிய அறிஞர்கள்மீதும் இவர்கள் குற்றம் கண்டு பிடித்துள்ளனர். குறுகிய மனோபாவம் கொண்டவர்கள் என மற்றவர்களால் அடையாளம் காணப்படும் இவர்களது கருத்தை முற்றிலுமாகப் புறக்கணிப்பதற்கும் இல்லை. வேறு

பல அறிஞர்களைப் போலவே, உமர் கய்யாமும் இஸ்லாமிய கோட்பாடுகளை விட்டு வெகுதூரம் சென்று உண்மையைக் கண்டடைய முயற்சித்திருக்கிறார். இதில், உமர் கய்யாம் குறித்த நஜ்முத்தீன் தாயாவின் கருத்து முற்றிலும் சரி என்றுதான் நானும் கருதுகிறேன்” என்று குறிப்பிட்டுள்ளார்.

தவறாகப் புரிந்துகொள்ளப்பட்ட மகாகவி

உமர் கய்யாம் முழுமை பெற்ற அறிஞரும் மகாகவியுமாவார். அவரது ருபாயியத்தில் ஆழமும் அர்த்தச் செறிவும்கொண்ட தத்துவப் பொருட்கள் நிரம்பியுள்ளன என்பது அறிஞர் கள் சிலரது கருத்து. இவர்களில், நவீன இரானில் உமர் கய்யாமைக் குறித்து ஆய்வு செய்த பேராசிரியர் அலி தஸ்தகீரும் ஒருவர். உமர் கய்யாம் எழுதியதாகச் சொல்லப்படும் படைப்புகளில் உண்மையாகவே அவர் எழுதிய படைப்புகள் எத்தனை என்று தேடிப் பிடித்து மிகவும் ஆழமான ஆய்வை மேற்கொண்ட பேராசிரியர் தஸ்தகீரும், இரு தரப்பிலும் தவறாகப் புரிந்துகொள்ளப்பட்ட மகாகவிஞர் என்று உமர் கய்யாமைக் குறிப்பிட்டுள்ளார்.

உமர் கய்யாம் மீதான இஸ்லாமிய உலகின் தவறான பார்வைக்குக் காரணம், ருபாயியத்தில் அவர் கையாண்ட மது, மது விற்பனைக் கூடம், காதலி, மதுவைப் பரிமாறும் ஸாகி போன்ற சொற்கள் என்று குறிப்பாகச் சுட்டிக் காட்டப்படுகிறது. ஆனால், உமர் கய்யாம் மேற்கண்ட சொற்களைக் கவிதைப் பயன்பாட்டின்போது ஆன்மிக கருத்து நிலையாக உவமித்துதான் கையாண்டுள்ளார் என்று சில ஆய்வாளர்கள் சுட்டிக்காட்டு கின்றனர். பக்தியின் பரவச நிலையைப் போதை என்றும் பிரார்த்தனை செய்யுமிடத்தை விற்பனை நிலையம் என்றும் இறைவனைக் காதலி என்றும் ஆன்மிக வழிகாட்டியை மதுவைப் பரிமாறும் ஸாகி என்றும் சூஃபிகளில் சிலர் பயன்படுத்தியதுண்டு என்றும் உமர் கய்யாமும் தனது ருபாயியத்தில் இச்சொற்களை அதே பொருளில் பயன்படுத்தியுள்ளார் என்றும் அவர்கள் சுட்டிக்காட்டுகின்றனர்.

பேராசிரியர் அலி தஸ்தகீர் முன்வைக்கும் கருத்தை அடிப்படையாகக் கொண்டு உமர் கய்யாமின் ருபாயியத்தை அணுகும்போது அவை இயல்புக்கு மாறான அர்த்தத்தளங்களை நோக்கி அழைத்துச் செல்வதுடன் அதன் கவித்துவ அழகையும் கம்பீரத்தையும் மேலும் அதிகமாக உணரச் செய்யும்.

உமர் கய்யாம் இளைமைப் பருவத்தில் எழுதிய கவிதைகளில் கலகக்குரல் தென்பட்டிருக்கலாம். அவை மார்க்க விரோத கருத்துக்களாக பொருள் கொண்டிருக்கவும் கூடும். ஆனால்,

வயது அதிகரிக்கும்தோறும் அவரது கவிதைகளுக்குப் பக்குவம் கை வந்தது. பிற்காலத்தில் உமர் கய்யாமின் காவிய ரசனையில் மாற்றங்கள் நிகழ்ந்தன என்பது உண்மைதான். ஆயினும், வேறு சில விமர்சகர்கள் சொல்வதுபோல் ருபாயியத்தின் சூஃபிசக் கூறுகள் குறித்து மேலும் ஆய்வுகள் தேவைப்படுகின்றன.

உமர் கய்யாமின் படைப்புகள் குறித்து ஆய்வு செய்த ஸ்வாமி கோவிந்த தீர்த்தா 'நெக்டர் ஆஃப் கிரேஸ்' என்னும் பெயரில் அற்புதமான ஒரு நூலை எழுதினார். இதில் அவர் உமர் கய்யாமை ஹகீம் ஸனாயியுடன் ஒப்பிட்டுள்ளார். சூஃபி கவிஞரான ஹகீம் ஸனாயியின் கருத்துகளுக்கும் உமர் கய்யாமின் கருத்துகளுக்கும் ஒத்தியல்புகள் உள்ளன என்பதற்குச் சான்றாக ஸ்வாமி கோவிந்த தீர்த்தா உமர் கய்யாமின் சில கவிதைகளைக் குறிப்பிட்டுச் சொல்கிறார்.

ஒரு நாளிரவு
குயவனின் கடையில்
மெல்ல நுழைந்தேன்
மட்பாண்டங்கள்
முனைப்புடன் எது குறித்தோ
சொற்போர் நடத்தும்
காட்சியைக் கண்ட
என்னிடம் அவை
கேள்விகள் கேட்டன:
'குவலயத்தில் பாண்டம் எது?'
'குயவன் யார்?'
'விற்றவன் யார்?'
'பெற்றவன் யார்?'
நொடியிடை வாழ்க்கை
பிடியளவு புழுதி–
இதுவே உனது
கைப்பொருள்; உடைமை.
இதயத்தை இறுகப் பற்றி
ஏன் அழுகிறாய்?

ஸ்வாமி கோவிந்த தீர்த்தாவின் நோக்கம் உமர் கய்யாமை சூஃபி கவிஞராகச் சித்திரிப்பது. ஹகீம் ஸனாயியையும் உமர் கய்யாமையும் ஒப்பிட்டுப்பார்ப்பதுடன் நின்று விடாமல் உமர் கய்யாமின் ருபாயியத்தில் ஹிதோபதேசத்தின் சாயலும் பத்ருகிரியின் சாயலும் தென்படுவதாகவும் ஸ்வாமி குறிப்பிட்டுள்ளார்.

இப்படியான ஒப்பீடுகளை உருவாக்குவதால் மட்டும் உமர் கய்யாமை சூஃபி கவிஞராக மதிப்பிட இயலாது என்று 'பாரசீகப் பெருங்கவிஞர்கள்' (1955) நூலின் ஆசிரியரும் புகழ்பெற்ற தமிழ் – பாரசீக அறிஞருமான ஆர்.பி.எம். கனி தன்னுடைய

ஆய்வில் தெளிவாகக் குறிப்பிட்டுள்ளார். இதற்கு, இமாம் இப்னு கிஃப்தியின் வரிகளைச் சான்றாகக் காட்டுகிறார் கனி: "பிற்கால சூஃபிகள் தங்களுடைய கவிதைகளில் புற உலகம் சார்ந்த கூறுகளை வெளிப்படையாகவும் அதன் உள்ளார்ந்த கருத்துகளில் ஷரீஅத் விதிகளை மறைபொருளாகவும் கையாண்டுள்ளனர்."

ருபாயியத்தின் பல்வேறு ஆங்கில மொழிபெயர்ப்புகள் வெளிவந்துள்ளன. இ.எச். வைன்ஃபீல்ட், ப்ளேக்மான், பேராசிரியர் ஆர்.எ. நிக்கல்ஸன் போன்ற பலரும் உமர் கய்யாமின் ருபாயியத்களை ஆங்கிலத்தில் மொழியாக்கம் செய்துள்ளனர். ஆனால், மேற்கத்திய உலகுக்கு உமர் கய்யாமை அறிமுகம் செய்தவர்களில் முன்னோடியாக விளங்கும் ஃபிட்ஸ்ஜெரால்ட்போல் இவர்கள் யாரும் உலகப்புகழ் பெற வில்லை. மூலப்படைப்புக்கு அநீதி விளைவிக்காத, செய்யுள் வடிவிலான பல்வேறு மொழிபெயர்ப்புகளும் இதில் அடங்கும். இவர்களில் யாருமே ஃபிட்ஸ்ஜெரால்ட் அளவுக்கு புகழ் பெறவில்லை. 25 ஆண்டு காலத் தொடர் முயற்சிகளின் பலனாக உமர் கய்யாமின் நான்கு வரி கவிதைகளை அதே வடிவில் மொழியாக்கம் செய்த ஃபிட்ஸ்ஜெரால்ட், அதை ஐந்து கால கட்டங்களாக வெளியிட்டார். முதலில் வெளியிட்ட ருபாயியத்தின் ஆங்கில மொழியாக்கப் பிரதிகள் யாரும் படிக்காமலும் வெளியே தெரியாமலும் நூலகங்களில் தேங்கிக் கிடந்தன. இக்கவிதைகளைப் பின்னர், சுவின்வேன், ரோஸட்ரி போன்ற ஆங்கிலேய கவிஞர்களின் உதவியுடன் வெளியுலகம் அறிந்துகொண்டது.

ஃபிட்ஸ்ஜெரால்ட் மேற்கொண்ட ருபாயியத் மொழியாக்கம் பொதுவான வடிவமும் அல்ல! சில சொற்களை அவர் உமர் கய்யாமின் வார்த்தைகளில் அப்படியே பயன்படுத்தியும் பொதுவான கருத்துகளைக் கவிதைகளாகவும் மொழியாக்கம் செய்துள்ளார். ஆங்கில – பாரசீகக் கவிஞரான பேராசிரியர் கோவலினுக்கு ஃபிட்ஸ் ஜெரால்ட் எழுதிய ஒரு கடிதத்தில் இதனை சுதந்திரமான மொழியாக்கம் என்று குறிப்பிட்டுள்ளார்.

ஃபிட்ஸ்ஜெரால்டின் ருபாயியத் மொழியாக்கம் குறித்து பேராசிரியர் நிக்கல்ஸனின் கருத்து முக்கியமானது. 'ஃபிட்ஸ்ஜெரால்ட்போல் வேறு எந்த மொழிபெயர்ப்பாளரும் தன்னுடைய கற்பனைத் திறனை முன்வைத்து உமர் கய்யாமை மொழியாக்கம் செய்வது சாத்தியமே இல்லை. ஜெரால்டின் படைப்பை ருபாயியத்தின் மொழியாக்கம் என்று சொல்ல இயலாது.' நிக்கல்ஸனைப் போன்ற வேறு பல விமர்சகர்களின் கருத்தின்படி, 25 ஆண்டு காலம் உமர் கய்யாமின் படைப்புடன்

தன்னைப் பிணைத்துக்கொண்ட ஃபிட்ஸ்ஜெரால்ட் ஆங்கிலத்தில் மொழியாக்கம் செய்த ருபாயியத்தில் மூலப்படைப்புடன் ஒத்தியல்புள்ள வரிகள் மிகவும் குறைவு என்ற முடிவுக்கே வந்து சேர இயலும்.

பாரசீக இலக்கியத்தில் ஆழ்ந்த ஈடுபாடுகொண்ட ரஷ்ய எழுத்தாளரான பேராசிரியர் ஷுகோவ்ஸ்கி, உமர் கய்யாமின் காவியத் தொகுப்பிலுள்ள நூற்றுக்கும் மேற்பட்ட ருபாயிகள் அவரால் எழுதப்பட்டவையே அல்ல என்று சுட்டிக்காட்டுகிறார். ஃபரீதுத்தீன் அத்தார், ஜலாலுத்தீன் ரூமி, காஜா ஹாஃபிஸ், அபூ ஸய்யித், இப்னு ஸீனா, ஃபிர்தவ்ஸி, அன்வரி, ஸனாயி, அப்துல்லாஹ் அன்வரி போன்ற கவிஞர்களின் கவிதைகளும் உமர் கய்யாமின் ருபாயியத் தொகுப்பில் நுழைந்திருக்கின்றன என்கிறார் ஷுகோவ்ஸ்கி.

எதுவாயினும் உமர் கய்யாமின் கவிதைகளில் பல்வேறு இடைச்செருகல்கள் நிகழ்ந்துள்ளன என்பது வெளிப்படையான உண்மை. இது அவர் வாழும் காலத்தில் நிகழ்ந்திருக்க வாய்ப்பில்லை. அவரது மரணத்துக்குப் பின் வெளிவந்த பதிப்புகளில்தான் இவை நிகழ்ந்துள்ளன. முதல் பதிப்பில் மொத்தம் 158 ருபாயிகள் (632 வரிகள்) இருந்தன. தொடர்ந்து வெளிவந்த இரண்டாம் பதிப்பில் 175 ருபாயிகள் இடம் பெற்றிருந்தன.

மூன்றாம் பதிப்பில் 213 நான்கு வரி கவிதைகளும் தொடர்ந்து வெளிவந்த ஒவ்வொரு பதிப்பிலும் இந்த எண்ணிக்கை அதிகரித்தும் வந்துள்ளது. ஒரு பதிப்பில் 801 கவிதைகளும் கடைசியாக வெளிவந்த பதிப்பில் 1200 கவிதைகளும் இருந்தன. இப்படியான சூழ்நிலையில் உண்மையாகவே உமர் கய்யாம் எழுதிய கவிதைகள் எவை என்பதை இனம் கண்டுகொள்வதில் ஆய்வாளர்கள் மிகுந்த சிரமங்களை எதிர்கொண்டனர். உமர் கய்யாமிற்கு உலகம் முழுவதிலும் மிகுந்த புகழைப் பெற்றுத் தந்த சில கவிதை வரிகளை மட்டுமே ஆய்வாளர்கள் நம்புகின்றனர். ஆகவேதான் குறிப்பிட்ட அந்த வரிகள் குறித்து மிக நுட்பமாக ஆய்வு செய்யாமல் உமர் கய்யாமைப் புரிந்து கொள்வது சாத்தியமில்லை என்று சுட்டிக்காட்டுகின்றனர்.

உமர் கய்யாமின் உண்மையான ருபாயியத்களைப் புரிந்துகொள்ள அல்லாமா ஸிப்லியின் 'ஸிஅரெ அஜம்' உதவியாக இருக்கும் என்று சில ஆய்வாளர்கள் குறிப்பிட்டுள்ளனர். ஸிப்லி தன்னுடைய நூலில் உமர் கய்யாமின் கவிதைகளை நுட்பமான பார்வையுடன் மதிப்பிடுகிறார். உமர் கய்யாமின் வரிகள் என்று அவர் உறுதியாக நம்பும் கவிதை வரிகளிலும் மார்க்க விரோதமான

சில கருத்துகள் தென்படுகின்றன. ஸிப்லி சுட்டிக்காட்டியது, குழப்பமுற்ற அல்லது கலக மனோபாவத்துடன் உமர் கய்யாம் எழுதிய சில வரிகள் என்பதையும் புரிந்துகொள்ள முடிகிறது.

> கொலைகார விதி வந்துன்
> குருதியைச் சிந்துமுன்
> கோப்பை நிறைந்த மதுவால்
> அதை நிரப்பு
> மூடனே,
> நீ என்ன பொன்னா
> பூமியில் புதைத்த பின்
> மீண்டும் உன்னைத் தோண்டுவதற்கு?

> தூய்மையான மதுவில்லாமல் என்னால் வாழ இயலாது
> மதுவருந்தாத உடலை என்னால் சுமக்க இயலாது

என்றெல்லாம் பாடிய உமர் கய்யாம் வெளிப்படையாகவே மதுவருந்தினார் என்றுதான் ஸிப்லியும் குறிப்பிட்டுள்ளார்.

"உமர் கய்யாம் மதுவருந்தினார். அதுவும் வெளிப்படையாகவே மதுவருந்தினார்." ஸிப்லி தொடர்ந்து சொல்கிறார்: "ஆனால், மதுவுக்கு அடிமைப்பட்டவர்போல் அல்ல, அசாதாரணமான நிலையில், ஒரு தத்துவஞானிபோல் அதை அருந்தினார்."

எப்படி மதுவருந்த வேண்டும்; யாருடன் அருந்த வேண்டும் என்றெல்லாம் ருபாயியத்தில் விவரித்துள்ளார் உமர் கய்யாம். மிதமாக மதுவருந்த வேண்டும் என்றும் பாடியிருக்கிறார். மதுப்பழக்கம் மோசமானது எனில் அதை விடவும் மோசமான செயல்களில் ஈடுபடுகிறவர்களும் இருக்கிறார்களே என்று தன்னை அவர் ஆறுதல்படுத்திக் கொள்ளவும் செய்கிறார். தனது ஒரு கவிதையில், மதுவின் சுவை கசப்பாக இருக்கும்தான். அது, உண்மைக்கு நிகரான சுவையன்றோ என்கிறார்.

> புலர்காலை ஒளிக்கதிரோன்
> புணர்ந்து பிரியும் இராப்பொழுதை
> பிரியா மனத்துடன் தழுவுதல்போல்
> ஒளிசிந்தும் மதுக்குவளையைப்
> பிணைத்து நிற்கட்டும் உன் கரங்கள்
> மெய்ப்பொருளின் சொற்போல்
> மதுவும் கைக்கிறது நுனிநாவில்
> இம்முந்திரிகை ரசத்தினை நாமினி
> மெய்ப்பொருள் என்போம்

திராட்சை ரசமெனும் மெய்ப்பொருளுடன் ஒன்றி வாழ்ந்த மகாகவியைக் காண வந்த ஒருவர், "மரணத்துக்குப் பிறகு நாம் செல்லுமிடம் எது?" என்று கேட்டார். உமர் கய்யாம் அவருக்குச் சொன்ன கவிதை பதில்:

புதியதோ பழையதோ
நாம் வாங்கும் கள்;
சில துளிகளில் அது
பிரிகிறது உரியவனை.
சீவன் சென்ற பின்
செல்லுமிடம் ஏதென்றா கேட்டாய்?
இக்கணம் கள்ளைக் கொடு
இதன் பின் செல்லுமிடமெதுவோ
நம்மிடமும் அதுவே.

மரணத்தின்போது ஒரு மனிதன் எதுவாக இருக்கிறானோ, இறுதி விசாரணை நாளில் அதே நிலையில் இறைவன் முன் உயிர்ப்பிக்கப்படுவான் என்னும் நம்பிக்கையை மனதில் கொண்டு உமர் கய்யாம் பாடுகிறார்:

இறையுணர்வுடன் இறந்துபடுபவன்
அந்திமநாளிலும் அவ்விதமே உயிர் பெறுவான்.
ஆகவேதான் காதலிலும் கள் மயக்கத்திலும் நான்
ஆழ்ந்துகிடக்க ஆசைப்படுகிறேன்;
உயிர்ப்பிக்கப்படும் அந்நாளில்
அப்படியே எழலாமென்று.

வரவேற்கப்பட வேண்டிய நோன்புக் காலத்தை எப்படி எதிர் கொள்ள வேண்டும் என்று தனது கவிதையில் உமர் கய்யாம் சொல்கிறார்: "நோன்பு மாதம் தொடங்குவதற்கு முன்பே, குடம் குடமாக மதுவை அருந்திவிட்டு, நோன்பு முடியும்வரையிலும் போதையில் திளைத்திருக்க வேண்டும்." (இதில் மது என்ற சொல்லை உமர் கய்யாம், இறையுணர்வின் குறியீடாகக் கையாண்டுள்ளார் என்று சில விமர்சகர்கள் குறிப்பிட்டுள்ளனர்.)

இதுபோலவே, சொர்க்கத்தில் கிடைக்கும் சுகபோகங்களை இந்த பூலோகத்திலும் அனுபவித்து ஆனந்தத்தில் திளைக்கச் சொல்கிறார் கவிஞர்.

தெளிந்த மதுவும் செந்தேனும் ஓடும் சொர்க்கம் உண்டென்றும்
தேவகன்னியர் அதில் இருப்பாரென்றும் உறுதி சொல்கிறார்கள்
மதுவையும் மாதுவையும் இங்கு தேர்வு செய்வோமெனில்
தீங்கென்ன அதில்? இறுதியில் கிடைப்பதும் இவைதானே?

உமர் கய்யாமின் ஒரு நூற்றாண்டுக்குப் பிறகு வாழ்ந்த மார்க்க அறிஞரான நஜ்முத்தீன் தாயா, கிஃப்தி போன்றவர்கள் உமர் கய்யாமை மார்க்க விரோதி என்று முத்திரை குத்தி விமர்சனம் செய்ததற்கு உமர் கய்யாமின் இதுபோன்ற சில வரிகள்தான் காரணமாக இருக்க வேண்டும். உமர் கய்யாம் இதனை வேடிக்கையாகப் பாடி வைத்தார் என்று புரிந்துகொள்வதாக இருப்பினும், அதன் சொற்களில் வெளிப்படையாகவே தென்பட்ட மார்க்க விரோதக் கருத்துகள்தான் நஜ்முத்தீன் தாயா

போன்றவர்களின் விமர்சனங்களுக்கான காரணம் என்பதையும் புரிந்துகொள்ள இயலும்.

இவ்வுலக வாழ்க்கை நிரந்தரமல்ல என்பதை உறுதியாகச் சொல்லும் பல்வேறு கவிதைகள் எழுதிய உமர் கய்யாம், ஆகவே எல்லாவிதமான புலனின்பங்களையும் இங்கேயே துய்த்துவிட வேண்டுமென்று அறிவுறுத்துகிறார். இது, கிரேக்க தத்துவ ஞானியான எபி கியூரிசின் சித்தாந்தம். பூமியிலுள்ள மண் முழுவதும் இறந்துபோனவர்களை மறைவு செய்ததன் எச்சங்கள். ஆகவேதான் இம்மண்ணில் மனிதர்கள் எஞ்சியிருக்கிறார்கள். நாம் உருவாக்கும் ஒவ்வொரு மண்கட்டியிலும் ஒரு கஸீரின் விரலோ சுல்தானின் தலையோ இல்லை என்று எப்படி உறுதியாக நம்ப முடியும்?

ஈரப்பதமாகிய மண் தன்னைக் குழைப்பவனிடம் இரகசியமாகச் சொன்னது: ‘நானும் உன்போல் இருந்தவன்தான். என்மீது கருணை காட்டு’, ‘இகலோகம் என்னும் புராதன சத்திரத்தில் இரவும் பகலும் சுழன்றாடுகின்றன’.

மண்ணால் செய்யப்பட்ட மதுக்குவளைகூட மனிதர்களால் உருவான மண்ணால்தான் செய்யப்பட்டுள்ளது. உமர் கய்யாம் இதை அழகாக வர்ணிக்கிறார்:

இம் மதுக்கிண்ணம் முன்பொருகாலத்தில்
என்போலொரு காதலனாக இருந்தது;
இதன் வளைந்த கைப்பிடி முன்பொரு காலம்
பேரழகி ஒருத்தியின் இடையைச்
சுற்றிய கரமாக இருந்திருக்கும்.

உனக்கு அறிவென்று ஒன்றிருந்தால் நிறுத்து குயவா
எத்தனை காலம்தான் இழிவு செய்வாய் மானுட மண்ணை?
ஃபெரிதுவின் விரலையும் கைக்குஸ்ரோவின் கையையும்
திரிகையின்மீது வைத்திருக்கிறாய் –
நீ செய்வதென்ன தெரியுமா?

(ஃபெரிதுவும் கைக்குஸ்ரோவும் புராதன கால மன்னர்கள்)

இன்றே நுகர்ந்துகொள்;
வானப்பரப்பில் உன் சாவுக் குறியைக் கண்ட பின்னர்
வரம்பற்ற துயரம் மேலிடும் உன் களிமண்ணால் பின்னர்
கல் வினைஞர்கள் சதனமோ, சத்திரமோ கட்டலாம்

வாழ்க்கையின் நிலையாமை குறித்து ஆழமாகச் சிந்தித்த உமர் கய்யாம் தொடர்ந்து பாவத்தைக் குறித்தும் பரிதவிக்கிறார். மட்டுமல்ல, செய்த பாவத்துக்கு மன்னிப்புக் கேட்டுப்பிரார்த்தனை செய்யும் எண்ணமும் அவருக்கு உருவானது. பிராயச் சித்தம் மேற்கொள்வதிலும் உமர் கய்யாம் தனக்கான உத்தியைக் கடைப்பிடிக்கிறார் என்கின்றன ஆய்வுகள்.

மாளாத்துயரிலாழ்ந்த என் மனதுக்கும்
ஆன்மாவுக்கும் கருணை காட்டுவாயாக!
கள்ளுக்கூடம் செல்லுமென் கால்களுக்கும்
குடிகலனை ஏந்துமென் கரங்களுக்கும்
அநாதனே நீ அருள் புரிவாயாக!

ஏகனே, உன் நல்வினையால்
நன்மையேதும் எனக்கு விளையவில்லை
என் தீவினையால் உனக்குத் தீங்குமில்லை
எனவே, இறைவா என்னை மன்னிப்பாயாக
தண்டிப்பதில் மிதமான நீ
மன்னிப்பதில் முனைப்பானவன்
என்பதை நானறிவேன்.

மனிதர்களின் நற்செயல்களுக்குப் பிரதிபலனாக சொர்க்கம் கிடைக்கும் என்பது பொய். இறைவன் அப்படியான செயல்களில் ஈடுபடுவானா? பாவிகள்மீதும் கருணை காட்ட வேண்டும் என்று கேட்கும் உமர் கய்யாம் அத்துடன் நின்றுவிடவில்லை.

பின்னமொரு நூற்றாண்டு காலம்
தீவினையில் வாழ்ந்து தீர்ப்பேன்
படைத்தவனின் அருளை விட
பாவங்களின் அளவு கூடுமா
என்று நானும் பார்க்கிறேனே.

பாவங்கள் குறித்த உமர் கய்யாமின் பார்வையில் தென்படுவது வெறும் கோட்பாட்டு முரண்கள்தானா, தனிப்பட்ட தேடுதலின் அகக்கூறுகளும் அதில் தென்படுகின்றவா என்பது ஆய்வுக்குரிய விஷயம். பாவத்தைக் குறித்த அவரது பார்வை, இவ்வுலகில் பாவமென்பது பொதுவான குணம் என்பதுதான்.

பூவுலகில் பாவம் செய்யாதவர் யார்
சொல். அறிந்துகொள்கிறேன்.
பாவம் செய்யாமல் எப்படி வாழ முடியும்
சொல். அறிந்துகொள்கிறேன்.
எனது தீவினைகளுக்கு
நீ தண்டனை அளிப்பாயெனில்
நமக்குள் என்ன வேறுபாடு
சொல். அறிந்துகொள்கிறேன்.

தன்னுடைய பாவங்களுக்கு மன்னிப்புக் கோரும் உமர் கய்யாம் தன்னையே பகடி செய்து கொள்கிறார்.

ஏகனே,
அறமற்றோருக்குக் காட்டும் பரிவை
எனக்கும் காட்டு.
அவர்களில் நானுமொருவன்.

தான் பள்ளிவாசலுக்குச் செல்வதற்கான காரணத்தை உமர் கய்யாம் பரிகாசம் தொனிக்கச் சொல்கிறார்:

இச்சையுடன் இன்று
இறையில்லம் சென்றேன்
அவன் நாமத்தால் சொல்கிறேன்
வேண்டுதலுக்காக அல்ல.
அன்றொரு விரிப்பைத் திருடினேன்.
இன்னொரு விரிப்பு அகப்படுமென்று
இன்றும் சென்றேன்.

விதிக்கோட்பாட்டில் உமர் கய்யாமிற்கு மிகப் பெரிய நம்பிக்கை இருந்தது என்பதைப் புரிந்துகொள்ள முடியும். இறைவன் ஏற்கனவே நமது தலையெழுத்தை நிர்ணயித்து விட்டான். அன்றெழுதியதை யாராலும் இனி அழித்து விட இயலாது என்னும் இந் நம்பிக்கையின் தனிச்சிறப்புகளில் ஒன்று: 'ஆகவே, நாம் முயற்சிகளில் ஈடுபடாமல் வெறுமனே இருந்து விடலாம்.'

உமர் கய்யாம் இறைவனிடம் கேட்கிறார்:

இறைவா,
என்னைப் படைத்தவன் நீயே
நானென்ன செய்வேன்?
வாழ்க்கையின்
பட்டும் கம்பளியும் நெய்பவன் நீயே
நானென்ன செய்வேன்?
எனது செயல்கள் ஒவ்வொன்றும்
உன்னால் விதித்ததல்லவா?
நானென்ன செய்வேன்?

பாவிகளைப் படைத்தவன் நீயல்லவா?
உனது படைப்பின்மீதே
குறை சொல்வதேன்?

இறைவனிடம் கேள்வி கேட்கும் உமர் கய்யாமின் இவ்வரிகள் இஸ்லாமிய அறிஞர்களின் கோபத்தைத் தூண்டவில்லை என்றால்தான் ஆச்சரியப்பட வேண்டும்.

உமர் கய்யாம் கேட்கிறார்: சொர்க்கம் நரகம் என்றெல்லாம் சொல்கிறார்களே, அங்கே போய் திரும்பி வந்தவர்கள் யார்? இன்றும் நாளையும் குறித்து பயமற்றவர்களாக மகிழ்ச்சியுடன் வாழ வேண்டும். வாழ்க்கையை பயத்துடன் வாழ்ந்து தீர்க்கக் கூடாது.

இயல்பு வாழ்க்கையில் மிகப் பெரிய துயரங்களை அனுபவித்த மகாகவி உமர் கய்யாம். ஆகவே, நீதியைக் குறித்து சொல்லும்போது மிகுந்த பணிவுடன் சொல்கிறார்:

ஒரு கவளம் உணவும் உடல் களைப்பை நீக்கி
உறங்குவதற்கொரு கட்டிலுமிருப்பவன் எவனோ
அவன் யாருக்கும் அடிமையல்ல, ஆண்டானும் அல்ல
அனுப்பொழுதும் ஆனந்தத்தில் திளைக்கும் அவனுக்கு
இனிப்பாகவே இருக்கும் இவ்வுலகம்.

புறம் பேசுதல் கூடாது. யாருடைய மனதையும் புண்படுத்தக் கூடாது. இதிலும் உமர் கய்யாம் கண்டிப்பைக் கடைபிடிக்கிறார்.

தீவினை ஒன்றைச் செய்பவனை
தேடி வந்து கூடும் பல தீவினைகள்.
உனக்கு நான் நன்மை விளைகிறேன் எனில்
செய்யும் தின்மைகளால் நீ
பெறுவதும் ஏதுமில்லை, நான்
இழப்பதும் ஏதுமில்லை.

மாற்றானுக்குத் துரோகமிழைப்பவனை மூடன் என்கிறார் மகாகவிஞர்.

மகிழ்ச்சி நிரம்பிய மனவெளியில்
துரோக விதையை ஊன்றுவது
உனக்கு மகிழ்ச்சி தருமெனில்
உன் மூடத்தனத்தை எண்ணி
காலம் முழுவதும் அழுவாய்
ஏனெனில், நீ அரியதொரு மூடன்.

பண்படுத்தப்படாத மண்ணில் நடைபயில வேண்டுமென்றும், தான் புகழ் பெற்றவன் என்பதை வெளிக்காட்டாமல் வாழ வேண்டுமென்றும் அறிவுறுத்தும் உமர் கய்யாம், உன்னைப் பற்றிய பெருமைகளை மக்கள் புரிந்துகொண்ட பிறகு, அதைப் பாதுகாப்பதற்காக நீ பல்வேறு வெளிவேடங்களை அணிய வேண்டியது வரும் என்கிறார்.

ருபாயியத்தில் சாக்ரட்டீசின் மகத்தான ஒரு தரிசனப் பார்வை தென்படுகிறது என்பது விமர்சகர்களின் கருத்து. 'எனக்கு

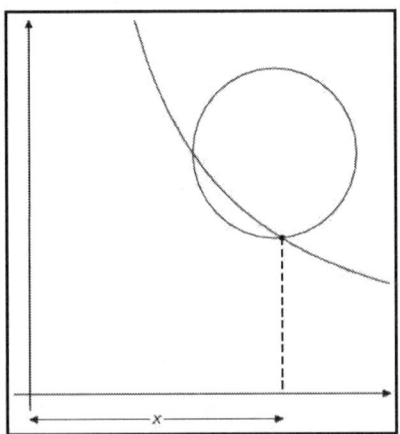

OMAR KHAYYAM'S GEOMETRIC SOLUTION TO THE CUBIC EQUATION $x^3 + 200x = 20x^2 + 2000$

எதுவும் தெரியாது' என்ற நிலையை ஒருவன் அடைகிறான் எனில், இந்நிலையை அடைய அவன் நீண்ட காலப் பயிற்சியை மேற் கொண்டிருக்க வேண்டும். உண்மை ஞானிகளால் மட்டுமே இந்நிலையை அடைய முடியும். அறிவின் படிக்கட்டுகளைக் கடந்து சென்றவர்களின் நாவுகளில் இருந்து மட்டுமே இச்சொற்கள் வெளிவரும். இதை மனதில்கொண்ட உமர் கய்யாம், "இயற்கையுடன் பிணைந்து நிற்கும் பல புதிர்களுக்கு விடையளித்தவர்கள் யாருமில்லை. அனைவரும் அவரவர் தாய்க்குப் பிள்ளைகளாக மட்டுமே இருக்கிறார்கள்" என்கிறார்.

புகழ்பெற்ற அறிவியல் அறிஞரும், வானியல் விஞ்ஞானியும், கணித மேதையும், தத்துவ சிந்தனையாளரும் கவிஞருமான உமர் கய்யாம் ஒரு காலகட்டத்தின் குரலாக ஒலிக்கிறார். அவருடையது என்பதில் சந்தேகம் நிலவுகிற சில கவிதைகளை மதிப்பீடு செய்து அம் மகாகவியை மார்க்க விரோதி என்று முத்திரை குத்துவது; மதுவைக் காட்டி அவரது புகழை மாய்த்துவிட நினைப்பது போன்ற புரிதலற்ற அணுகுமுறைகளைத் தவறு என்று சொல்லும் மதமாச்சரியங்களைக் கடந்த மக்கள் இன்று உலக அளவில் ஏராளமானோர். உமர் கய்யாமை இவர்கள் மற்றொரு பார்வையில் அணுக முயற்சிக்கிறார்கள்.

உலகின் முதல் வானியல் ஆய்வு மையத்தை நிறுவிய உமர் கய்யாம் உண்மையில் ஒரு வேத விஞ்ஞானியுமாவார். தன்மீது தாக்கம் செலுத்திய கிரேக்க சிந்தனைகளை பகுத்தறிவின் வெளிச்சத்தில் மட்டுமே அவர் எதிர்கொண்டார். உமர் கய்யாமின் விஞ்ஞான அறிவுகள் பிற்காலங்களில் புகழ்பெறவும் அவை நவீன அறிவியலுக்கு வலுச்சேர்க்கவும் காரணமாக அமைந்தது பகுத்தறிவு சார்ந்த இந்த ஆய்வுப் பார்வைதான். வாழ்க்கையை அதன் எல்லா அர்த்தங்களிலும் அனுபவித்து வாழ்ந்த உமர் கய்யாம் சூஃபிகளால் மட்டுமே கையாள முடிந்த ஆன்மிக பரவசமூட்டும் பல்வேறு கவிதைகளை எழுதியுள்ளார். ஃபிட்ஸ்ஜெரால்ட் போன்ற ஆங்கிலேய மொழிபெயர்ப்பாளர்களின் பண்பாடுகளிலிருந்து முற்றிலும் மாறுபட்ட ஆன்மிக இயங்கு தளம் அது. உலகம், ஆங்கிலம் மூலம் மொழியாக்கம் செய்யப்பட்ட ருபாயியத்களை அடிப்படையாகக் கொண்டு உமர் கய்யாமின் கவிதைகளைப் புரிந்துகொண்டது. இது, உமர் கய்யாமை முன் வைத்து மேற்கும் கிழக்கும் இழைத்த கருத்தியல் அநீதி. இதை உண்மை என்று நம்பிய இஸ்லாமிய அறிஞர்கள் பலரும் உமர் கய்யாமைச் சிலுவையில் அறைய முற்பட்டனர். திராட்சை ரசமும், கன்னியரும், புகைக்குழலும் பாரசீகக் கவிதைகள் சார்ந்த மேற்கத்திய அழகியல் கற்பனைகள். உமர் கய்யாம் இத்தகைய அபத்த சிந்தனைகளை விட்டு

அகன்று நின்றவர் என்ற உண்மையை இன்றைய இரான் காலதாமதமாகவேனும் புரிந்துகொள்ள முன்வந்திருக்கிறது.

ஃபிட்ஸ்ஜெரால்டின் கண்களினூடே உலகம், உமர் கய்யாமைப் புரிந்து கொண்டிருக்கும் பார்வை இதுதான்: 'கவிதை உலகில் இன்று புகழுடன் அறியப்படும் பாரசீக மகாகவி உமர் கய்யாம் மதுவையும் மங்கையரையும் ஆராதனை செய்தவர்; இறை நம்பிக்கையற்றவர்; உலகைச் செலுத்திக்கொண்டிருப்பது படைத்தவன்மீதான நம்பிக்கையும் விதியின்மீதான தீர்ப்பும் அல்ல என்று நம்பியவர். மறுமை என்பது மனித அறிவுக்கு அப்பாற்பட்டது. இவ்வுலகின் அழகியல் மட்டுமல்ல, மதியை மயக்கும் அனைத்துக் கூறுகளும் மனிதர்களுக்காகவே உருவாகியுள்ளன. இவற்றை அனுபவித்ததற்காக மனிதர்களைப் படைத்த இறைவன் அவர்களைத் தண்டிக்க மாட்டான். ஆகவே, உலக வாழ்க்கை முடிவதற்குள் நமக்காகவே படைக்கப்பட்டுள்ள, நம்முடைய கைகளில் இருப்பதாக உறுதி செய்யப்பட்ட அனைத்து இன்பங்களையும் இயன்றவரை துய்த்துவிட வேண்டும் என்பதைத் தனது கவிதைகள் மூலம் வலியுறுத்தியவர்.'

ருபாயியத்திலுள்ள எந்த வரிகள் உமர் கய்யாம் எழுதியவை; எந்த வரிகள் இடைச் செருகல் என்பதைக் கண்டுபிடிக்காத காலம்வரைக்கும் உமர் கய்யாம் மீதான இந்தக் குற்றச்சாட்டுகளுக்கு எந்த முகாந்திரமும் இல்லை.

காலகட்டங்களைக் கடந்த ஆய்வுகள் முட்டுச்சந்தில் கொண்டு போய்ச் சேர்க்கும் என்ற இடையூறையும் கண்டு கொள்ளாமல் ருபாயியத் குறித்து பரந்த அளவிலான ஒரு ஆய்வை மேற்கொண்டார் பேராசிரியர் அலி தஸ்தகீர். ஒரு மகாகவி என்னும் நிலையில் அனுபவ உணர்வுகளைக் கற்பனையில் தோய்த்தெடுத்த உமர் கய்யாமின் கவிதைகள், சரளமான மொழிநடையும் அழகியலும் எளிமையும் வேகமும் ஆன்மிக பரவசமும், நீதி போதனைகளும், அன்பை முன்னிறுத்துவதுமான படைப்புகள். உலகிற்கு உமர் கய்யாம் அளித்த பல்வேறு பங்களிப்புகளில் இலக்கியம் சார்ந்த ஒரு படைப்பு ருபாயியத். இதற்குப் பிறகும் பல்வேறு கவிதைகளை அவர் இயற்றியிருக்கிறார். இளமையின் சலனங்களை விட்டு விலகிய அவரது பிற்கால கவிதைகளை இலக்கிய உலகம் கவனத்தில் கொள்ளவில்லை. உமர் கய்யாமின் கடைசி கவிதை எதுவென்றுகூட இலக்கிய உலகில் இன்றுவரை அடையாளம் காட்டப்படவில்லை. உமர் கய்யாம் குறித்து மேற்கொள்ளப்பட்ட ஆய்வுகள் தொடங்கிய இடத்திலேயே நின்றுவிட்டன.

உமர் கய்யாமின் சிந்தனைகள் என்று சித்திரிக்கப்பட்ட, முரண்பாடுகள்கொண்ட பல கவிதைகள் அவரது புகழுக்குக் களங்கம் விளைவிப்பதாக பாரசீக விமர்சகர்கள் கருத்து தெரிவித்துள்ளனர். இதை அடிப்படையாகக்கொண்டு ஆய்வு களும் மேற்கொள்ளப்பட்டன. ஆனால், உலகின் பல்வேறு பகுதிகளில் சிதறுண்டு கிடக்கும் உமர் கய்யாமின் உண்மை யான கவிதைகளை ஒன்று திரட்டுவதற்கு அவர்களில் யாரும் எந்த முயற்சியும் மேற்கொள்ளவில்லை. மொழியாக்கம் வழியாக, உமர் கய்யாமின் கவிதைகள் என்று மேற்குலகம் புரிந்து வைத்திருப்பதையே உலக நாடுகளிலுள்ள கல்வி நிறுவனங்கள் கற்பிக்கின்றன. பல்கலைக்கழகங்களில் பாரசீக மொழித்துறைகளில் கற்பிக்கப்படுவதும் உமர் கய்யாம் கவிதைகளின் தவறான மொழிபெயர்ப்புகள்தாம்.

இருபதாம் நூற்றாண்டின் பிற்பகுதியில், பாரசீகத்தில் இந்நிலையில் மாற்றம் உருவானது. குறிப்பாக, இன்றைய இரானில் உமர் கய்யாம் குறித்து நிரூபிக்கப்பட்ட உண்மைகளின் அடிப்படையில் ஆய்வுகள் மேற்கொள்ளப்பட்டு வருகின்றன. இவ்வாய்வுகள், இஸ்லாமிய புரட்சி உருவாவதற்கு முன்பே அங்கு நடந்து வந்தன. ஆனால், இரானின் மன்னராட்சி அதற்கான ஆதரவுகளைத் தொடர்ந்து அளிக்க முன்வரவில்லை. ஆனால், இரானிலுள்ள சில அறிவுஜீவிகள் இம்முயற்சிகளுக்கு பெருமளவு ஆதரவாக இருந்தனர்.

பேராசிரியர் அலி தஸ்தகீரின் தலைமையில் பாரசீகத்தின் இலக்கிய ஆர்வலர்களைக் கொண்ட ஒரு குழு, உமர் கய்யாம் குறித்து விரிந்த தளத்தில் ஒரு ஆய்வை மேற்கொண்டது. இரானில் இஸ்லாமிய புரட்சி தொடக்கம் பெற்றது முதல் இந்த ஆய்வும் தொடங்கியது. உலகின் பல்வேறு பகுதிகளில் சிதறுண்டு கிடக்கும் உமர் கய்யாமின் கவிதைகளை இக்குழுவினர் மிகுந்த ஈடுபாட்டுடன் ஆய்வு செய்தனர். உமர் கய்யாமின் கவிதைக் களஞ்சியத்திலிருந்து கல்லையும் மண்ணையும் அகற்றுவதே அலி தஸ்தகீருக்கும் அவரது குழுவினருக்கும் பெரும்பணியாக இருந்தது.

மதுவையும் மங்கையரையும் உமர் கய்யாம் வழிபட்டதாக சித்திரிக்கப்படுவதன் பின்னணியாக சில மிக முக்கிய காரணிகளை இந்த ஆய்வுக்குழு சுட்டிக் காட்டுகிறது. முதல் விஷயம், புகழில் சிறிதளவும் நாட்டமில்லாதிருந்த உமர் கய்யாம் தனது கவிதைகளை ஒருங்கிணைப்பதில் ஆர்வம் காட்டவில்லை. வயது முதிர்ந்த நிலையில் சூஃபி போல் தனது வாழ்க்கையை அமைத்துக்கொண்டார். உலக வாழ்க்கையிலும்

பெரிய அளவிலான நாட்டம் எதுவும் அவரிடம் இல்லாதிருந்தது. உண்மையைத் தேடியலையும் வாழ்க்கையை மேற்கொண்டார். அவரது இறப்புக்குப் பிறகும் இந்தப் பணியில் யாரும் போதுமான அளவுக்குத் தங்களை ஈடுபடுத்திக் கொள்ளவில்லை. இதன்மூலம் சில நாடோடிக் கவிஞர்கள் தங்களது கருத்தியல் பிரச்சாரத்திற்கு உமர் கய்யாமின் கவிதைகளைத் தவறாகப் பயன்படுத்தினர். சில பயமுறுத்தும் தத்துவங்கள் அடங்கிய கவிதைகள் எழுதி அவற்றை உமர் கய்யாமின் கவிதைகளில் சேர்த்துக்கொண்டனர். காலக்கிரமத்தில் அவை உமர் கய்யாமின் கவிதைகளாக மக்களிடையே அறியப்பட்டன.

நாடோடிக் கவிதைகள், உமர் கய்யாமின் கவிதைகள் என பிரிக்க இயலாதபடி அவை ஒன்று கலந்தன. உமர் கய்யாமின் வரிகளினூடே நாடோடிக் கவிதைகளும் இணைக்கப்பட்டுள்ளன என்பது தெளிவுபடுத்தப்பட்டது. மதுவையும் மங்கையரையும் நான் ஆராதிக்கிறேன் என்பதாகத் தொனிக்கும் உமர் கய்யாம் எழுதிய வரிகள், உண்மையில் அவர் எழுதியவை அல்ல. கள்ளையும், கவிதையையும், அழகு மங்கையரையும் உமர் கய்யாம் குறிப்பிட்டுள்ளார் என்பது உண்மைதான். ஆனால், வெறும் குறியீடாக மட்டுமே அவற்றை அவர் கையாண்டுள்ளார் என்பதை நுட்பமான ஆய்வில் மிக எளிதாகவே புரிந்துகொள்ள இயலும். இடைச்செருகலாகச் சேர்க்கப்பட்ட கவிதைகளை முதலில் நீக்க வேண்டும் என்பதே பேராசிரியர் தஸ்தகீர் தலைமையில் அமைந்த குழுவின் முதல் பணியாக இருந்தது. இதில் அவர்கள் வெற்றியும் பெற்றனர்.

துருக்கி, கோன்யா நகரிலிருந்து உமர் கய்யாம் எழுதிய ருபாயியத்தின் அசல் பிரதிகள் கண்டெடுக்கப்பட்டன. தஸ்தகீரின் தலைமையிலான ஆய்வுக்குழு தான் அபூர்வமான இந்தக் கையெழுத்துப் பிரதியைக் கண்டெடுத்தது. கி.பி. 1887 ஆம் ஆண்டு வரைக்கும் கோன்யா நகர் அருங்காட்சியகத்தில் பாதுகாக்கப்பட்ட இந்தக் கையெழுத்துப் பிரதி இப்போது டெஹ்ரான் பல்கலைக்கழக நூலகத்தில் பாதுகாத்து வைக்கப்பட்டுள்ளது. 500 கவிதைகள்கொண்ட தொகுப்பு இது.

ஃபிட்ஸ்ஜெரால்டின் மொழிபெயர்ப்புக்கும் இம்மூலப் பிரதிக்குமிடையே பெருமளவில் வேறுபாடுகள் உள்ளன. ஜெரால்ட் மொழியாக்கம் செய்த நூலிலுள்ள ருபாயியத்திலும் கையெழுத்துப் பிரதியாக இருக்கும் உமர் கய்யாமின் ருபாயியத் திலும் எண்ணிக்கை சார்ந்தும் மிகப்பெரிய வேறுபாடுகள் உள்ளன. ஃபிட்ஸ்ஜெரால்ட், உமர் கய்யாமின் ஆன்மிகப் பார்வை சார்ந்த கவிதைகளை முழுக்கவும் தவறாகக் கையாண்டுள்ளார்

என்று தனது ஆய்வில் பேராசிரியர் தஸ்தகீர் தெளிவாகவே குறிப்பிட்டுள்ளார்.

தஸ்தகீரின் தலைமையிலான ஆய்வுக்குழுவினர் உமர் கய்யாமின் ருபாயியத்தை வேறு இரண்டு ஆங்கில மொழிபெயர்ப்புகளுடன் ஒப்பிட்டுப் பார்த்தனர். இ.எச். வைன்ஃபீல்ட், இ.எச். அல்லன், எ.ஜெ. ஆர்பரி போன்றவர்களின் மொழிபெயர்ப்புகளும் முந்தைய மொழிபெயர்ப்பை அடிப்படையாகக்கொண்டவைதான் என்பதையும் தெளிவு படுத்தினார் அலி தஸ்தகீர். புதிய மொழிபெயர்ப்புப் பிரதிகளுடன் உமர் கய்யாமின் மூலப் பிரதியை ஒப்பு நோக்கும்போது அவை, உமர் கய்யாமிற்கு மாபெரும் அநீதி இழைப்பதாக அமைந்திருக்கின்றன என்பதையும் அலி தஸ்தகீர் வெளிப்படுத்தினார்.

அலி தஸ்தகீர் சுட்டிக்காட்டுவதிலிருந்து மகாகவி உமர் கய்யாம் உண்மையில் ஒரு சூஃபி ஞானி என்பதாகப் புரிந்துகொள்ள முடிகிறது. இது, பேராசிரியர் நிக்கல்ஸனின் கருத்துடன் முற்றிலுமாக முரண்பட்ட நிலை. நிக்கல்ஸன், உமர் கய்யாம் சூஃபியே அல்ல என்று திட்டவட்டமாகச் சொல்கிறார். ஆனால், அலி தஸ்தகீரின் ஆய்வுகள் நிக்கல்ஸனின் கருத்தை மறுப்பதுபோல் அமைந்துள்ளன.

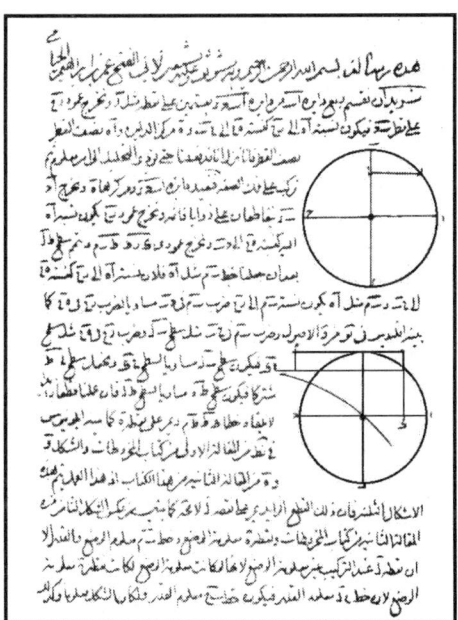

"CUBIC EQUATION AND INTERSECTION OF CONIC SECTIONS" THE FIRST PAGE OF TWO - CHAPTERED MANUSCRIPT KEPT IN TEHRAN UNIVERSITY

கையெழுத்துப் பிரதியாக இருக்கும் உமர் கய்யாமின் ருபாயியத்தை அடிப்படையாகக் கொண்ட தனது ஆய்வு முடிவை பேராசிரியர் அலி தஸ்தகீர், 'கய்யாமைத் தேடி' என்னும் பெயரில் நூலாக வெளியிட்டார். டாக்டர் எல்வெஸ்டர்ன் ஆங்கிலத்தில் மொழியாக்கம் செய்த இந்நூல் மேற்குலகின் இலக்கிய சூழலில் மிகப்பெரும் கொந்தளிப்பை உருவாக்கி விட்டது. இது உமர் கய்யாம் குறித்த மறு சிந்தனைக்கு அவர்களை இட்டுச் சென்றது. தாங்கள் உமர் கய்யாம் குறித்து இதுவரை கற்பித்தவை அனைத்தும் அபத்தமானவை என்று பெரும்பாலான பேராசிரியர்களும் சொல்ல ஆரம்பித்தனர். உமர் கய்யாம் குறித்து மறு ஆய்வு மேற்கொண்டாக வேண்டுமென்ற எண்ணம் அவர்களிடையே உருவானது இதன் பிறகுதான்.

டெஹ்ரான் பல்கலைக்கழக நூலகத்தில் பாதுகாத்து வைக்கப்பட்டுள்ள ருபாயியத் கையெழுத்துப் பிரதியின் சில வரிகள் உமர் கய்யாம் மகானாகிவிட்ட சூஃபி கவிஞரும்கூட என்பதை சந்தேகத்திற்கு இடமில்லாமல் தெளிவுபடுத்துகிறது. இளமையின் சஞ்சலத்துக்கு ஆட்பட்ட நிலையில் உமர் கய்யாம் எழுதிய சில கவிதைகளில் வரம்பு மீறிய வாழ்வியல் ஆர்வங்களின் மயக்கம் இருந்திருக்கலாம். ஆனால், பக்குவ வயதை அடைந்த நிலையில் அவர் அதிலிருந்து விடுபட்டார் என்பது மட்டுமல்ல, முழுக்கவும் சூஃபிஸ சிந்தனையாளராக மாறினார். இலௌகிக வாழ்வின் அதீத ஆர்வங்களிலிருந்து தன்னை விடுவித்த அந்நிகழ்வை ருபாயியத்தில் உமர் கய்யாமே விவரித்துள்ளார்.

'நான் ரே நகரின் ஒரு தோட்டத்தில் சிந்தனை வயப்பட்ட நிலையில் அமர்ந்திருக்கும்போது சந்திர வதனத்துடன் கூடிய அழகியதொரு பெண்ணுருவம் எனக்கு உத்தரவிட்டது:

"எழுந்திரு உமரே, எழுந்திரு."

"வாழ்க்கையில் யாருக்குமே அடிபணியாத நான் அந்த உத்தரவின் வசீகர சக்தியின் முன் அசையாமல் நின்றேன். இலௌகிக வாழ்க்கை மீதான எனது ஆர்வம் என்னிலிருந்து மெல்ல விலகியது. இலௌகிக எண்ணங்களிலிருந்து விடுபட்டு புதிய மேய்ச்சல் நிலங்களைத் தேடிப் புறப்பட்ட எனது சிந்தனை, முடிவற்றதும் பூரணத்துவம் பெற்றதுமான நிலையை நோக்கிச் சென்றுகொண்டிருந்தது. என்னுடன் நிலவு வடிவில் உரையாடிய அந்தப் பெண்ணுருவின் சொற்கள், என்னை மற்றொரு மனிதனாக உருமாற்றியது.

பாரசீகத்தின் ரே நகரில், கிள்ர் என்னும் மகான் ஒருவரைக் கண்டதாகவும் அவரது ஆழ்ந்த அறிவூற்றிலிருந்து அழிவற்ற நீரைப் பருகியதாகவும் அதில் குறிப்பிட்டுள்ளார் உமர் கய்யாம்.

"ஞானத்தைத் தேடியலையும் நீ அதன் திறவுகோலைக் கண்டடைவாயாக. அல்லாஹ்வுக்கு அஞ்சுகின்ற அறிவுதான் அதன் திறவுகோல். மரணம் குறித்து பயமுறுத்தும் எண்ணங்கள் நிஜ வாழ்க்கையை அழிக்காதிருக்கட்டும். அழிவற்ற மரணத்தால் ஆன்மாவுக்கு சிறு சேதமும் நிகழாது. நரக வாழ்க்கைக்குப் பயந்தோ சொர்க்க வாழ்க்கையை விரும்பியோ அல்லாஹ்வை வணங்குவது முழுக்கவும் கபடம் நிரம்பியது."

கிள்ர் நல்கிய உபதேசத்தில் இருந்து தூண்டுதல் பெற்ற உமர் கய்யாம் தனது குறிப்பிட்ட கவிதை வரிகளில் சொல்ல வருவது இலௌகிக ஆர்வங்களா, அல்லது நித்திய உண்மைகளா? இவ்வரிகளை எழுதிய உமர் கய்யாமை மதுவுக்கும் மங்கையருக்கும் அடிமைப்பட்டவர் என்று சொல்வதற்கான அடிப்படை என்னவாக இருக்க முடியும்?

ருபாயியத்தில் உமர் கய்யாம் சொல்கிறார்: "ஓ . . . மானுடா, நீ மதுவைப் பயன்படுத்தாதே! அன்பெனும் ஆழ்கடலை அகண்ட பாலையாக மாற்றும் சக்தி மதுவுக்கு இருக்கிறது. அதன் ஆலகால மயக்கத்திலிருந்து விடுபட்டு உனது வாழ்க்கைக்கு நீயே ஒளியூட்டு."

மகாகவி உமர் கய்யாம் மதுவையும் மாதுவையும் ஆராதிப்பவரோ இலௌகிகத்தில் ஆழ்ந்திறங்கிய அவநம்பிக்கையாளரோ அல்ல. இஸ்லாமியப் பண்பாடுகளினூடே வாழ்ந்தும், அதற்காகச் சிறிதளவேனும் பெருமிதம் கொள்ளவும் செய்த ஆன்மிக சிந்தனையாளர். அனைத்துக்கும் மேலாக, உலகம் கண்ட அறிவியலாளர்களில் மாபெரும் சிறப்புக்குரியவர்.

தவறான புரிதல்களின் மேகமூட்டத்திலிருந்த அம்மகாகவியை பேராசிரியர் அலி தஸ்தகீர் வெளிக்கொண்டு வந்திருக்கிறார். அவரது ஆய்வு முடிவுகளை நவீன இரான் ஏறக்குறைய அங்கீகரித்து விட்டது.

ஹகீம் ஸனாயி

"அத்தார் எனது உயிர்; ஸனாயி எனது கண்கள்; நான் அத்தாருக்கும் ஸனாயிக்கும் பின் வந்தவன்" என்று பாடினார் மௌலானா ஜலாலுத்தீன் ரூமி. அறிவிலும் அகமன தரிசனத்திலும் ஃபரீதுத்தீன் அத்தாரை மௌலானா ரூமிக்கு இணையாகச் சொல்லலாம். அறிவிலும் இந்த இருவரையும் சமமாக வைத்து மதிப்பிடுகின்றனர் ஆய்வாளர்கள். அதே சமயம், ஸனாயி இந்த இருவரையும் கடந்து நிற்கிறார். இம்மூவருமே சூஃபி மரபைச் சார்ந்த மகாகவிகள்தாம்.

பன்னிரண்டாம் நூற்றாண்டின் முற்பகுதியில் வாழ்ந்திருந்த அப்துல் மஜீத் மஸ்தூத் ஸனாயியின் பிறந்த தேதியும் இறந்த தேதியும் குறிப்பாக அறியப்படவில்லை. முப்பத்து இரண்டாயிரம் கவிதைகளை அவர் எழுதியுள்ளார். இவற்றில் 'ஹதீகத்துல் ஹகீகத்' (உண்மையின் பூந்தோட்டம்) என்னும் தலைப்பிலான கவிதைகள் மிகவும் புகழ் பெற்றவை. ஏகத்துவம், மன ஒருமைப்பாடு, ஆன்ம ஞானம் போன்ற உள்ளடக்கங்கள் சார்ந்த விஷயங்களையும் இந்தக் கவிதைகளில் அவர் விவரித்துள்ளார்.

'ஹதீகத்துல் ஹகீகத்' கவிதைகள் ஆழ்ந்த அர்த்தச் செறிவுகளை உள்ளடக்கியவை. ஸனாயி பிறந்து வளர்ந்த கஸ்னாவிலுள்ள மக்கள் இந்தக் கவிதை களை சந்தேகப் பார்வையுடன் அணுகி னார்கள். மார்க்க விரோதக் கருத்துக்கள் இதில் இடம்பெற்றிருக்குமோ என்ற சந்தேகத்தையும்

இது தோற்றுவித்தது. சிலர் இந்தப் படைப்புக்கு எதிர்ப்புத் தெரிவித்தனர். கிலாஃபத்தின் தலைநகரான பாக்தாதில் மார்க்க அறிஞர்களின் முன்னிலையில் இந்தப் படைப்பு விவாதிக்கப்பட்டது. அவர்கள் அளித்த தீர்ப்பின்படி, 'ஹதீகத்துல் ஹகீகத்' கவிதைகள் மார்க்கத்துக்கு விரோதமானவை அல்ல என்று தெளிவுபடுத்தப்பட்டது. இத்துடன் பிரச்சினைகள் முடிவுக்கு வந்தன.

சிறுவயதிலேயே ஹகீம் ஸனாயி கூர்மதி படைத்தவராக இருந்தார். காவிய ரசனை அவரது ஜென்ம வாசனையாக அமைந்திருந்தது. வேறு பல பாரசீகக் கவிஞர்கள்போல் ஹகீம் ஸனாயியும் முதலில் அரசவைக் கவிஞராகவே இருந்தார். அரசவையின் தலைமைக் கவிஞராகவும் அவரால் உயர முடிந்தது. கஸ்னாவில் மன்னர் இப்ராஹீமின் அரண்மனையில் அவர் தங்கியிருந்தார். அவரால் நீண்ட காலம் அரசவைக் கவிஞராகத் தொடர இயலவில்லை. அவரது வாழ்க்கை, புத்தி சுவாதீனமற்ற ஒருவனால் மிகப் பெரிய மாற்றங்களுக்கு உள்ளானது.

ஒருநாள், கஸ்னாவின் மன்னர் இப்ராஹீம் இந்தியாவின் சில பகுதிகளைக் கைப்பற்றுவதற்கான படை ஏற்பாடுகளுடன் புறப்பட்டார். இதையறிந்த ஸனாயி, படை புறப்பாட்டைப் புகழ்ந்து மனம் கவரும் கவிதையை இயற்றினார். மன்னரும் படைகளும் கஸ்னாவிலிருந்து புறப்படுவதற்குள் கவிதையை மன்னரின் முன் அரங்கேற்ற வேண்டுமென்பது கவிஞரின் நோக்கம். அவர், அரசவையை நோக்கி வேகமாகச் சென்றார்.

அரசவையை அடைவதற்கு தோட்டத்தைக் கடந்தாக வேண்டும். அந்தத் தோட்டத்தில் மது விற்பனை நிலையம் இருந்தது. ஸனாயி தோட்டத்தினூடே நடந்து கொண்டிருக்கும்போது மது விற்பனை நிலையத்தில் இருந்து ஓர் இனிமையான பாடல் கேட்டது. அதை செவிமடுத்துக்கேட்ட ஸனாயி அப்படியே நின்றுவிட்டார். மதுக்கடை யில் பாடிக்கொண்டிருந்தவன் லைகர் என்னும் புத்திசுவாதீனமற்ற ஒருவன். புத்தி சுவாதீனமற்றவனாக இருந்தாலும் சில சந்தர்ப்பங்களில் அவன் சொல்கிற கருத்துக்கள் பொருள் நிறைந்தவையாக இருக்கும். மிகப்பெரிய உண்மைகள் அவ்வப்போது அவனது நாவிலிருந்து உதிர்ந்து விழும்.

லைகரின் இனிமையான இராக ஆலாபனை ஸனாயியை அப்படியே கட்டிப் போட்டது. அவன் திடீரென்று பாடுவதை நிறுத்தி விட்டு, மது விற்பனையாளனைப் பார்த்துச் சொன்னான்: "இன்னும் ஒரு கோப்பை மது கொடு. நமது சுல்தான் இப்ராஹீமின் மூடத்தனத்தை நினைத்து அருந்த வேண்டும்."

ஸனாயி திகைத்து நின்றார். புத்தி சுவாதீனமற்ற ஒருவன் எவ்வளவு தைரியமாக நின்று சுல்தானை மூடன் என்று சொல்கிறான். இதைக்கேட்ட கடை உரிமையாளன் லைகரைக் கண்டித்தான். சுல்தான் இப்ராஹீமைப் போன்ற நீதிமான்களைப் பற்றி இப்படி அபவாதம் சொல்வது கூடாது என்றும் அவனுக்கு அறிவுரை நல்கினான்.

புத்தி சுவாதீனமற்ற அம்மனிதனும் விட்டுக்கொடுக்கவில்லை. "சுல்தான் இப்ராஹீம் மூடனில்லை எனில், மூடனென்று நீர் யாரைச் சொல்வீர்? கஸ்னாவைப் போன்ற அழகிய நகருக்கு இப்போது அவரது அருகாமை மிகவும் தேவைப்படுகிறது. இந்தக் கடுமையான குளிர்காலத்தில் முட்டாள் தனமான செயலை முன்வைத்து கஸ்னாவை விட்டு அவர் புறப்படுகிறார். இது மூடத்தனமன்றி வேறென்ன?" என்று கேட்டான்.

மதுக்கடையின் உரிமையாளன் மீண்டும் அவனைக் கண்டித்தான். அவன் தொடர்ந்து சொன்னான்: "சரி, அப்படியே வைத்துக்கொள். எனக்கு ஒரு கோப்பை மதுவை ஊற்று. ஸனாயியின் மூடத்தனத்தை நினைத்தாவது நான் அதை அருந்துகிறேன்."

இதையும் கேட்ட கடை உரிமையாளனின் கோபம் மேலும் அதிகரித்தது. அவன் லைகரைத் திட்டினான். ஸனாயி, அனைத்துத் தரப்பு மக்களாலும் போற்றப்படுகிற கவிஞர். அவரது கவிதைகளை வாசித்த மக்கள் அனைவருமே அவரை மதிக்கிறார்கள்.

ஸனாயியின் ஒழுக்க விழுமியங்களை மக்கள் அனைவருமே ஆராதனை செய்கிறார்கள். இப்படியான ஒரு மகாகவியை மூடன், முட்டாள் என்றெல்லாம் குறிப்பிட்டால் அதைக் கேட்டுக்கொண்டு வெறுமனே இருப்பதா? மதுக்கடை உரிமையாளன் கோபத்துடன் நின்றிருந்தான். லைகரும் விட்டுக் கொடுக்கவில்லை. அவன் மீண்டும் சொன்னான்:

"சுல்தானை விடவும் ஆகப்பெரிய மூடன் இந்தக் கவிஞன். இவன் மிகுந்த கல்வியறிவு பெற்றவன். பண்டிதன். இருந்தும், இறைவன் எதற்காக மனிதனைப் படைத்தான் என்பதை அறியாமல் மூடத்தனத்தில் புதைந்து வாழ்ந்துகொண்டிருக்கிறான். என்றாவது ஒருநாள் படைத்தவனின் முன்னிலையில் சென்று நிற்க வேண்டியதிருக்கும் என்பது சர்வ நிச்சயம். அன்று, நீ கொண்டு வந்தது என்ன என்ற கேள்வி எழும் அல்லவா? அப்போது, தன்னைப்போல் எலும்பின்மீது தோல் போர்த்திய மனிதர்களான அரசர்களையும் பேரரசர்களையும் துதிபாடிய

கவிதைகளைத் தவிர, எல்லாம் வல்ல இறைவனின் முன் வேறு எதை இவரால் காண்பிக்க இயலும்?” புத்தி சுவாதீனமற்ற லைகர் தனது பேச்சை முடித்துக்கொண்டான்.

ஸனாயி, லைகரின் பேச்சுகளைக் கவனமாகச் செவிமடுத்துக் கேட்டார். அவன் சொன்ன வார்த்தைகள் அவரது மனத்தின் ஆழத்தில் சென்று பதிந்து மிகப்பெரிய சலனங்களை உருவாக்கின. புத்தி சுவாதீனமற்றவனாக இருப்பினும் லைகர் சொன்ன வார்த்தைகள் மிகப்பெரிய உண்மைகள் அல்லவா? ஸனாயியின் மனதில் நுழைந்தேறிய லைகரின் சொற்கள் நீறிப் புகைந்து தீயாகப் படர்ந்தது. ஸனாயியின் வாழ்வியல் ஆர்வங்கள் அனைத்தும் அதனுள் கிடந்து வெந்துத் தணிந்தன. தனது கையிலிருந்த துதி பாடலைக் கிழித்து காற்றில் பறக்க விட்டார் ஸனாயி. பிறகு மன்னரைப் பார்க்கவோ அவரது அரசவைக்குச் செல்லவோ அவர் விரும்பவில்லை. தொடர்ந்து, சிந்தனை வயப்பட்ட நிலையில் கடந்துபோன காலங்களைக் குறித்து பெருமூச்செறிந்தார். இப்படியாக உண்மையான சூஃபியாக மாறினார் ஹகீம் ஸனாயி.

பின்னர், தியானமும் பிரார்த்தனையுமாக வாழ்ந்த ஸனாயியின் வாழ்க்கை, முழுமைபெற்ற சூஃபியின் வாழ்க்கையாக அமைந்தது. சூஃபிச சிந்தனைகளின் விலை மதிக்க இயலாத முத்துக்களை அவரது படைப்புகளிலிருந்துப் பெற இயலும்.

தவ வாழ்க்கையை மேற்கொண்டு வந்த ஹகீம் ஸனாயியை இலௌகிக ஆர்வங்களால் அடிபணிய வைக்க இயலவில்லை. எந்தத் தூண்டுதல்களுக்கும் அவர் இரையாகவில்லை. மன்னர்களும் மாமன்னர்களும் தங்களுடைய அரசவைக்கு வரும்படி அவருக்கு அழைப்பு விடுத்தனர். எதையுமே அவர் ஏற்றுக்கொள்ளவில்லை.

சுல்தான் பெஹ்ராம் ஷா, தனது புதல்வியை ஹகீம் ஸனாயிக்குத் மணமுடித்து வைக்க விரும்பினார். ஆனால், ஸனாயி அதை அன்புடன் நிராகரித்தார். இது குறித்து தன்னுடைய மாபெரும் காவியமான ‘ஹதீகத்துல் ஹகீகத்’ படைப்பில் குறிப்பிட்டுள்ளார்: ‘பெண்ணுக்கும் பொன்னுக்கும் ஆசைப்படுபவனில்லை நான். உன்னதமான எந்த இருக்கையையும் நான் விரும்பியதில்லை. இறைவன்மீதாணையாக இதில் எதையும் நான் விரும்பவில்லை. அதற்கான தேடுதலில் நான் ஈடுபடவுமில்லை. உனது கருணையால் எனக்குக் கிரீடமே அணிவிப்பதாக இருப்பினும் நான் அதை ஏற்றுக்கொள்ள மாட்டேன் என்று உன்மீது ஆணையிட்டுச் சொல்கிறேன்.’

பின்னர், மக்காவுக்குச் சென்ற ஹகீம் ஸனாயி ஹஜ் கடமையை நிறைவேற்றி விட்டு தொடர்ந்து மதீனாவுக்கும் புனிதப் பயணம் மேற்கொண்டார். மீண்டும் சொந்த நாட்டுக்கே திரும்பி வந்தார். கிபி. 1131 – '41 ஆம் ஆண்டுகளின் இடைப்பட்ட காலகட்டங்களில் இறந்ததாகக் கருதப்படும் ஹகீம் ஸனாயியின் உடல் கஸ்னாவில் அடக்கம் செய்யப்பட்டுள்ளது.

'தாரீகே தஹ்கீக்', 'குனுஸுர் ரமூஸ்', 'இஷ்க்நாமா', 'அகல்நாமா' ஆகிய நூல்களும் எண்ணாயிரம் கவிதைகள்கொண்ட 'திவான்' என்னும் தொகுப்பும் ஹகீம் ஸனாயியின் படைப்புகள். சூஃபி கவிதைகளின் அலங்காரப் பிரயோகங்களுக்கு இக்கவிதைகளில் விளக்கம் அளித்துள்ளார் ஹகீம் ஸனாயி. மது, பாடகன், மதுவைப் பரிமாறுபவன் (ஸாகி) போன்ற சொல்லாடல்களுக்கான மறைபொருள் விளக்கமும் இதில் சொல்லப்பட்டுள்ளது.

சாதுக்களே விழித்தெழுங்கள்
இதுவே அதற்குரிய காலம்
மூச்சுகள் ஒவ்வொன்றும்
உன்னதங்களை நோக்கி எழுகிறது
ஒரு பாடகி, அறிவு
இன்னொருத்தி, மயக்கம்
மதுக்குவளை ஒன்றை ஏந்துபவள் ஹூரி
மற்றொன்றை ஏந்துபவள் ஆன்மா
நீ இப்போது அருந்தும் மது
இசைவு பெற்றது
நீ இப்போது செய்யும் சபதம்
காலை சபதம்
துயரப் பெரும்புயல் சுற்றி வளைத்தால்
சொற்களில் நிழலில் அபயம் தேடு
அதுவே உனக்கு நூஹுவின் கப்பல்

ஹகீம் ஸனாயியின் கவிதை மொழியில் மதுவென்பது ஞானத்தின் குறியீடு. ஞான மார்க்கம் தொடர்பான ஹதீசையும் இதற்கு மௌலானா ஜலாலுத்தீன் ரூமி அளித்த விளக்கத்தையும் இந்த இடத்தில் குறிப்பிடுவது பொருத்தமாக இருக்கும். ஹகீம் ஸனாயி யின் காவியப் படைப்புகளின் உள்ளார்ந்த எண்ணவோட்டங்களையும் அதன் உட்பொருளையும் இதன் மூலம்தான் ஓரளவிலேனும் உணர்ந்துகொள்ள முடியும்.

"இறைவன் தனது அன்பர்களுக்கென மதுவைத் தயார் செய்து தந்துள்ளான். இதை அருந்துகிறவர்கள் உண்மை அறிவுள்ளவர்களாக மாறுகிறார்கள். இந்த அறிவு, சிந்தனையைத் தூண்டுகிறது. இச்சிந்தனா சக்தியின் பலனாக மனத்தின் ஒருமுக நிலை கூர்மை பெறுகிறது."

இதை அடிப்படையாகக்கொண்ட நபிகளாரின் ஹதீஸ் குறித்து மௌலானா ரூமியின் விளக்கம் இது:

“நபி (ஸல்) அவர்கள் இறைவனிடமிருந்து அகஞானத்தைப் பெற்றபோது இறைவன் ஒளி பகரும் இரண்டு கோப்பைகளைக் கொடுத்தான். ஒன்றில் பாலும் மற்றொன்றில் மதுவும் இருந்தது. அதிலிருந்து ஏதாவதொன்றை போதுமான அளவுக்கு அருந்தலாம் என்று சொன்னான் இறைவன். நபிகளார் அவர்கள் மார்க்க விதிமுறைகளின் வரம்பிற்குள் நின்று அதிலிருந்த பாலை அருந்தினார்கள். இரண்டாவது கோப்பையிலுள்ள பானகம் ஞானமார்க்கத்தை ஏற்றுக்கொண்ட ஆரிஃபீன்களுக்கென பாதுகாத்து வைக்கப்பட்டது.”

பாரசீக ஸூஃபி மரபைச் சார்ந்த கவிஞர்கள் பயன்படுத்திய மதுவெனும் சொல்லுக்கான சாரப்பொருளும் இதுவே! அவர்கள் உட்கொண்ட மது உடல் போதைக்கானதல்ல! அது, அறிவு நீர். ஆன்மாவை சிரஞ்சீவியாக மாற்றுகிற ஞானாமிர்தம். இவ்வமுதத்தைத் தேவையான அளவுக்கு அருந்திய பின்னர்தான் மகாகவி ஹகீம் ஸனாயி இவ்வுலகிலிருந்து விடைபெற்றார்.

மௌலானா ஜலாலுத்தீன் ரூமி தனது புகழ்பெற்ற ‘திவானே ஸம்ஸே தப்ரீஸ்’ என்னும் மகாகாவியத்தில் ஹக்கீம் ஸனாயியின் இறப்பைக் குறித்து நினைவூட்டுகிறார்.

என்னுடைய ஆசான் ஸனாயி இறந்துபோய் விட்டதாகச் சொல்கிறார்கள். அவரது மறைவு சிறு விஷயமல்ல. அவர் காற்றில் மிதக்கும் சருகல்ல. குளிரில் உறையும் நீர் அல்ல. சீப்பில் உதிரும் முடியல்ல. மண்ணில் கலந்த வித்தல்ல. இப்புழுதிக்குழியில் அவர் ஒரு பொற்குவியல். அவரது உயிர் உடலைப் பிரிந்தது. ஆன்மாவையும் அறிவையும் போகும் உலகிற்கு அவர் கொண்டு சென்றார். மருந்துடன் கலந்த அமுதம் கோப்பையில் மிதக்கும். மருந்து அடியில் உறையும். கடையர் உணராத அகவுணர்வை அவர்தம் அன்பனிடம் ஒப்படைத்துவிட்டார் என்று நான் உறுதிபடச் சொல்வேன்.

காகானி

பாரசீக இலக்கிய உலகில் கஸீதாக்களும் மஸ்னவிகளும் இயற்றி உலகப் புகழ்பெற்றவர் மகாகவி காகானி. கருத்துச் செறிவு மிக்க கவிதைகளைப் படைத்த காகானியின் ‘துஹ்ஃபத்துல் இராக்கியீன்’ (இராக்கியரின் மகத்தான வரலாறு) என்னும் மஸ்னவி மிகவும் புகழ்பெற்றது.

காகான், காகஸுக்கு அருகாமையிலுள்ள ஷிர்வான் பகுதியில் கன்ஜா என்னும் நகரில் கிபி. 1121 இல் பிறந்தார். இவரது இயற்பெயர்: அஃப்ஸலுத்தீன் இப்ராஹீம் பின் அலீ ஷிர்வானி. சிறுவயதில் இவர் ‘ஹகாயீகி’ என்னும் பெயரில் அழைக்கப்பட்டார்.

காகானியின் பாட்டன் நெசவுத்தொழில் செய்து வந்தார். தந்தையின் தொழில் குறித்து தெரிய வரவில்லை. காகானின் தந்தை, யூனான் நாட்டிலிருந்து விற்பனைக்கு வந்த அடிமைப்பெண்ணை விலைக்கு வாங்கி, பின்னர் அவளை மணமுடித்துக்கொண்டார். இவர்களுக்குப் பிறந்தவர்தான் காகானி. தந்தை தனது மகனைத் தேவையான அளவுக்குக் கவனிக்கத் தவறிய நிலையில், தந்தையின் சகோதரரால் வளர்க்கப்பட்டார் காகானி. வைத்திய சாலையின் உரிமையாளராகவும் திறமை வாய்ந்த வைத்திய நிபுணராகவும் இருந்தார் காகானியின் தந்தையின் சகோதரர். அவர் காகானிக்கு அடிப்படைக் கல்வியை ஊட்டினார். அரபு மொழி, வைத்திய சாஸ்திரம், புவியியல் போன்ற துறைகளில் காகானிக்கு வழிகாட்டவும் அவரால் இயன்றது.

பின்னர், மேலும் அறிவுதேடி கன்ஜா நகரிலுள்ள அபுல் அஹ்லா என்னும் கவிஞரை அணுகிய காகானி, இவரிடமிருந்து காவிய ரசனையை கைவரப் பெற்றார்.

அபுல் அஹ்லாவுக்கு அழகான மகள் இருந்தாள். இளைஞனாக இருந்த காகானி அவள்மீது காதல் வசப்பட்டார். தன் மகளை காகானிக்கு மணம் முடித்து வைப்பதில் அபுல் அஹ்லாவுக்கும் விருப்பம்தான்.

திறமை வாய்ந்த கவிஞராக இருந்த அபுல் அஹ்லா செல்வந்தராகவும் இருந்தார். அவருக்கு மேலும் பல சீடர்கள் இருந்தனர். அவர்களில் ஃபலாகி என்பவரும் ஒருவர். குருவின் அழகிய மகள்மீது காதல் வசப்பட்டிருந்த ஃபலாகியும் அவளைத் திருமணம் செய்துகொள்ளும் விருப்பத்துடன் குருவை அணுகினார். இதை முன்னிட்டு காகானிக்கும் ஃபலாக்கிக்கும் இடையே பகைமை மூண்டது. இருவருக்குமிடையே நடந்த நேரடி மோதலில் ஃபலாகி தோல்வியடைந்தார். தன் மகளை காகானிக்குத் திருமணம் செய்து வைப்பதாக முடிவு செய்த கவிஞர் அபுல் அஹ்லா, இதை காகானிக்கு வாக்குறுதி அளிக்கவும் செய்தார்.

ஃபலாகியால் இதை ஏற்றுக்கொள்ள முடியவில்லை. விட்டுக் கொடுக்க மறுத்த அவர், மீண்டுமொரு நேரடிச் சண்டையின் மூலம் இரண்டு பேரில் ஒருவர் உயிரிழக்க வேண்டும் என்று முடிவு செய்தார். ஃபலாகிக்கு அறிவுரைகள் சொல்லி அமைதிப் படுத்தினார் அபுல் அஹ்லா. இறுதியில், தனக்கு இருபதாயிரம் திர்ஹம் நஷ்ட ஈடாக வழங்க வேண்டும் என்று குருவிடம் கேட்டார் சீடன். மகளின் எதிர்காலத்தை மனதில் கொண்டு அவர் அதற்கு உடன்பட்டார். பணத்தைக் கொடுத்து விட்டு, ஃபலாகியிடம் அபுல் அஹ்லா சொன்னார்: "நீர் விரும்பினால் இந்தப் பணத்தை வைத்து ஐம்பது துருக்கிய கன்னிப்பெண்களை விலைக்கு வாங்கிக்கொள்ளலாம்."

காகானி, அபுல் அஹ்லாவின் மகளை மணமுடித்தார். மிக சீக்கிரமாகவே குருவை மிஞ்சிய சீடனாக ஆனார் காகானி. ஃபலாகிக்கு நஷ்ட ஈடு வழங்கி, தன் மகளை காகானிக்குத் திருமணம் செய்து கொடுத்து திருப்தியுடன் வாழ்ந்துகொண்டிருந்த அபுல் அஹ்லாவுக்கு மிகச் சீக்கிரமாகவே மருமகனிடமிருந்து பதிலடி கிடைத்தது. மாபெரும் கவிஞர்கள் என்று போற்றப்படும் பலரையும் ஏளனம் செய்து கவிதைகள் இயற்றி வந்தார் காகானி. அபுல் அஹ்லாவுக்கு இதில் உடன்பாடில்லை. தன் மருமகனைக் கண்டிக்கும் தொனியில் அவரும் ஒரு கவிதை எழுதினார்.

பிரியமுள்ள காகானி,
காவியக் கலையில் கை தேர்ந்த உமக்கு
சிறு குறிப்பொன்று சொல்கிறேன்
தன்னைவிடவும் தலைசிறந்த கவிகளை
எள்ளி நகையாடி ஏளனம் செய்யாதீர்

> அவர்களில் ஒருவர்
> உமது தந்தையாக இருக்கலாம்
> உமக்கே தெரியாமல்.

கவிதையை வாசித்த காகானிக்குக் கோபம் வந்தது. தன்னுடைய பிறப்பைக் குறித்து கேள்வி எழுப்புவதாக அமைந்த மாமனாரின் கவிதை மடல் காகானியைக் கொந்தளிக்க வைத்தது. தகப்பன் பெயர் தெரியாதவனா நான்? ஏதோ ஒரு கவிஞனின் தகாத உறவில் பிறந்ததால்தான் நானும் கவிஞனாக இருக்கிறேனா? அபுல் அஹ்லாவின் கவிதையின் உள்ளடக்கம் சொல்லும் பொருள் இவைதானே? குருவின் கடித மடலுக்கு ஆட்சேபணை தெரிவித்த காகானி, அபுல் அஹ்லா இதற்கு மன்னிப்புக் கேட்டாக வேண்டும் என்றார். அவர் அசைந்துகொடுக்கவில்லை. மன்னிப்புக் கேட்க மறுத்ததுடன், தனது மருமகனும் சீடனுமான காகானியைக் கண்டிக்கும் விதமாக, 'ஷிர்வானில் உமது பெயர் தரகன் மகன்; உமக்கு காகானி என்று நாமகரணம் சூட்டிய நான், உமக்கு அறிவு போதித்தேன்; செல்வந்தனாக்கினேன்; என் மகளையும் தந்தேன்' என்று பொருள் தரும் நீண்டதொரு கவிதையை மீண்டும் எழுதினார்.

மாமனாரின் கவிதையை வாசித்துக் கொந்தளித்துப்போன காகானியும் அதற்குப் பதிலடி கவிதை எழுதினார். ஆட்சேபணை தெரிவிக்கும் விதமான தனது பதில் கவிதையில் குருவை அவர் எள்ளி நகையாடி இருந்தார். குருவுக்கும் சீடனுக்குமிடையே கவிதைப் போர் நடந்துகொண்டிருந்த காலகட்டத்தில் அபுல் அஹ்லா, பெரும்பாலான மக்களால் வெறுத்து ஒதுக்கப்பட்ட அஸாசின்களின் குழுவில் இணைந்துகொண்டார். அஸாசின் களின் தலைவரான ஹசன் ஸபாவை அபுல் அஹ்லா பின்பற்றுகிறார் என்ற தகவல் நாடு முழுவதும் பரவியது. ஆயினும், கன்ஜா நகரில் அபுல் அஹ்லாவின் செல்வாக்குக்குப் பங்கம் எதுவும் ஏற்படவில்லை. காகானிக்கு அங்கு பெரிய அளவில் மதிப்பில்லை. ஆகவே, கன்ஜா நகரை விட்டுப் புறப்பட்ட காகானி, ஷிர்வான் ஆட்சியாளரான மினுஸிஹ்ரியின் உதவியுடன் பாக் நகருக்குச் சென்றார். பாக் நகரில் வைத்து, அவர் மினுஸிஹ்ரியைப் புகழ்ந்து கவிதை எழுதினார். இது அவரை மிகுந்த மகிழ்ச்சிக்குள்ளாக்கியது. கவிஞர் காகானிக்கு ஆயிரம் பொற்காசுகள் வழங்கி ஆதரித்தார் மினுஸிஹ்ரி.

ஆட்சியாளருடனான காகானியின் தொடர்பு அவரை ஆபத்தில் கொண்டு போய் சேர்த்தது. காகானி ஒருநாள், தன் கவிதையினூடே மன்னர் மினுஸிஹ்ரியிடம் ஒரு வேண்டுகோள் விடுத்தார். அதன் உள்ளடக்கம் இதுதான்:

என்னைத் தழுவிக்கொள்ள ஒரு போர்வை வேண்டும். அல்லது நான் தழுவிக்கொள்ள ஒரு அடிமைப்பெண் வேண்டும்.

கவிதையை வாசித்த மன்னர் மினுஸிஹ்ரிக்குக் கோபம் வந்தது. அரசனிடம் போய் இப்படியான கோரிக்கையை முன்வைத்த குற்றத்திற்காக ஏற்பட்ட கோபமல்ல அது. தன்னுடைய தயாள குணத்தின்மீதான சந்தேகம்தான் காகானியின் கவிதையின் உள்ளடக்கம் என்பதுதான் அவரது கோபத்துக்குக் காரணம். வெறுமொரு போர்வையோ அல்லது அடிமைப்பெண்ணோ கேட்டு வேண்டுகோள் விடுப்பதா? அதுவும் அரசனிடம்? இந்த இரண்டையுமே அளிக்க என்னால் இயலாதா என்ன? இதை நினைத்து நினைத்து வேதனைப்பட்டார் மன்னர் மினுஸிஹ்ரி. இதில் ஏதாவது ஒன்றை மட்டும் கேட்டு காகானி கோரிக்கை விடுப்பதற்கான காரணம் என்ன? எதுவாயினும் தனது தயாள குணத்தின்மீது சந்தேகம்கொண்டு விட்ட காகானிக்கு பாடம் புகட்டியாக வேண்டும் என்று முடிவு செய்தார் மன்னர். இந்தத் தகவலை காகானிக்கு அறிவிப்பதற்காக ஒரு தூதுவனையும் அனுப்பி வைத்தார்.

மகாகவி காகானியிடம் சென்ற மன்னர் மினுஸிஹ்ரியின் தூதுவன், பிரச்சினை மோசமான கட்டத்தை அடைந்திருப்பதை அவருக்குப் புரிய வைத்தான். உடனே, காகானி ஒரு ஈயைப் பிடித்து அதன் கால்களைத் துண்டித்தார். தொடர்ந்து, கால்களை இழந்த ஈயையும் கூடவே, அரசருக்கு கடிதமும் எழுதி அவரிடம் கொடுத்து விட்டு, இரண்டையும் மன்னரிடம் ஒப்படைத்து விடும் என்று சொல்லி அனுப்பினார்.

காகானியின் கடிதத்தையும் கால்களை இழந்த ஈயையும் அரசரிடம் சமர்ப்பித்தான் தூதுவன். அவர், உறையைக் கிழித்து அதனுள்ளிருந்த கடிதத்தை வாசித்தார். அதில், "நான் 'பே' என்ற எழுத்தை எழுதினேன். ஆனால், குறும்புத்தனம் பிடித்த இந்த ஈ, அந்த எழுத்தின் கீழ்ப்பகுதியிலுள்ள புள்ளியின்மீது வந்து அமர்ந்துகொண்டது. அப்போது, அந்த மை காய்ந்திருக்கவில்லை. புள்ளியின் மீதமர்ந்த அந்த ஈ வெறுமனே இருக்காமல் தனது கால்களால் புள்ளியை அசைத்து வைத்தது. அந்த ஒரு புள்ளி, இரண்டு புள்ளியாகக் கலைந்து 'பே' என்னும் எழுத்து 'யா' என்று மாறிவிட்டது. நான், 'ஒரு போர்வை கூடவே ஒரு அடிமைப் பெண்' என்று எழுதியது, 'ஒரு போர்வை அல்லது ஒரு அடிமைப்பெண் என்று மாறி விட்டது. என்னுடைய கோரிக்கை, போர்வை, அல்லது அடிமைப் பெண் என்பதல்ல. மாறாக, போர்வையும் ஒரு அடிமைப்பெண்ணும்.

அற்ப உயிரினமான ஈ இவ்வளவு தூரம் பொருள் மாறுபாட்டை உருவாக்கும் என்று நான் கனவில்கூட

நினைத்ததில்லை. மிகுந்தத் தயாள குணமும் பரந்த மனமும் படைத்தவருமான தங்களுடைய குணமேன்மையை நான் சந்தேகிப்பதா? அப்படியான எண்ணம் ஒருபோதும் என்னிடம் இருந்ததில்லை. எழுத்தில் அனர்த்தம் உருவாகக் காரணமாக இருந்த அந்த ஈயை நான் தண்டித்து விட்டேன். அதன் கால்களைத் துண்டித்து தங்கள் முன் சமர்ப்பிக்கிறேன்."

கடிதத்தை வாசித்த மன்னர் மினுஸிஹ்ரி வாய்விட்டுச் சிரித்தார். காகானி மீதான அவரது கோபம் அகன்றது. காகானியின் வேடிக்கையான செய்கை மன்னரை மகிழ்ச்சிக்குள்ளாக்கியது. மன்னர் மினுஸிஹ்ரி அதிக காலம் வாழ்ந்திருக்கவில்லை. தொடர்ந்து, அக்திஸான் ஆட்சிப்பொறுப்பை ஏற்றார். அக்திஸானின் அனுமதியுடன் காகானி ஹஜ் யாத்திரைக்குப் புறப்பட்டார். மக்காவுக்குச் சென்று தனது ஹஜ் கடமையை நிறைவேற்றிய அவர், தொடர்ந்து பாக்தாதுக்கும் மோசிலுக்கும் இஸ்ஃபஹானுக்கும் பயணம் சென்றார். இந்நகரங்கள் அனைத்திலும் மகாகவி காகானிக்கு மிகப்பெரும் வரவேற்புகள் அளிக்கப்பட்டன. 'துஹ்ஃபத்துல் இராக்கியீன்' என்னும் மஸ்னவி காவியத்தில் தனது இந்தப் பயண அனுபவங்கள் குறித்து விவரித்துள்ளார் காகானி.

STATUE OF KHAQANI IN KHAQANI PARK, TABRIZ, IRAN.BERTIL VIDET

தான் வாழ்ந்திருந்த காலகட்டத்தில் மகாகவியாக அங்கீகரிக்கப்பட்ட காகானிக்கு பிற்கால வாழ்க்கையில் பல்வேறு கசப்பான அனுபவங்களை எதிர்கொள்ள வேண்டிய தாயிற்று. அவரது சீடர்களில் ஒருவரான முஜீருத்தீன் ஃபைலகானி ஒரு ஹாஸ்ய கவிதை எழுதினார். அதில், இஸ்ஃபஹான் நகரை அவர் ஏளனம் செய்திருந்தார். கவிதையை வாசித்த இஸ்ஃபஹான் மக்கள் கொதித்து எழுந்தனர். சீடரான முஜீருத்தீன் ஃபைலகானியுடன் மட்டுமல்ல, அவரது குருவான காகானியின்மீதும் மக்கள் எதிர்ப்பு உணர்வைக் காட்டினர். இதனால், காகானிக்கு இஸ்ஃபஹானில் வாழ இயலாத சூழ்நிலை உருவானது. இதைத் தொடர்ந்து, இஸ்ஃபஹான் நகரை வாழ்த்தி ஒரு கவிதை எழுதினார் காகானி.

கவிதையை எழுதிமுடித்த பின்னர், இஸ்ஃபஹான் நகரை விட்டு கௌரவமாக வெளியேறுவதாக முடிவு செய்த காகானி, முதலில் குராசானுக்குச் செல்வதாகத் திட்டமிட்டார். அப்போது குராசானின் ஆட்சியாளராக இருந்தவர் சுல்தான் சஞ்சார் ஸெல்ஜுக். சுல்தான் சஞ்சாரை காகானி, 'உலக மகாப் பேரரசர் சுலைமான்' என்று குறிப்பிடுவது வழக்கம். சுல்தான் சஞ்சார் மீதான வாழ்த்துப்பாக்களையும் அவர் இயற்றியிருந்தார்.

குராசானுக்குச் சென்றால் தனக்கு மிகப்பெரிய வரவேற்பு கிடைக்கும் என்பது காகானிக்குத் தெரியும். இருந்தும் அவர் அங்கே செல்ல விரும்பாமல் தனது சொந்த ஊரான ஷிர்வான் நகருக்குச் சென்றார். ஷிர்வானை அடைந்த அவர், அக்திஸானின் அரசவைக் கவிஞராக வாழ்ந்து வந்தார். அப்போது மீண்டும் துரதிருஷ்டம் அவரைத் தேடி வந்தது. அக்திஸான் மன்னருக்கு காகானியுடன் ஏதோ காரணத்தை முன்வைத்து பகைமை உருவானது. அவரைச் சிறையில் அடைக்கும்படி உத்தரவிட்டார் மன்னர். ஷப்ரான் என்னும் கோட்டையில் மகாகவி காகானி சிறை வைக்கப்பட்டார். தனது சிறை வாழ்க்கையின்போதும் அவர் ஓய்ந்திருக்கவில்லை. மனதைத் தொடும்படியான மகா காவியத்தை சிறைக்கூடத்தில் வைத்து இயற்றினார். 'ஹப்ஸியா' என்னும் பெயரிலான இந்தக் கவிதைத் தொகுப்பில் அப்போது வாழ்ந்துகொண்டிருந்த அரசியக் கைதிகள் குறித்து விவரித்திருந்தார்.

அக்காலகட்டத்தில் அரசியல் கைதிகள் தனிமைச் சிறையில் அடைக்கப்பட்டனர். காகானிக்கும் தனிமைச் சிறைதான் விதிக்கப்பட்டது. அவரது கால்களிலும் கைகளிலும் சங்கிலிகள் பிணைக்கப்பட்டன. கால் விலங்கை பெரிய கல்லில் பிணைத்திருந்தனர். கைதிகள் தங்களுக்குள் பேசிக்கொள்வதை உளவறிந்து சொல்வதற்கு ஒற்றர்களும் நியமிக்கப்பட்டிருந்தனர்.

சிறைக்கொட்டடிகளில் வதைபடும் கைதிகள் தங்களுக்குள் பரிமாறிக்கொள்ளும் வார்த்தைகளைக்கூட இந்த உளவாளிகள் மன்னருக்கு அறிவித்து விடுவது வழக்கம். சிறைக்கொட்டடியில் பல்வேறு நரகவேதனைகளை அனுபவித்தும்கூட காகானி சோர்வடையவில்லை. தன்னுடைய வாழ்க்கைச் செலவுகளுக்காக அவர் கவிதைகள் எழுதி வந்தார். சிறைக்கூடத்தில் வைத்து காகானி எழுதிய கவிதைகள், கற்பனை வளத்துடனும் உணர்வுபூர்வமாகவும் அமைந்திருந்தன.

நானே உயர்ந்தவன், ஞானியரில் ஒருவன்
பார்வைக்குப் புலப்படா பூமியில் வாழ்பவன்
புண்ணியம் என் ஜென்ம வாசனை
என் எண்ணக் கதிர்களை
என்செய்யும் போர் ஆயுதங்கள்?
நான் சொற்களின் அரசன் காகானி
மொழிப்பிரயோக நிதிக்குவையில்
நானொரு இரத்தினம்
நூறு குறுநில மன்னர்களின்
உடைமைக்குச் சமம் அது
பூவுலகின் ஏழு திக்கிலும்
என் பாடலுக்கிசைந்த பாடல்
இரண்டினையேனும் இயற்றும் திறமை
யாருக்காவது இருந்தால்
நானொரு காஃபிராகக் கடவது

சிறைக்கூடத்திலிருந்த காகானி எப்படித் தப்பித்தார் என்பது பற்றிய தகவல்கள் எதுவும் வரலாற்றுக் குறிப்புகளில் காணக் கிடைக்கவில்லை. தனது அந்திம காலத்தில் மகனின் பிரிவுத் துயரையும் மனைவியின் பிரிவுத் துயரையும் காகானிக்கு அனுபவிக்க வேண்டியதாயிற்று. மகன் ரஷீதின் பிரிவுத் துயரைத் தாங்கிக்கொள்ள இயலாமல்,

அவனொரு ஞானக்கொழுந்து
குவிந்தவொரு நிதிக்குவை
என் பிரியமுள்ள ரஷீத்.
தாயின் கண்ணின்மணி
தந்தைக்கோர் வழிகாட்டி
என் பிரியமுள்ள ரஷீத்

என்று தொடங்கும் காகானியின் இந்த இரங்கற்பாவில் புத்திர சோகத்தால் பரிதவிக்கும் ஒரு தந்தையின் துயரக் கண்ணீர் கரைகடந்து வழிகிறது.

மனைவியின் பிரிவால் துயருற்ற காகானி:

என் விழிகளில் உலகம்
ஒளியிழந்து போனது
துயரம் மேலிட அதைக் காண்கிறேன்

ஆனந்தக் கொள்கலனாக வாழ்ந்தாய்
உன்னைக் கண்ட உவகையுடன்
மகிழ்ச்சியும் மாண்டுபோனது
இல்வாழ்வில் உயிரூட்டமான
உன் தொடுவுணர்விழந்த
என் துயரத்திற்கு மருந்தற்றுப் போயிற்று
என் சுவாசத் தோழியே உன்
வாசமிகு மூச்சின்றி என்
வாழ்வின் வண்ணம் பொலிவிழந்தது
ஓரே குரலில் குறுகுறுக்கும் புறாக்கள்போல்
உன் பெயர் தவிர வேறெதையும் நான் கூறேன்
உன் மென்கொடி அழகின்றி
புன்னைத் தளிரொத்த குழற்சிகையின்றி
எனக்கொரு மலர் வனமில்லை
நீயில்லாத வானில் நான் ஒளியற்றவன்
உன் எண்ணங்கள் மழைமேகம்போல்
என் மனக்கண்ணாடியில் படிகின்றன
மறுமையில் காணும்வரை
இங்கே எனக்கு ஏது இன்பம்
மறுமணம் செய்துகொள் என்றாய்
நான் கனவிலும் கருதா செயல் அது
நீயின்றி எனக்கொரு இன்பமா
என்னையும் அறியாது அந்த எண்ணம் வந்தால்
ஏகன் மன்னிப்பானாக
காகானியின் மனம் கேட்பதொன்றே
இனியொரு பெண்ணைக் காணாதிருப்பது
என் மனப்பூங்காவில் வசந்தகால வாசம்
துயரமெனும் இலையுதிர் காலம் வருமுன்

தன்னைக் காராக்கிரகத்தில் வைத்து வதைத்த மன்னர் அக்திஸானின் இறப்பை முன் வைத்தும் காகானி ஒரு சோக காவியம் இயற்றினார். சுல்தானின் மரணத்தைத் தொடர்ந்து கவிஞர் ஷிர்வானில் இருந்து தப்ரீசுக்குச் சென்றார். தனது இறுதிக் காலத்தில் அவர் தப்ரீசில்தான் வாழ்ந்து வந்தார். இங்குதான் காகானியின் அன்பு மனைவியை மரணம் அவரிடமிருந்து பிரித்தது. வயோதிக நிலையை அடைந்த காகானியால் மனைவியின் பிரிவுத்துயரைத் தாங்கிக்கொள்ள இயலவில்லை.

தன்னுடைய இதயத்தின் பகுதியாக வைத்து அன்பு காட்டிய மனைவியின் பிரிவு காகானியை மிக மோசமாகத் தளரச் செய்தது. எஞ்சியிருந்த காலத்தை அவர் தப்ரீசில் வாழ்ந்து முடித்தார். கிபி. 1199 இல் பாரசீக மகாகவி காகானி தனது உலக வாழ்க்கையை முடித்துக்கொண்டார்.

அன்வரி

துர்க்கிஸ்தானில் (துர்க்மெனிஸ்தான்) கவாரன் பகுதியிலுள்ள அபீவர்தில் பன்னிரண்டாம் நூற்றாண்டில் பிறந்த பாரசீகத்தின் மகாகவி அன்வரியின் இயற்பெயர்: அவ்ஹாதுத்தீன் அலீ பின் முஹம்மத் கவாரனி. கி.பி. 1127இல் பிறந்த இவர், தூஸ் (ஃபிர்தவ்ஸ், இரான்) நகரில் கல்வி பயின்றார். மாணவப் பருவத்திலேயே பல்வேறு அறிவுத் துறைகளில் திறமை பெற்று விளங்கியவர் அன்வரி.

கணிதம், இயற்பியல், தத்துவம், ஜோதிடம், புவியியல், தர்க்கவியல், சங்கீதம் உட்பட அனைத்துத் துறைசார்ந்த அறிவிலும் ஆழ்ந்த புலமைப் பெற்றவராக விளங்கிய கவிஞர் அன்வரி, தூஸ் நகரில் ஒருநாள் தனது பாடசாலையின் முன்புறத் திண்ணையில் அமர்ந்திருந்தார். அப்போது வீதியில் ஒருவர் குதிரையில் பயணித்துக்கொண்டிருந்தார். ஏராளமான மக்கள் அவரைப் பின்தொடர்ந்து சென்றுகொண்டிருந்தனர். குதிரைமீது அமர்ந் திருப்பவர் ஏதேனும் இனக்குழுத் தலைவராகவோ அரசுப் பிரதிநிதியாகவோ இருக்கக் கூடுமென்று நினைத்த அன்வரி அவரைப் பற்றி விசாரித்தார். அவர் ஒரு கவிஞர் என்று தெரிய வந்ததும் மிகுந்த மகிழ்ச்சி அடைந்தார். கவிஞர்களுக்குக் கிடைக்கும் சமூக மரியாதை அவரை மிகவும் கவர்ந்தது. எதிர்காலத்தில் தானும் கவிஞராக வேண்டும் என்ற ஆசை அன்வரிக்குள் துளிர் விட்டது. கவிதை எழுதுவதில் பல வருடங்கள் பயிற்சி மேற்கொண்ட அவர் பின்னர் எழுத ஆரம்பித்தார்.

கவிதை இயற்றுவதில் நன்கு பயிற்சி பெற்ற அன்வரி ஒருநாள், சுல்தானின் அரண்மனையை இலட்சியமாக்கிப் புறப்பட்டார். அது சுல்தான் சஞ்சார் ஸெல்ஜுக்கின் ஆட்சிக் காலம்.

சஞ்சாரின் தர்பாரில் அப்போது முயிஸி என்பவர் அரசவைக் கவிஞராக இருந்தார். அரசரின் முன்னிலையில் கவிதை பாட நினைக்கும் யாராக இருந்தாலும் முதலில் கவிஞர் முயிஸியிடம் அனுமதி பெற்றாக வேண்டும். மிகவும் தந்திரசாலியான முயிஸியிடம் கவிதை பாடி அவரது அங்கீகாரத்தைப் பெற்ற பின்னர்தான் அரசவைக்குள் அவர்கள் அனுமதிக்கப்படுவார்கள்.

கர்வமும் குயுக்தியும் நிரம்பிய முயிஸி யாரையும் பொருட் படுத்துவதில்லை. தன்னைவிட அதிகக் கவித்திறன் கொண்டவர் யாருமில்லை என்று அகந்தையுடனிருந்த முயிஸி, தன்முன் வருகிற கவிஞர்கள் அனைவரையும் தந்திரமாகத் தோல்வியடையச் செய்து வந்தார்.

கவிதையை முதல்முறை கேட்டால் அப்படியே திருப்பிச் சொல்லும் அபாரமான நினைவாற்றல் பெற்றவர் முயிஸி. இதையே இரண்டுமுறை கேட்டால் திருப்பிச் சொல்லும் நினைவாற்றல் முயிஸியின் மகனுக்கும் இருந்தது. அவரது பணியாள் ஒருவனுக்கும் இதே நினைவாற்றல் இருந்தது. இவன் மூன்று முறை கேட்டால் அப்படியே திருப்பிச் சொல்வான்.

அரசரின்முன் கவிதை பாட வரும் கவிஞர்களைத் தேர்வு செய்து அனுப்பும் பொறுப்பு முயிஸிக்கு இருந்தது. இதற்காக தன்னைக் காண வரும் கவிஞர்களிடம் முயிஸி, கவிதை பாடச் சொல்வார். தான் எழுதிய கவிதையை அக்கவிஞர் மகிழ்ச்சியுடன் பாடி முடிப்பார். உடனே, “இதை நீர் உம்முடைய கவிதை என்றா சொல்கிறீர்?” என்று கேட்டு விட்டு, அதே கவிதையைத் திரும்பச் சொல்வார் முயிஸி. அனுமதிக்காக வந்த கவிஞர் அப்படியே திகைத்துப்போய் நிற்பார். முயிஸி மீண்டும், “இந்தக் கவிதையை எனது மகனும் அறிவான். அவனையும் பாடச் சொல்கிறேன், கேளும்”, என்று சொல்லி விட்டு, அருகில் நிற்கும் தனது மகனிடம் கவிதையைப் பாடச் சொல்வார். இரண்டு முறை கேட்டால் திருப்பிச் சொல்லும் திறன்பெற்ற முயிஸியின் மகன், தந்தையின் உத்தரவின்படி அதைப் பாடி முடிப்பார். மீண்டும் அந்தக் கவிஞரிடம் முயிஸி, “இந்தக் கவிதை உம்முடையது அல்ல என்பதில் இன்னமும் உமக்குச் சந்தேகம் இருந்தால், என்னுடைய பணியாளரிடம் பாடச் சொல்கிறேன், கேளும்”, என்றபடி, அவனை அருகில் அழைத்துப்பாடச் சொல்வார். மூன்றுமுறை கேட்டால் திருப்பிப் பாடும் திறன்பெற்ற அந்தசேவகன், எஜமானனின் உத்தரவுக்கிணங்க அதைப் பாடுவார்.

“கவனித்தீரா கவிராயரே, இனிமேலாவது மற்றவர்களின் கவிதையை உமது கவிதை என்று பிதற்றித் திரிவதை நிறுத்திக்கொள்ளும். அதுதான் உமக்கு நன்மை பயக்கும்”, என்று அந்தக் கவிஞரை ஏகடியம் பேசி வெளியேற்றுவது முயிஸியின் வினோதங்களில் ஒன்று.

இதுபோன்று ஏராளமான கவிஞர்கள் அரசரின்முன் செல்ல அனுமதிக்கப்படாமல் வெளியேற்றப்பட்டனர். தற்செருக்கும் குயுக்தியும்கொண்ட அரவைக் கவிஞரான முயிஸியை அவர்கள் யாராலும் எதுவும் செய்ய இயலவில்லை.

இதை ஏற்கெனவே அறிந்திருந்த அன்வரி, அரசவைக் கவிஞர் முயிஸியை எப்படிப் பணிய வைப்பது என்ற யோசனையில் ஆழ்ந்தார். அழுக்கடைந்த, கந்தல் ஆடைகளுடன் முயிஸியின் கவிதை அரங்குக்குச் சென்ற அன்வரி, பொருளற்ற ஒரு கவிதையை முயிஸியின் முன் பாடிவைத்தார். இதுபோன்ற மோசமான கவிதையை அதைவிட தரமற்ற முறையில் யாராலும் வெளிப்படுத்த இயலாது என்னும் அளவுக்கு இருந்தது அந்தக் கவிதை. இதைப் பாட வந்தவன் படுமூடனாகவே இருக்க வேண்டும் என்ற முடிவுக்கு வந்தார் முயிஸி. கவிதை அரங்குக்கு வருகிற கவிஞர்கள் எவரையும் அரசர் முன் செல்ல தான் அனுமதிப்பதில்லை என்று பரவலாகப் பேசப்பட்டு வருவதை முயிஸியும் அறிவார். தனக்கு ஏற்பட்டிருக்கும் இந்த அவப்பெயரை நீக்கிக்கொள்வதற்குக் கிடைத்த அரியதொரு வாய்ப்பாக இதை அவர் கருதினார். மிக மோசமான இந்தக் கவிஞரை சுல்தானின் அரசவைக்குள் அனுமதிப்பது என்ற முடிவுக்கு வந்தார் முயிஸி.

மறுநாள், அரசவைக்குள் அனுமதிக்கப்பட்டார் அன்வரி. ஆனால், சுல்தான் சஞ்சாரின் ஆஸ்தான கவிஞரான முயிஸி, முந்தைய தினம் பார்த்த தோற்றத்துக்கு எதிர் மாறான தோற்றத்துடன் காணப்பட்டார் அன்றைய அன்வரி. கொலு மண்டபத்துக்கேற்ற ஆடையணிகலன்களுடனும் கவிஞர்களுக்கே உரித்தான கம்பீரத்துடனும் அவைக்குள் நுழைந்திருந்தார் அன்வரி. யாரையும் வசீகரிக்கும் மிடுக்கான தோற்றத்துடன் வந்த அன்வரியை அரசவைக் கவிஞர் முயிஸி மிரட்சியுடன் பார்த்தார்.

அரியணையில் வீற்றிருந்த சுல்தான் சஞ்சார், “எங்கே நீர் எழுதிய கவிதைகளில் ஒன்றைப் பாடும்”, என்று அன்வரியிடம் கேட்டுக்கொண்டார். அன்வரி பாடினார்:

கர் தில்யு தஸ்த் பஹ்ர் யு கான் பாஷது
தில் யு தஸ்த் இ குதாய கான் பாஷது

(அகமெனும் இல் ஆழியை விட மேல்.
ஆம், அது ஏகனாம் இறையுறையும் இல்)

கவிதையைப் பாடத் தொடங்கிய அன்வரி முதல் ஈரடிகளைப் பாடி நிறுத்திவிட்டு, அரசவைக் கவிஞர் முயிஸியிடம், "இப்படித் தொடங்கும் கவிதையைத் தாங்கள் இதற்கு முன் எங்கேனும் கேட்டதுண்டா? ஆம் எனில் அதன் மீதிப் பகுதியைப் பாடவும், இல்லை எனில் இதைப் புதிய கவிதையாக ஏற்றுக்கொள்ளவும் வேண்டுகிறேன்", என்று கேட்டுக் கொண்டார்.

அரசவைக் கவிஞர் செய்வதறியாமல் திகைத்து நின்றார். அதன் மீதிப் பகுதியைப் பாட அனுமதிப்பதையோ இது புதிய கவிதைதான் என்று அங்கீகரிப்பதையோ தவிர முயிஸிக்கு மாற்று வழிகள் இல்லாத நிலையை உருவாக்கினார் அன்வரி

தன்னுடைய கவித்திறனின் முன் மற்றொரு கவிஞர் வாகை சூடுவதை முயிஸியால் தாங்கிக்கொள்ளவே இயலவில்லை. எனினும், அவரால் இதைத் தடுத்து நிறுத்த இயலாத சூழலை உருவாக்கிய அன்வரி, தனது ஈரடிகளைத் தொடர்ந்து, கவிதையைப் பாடினார். அதன் முத்தாய்ப்பாக,

வான்புகழ் வேந்தே, ஈரைந்து ஆண்டாய்
ஏங்கி நின்ற எளியவனின் மனம்,
தகுதிசார் நுண்சபையில் தான்சேரும் அறிவு
எளிய இவன் பெறவில்லை எனினும் நும் வாசற்படி
தான்சேரும் நற்பேறை வேண்டுகின்றேன்

என்று முடித்தார்.

இதைக் கேட்ட சுல்தான் சஞ்சார் பெரும் மகிழ்ச்சியடைந்தார். கவிதை பாடிய அன்வரின் அதரங்கள் சுல்தான் அளித்த நவரத்தினங்களால் மூடின.

சுல்தான் கேட்டார்: "கவிஞரே, எமது அரசவைக் கவிஞராக இருப்பதில் உமக்கு ஏதேனும் ஆட்சேபமுண்டா?"

அன்வரி மெத்தப் பணிவுடன் சொன்னார்: "வேந்தே, தங்களுடைய அண்மையில் வாழ்வதை விடவும் இவ்வுலகில் வேறு நற்பேறொன்று இருப்பதாக நான் கருதவில்லை. தங்கள் தலைவாசல் தவிர வேறெங்கும் நான் செல்வதாக இல்லை."

சுல்தான் சஞ்சார் ஸெல்ஜூக்கின் அரசவையில் ஆஸ்தான கவிஞராக நியமிக்கப்பட்டார் அன்வரி. பெரும் தொகை ஒன்றைச் சிறப்பு ஊதியமாக வழங்கிவந்தார் சுல்தான் சஞ்சார். சுல்தானின் அரசவையில் புகழும் செல்வாக்கும் பெற்றவராக மாறினார் கவிஞர் அன்வரி.

ஆனால், அந்தப் பதவியில் அவரால் நீண்ட காலம் தொடர இயலவில்லை. 1153 இல் சுல்தான் சஞ்சாருக்கும் குஸ் பகுதியிலுள்ள துருக்கியர் படைக்குமிடையே போர் நிகழ்ந்தது. சஞ்சாரின் மேலாண்மையை ஏற்று, ஆண்டொன்றுக்கு நாற்பதாயிரம் ஆடுகளைத் திறையாகச் செலுத்தி ஆட்சி செய்துவந்த குஸ்சின் ஆட்சியாளர் திறை செலுத்துவதை நிறுத்தினார். அவருக்கு எதிராக சுல்தான் சஞ்சார் படைகளை அனுப்பி வைத்தார். போரில் துரதிருஷ்டவசமாக கைது செய்யப்பட்ட சஞ்சார், நான்காண்டு காலம் சிறைக்கைதியாக வாழ்ந்தார். இக்காலகட்டத்தில் குராசானை சுல்தான் சஞ்சாரின் மனைவி சுல்தானா காத்தூன் ஆட்சி செய்து வந்தார். இவரும் அன்வரிக்கு ஆதரவாகவும் உதவியாகவும் இருந்து வந்தார்.

குராசானின் கண்ணீர்

அன்வரியின் கவிதைகள் ஆட்சியாளர்கள்மீதான புகழ்ந்துரையையும் சமூகத்தின்மீதான விமர்சனப் பார்வையையும் அங்கதச் சுவையையும்கொண்டவை. சுல்தான் சஞ்சார் கைது செய்யப்பட்டதில் துயரம்கொண்ட அன்வரி, ஏராளமான கவிதைகள் புனைந்தார். இதில், பாரசீக இலக்கியத்தின் தலை சிறந்த படைப்புகளில் ஒன்றாகக் கருதப்படும் 'குராசானின் கண்ணீர்' என்னும் சோகக்காவியம் மிகவும் முக்கியத்துவம் வாய்ந்தது. இக்கவிதைகள் 1789 இல் ஆங்கிலத்தில் மொழியாக்கம் செய்யப்பட்டன. குராசானின் கண்ணீர் கவிதைகளில், குஸ் வம்சத்தாரின் குரூரங்களும் அவர்கள் செய்த படுபாதகச் செயல்களும் குறித்த சித்திரிப்புகள் பரவலாகக் காணப்படுகின்றன. சுல்தான் சஞ்சாரின் மருமகனும் குராசான் அமீருமான மஹ்த் பின் முஹம்மதின்மீதான வாழ்த்துப்பாடலுடன் 'குராசானின் கண்ணீர்' என்னும் இந்தக் கவிதைத் தொகுப்பு தொடக்கம் பெறுகிறது. அதன் சில வரிகள்:

இரானின் பாழ்பட்ட சமதளப் பகுதிகளில்
அநீதிகள் செலுத்தும் ஆதிக்கத்தை
நீ அறிய மாட்டாய்
கண்ணீர்க் கடலில்
மூழ்கிப்போயினர் மக்கள்
இரானின் புகழையும் சிறப்பையும்
நாடெங்கும் பகிர்ந்தளித்த அதன்
நற்பலன்களையும் அறிவாயா நீ
அன்றைய எச்சங்களுமின்று மிச்சமில்லை.
மானுடகுலம் சிரம்தாழ்த்திய தொழுமிடம்
இன்று கன்றுகாலிகள் தலைசாய்க்கும் தொழுவம்

இன்றைய அதன் இறையில்லங்கள்
மினாராக்களை இழந்த லாயங்கள்.

அநீதியிழைத்த அவர்களுக்கும்கூட அங்கே
ஆதிக்கம் செலுத்த இடமில்லை.
என் சொல்வேன், அய்யகோ!
குராசானின் வீரர்கள் அனைவரும்
மடிந்துபோய்விட்டார்களே!

நான்காண்டுகளுக்குப் பிறகு சுல்தான் சஞ்சார் எப்படியோ சிறையிலிருந்து தப்பியோடி உயிர் பிழைத்தார். பிறகு குறுகிய காலத்தினுள் அவர் இறந்தும் விட்டார்.

சுல்தான் சஞ்சாரைத் தொடர்ந்து ஸெல்ஜூக் வம்சாவளியின் கடைசி அரசரான மூன்றாம் துக்ரல் பெயிக்கின் அரசவையிலும் மகாகவி அன்வரிக்கு இடம் கிடைத்தது. அக்காலகட்டத்தில் அன்வரி, மர்வ் நகரில் வாழ்ந்துவந்தார்.

மர்வ் நகரில் புகழ்பெற்ற ஜோதிட நிபுணர் என்னும் பெருமையும் அன்வரிக்கு இருந்தது. இக்காலகட்டத்தில் பருவநிலை தொடர்பாக அன்வரி நடத்திய தீர்க்க தரிசனம் மக்களைத் திகைக்கவைத்தது. அந்த ஆண்டில் ஒருநாளிரவு பயங்கரமான கொடுங்காற்று வீசும் என்றும் நகரிலுள்ள கட்டடங்களும் மரங்களும் நிலைகுலைந்து வீழ்ந்து தரைமட்டமாகும் என்றும் அவர் அறிவித்தார். அந்தக் கொடுங்காற்று வீசும் நாளை அவர் குறிப்பாகவும் கணித்துச் சொன்னார். மக்களைப் பீதியிலாழ்த்திய அந் நாளிரவு வந்தது. மக்கள் ஏற்கெனவே தயார் செய்யப்பட்ட பதுங்குக் குழிகளுக்குள் சென்று ஒளிந்துகொண்டனர். எங்கு பார்த்தாலும் அச்சமூட்டும் சூழல். மக்கள் மூச்சை அடக்கிப் பிடித்தபடி அன்றிரவைக் கழித்தனர். பதுங்குக் குழிகளுக்குள் கிடந்தபடியே வரவிருக்கும் பேரிடரை எதிர்கொள்வதற்காக அவர்கள் காதுகளைக் கூர்மையாக்கிக் காத்திருந்தனர். சூழலில் எழும் சிறு சலசலப்புக்கூட அவர்களைப் பயமுறுத்தியது. ஆனால், எதுவும் நிகழவில்லை. அந்நாளிரவு வழக்கம்போல் கடந்துபோனது. மரங்களிலுள்ள சிறு இலைகள் கூட அசையவில்லை என்கிறது வரலாறு. மினாராக்களில் தொங்கிக் கிடந்தவிளக்குகள்கூட அசையவில்லை. பதுங்குக் குழிகளுக்குள் ஒளிந்திருந்த மக்கள் வெப்பம் தாங்காமல் புழுங்கினர்.

அச்சமூட்டிய அவ்விரவு விடிந்தது. மக்கள் பதுங்குக் குழிகளுக்குள்ளிருந்து வெளியே வந்தனர். எதுவும் நடக்கவில்லை. கட்டடங்களும் விருட்சாதிகளும் அசைவற்று நிற்கின்றன. அன்வரியின் தீர்க்கதரிசனம் அடிப்படையற்றது என்று நிரூபணமாயிற்று.

காலையில் அன்வரியைத் தனது அரசவைக்கு வரவழைத்த மன்னர் துக்ரல் பெயிக், தனது கற்பனையில் உருவான

எண்ணத்தை இப்படி தீர்க்கதரிசனமாக அறிவித்தமைக்காக அன்வரியை வன்மையாகக் கண்டித்தார். ஆனால், அன்வரி விட்டுக் கொடுக்கவில்லை. இந்த ஆண்டு முடிவதற்குள் தமது தீர்க்கதரிசனம் கண்டிப்பாகப் பலிக்கும் என்றார். நிச்சயமாக இந்த ஆண்டுக்குள் கொடுங்காற்று ஒன்று வீசியடிக்கும் என்று உறுதிபடத் தெரிவித்தார் அன்வரி. ஆனால், அந்த ஆண்டிலும் அப்படியான எந்தக் காற்றும் மர்வ் நகரில் வீசவில்லை. களத்துமேட்டில் பதர் நீக்குவதற்கான காற்றுகூட வீசவில்லையாம்.

அந்த வருடம் முடிவடையும்போது மர்வ் நகரில் இனி தமக்கு மரியாதை இருக்காது என்பதைப் புரிந்துகொண்ட அன்வரி, நிஷாப்பூருக்குப் புறப்பட்டார்.

கற்பனையில் உருவான தீர்க்கதரிசனம் பலிக்கவில்லை என்னும் நிலையில் அன்வரியின் புகழுக்குச் சிறிது களங்கம் ஏற்பட்டது உண்மைதான். எனினும், பாரசீக இலக்கியத்துக்கு அபூர்வமான பங்களிப்புகளை நல்கிய மாபெரும் கவிஞர் அன்வரி. அரசர்களைப் புகழ்ந்து பாடிய அவர், பாரசீக சோகக் காவியத்தின் முடிசூடா மன்னராக அறியப்படுகிறார். புகழ்பெற்ற பாரசீகப் பொன்மொழிகளிலிருந்தும் இதைப் புரிந்து கொள்ள முடியும்.

படைப்புலகின் இரத்தினங்கள் மூன்று:
காவியம் எனில் ஃபிர்தவ்ஸி
கஜல் எனில் ஷேக் ஸஅதி
கஸீதா எனில் அன்வரி

மகாகவி அன்வரி, நிஷாப்பூரில் வாழ்ந்த காலத்தில் அங்கே ஆட்சி புரிந்துகொண்டிருந்த கோரி வம்சாவளியைச் சேர்ந்த மாமன்னர் அலாவுத்தீன், அரசவைக்கு வந்து தன்னைச் சந்திக்கும்படி அன்வரிக்குக் கடிதம் மூலம் தகவல் அனுப்பினார். முன்பு, அன்வரி தன்னைப் பற்றி எழுதிய ஹாஸ்ய கவிதையை மனதில் வைத்துதான் மாமன்னர் அலாவுத்தீன் இந்த உத்தரவைப் பிறப்பித்தார். அலாவுத்தீன் மிகவும் கவனமாகவே காய் நகர்த்தினார். அப்போது, அலாவுத்தீனின் அரசவைக் கவிஞராக இருந்தவர் காலித் பின் அர்ராபி. இவர் மகாகவி அன்வரின் நெருங்கிய நண்பர். தனது நண்பரின் உயிரைக் காப்பாற்ற வேண்டிய பொறுப்பு கவிஞர் காலித்துக்கு இருந்தது. இதை மன்னர் அறிந்தால் தனது உயிருக்கும் ஆபத்து ஏற்பட்டு விடக்கூடும். ஆகவே, இந்தத் தகவலைப் பூடகமாக உள்ளடக்கிய கவிதையை எழுதிய அவர் அதை அன்வரிக்கு அனுப்பி வைத்தார்.

உரக்கக் கேட்கிறது சிம்மக்குரல்
உனக்கெதிராக உலகம்

உன்னித்துக் கவனி; விழிப்புடனிரு
எனது மென்நகையில்
கண் துயிலட்டும் உன் பாவங்கள்
எனது சொற்களில் சிரிப்பு உதிரும்
எனது அறிபொருளில் விழிநீர் வடியும்
அண்ட வெளியில் நறுமணம் கமழும்
அகமதில் வீசுவது முடைநாற்றம்தான்
அகிலம் விஷம் கலந்த தேன்தான்.

கவிதையை வாசித்து அதனுள்ளிருந்த பூடகச் சொற்களைப் புரிந்துகொண்ட மகாகவி அன்வரி, மாமன்னர் அலாவுத்தீனைக் காண்பதற்குச் செல்லவில்லை. கவிஞரை அழைத்து வரும்படி உத்தரவிட்டுத் தூதனை அனுப்பிவைத்தார் அலாவுத்தீன். இருந்தும் அன்வரி அரசவைக்குச் செல்ல மறுத்தார். மாமன்னர் தனது அணுகுமுறையை மாற்றினார். நிஷாப்பூரில் அன்வரி தங்கியிருந்த வீட்டின் உரிமையாளனை வரவழைத்து அன்வரியைத் தன்முன் அழைத்துக்கொண்டுவர வேண்டுமென்று உத்தரவிட்டார். அன்வரியை அரசவைக்குக் கொண்டுவந்து சேர்க்கும் வீட்டின் உரிமையாளர் மாலுக் தூதிக்கு ஆயிரம் ஆடுகள் அன்பளிப்பு வழங்குவதாகவும் ஆசை காட்டினார் மாமன்னர். மாலுக் தூதி தன்னுடைய விருந்தினரைக் காட்டிக்கொடுக்க விரும்பவில்லை.

மகாகவி அன்வரி நிஷாப்பூரிலிருந்து புறப்பட்டு பல்க் நகருக்குச் சென்றார். பல்க்கில் நிம்மதியாக வாழ இயலுமென்று கருதிய மகாகவி அன்வரியை அங்கும் துரதிர்ஷ்டம்தான் வரவேற்றது.

பல்க், மர்வ், நிஷாப்பூர், ஹர்ராத் ஆகிய நான்கு முக்கிய நகரங்களும் அன்று குராசான் மாகாணத்துக்கு உட்பட்ட பகுதிகளாக இருந்தன. இந்நான்கு நகரங்களையும் கேலி செய்கிற ஒரு கவிதை அக்காலகட்டத்தில் எழுதப்பட்டிருந்தது. இதை, சௌஸானி என்பவரின் தூண்டுதலின்படி ஃபுதூஹி என்னும் கவிஞர் எழுதியிருந்தார். இதில் அவர், பல்க் நகரை மிக மோசமாகச் சித்திரித்து இருந்தார். “பல்க், தாண்டுகாலிகளும் கன்று காலிகளும் வசிக்கும் நகரம். அறிவுள்ளவர் யாரும் அங்கில்லை”, என்பதுதான் அந்தக் கவிதை வரிகளின் உள்ளடக்கம். குறிப்பிட்ட இந்தக் கவிதையை எழுதியவர் அன்வரி என்று சௌஸானியும் ஃபுதூஹியும் பிரச்சாரம் செய்தனர். பல்க் நகர மக்கள் கொந்தளித்தனர். அவர்கள் அன்வரியைப் பிடித்து பெண் வேடம் அணிவித்து நகர்வலம் செய்வித்தனர்; அவர்மீது கல்லெறிந்தனர். அன்வரியின் நண்பர்களான காதி ஹமீதுத்தீன், முஃப்தி ஸைஃபுத்தீன் போன்ற தலைவர்கள் தலையிட்டு மகாகவி அன்வரியை மக்களிடமிருந்து காப்பாற்றினர்.

தனது வாழ்க்கையின் அந்திமக் கட்டத்தில் தளர்வாத நோயால் பாதிக்கப்பட்ட அன்வரி, மிகுந்த வேதனைகளை அனுபவித்தார். வெறுமையும் இயலாமையும் அவரைப் பீடித்துக்கொண்டன. மாபெரும் கலைஞர்களின் யாசக விதியும் அன்வரிக்கு உதவியாக இல்லை. இனி, அவசியத் தேவைகளை நிறைவேற்றுவதற்காகக் கவிதை இயற்றுவது என்று முடிவுக்கு வந்த அன்வரி, காவிய ரசனையே கூடாது என்று கூறும் அளவுக்குச் சென்றார்.

அன்வரி, கவிதை என்றால் என்ன
துராசை என்றால் என்ன ?
முதலில் அறியாக் குழந்தை; பிறகு, ஞானத்தந்தை.
சேவல்போல் உனக்கிருப்பது (ஞான) கொண்டை
உனக்கேன் (காவிய) முட்டையிடும் ஆசை ?

என்று தன்னைத் தானே கேலி செய்யும் அளவுக்கு விரக்தியுற்றார் அன்வரி.

கவிதை இயற்றத் தொடங்கிய காலகட்டத்தில் அரண்மனைக் கவிஞராக விரும்பிய அன்வரி, வாழ்க்கையின் இறுதிக் கட்டத்தில் விரக்தியுற்ற நிலையில் வாழ்ந்தார். தத்துவ ஞானத்தில் ஆர்வமுள்ளவராக இருந்தும் மன்னர்களைப் புகழ்ந்து ஏராளமான கவிதைகளை இயற்றிய அன்வரி, பிற்காலத்தில் இதனை மிகமோசமான செயலாகக் கருதினார்.

ஓலக்க மண்டபத்தில் உதைபடுவதும்
அடிதாழ்ந்து உடன்படுவதும் நிகழ்வாகிப் போயின
நவபாவனைகளை நெய்தெடுக்கும் யாதனையுடன்
யாப்பிலும் யாப்பறுத்தும் வேந்தனைத் துதித்ததென் நாவு.

என்று நொந்துபாடிய மகாகவி அன்வரி தத்துவச் சிந்தனையாளரும் அறிவியல் அறிஞரும் மருத்துவ உலகின் முன்னோடியுமான அபூ அலி அல் ஹுஸைன் பின் அப்துல்லாஹ் இப்னு ஸீனாவினால் மிகவும் கவரப்பட்டிருந்தார். சில கவிதை வரிகளினூடே தனது உள்ளக்கிடக்கையை வெளிப்படுத்திய அன்வரி,

‘ஏகனே என் இறைவா, தத்துவச் சிந்தையிலென்
அகம் நேடிய அனுபவங்கள் எண்ணிறந்தவை
கவிதை இயற்றும் தொழிலில் எல்லாமே கைசேதம்’

என்று சோகத்துடன் பாடி வைத்தார்.

வேந்தர்களைத் துதிபாடுகிற கவிதை வாழ்க்கையைக் கைவிட்ட அன்வரி ஞான மார்க்கத்தில் பிரவேசித்தார். அக்காலகட்டத்தில் அவரை அரண்மனைக்கு வரும்படி மீண்டும் அழைப்பு விடுத்தார் ஸெல்ஜூக் மாமன்னர். ஆனால், அவர் செல்ல மறுத்ததுடன், அழைப்புக்குப் பதிலாக கவிதை எழுதி

அனுப்பிவைத்தார். இந்தக் கவிதைதான் அன்வரியின் கடைசிக் கவிதை என்றும் சொல்லப்படுகிறது.

நானொரு குடிலில் வாழ்கிறேன்
ஆயினும், அமைதியுடன் வாழ்கிறேன்
நிம்மதியாக நித்திரைகொள்ள முடிகிறது என்னால்
கோவேந்தர் உரிமை கோரும்
பெரும் பேறுகள் அனைத்தும்
இங்கு எனக்கே உரியவை
எனது சிறப்புக்கு இருக்கை அளித்து
இலட்சியமாக நின்றவர்களென்
வழியை அடைந்துகொண்டனர் விலகி நின்று
என் நாவினி வேந்தனின் சொல்லுக்கு
விடை சொல்லாது
என் ஒவ்வொரு சிறு குடிலும்
வாழ்வியல் வழியும் சொல்லும்
எனக்கான விடைகளை

ஆடம்பர வாழ்க்கையை மேற்கொண்டிருந்த அன்வரி, தனது புகழ்பெற்ற கஸீதாக்களினூடே பாரசீக மகாகவிகளின் பட்டியலில் இடம்பிடித்தார். மாமன்னர்கள் மீது வாழ்த்துப் பாக்களைப் பாடி அவர்களின் அண்மையில் இடம் பிடித்தவர் என்றும் கூடவே, குடிப்பழக்கத்துக்கு ஆட்பட்டவர் என்றும் அன்வரிக்கு எதிராகவும் சில விமர்சனங்கள் எழுந்ததுண்டு.

அன்வரியின் பிறந்த தேதியும் இறந்த தேதியும் தெளிவாக அறியப்படவில்லை. எனினும், ஏற்புடைய சில வரலாற்றுக் குறிப்புகளின்படி கிபி. 1127இல் இன்றைய துர்க்மெனிஸ்தானில் பிறந்த பாரசீக மகாகவி அன்வரி, குராசான் மாகாணத்தில் பல்க் நகரில் கிபி. 1189இல் மரணமடைந்தார்.

நிஸாமி கன்ஜவி

மௌலானா ஜலாலுத்தீன் ரூமிபோல் பாரசீகர்களையும் துருக்கியர்களையும் மிகவும் கவர்ந்தவர் மகாகவி நிஸாமி.

நிஸாமியைப் பற்றி காஜா ஹாஃபிஸ் ஸீராஸி குறிப்பிடும்போது, "நிஸாமியின் பாடல்களுக்கு இணையாகச் சொல்ல வானப்பரப்பின்கீழ் ஏதொன்றுமில்லை", என்கிறார். யாருடைய சாயலும் இல்லாமல் பாரசீகக் கவிதை உலகில் தனக்கென தனிவழியைக் கண்டடைந்து அதில் வெற்றிகரமாகப் பயணித்து முத்திரை பதித்தவர் நிஸாமி. மகாகவி நூருத்தீன் அப்துர் ரஹ்மான் ஜாமி, மகாகவி இஸ்மத் குஸ்ரு, முஹம்மத் அவ்ஃபி, காஸி நிஷாப்பூரி, தவ்லத் ஷா, லுத்ஃப் அலி பெய்க் போன்ற பாரசீக இலக்கிய மேதைகள் பாரசீகக் கவிதை உலகில் மகாகவி நிஸாமியின் தவிர்க்க இயலாத பங்களிப்பை உறுதிப்படுத்தியுள்ளனர்.

காதலுணர்வு நிரம்பி நிற்கும் வரிகளை மஸ்னவி களாகப் பாடிய புகழ்பெற்ற மகாகவி நிஸாமியின் கவிதைகள் பாரசீகத்தில் மட்டுமல்ல, துருக்கியிலும் பெரும் புகழ் பெற்றவை. தென்னிந்தியாவில், புகழ்பெற்ற மாப்பிளா பாடல்களை இயற்றியவரும் கேரளத்தின் மகாகவியுமான மோயின்குட்டி வைத்தியர் தனது 'பதருல் முனீர் ஹுஸ்னுல் ஜமால்' என்னும் காதல் காவியத்தை இயற்றுவதற்கான தூண்டுதலை நிஸாமியின் காதல் கவிதைகள் அளித்த தாக அதன் முன்னுரையில் குறிப்பிட்டுள்ளார்.

இல்யாஸ் அபூமுஹம்மத் நிஸாமுத்தீன் என்னும் இயற்பெயர்கொண்ட நிஸாமி, கிபி. 1141 இல் அஸர்பைஜானில் கன்ஜா நகரில் பிறந்தார்.

இவரது தந்தையார், யூசுஃப் பின் ஸகீ முஅய்யத். நிஸாமுத்தீன் சிறுவயதிலேயே தந்தையை இழந்தவர். பிற்காலத்தில் இயற்றிய ஒரு கவிதையில் தனது தந்தையின் மரணத்தைப் பற்றிக் குறிப்பிட்ட நிஸாமி,

> எம் குல மூதாதைபோல்
> எந்தை யூசுஃப் பின் ஸகீயும்
> இறந்துபட்டார் இளவயதில்
> விதியுடன் போரிட யாரால் இயலும்
> கோரிக்கை ஏதும் அதன்முன் செல்லா
> இறக்காத தந்தையென்று யாருமில்லை
> முன்னோரிடம் சென்ற தந்தையின்
> உருவை அகற்றி விட்டேன், மனத்தை விட்டு
> கைப்போ இனிப்போ
> விதி செய்யும் யாதாயினும்
> இயன்றதெல்லாம்
> பணிந்து போவதுதான்

நிஸாமுத்தீனின் தாயார் ரெய்ஸா, குர்து உயர்குடும்பத்தில் பிறந்தவர். நிஸாமுத்தீனின் சிறுவயதிலேயே தாயும் மரணமடைந்தார். நிஸாமுத்தீனின் சகோதரர் கீவாமி முதர்ரஸியும் புகழ்பெற்ற கவிஞராகத் திகழ்ந்தார்.

நிஸாமி மூன்று முறை திருமணம் செய்துகொண்டதாகச் சொல்லப்படுகிறது. ஆனால், அவருக்கு முஹம்மத் என்னும் பெயருடைய ஒரே ஒரு மகன்தான் இருந்தார். இவர், கி.பி. 1174 – 75இல் பிறந்ததாகக் குறிப்புகள் உள்ளன.

நிஸாமியின் வாழ்க்கை பற்றிய விரிவான குறிப்புகள் இல்லை. கிடைத்த தகவல்களின்படி பேரறிஞர்களின் நட்பும் அவர்களது ஆதரவும் நிஸாமிக்குக் கிடைத்திருந்தன. அவர் உயர்நிலையை அடைவதற்கும் இதுவே காரணமாக அமைந்திருக்கும். ஷேக் அபுல்ஃபரஸ் ஸஜ்ஜானியை நிஸாமி ஆன்மிகக் குருவாக ஏற்றிருந்தார் என்பதற்கான சான்றுகள் உள்ளன. ஸஜ்ஜானியின் குரு, புகழ்பெற்ற அறிஞரான ஷேக் ஃபாரூக் ரைகானி. சிறுவயதிலேயே அனாதையான நிஸாமியின் பால்யகால வாழ்க்கையும் கல்வியும் குறித்து வரலாற்றாசிரியர்களால் சுருங்கிய அளவில்தான் சொல்ல முடிந்தது.

பாரசீகத்தின் ஏனைய கவிஞர்கள்போல் துதி பாடகராக இருப்பதில் நிஸாமுத்தீனுக்கு விருப்பமில்லை. பேரரசர்களையோ அவர்களது இளவல்களையோ தலைமை அமைச்சர்களையோ புகழ்ந்தோதவோ அவர்கள்மீதான வாழ்த்துப்பாக்களை இயற்றவோ செய்யாத காரணத்தால் அரசவைக் குறிப்புகளில் நிஸாமுத்தீனின் பெயர் இடம் பெறவில்லை. இதற்கு, அன்றைய கலாச்சாரக் காவலர்களும் வரலாறுகளைப் பதிவு

செய்பவர்களாகவும் இருந்த அரசவையின் துதிபாடகர்கள்தான் காரணம் என்பது வரலாற்றாசிரியர்களின் முடிவு. மகாகவி நிஸாமியின் முழுமையான வாழ்க்கைக் குறிப்புகள் கிடைக்காமல் போனதற்கு இதுவே உண்மைக் காரணமாக இருக்கும்.

ராஜ தர்பார்களைச் சென்று பார்வையிடவும் விரும்பாத நிஸாமி, அரசவைக் கவிஞர் பதவியைப் பொருட்டாகவே மதிக்கவில்லை. மட்டுமல்ல, அக்காலகட்டத்தில் வாழ்ந்த அரசவைக் கவிஞர்களின் பகல் வேடத்தை அவர் இகழ்வாகக் கருதினார். அரசவைக் கவிஞராக இருந்தால் மட்டுமே மக்களால் போற்றப்படுவார்கள் என்ற நம்பிக்கையையும் அவர் ஏற்றுக்கொள்ளவில்லை.

'மக்ஸனுல் அஸ்ரார்' (இரகசியங்களின் பொக்கிஷம்) என்னும் தன்னுடைய முதல் படைப்பில் நிஸாமி எழுதுகிறார்:

போற்றுதற்குரிய தனது கலையை
உயரிய நாணயம் வேண்டி உரிமைமாற்றம் செய்வோர்
அகமற்றோர் அன்றோ அந்நாணயம்போல்
உள்ளுணர்வுகளின் பேரெழுச்சியால்
உருகியோடும் எண்ணங்களை
தங்கம் கேட்டுத் தராசில் வைப்போர்
பெறுதற்கரிய இரத்தினங்களைக் கொடுத்து
வெறும் கற்களைப் பெறுவோராவர்
பாண்டித்தியம் குறித்து பெருமிதம்கொள்ளும்
இவர்கள்தாம் பாமரர்களும் கீழோர்களும்
இன்று இவர்களை அழகுபடுத்துவது
ஆணிப்பொன்முடியாகவும்
நாளை இவர்களைத் தலைகுனியச் செய்வது
இரும்புச் சங்கிலியாகவும் இருக்கும்

அரசவைக் கவிஞர்களின் பகட்டான வாழ்வியல் முறையை வெறுத்தாலும் செயலற்றவராக இருப்பதை நிஸாமி விரும்பவில்லை. எளிய மனிதனாக வாழ்வதில் கவனம் செலுத்தியதுடன் இலக்கியம் படைப்பதில் மட்டும் ஈடுபட்டார். பாரசீகத்தின் பிற கவிஞர்கள்போல் ஒழுங்கீனமான வாழ்க்கையை மேற்கொள்ளவில்லை. அதற்காக, துறவு வாழ்க்கையும் மேற்கொள்ளவில்லை. நிஸாமியைப் பொறுத்தவரைக்கும் பிந்தைய கால வரலாறு எந்தக் கட்டுக்கதைகளையும் புனைய இயலாதபடி சீரான வாழ்க்கையை மேற்கொண்டார். தார்மிகம் சார்ந்து மிகச்சிறந்த வாழ்வியல் பாதையைத் தேர்வு செய்தார். தங்களைப் பொருட்படுத்தாமலும் புகழ்ந்து பாடாமலும் வாழ்ந்து வந்தாலும் அரசர்களும் அதிகாரப் பீடங்களும் நிஸாமியிடம் ஆதரவு காட்டி மரியாதையுடன் நடந்துகொண்டன. தனது 'மக்ஸனுல் அஸ்ரா'ரில் செயலற்ற நிலையும் சுய தம்பட்டமும் குறித்து நிஸாமி எழுதுகிறார்:

புல் புல் பறவையும் ராஜாளியும்

ஒரு பூவனத்தில் ரோஜா மலர்ந்தது
அந்நேரமொரு புல்புல், ராஜாளியிடம்
மோனித்திருக்கும் நீ
புள்ளினத்தில் மேலானதெப்படி ?
மூடிய அலகுகளாலுன் மூச்சை இழுக்கிறாய்
யாருடனும் நீ இன்மொழி பகர்வதில்லை
உன் சயனமோ பஞ்சணைய மெத்தையில்
உன் அசனமோ இனிய நாரையின் தளிரிதயம்
இமைப்பொழுதில் நான்
மாயவித்தைபோல்
பல நூறு இரத்தினங்களை
அள்ளி விதைக்கிறேன் என் கையிலிருந்து
இருந்தும் தவிக்கிறேனே ஏன்
பூச்சிப் புழுக்களுக்கு வழியின்றி
முள்முனையில் துயில்கிறேனே ஏன் ?

ராஜாளி சொன்னது:

சற்றே செவிசாய்த்துக் கேள்
என் மோனம் கண்டு மவுனம் பயில்
பணி பல அறிந்த நான்
பல நூறு செய்கிறேன் ஆயினும்
பறைசாற்றுவதில்லை பலரிடமும்
நற்பேறால் வஞ்சிக்கப்பட்ட நீ
ஏதொன்றும் செய்வதில்லை
ஆயினும் பறைசாற்றுகிறாய்
பல்லாயிரம் செய்வதாக
வேடுவர் குலத்தில் நான் கூர்மதி கொண்டவன்
ஆகவே, இனிய நாரையின் இதயப் பகுதியும்
பஞ்சணையப் படுக்கையும் பெறுகிறேன்
சர்வ காலமும் நாவசைக்கும் உனக்கு
கூர்முட்களும் பூச்சிப்புழுக்களும்

துதி பாடல்கள் ஒன்றுகூட எழுதாத நிஸாமி, தனது படைப்புகளின் பெரும் அளவையும் பல்வேறு அரசர்களுக்கும் பாதுஷாக்களுக்கும் தான் சமர்ப்பித்தார் என்பது வரலாற்றாசிரியர்கள் குறிப்பிடும் மற்றொரு உண்மை.

நிஸாமி தனது புகழ்பெற்ற படைப்பான 'மக்ஸனுல் அஸ்ரா'ரை அஸர்பைஜான் மன்னரான இல்திகிசுக்கும், 'குஸ்ரு – ஷிரின்' என்னும் படைப்பை மகன்களான முஹம்மதுக்கும், காஸில் அர்ஸலானுக்கும், செல்ஜூக் வம்சத்தின் கடைசி அரசரான துக்ரல் பின் அர்ஸலானுக்கும், 'லைலா – மஜ்னு' என்னும் காதல் காவியத்தை ஷிர்வான் மன்னரான அக்திஸான் மினுஸிஹ்ரிக்கும், 'ஸிக்கந்தர் நாமா' வை முதலில் மோசில் மன்னர் அத்தபெக் இஸ்ஸூத்தீன் மஸூதுக்கும், பிறகு அஸர்பைஜான்

KHUSRAU STAND ON EITHER SIDE OF THE CANAL BUILT TO SUPPLY SHIRIN WITH THE MILK OF GOATS AND COWS. TAKEN FROM THE KHAMSEH OF NIZAMI

மன்னர் நஸ்ருத்தீன் அபூபக்ருவுக்கும் சமர்ப்பித்தார். 'ஹஃப்தே பைகார்' என்னும் படைப்பையும் நஸ்ருத்தீன் அபூபக்ருவுக்கே சமர்ப்பித்தார். இந்த ஐந்து படைப்புகளும்தான் நிஸாமியின் ஐம்பெரும் காப்பியங்கள் எனப் பொருள்படும் 'கம்ஸா' என்று குறிப்பிடப்படுகிறது. இந்த ஐந்து மகாகாவியங்கள் மட்டுமே நிஸாமி இயற்றியுள்ளார் என்று வரலாற்றாசிரியர்கள் குறிப்பிடுகின்றனர். ஆனால், வேறு பல கவிதைகளும் பாடல்களும் இயற்றியுள்ளதாக பாரசீக இலக்கிய ஆய்வாளர்கள் கருதுகின்றனர்.

இந்த ஐம்பெரும் காப்பியங்களில் நிஸாமி முதலில் இயற்றியது 'மக்ஸனுல் அஸ்ரார்' (இரகசியங்களின் பொக்கிஷம்) தான். அவரது மிகச் சிறிய படைப்பும் இதுதான். மாபெரும் உண்மைகள் பொதிந்த இந்நூலை நிஸாமியின் மிகச் சிறந்த படைப்பாகவே குறிப்பிடலாம். ஞான மார்க்கத்தை நோக்கிய நிஸாமியின் பயணத்தின் உட்கூறுகள், இந்தப் படைப்பை மிக உன்னதமாகவும் மனதை மயங்கச் செய்யும் படைப்பாகவும் மாற்றுகிறது. இறை ஞானியான மகாகவி ஹகீம் ஸனாயியின் 'ஹதீகா' என்னும் ஸூஃபிய காவியத்தை விஞ்சுவதுபோல் எழுதிய இப்படைப்பில் ஏராளமான நீதிபோதனைகளும் இறையியல் சார்ந்த அகத்தூண்டுதல்களும் உள்ளன. 120 விளக்கவுரைகளில் இறையியல் தொடர்பான இந்த தூண்டுதல்கள் அடங்கியுள்ளன.

'மக்ஸனுல் அஸ்ரா'ரின் சிறப்பு, நிச்சலன நிலைக்கு எதிரான ஆன்மாவின் ஓலங்கள்தாம்.

அறிநிலை உன்னைக் குறி வைக்கும்போது
நீ குறி வைக்காதே
குதிரையாய் இருக்கும்போது
கசையைக் கையாளாதே
சோம்பலைக் களை
அகக்கதவுகளைத் தகர்த்தெறி
பொறியைக் கொல்லும் உறவைக் கைவிடு
உன் மனம் அறியும் அதன் வழியை
உன் மனத்தை நீ அறிவாயா ?

ஏகாந்த நிலையையும் செயலற்ற தன்மையையும் கைவிடக் கோரும் வேறு பல ஈரடிகளையும் நிஸாமி எழுதியுள்ளார். குஸ்ரு – ஷிரின் என்னும் அவரது இரண்டாவது படைப்பின் தொடக்கத்திலும் நிச்சலன நிலை பற்றிய குறிப்புகள் உள்ளன. எந்தச் செயல்பாடுமின்றி விச்ராந்தியாக இருக்கும் ஆன்மிக மனநிலை குறித்தும் எழுதிய நிஸாமி தனது கவிதை ஒன்றில் குறிப்பிடுகிறார்:

ஆகவே, நான் வாழாவிருக்கிறேன்,
உலகோருக்கென் முதுகு காட்டி
துண்டு ரொட்டியில் உயிர் தரிக்கிறேன்
புதையல் காக்கும் சர்ப்பம்போல்
இராப்பொழுதில்
இமை துஞ்சாமல் கவிதை இயற்றுகிறேன்
பகல் பொழுதில்
தாழிட்ட வீட்டினுள் அடை காக்கிறேன்
குறுங்கூட்டில் வாழும் தேனீக்கள்
இன்னமுதைச் சேகரிப்பதுபோல்
உழைக்கிறேன் நானும்

நிஸாமி நேரியதும் நெறிசார்ந்ததுமான வாழ்க்கையை அமைத்துக் கொண்டவர் என்பதை அவரது பாடல்களில் இருந்தும் புரிந்து கொள்ள இயலும். அவரது வாழ்வியல் குறித்த தகவல்கள் அதிகமாக இல்லை எனினும் உன்னதமான படைப்புகளினூடே தெரிய வரும் நிஸாமி, இஸ்லாமியப் பண்பாடுகளுக்கு ஏற்ற நிலையில் வாழ்க்கையையும் சிந்தனை களையும் அமைத்துக்கொண்டவர். தார்மீக நெறி சார்ந்து முன்மாதிரியாக வாழ்ந்த நிஸாமியின்மீது எந்த ஆய்வாளர்களும் குற்றம் கண்டு பிடிக்கவில்லை.

வாழ்க்கையில் ஒரு முறைகூட மதுவருந்தாத மகாகவி நிஸாமிக்கு மதுவைக் குறித்து கண்டிப்புடனான தத்துவப் பார்வை இருந்தது. இரசனையைத் தூண்டுவது என்னும் பெயரில் மதுப்பழக்கத்திற்கு அடிமையான ஏராளமான கவிஞர்கள் பாரசீகத்தில் வாழ்ந்து வந்தனர். மதுப்பழக்கம் இருந்த ஒரே காரணத்திற்காக அவதூறுக்குள்ளான கவிஞர்கள் அனேகம் பேர்.

NIZAMIMUSEUM OF AZERBAIJANI LITERATURE IN BAKU,AZERBAIJAN

ஆன்மிக ஞானிகளாகத் திகழ்ந்த ஷேக் ஸஅதி, நிஸாமி, ஃபரீதுத்தீன் அத்தார், ரூமி போன்ற மகாகவிகள் இந்தப் பட்டியலில் இடம் பெறவில்லை. மதுவில் இலயித்துக் கிடப்பது குறித்தும் இவர்கள் பாடவில்லை. மாறாக, இறை சிந்தனையில் இலயித்து வாழ்வது குறித்துப் பாடினார்கள். இவர்களில் முன் வரிசையில் நிற்பவர் நிஸாமி. 'ஸிக்கந்தர் நாமா' என்னும் படைப்பில் தன்னுடைய உதடுகள் ஒருபோதும் மதுக் கோப்பையைத் தொட்டதில்லை என்றும் வாழ்க்கையில் தான் துளி மதுகூட அருந்தியதில்லை என்றும் குறிப்பிட்டுள்ளார்.

வாழ்க்கையை மிகுந்த எச்சரிக்கை உணர்வுடன் எதிர் கொண்ட நிஸாமி, அதன் கோட்பாட்டுக் கூறுகளை விமர்சன பூர்வமாக எதிர்கொள்ளும்போதுகூட அதற்கான மதிப்பை அளித்தார். நிஸாமியின் ஒட்டுமொத்த வாழ்க்கைப் பார்வை குறித்தும் அவரது கம்ஸா (ஐம்பெரும் காப்பியங்கள்) வில் பரவலாகக் காண இயலும்.

நிஸாமியின் ஐம்பெரும் காப்பியங்களில் இரண்டாவது படைப்பான 'குஸ்ரு – ஷிரி'னின் உள்ளடக்கமும் சொல்முறையும் ஃபிர்தவ்ஸியின் 'ஷா நாமா'வை நினைவூட்டும். ஆயினும், 'ஷா நாமா' போல் 'குஸ்ரு – ஷிரின்' ஒரு போர்ப் படைப்போ வீர இதிகாசக் காவியமோ அல்ல. அது ஒரு காதல் காவியம். ஆனால், நிஸாமியின் வெளிப்பாட்டு உத்தி, ஃபிர்தவ்ஸியில் இருந்து முழுக்க வேறுபட்டதும் விடுபட்டதுமாகும்.

மகாகவிகளான ஃபிர்தவ்ஸியும் நிஸாமியும் தங்களுடைய தேர்வுகளின் அடிப்படையில் கருத்துக்களை முன்வைத்தனர். 'ஷா நாமா' பாரசீகத்தில் இஸ்லாமியர் ஆதிக்கம் தொடங்குவதற்கு முந்தைய, அதாவது அக்னி ஆராதனையாளர்களான மஜூஸி களின் ஆதிக்கம் நிறைந்த காலகட்டத்தைச் சார்ந்த கதை. நிஸாமியின் 'குஸ்ரு – ஷிரின்' நூலின் கருப்பொருளும் ஷொராஸ்ட்ரிய பின்தொடர்ச்சியின் கதைதான். ஃபிர்தவ்ஸி,

அக்னி ஆராதனையாளர்களின் புராதன நம்பிக்கைகளைச் சித்திரிக்கும்போது, நிஸாமி, பாரசீகத்தின் அவநம்பிக்கை யாளர்களின் காலகட்டத்தைச் சித்திரிக்கிறார். இரண்டு காவியப் படைப்புகளும் ஷொராஸ்ட்ரிய பண்பாடுகளையும் மஜூஸிய வாழ்க்கையையும் சொல்கிற அதே நேரத்தில் அவை ஆதிக்கம் செலுத்தியதையும் உணர்ந்துகொள்ள முடியும்.

இஸ்லாமிய சூழலில் வளர்ந்த இந்தக் கவிஞர்களின் இத்தகைய சிந்தனைகள் குறித்து இஸ்லாமிய இலக்கிய உலகில் ஏராளமான விமர்சனங்கள் எழுந்ததுண்டு. தனது 'ஷா நாமா' வைப் பிற்காலத்தில் மூடக்கதைகளின் குப்பைத் தொட்டி என்று வர்ணித்தார் ஃபிர்தவ்ஸி. மகாகவி நிஸாமிக்கு இத்தகைய சூழல்கள் எதுவும் உருவாகவில்லை.

குஸ்ரு – ஷிரின் என்னும் காவியத்தைப் படைப்பதற்கு முன் நிஸாமி அதன் தேவை குறித்துப் பலமுறை சிந்தித்தார் என்றும் சொல்லப்படுகிறது. இத்தகைய காவியப் படைப்பை இயற்றுவதை முன்வைத்து நிஸாமியின் நண்பராகிய சூஃபி கவிஞர் அவரைக் கடுமையாக விமர்சித்துள்ளார். இஸ்லாத்திற்கு முற்பட்ட காலகட்டத்தைச் சார்ந்த காதல் கதையின் தேவையைக் கேள்விக்குட்படுத்தும் விதமாக அந்த சூஃபி, பாடியதாகச் சொல்லப்படும் ஒரு கவிதை:

மிகுந்தக் கட்டுப்பாட்டுடன் விரதம் அனுஷ்டிக்கும் நீவிர்
இறந்தவர்களின் என்பை வைத்து நோன்பு துறக்காதீர்
விக்கிரக வழிபாட்டினரின் இயல்பைக் கை விடுவீராக
ஷொராஸ்ட்ரர்போல் மந்திர வித்தை செய்யாதீர்
உம்முள் காவியத் திறன் இருந்தால்
ஏகத்துவம் குறித்துப் பாடுவீராக
மஜூஸிகளின் புதைந்துபோன கொத்தளங்களை
எதற்காக மீண்டும் புனரமைக்கிறீர்?

தன்னுடைய காவியம் குறித்து சூஃபியின் எதிர்வினையை அறிந்த நிஸாமி, தனது படைப்பைத் தொடக்கம் முதல் ஒருமுறை வாசித்துப் பார்க்கும்படி நண்பரிடம் கேட்டுக் கொண்டார். அதன்படி, குஸ்ரு – ஷிரின் என்னும் காதல் காவியத்தைத் தொடக்கம் முதல் வாசித்தார் அந்த சூஃபி ஞானி. நிஸாமியின் கவிப்புலமையின் மந்திர வசீகரத்தால் கவரப்பட்ட அந்த சூஃபி, இப்படிச் சொன்னதாகவும் குறிப்புகள் உள்ளன. "கற்சிலையைச் சுற்றி, கஅபாவைக் கட்டியெழுப்பி உள்ளார் மகாகவி நிஸாமி."

ஏழாயிரம் ஈரடிகள்கொண்ட காதல் காவியமான குஸ்ரு – ஷிரின் ஏராளமான கவிஞர்களைக் கவர்ந்திழுத்தது. காதலுணர்வுகொண்ட சுற்றுச்சூழலையே நிஸாமியால் கட்டியெழுப்ப இயன்றது. ஆர்வத்தைத் தூண்டும் கவித்துவ

நடை இம்மகா காவியத்தின் மிக முக்கியமான சிறப்பம்சம். ஃபிர்தவ்ஸி தனது 'ஷா நாமா'வில் முன்னோர்களின் போர்களையும் வீரப்பராக்கிரமங்களையும் இதிகாசமாக்கினார் என்றால், நிஸாமி, உலகை வசீகரிக்கும் காதலுணர்வும் அழகியலும் நிறைந்த மகாகாவியத்தை இயற்றினார். இவ்விரண்டு படைப்புகளுக்குமிடையிலான அடிப்படை வேறுபாடு இதுதான்.

காதலன் ஒருவன் தன்னுடைய காதலிக்காக உயிரைத் தியாகம் செய்வதுதான் குஸ்ரு – ஷிரின் காவியப் படைப்பின் கருப்பொருள். பாரசீகத்தின் சாஸானிய வம்ச அரசர்களில் ஒருவரான குஸ்ரு பர்வேஸுக்கு ஒரு காதல் மனைவி இருந்தாள். அவளது பெயர், ஷிரின். ஃபர்ஹத் என்னும் சிற்பி ஒருவன் இந்த அழகியப் பெண்மீது மையல் கொண்டான். இதையறிந்து மிகவும் மனம் வருந்திய அரசர், தனது அமைச்சர்களில் ஒருவரிடம் இதைப் பகிர்ந்துகொண்டார். அரசரின் மனத்துயரைப் போக்குவதற்கான வழியைக் கண்டு பிடித்துச் சொன்னார் அமைச்சர்.

அரசியின் காதலனை அவன் செய்யும் சிற்பத் தொழிலில் இடைவிடாமல் ஈடுபடுத்துவதன் மூலம் ஏமாற்றிவிடலாம் என்பதுதான் மதியூகி மந்திரியின் யோசனை. இதன்படி, சிற்பி ஃபர்ஹதை வரவழைத்த அரசர், யாராலும் கடந்து செல்ல இயலாத ஃபீஸுதுன் மலையைக் குடைந்து பாதை அமைத்துக் கொடுத்தால் ஷிரின் என்னும் அழகியைத் திருமணம் செய்துகொள்ளலாம் என்றார்.

மலையைக் குடைந்து உருவாக்கும் வழித்தடம், ஒரு நதி செல்வதற்குப் போதுமானதாகவும் அதனுள் ஆங்காங்கே கற்சிற்பங்களும் இடம் பெற வேண்டும் என்பதுடன் மேலும் சில நிபந்தனைகளை விதித்தார் அரசர். நிபந்தனைகள் அனைத்தையும் ஏற்றுக்கொண்ட சிற்பி ஃபர்ஹத், தனது உபகரணங்களுடன் ஃபீஸுதுன் மலையை அடைந்தான். தனது பணியைத் தொடங்கிய அவன், மிகுந்த வேகத்துடன் மலையைக் குடைய ஆரம்பித்தான். சிற்பியின் மனதில் நிரம்பி நின்ற காதலுணர்வு கற்பாறையைத் துளைத்தேறியது. இடையிடையே சிற்பங்களையும் செதுக்கிவைத்தான்.

முதன்முதலில், ஷிரினின் அழகைச் சிற்பமாக வடித்துக் கற்பாறைக்கு உயிர் கொடுத்தான் ஃபர்ஹத். பின்னர், தனது காதல் ராணி தோழிகளுடன் நிற்பதுபோன்ற அழகிய பூங்காவனத்தை அமைத்தான். இப்படியாக, ஃபீஸுதுன் மலையைப் பிளந்து பாதையை உருவாக்கியபடியே சென்றுகொண்டிருந்தான் சிற்பி. தன்னை மறந்து பணியில் ஈடுபட்ட சிற்பியின் மனத்தை ஆக்கிரமித்ததும் அதன் ஒரே நோக்கமும் ஷிரினை அடைவது மட்டும்

தான். அரசர் குஸ்ரு பர்வேஸின் கற்சிலையையும் அவரது காவலர்களின் சிலைகளையும்கூட அதில் வடித்து வைத்தான் சிற்பி.

காதலுணர்வின் மந்திர சக்தி குறித்து பிற பாரசீகக் கவிஞர்களை விடவும் அதிகமாக அறிந்திருந்தார் மகாகவி நிஸாமி. 'குஸ்ரு – ஷிரின்' என்னும் படைப்பு இதற்கான மாபெரும் காவியச் சான்று. அவரது 'லைலா – மஜ்னு' காதல் காவியத்தையும் இத்துடன் நினைவில் கொள்ளலாம். தனது 'குஸ்ரு – ஷிரின்' படைப்பில் நிஸாமி சித்திரித்த முழுமையான கதாபாத்திரம் சிற்பி ஃபர்ஹத். ஷிரின் மீதான அவனது அதீத காதல் மயக்கத்தை, கற்களைத் துளைத்துச் செல்லும் அவனது காதல் வேகத்தை மனதைத் தொடும்படி அற்புதமாகச் சித்திரித்துள்ளார் நிஸாமி.

உயர்ந்து நின்ற ஃபீஸுதுன் மலையொளி
உற்றுக் கவனித்தது ஓயா செயலை
சிதறிப்பாயும் கற்களில் ஓசையில்
பதறி நின்றது பர்வத அடுக்கு
அனுதினமும் எப்போதும்
அயரச்சியின்றிச் சிரத்தையாய்
அறாதொலித்தது கற்களின் முழக்கம்
அந்தி சாய்ந்து இரவின்போதும்
காதல் சிற்பி ஃபர்ஹதில் கருவி
இடையறாது சலித்தது மலையின் இருளில்
இடையிடை தோன்றும் உளிகளின் வெளிச்சம்
அதனிடை எழுகிற ஷிரின் என்னும் மூச்சு

உண்மைக் காதலனான ஃபர்ஹத் தன்னுயிர்க் காதலிக்காக உயிரை எப்படித் தியாகம் செய்தான் என்பதுதான் குஸ்ரு – ஷிரின் காவியப் படைப்பின் கருப்பொருள். ஏழாயிரம் ஈரடிகள்கொண்ட நிஸாமியின் இந்தக் காதல் காவியம், அவரது 'லைலா – மஜ்னு' படைப்புபோல் உலகப்புகழ் பெறவோ, காதலுணர்வை உலகெங்கும் பறைசாட்டுவதுபோல் அமையவோ இல்லைதான். இருப்பினும், அவரது ஐம்பெரும் காப்பியங்களில் போற்றுதற்குரிய படைப்பாக 'குஸ்ரு – ஷிரி'னையும் கொள்ளலாம்.

'குஸ்ரு – ஷிரின்' காதல் காவியத்தைப் படித்து அகமகிழ்ந்த அஸர்பைஜானின் அத்தபெக் அரசர் கிஸில் அல் அர்ஸலான், நிஸாமியை மிகவும் புகழ்ந்துரைத்து, இரண்டு கிராமங்களைத் தானமாக வழங்கினார். அவரது வாழ்க்கைக்கான தேவைகள் அனைத்தும் இந்தக் கிராமங்களிலிருந்து கிடைத்து வந்தன.

தனது ஐம்பெரும் காப்பியங்களில் மூன்றாவது படைப்பான 'லைலா – மஜ்னு'வை நிஸாமி, ஷிர்வான் மன்னரின் வேண்டுகோளுக்கிணங்க இயற்றியதாகச் சொல்லப்படுகிறது. லைலாவுக்கும் மஜ்னுவுக்கும் இடையிலான காதல்தான் படைப்பின் மையக் கரு. புராதன அரேபியாவின் இந்த நாடோடிக் கதையை

முதலில் சொன்னவர் யாரென்று தெரியவில்லை. இந்நாடோடிக் கதைக்கு உயிரூட்டம் அளித்த நிஸாமியால் லைலாவும் மஜ்னுவும் உலகப்புகழ் பெற்ற காவியக் காதலர்களாக மாறினர்.

புராதன அரேபியாவின் நாடோடிக் கதையில் வரும் லைலாவும் மஜ்னுவும் உண்மையான கதாபாத்திரங்கள் என்றும் நம்பப்படுகிறது. மஜ்னூன் கிபி. 689இல் மரணமடைந்தான் என்று சொல்லும் ஆய்வாளர்களில் பேராசிரியர் இ.ஜி. பிரவுணும் ஒருவர். எதுவாயினும் இது, இஸ்லாமியப் பின்னணி சார்ந்த கதையல்ல என்பது ஆய்வாளர்களின் முடிவு.

நிஸாமி இந்தப் படைப்பை நான்கு மாதத்தில் எழுதி முடித்தார். முழுமை அடைந்ததும் தனது மகனிடம் கொடுத்து ஷிர்வான் மன்னருக்கு அனுப்பி வைத்தார்.

இறை வாழ்த்துடன் தொடங்கும் இம்மகாகாவியம், முஹம்மத் நபி (ஸல்) அவர்களையும் நான்கு கலீஃபாக்களையும் புகழ்ந்து பாடுவதுடன் ஷிர்வான் மன்னரையும் புகழ்ந்து பாடுகிறது. நபிகளாரின் அகமன தரிசனமான மிஅராஜ் பயணம் குறித்தும் இதில் விவரிக்கப்பட்டுள்ளது. இறுதியில் தனது மகனுக்கு அறிவுரை சொல்வது போலவும் சில கவிதைகளை இயற்றியுள்ளார் கவிஞர். இதன் பிறகு, லைலா – மஜ்னு கதைக்கு வருகிறார்.

அரபின இளைஞனான கைஸ், ஆமிரி குடும்பத்தைச் சேர்ந்த லைலாவின் மீது காதல் கொள்கிறான். இதையறிந்த கைஸின் தந்தை, லைலாவின் பெற்றோரை அணுகி, தன் மகனுக்காக அவளைப் பெண் கேட்கிறார். அவரது வேண்டுகோளை லைலாவின் பெற்றோர் நிராகரித்துவிடுகின்றனர். இதையறிந்த கைஸ், மஜ்னூன் (பைத்தியம்) ஆகி விடுகிறான்.

தனது காதலில் தோல்வியடைந்த கைஸ் பாலைவனமெங்கும் அலைகிறான். லைலாவின் பெயரை உரக்கச் சொல்லி அழுதபடி காடுகளினூடே நடந்து திரிகிறான். இன்னொரு புறம், மகனைத் தேடி தந்தை அலைகிறார். இடையறாது இன்னல்களை அனுபவித்தபடியே மகனைத் தேடியலைந்த தந்தை இறுதியில் பாலைவனத்தில் அவனைக் கண்டடைகிறார். தனது அன்பு மகனை வீட்டுக்கு வரும்படி அழைக்கும் தந்தையின் கோரிக்கைக்கு அவன் செவிசாய்க்க மறுத்து விடுகிறான்.

இதனிடையே, இப்னு ஸலாம் என்னும் அரபு கோத்திரத் தலைவன் ஒருவன் லைலாவைக் காண்கிறான். சோகத்தில் மூழ்கி, யாருடனும் பேசாமல் வாழ்ந்து கொண்டிருந்த அவளைக் கண்டதுமே காதல் வசப்பட்டு விடும் இப்னு ஸலாம், லைலா வின் பெற்றோரை அணுகி, அவளைத் தனக்கு மணம்செய்து தரும்படி கேட்கிறான்.

நவ்ஃபல் என்னும் மற்றொரு அரபு கோத்திரத் தலைவன் மஜ்னூனின் நண்பன். அவன் லைலாவின் கோத்திரத்தாருடன் மோதி அவர்களைத் தோற்கடிக்கிறான். இருந்த போதும், கைஸுக்குத் தன் மகளை மணம் செய்து கொடுக்க லைலாவின் தந்தை ஒப்புக் கொள்ளவில்லை. இதையறிந்த கைஸ், நவ்ஃபலைக் கண்டிக்கிறான்.

தனது நண்பனான நவ்ஃபலை விட்டுப் பிரிந்த மஜ்னூன், மீண்டும் பாலைவனம் எங்கும் அலைந்து திரிகிறான். வேடுவர் விரித்த வலைகளில் சிக்கிக்கொண்ட சில புள்ளி மான்களைக் கண்ட அவன் பரிவு மேலிட,

    லைலாவைப் போன்ற விழிகள்கொண்ட
    இம்மான்களை இரும்பு மனமுள்ளோரால்
    மட்டுமே கொல்ல இயலும்.

என்று புலம்பியபடியே, வலையில் அகப்பட்ட மான்களையும் பிற உயிர்களையும் விடுவிக்கிறான். அப்போது அங்கே வந்த ஒருவன், லைலாவை அவளது தந்தை, இப்னு ஸலாமுக்குப் பலவந்தமாக மணம்செய்து வைத்துவிட்டதாக அறிவித்தான். இதையறிந்த மஜ்னூனின் துயரம் மேலும் அதிகரிக்கிறது.

மஜ்னூனின் தந்தை மீண்டும் வந்து தன் மகனைச் சந்திக்கிறார். அப்போதும் அவருடன் செல்ல மறுத்துவிடுகிறான் மஜ்னூன். மிகுந்த துயரத்துடன் வீட்டுக்குத் திரும்பிய அந்தத் தந்தை சோகம் மேலிட்ட நிலையில் மரணமடைகிறார்.

இதனிடையே லைலாவிடமிருந்து மஜ்னூனுக்கு ஒரு மடல் வருகிறது. தொடர்ந்து, தன்னைச் சுற்றிலும் போடப்பட்டிருந்த கட்டுக்காவல்களை மீறித் தன்னுயிர்க் காதலனான மஜ்னூனை வந்து சந்திக்கிறாள் லைலா.

இந்தச் சந்திப்பைக் குறித்த நிஸாமியின் கவிதை வரிகளை இன்னொருவரால் வர்ணித்துவிட இயலாது. எல்லா தடைகளையும் தகர்த்தெறியும் காதலின் மாயசக்தியை மகாகவி நிஸாமி வர்ணிக்கிறார்:

    பார்த்தறியா பரவசத்திலாழ்ந்தன அம்மனங்கள்
    ஈர்ப்பைத் தவிர ஏதொன்றுமறியா
    பேருவகை மகிழ்ச்சியில் பேச்சுக்கேது இடம்
    மோனம் அலைமோத பார்வைகள் ஒன்றாயின
    சொல்லவியலா சோகம் மேலிட
    சொற்களை இழந்தவர் தம்
    காட்சியினூடே காலங்கள் கழிந்தன.

    அன்பை மழையெனப் பொழிந்த லைலா
    அனல்கொண்ட அகவுணர்வை மடை திறந்தாள்

மஜ்னூன் தோள்சாய்ந்தவள் சொன்னாள்:
அய்யோ! நம் நாவைப் பிணைத்துக்கொண்ட
அந்த அற்புத நாரெதுவோ ?
தேனூறும் இராகக் குயில்
மலரில்லா வனத்திலும் சோகம் பாடும்
வாசமிகு மலர்வனத்தில்
ரோஜா இதழ்களைக் காணுமது
ஆனந்தம் மேலிட இராகமிசைக்கும்
நம் காதல் மலர் வனத்தின் எனதருமைக் குயில் நீயும்
உனதருமை ரோஜா நானுமன்றோ
ஏன் பாட மறுக்கிறாய் நம் காதலை
ஏகாந்த வீதியில் நானுன்னைக்
காணாதிருந்த காலம்
விண்ணிலும் ஒலித்ததே உன்னிசை
நாமிதோ எதிரெதிரில்
எங்கு சென்று ஒளிந்துகொண்டன
உன்னிசையும் காதலும்.

ஆனந்தப் பரவசம் மேலிட நின்றிருந்த மஜ்னூன் பதில் சொன்னான். லைலாவின் அண்மை அவனது மனதில் குளிர் வாரிச் சொரிந்தது. லைலா தன் வீட்டுக்குத் திரும்பினாள். பின்னர் அதிகக் காலம் லைலா வாழ்ந்திருக்கவில்லை. லைலாவைப் பின் தொடர்ந்தான் மஜ்னூனும். அவனது நட்பைப் பெற்றிருந்த பறவையினங்கள் மஜ்னூனின் உயிரற்ற உடலைச் சுற்றிக் காவலிருந்தன. தோழர்கள் அவனது உடலை எடுத்துக் கொண்டு போய், லைலாவை அடக்கம் செய்த இடத்தில் அடக்கம் செய்தனர். சாகாவரம் பெற்ற இக்காதலர்கள் பிறகு சொர்க்கத்தில் இணைந்துகொண்டனர்.

ஸையித் என்பவன் லைலா – மஜ்னு காதல் இணையைத் தனது கனவில் காண்கிறான். இருவரும் இணைந்து நிற்கிறார்கள். மலர்களும் கனிவகைகளும் பூத்துக் குலுங்குகிற, புள்ளினங்கள் சிலம்பித் திரிகிற மலர்வனத்தில், ஈச்சைமர நிழலில், உன்னதமான இருக்கையில், தங்கமும் வைரமும் மின்னித் திலங்கும் சிம்மாசனத்தில் அவர்கள் அமர்ந்திருக்கிறார்கள்.

இந்த இணைப் புறாக்கள் யாரென்பதை அறிந்துகொள்ள விரும்பிய ஸையிதுக்கு அவர்கள்தான் சாகாவரம் பெற்ற காதலர்களான லைலா – மஜ்னு என்பது தெரிய வருகிறது. ஸையிதின் கனவு கலைகிற இந்த இடத்தில் நிஸாமியின் 'லைலா – மஜ்னு' காவியம் முடிவுக்கு வருகிறது.

நிஸாமியின் 'லைலா – மஜ்னு'வைப் பதினாறாம் நூற்றாண்டில் ஃபுஜூலி என்னும் கவிஞர் துருக்கியில் மொழிபெயர்த்தார். தொடர்ந்து பல்வேறு மொழிகளில் 'லைலா – மஜ்னு' மொழியாக்கம் செய்யப்பட்டது.

மனிதக் காதலைக் குறியீடாகக்கொண்டு இறையுணர்வை எளிதாகச் சொல்லிவிட இயலும் என்பதையும் மனிதர்களிடையே ஆன்மிக உணர்வைப் பிரதிபலித்துக் காட்டுவதற்குக் காதலை விடவும் சிறந்த கருவி வேறில்லை என்பதையும் உலகிலுள்ள பெரும்பான்மையான ஆன்மிக மரபுகள் ஏற்றுக்கொண்டுள்ளன.

லைலாவின் தெருவில்
அவளது இல்லச்சுவரில்
முத்தம் சொரிகிறேன்.
என் மனதில் பொங்கி வழிவது
சுவர்மீதான காதலல்ல,
அதிலிருப்பவள்மீதான காதல்

என்பதுபோன்ற கவிதைகள் 'லைலா – மஜ்னு' காதல் காவியத்தை இறையியல் சார்ந்து நம்பிக்கையின் குறியீடாக ஏற்றுக்கொள்ள உதவியாக அமைகின்றன.

நிஸாமியும் ஃபுஜூலியும் சூஃபி மரபு சார்ந்த கவிஞர்கள் என்பது இந்தக் குறியீட்டுத் தன்மைக்கு மேலும் வலுச்சேர்ப்பதாக அமைகிறது.

ஹஃப்தே பைகார் (ஏழு அழகிகள்), நிஸாமியின் நான்காவது நூல். இக்காவியப் படைப்பு 'பஹ்ராம் நாமா' என்னும் பெயரிலும் குறிப்பிடப்படுகிறது. பஹ்ராம் கோரி என்னும் இளவரசனை அவனது தந்தையார் அரபு நாட்டு அரசர் ஒருவரின் அரசவைக்குக் கல்வி கற்பதற்காக அனுப்பிவைக்கிறார். தன்னுடைய விருந்தினராக வருகை தந்திருக்கும் இளவரசனுக்காக மிக அழகிய மாளிகை ஒன்றைக் கட்டித் தருகிறார் அந்த அரபு நாட்டு அரசர். இளவரசனுக்குக் கல்வி பயிற்றுவிக்க, புகழ்பெற்ற ஆசிரியர்களையும் நியமிக்கிறார்.

'லைலா – மஜ்னு', 'குஸ்ரு ஷிரின்', 'ஹஃப்தே பைகார்', ஆகிய மூன்று படைப்புகளும் நிஸாமிக்குக் காதல் காவியங்களின் சக்கரவர்த்தி என புகழ் தேடிக் கொடுத்தன. ஆழ்ந்த இறை நம்பிக்கையாளரான மகாகவியிடமிருந்து காதல் கற்பனைகள் சிறகடித்துப் பறந்தன என்பது மிகவும் ஆச்சரியமான விஷயம்.

நிஸாமியின் காதல் காவியங்கள், பல்வேறு நாடுகளைச் சேர்ந்த கவிஞர்களைப் பாரசீகக் கவிதைகளை நோக்கிக் கவர்ந்திழுத்தன. நிஸாமியின் தாக்கம் ஏராளமான கவிஞர்கள்மீது ஆதிக்கம் செலுத்தியது.

நிஸாமியின் ஐம்பெரும் காப்பியங்களில் ஐந்தாவது படைப்பான 'இஸ்கந்தர் நாமா' மாமன்னர் அலெக்ஸாண்டரைப் பற்றிய இதிகாச மகாகாவியம். அவரது ஏனைய நூல்களைப்

NIZAMI MAUSOLEUM IN GANJA, AZERBAIJAN

பொறுத்தவரைக்கும் 'இஸ்கந்தர் நாமா' அளவில் பெரியது. அலெக்ஸாண்டரின் மாபெரும் வெற்றிகளின் கதை எனப் போற்றப்படுகிற 'இஸ்கந்தர் நாமா'வில் அலெக்ஸாண்டர் தனது வெற்றிகளுக்குப் பிறகு, ஞானியாகவும் அதன் பிறகு தீர்க்கதரிசி யாகவும் ஆனதாக விவரித்துள்ளார் நிஸாமி.

அலெக்ஸாண்டரின் போர்ப்பயணங்கள் குறித்து எழுதிய நிஸாமி தனது வர்ணனைகளின் உட்சரடாக இஸ்லாமிய உலகமும் அவரைப் போற்றுவதுபோல் ஓட விட்டிருக்கிறார். வெளியில் தெரியாத தனித்துவக் குணங்களைக் கொண்டவராகக் கருதப்படும் ஸிக்கந்தர் என்னும் இஸ்கந்தர் – அதாவது மகா அலெக்ஸாண்டர் – உலக வரலாற்றில் மிகப்பெரிய இடத்தை அடைந்திருக்கிறார். அவரது புகழ் இன்றும் பேசப்படுகிறது. மாஉல் ஹயாத்து (உயிர்நீர், அமிர்த நீர்) தேடும் இஸ்கந்தரின் பயணம் வாசகர்களிடையே விவரிக்க இயலாத உள்ளுணர்வைத் தோற்றுவிக்கிறது.

மகாகவி நிஸாமியின் ஏனைய படைப்புகளை விடவும் அவரது வாழ்க்கையின் இறுதிக் கட்டத்தில் இயற்றிய 'இஸ்கந்தர் நாமா' வுக்கு ஒப்பீட்டளவில் சில சிறப்பம்சங்கள் உள்ளன. மனித வாழ்க்கைமீதான மகாகவியின் பார்வை, மேலும் கூர்மை அடைந்திருப்பதை இதில் காண இயலும். 'மக்ஸனுல் அஸ்ரார்', 'குஸ்ரு – ஷிரின்', 'லைலா – மஜ்னு', 'ஹஃப்தே பைகார்', 'இஸ்கந்தர் நாமா' ஆகிய மகாகவி நிஸாமியின் ஐம்பெரும் காப்பியங்கள் (கம்ஸா) உலகப்புகழ் பெற்ற கவிதைத் தொகுப்புகளாகும்.

பாரசீக இலக்கியப் பூங்காவின் அழியாப் புகழ்பெற்ற காவியக் கலைஞனான மகாகவி நிஸாமி, கிபி. 1209 இல், தனது 68 ஆவது வயதில் பிறந்த ஊராகிய கன்ஜா நகரில் காலமானார்.

ஃபரீதுத்தீன் அத்தார்

'அத்தார் எனது உயிர்; ஸனாயி என் கண்கள்; நான், ஸனாயிக்கும் அத்தாருக்கும் பின் வந்தவன்' என்று பாடினார் மௌலானா ஜலாலுத்தீன் ரூமி. ஞான மார்க்கத்தில் ரூமியுடன் ஒப்பிடும் அளவுக்கு சூஃபிய சிந்தனையில் ஆழ்ந்திறங்கியவர் ஃபரீதுத்தீன் அத்தார். வாழ்த்தப்பட்ட கவிஞர், புகழ்பெற்ற சிந்தனையாளர், தேடுதல் நிரம்பிய சூஃபி ஆகிய நிலைகளில் குறிப்பிடத்தக்கவரான ஃபரீதுத்தீன் அத்தார், மௌலானா ஜலாலுத்தீன் ரூமி, இப்னு அரபி ஆகியோரது சமகாலத்தவர் ஆவார். இதில், ஜலாலுத்தீன் ரூமி அளவுக்கு அத்தார் புகழ்பெறவில்லைதான். ஆயினும், தன்னுடைய கதைகள், கவிதைகள் மூலம் பாரசீக இலக்கியத்திற்கான தனது சீரிய பங்களிப்பைச் செலுத்தியவரும் ரூமியின் சிந்தனைகளுக்கும் இரசனைக்கும் தூண்டுகோலாக இருந்தவரும் ஃபரீதுத்தீன் அத்தார் ஆவார்.

தனது வாழ்நாளின் மிக நீண்ட இலக்கியப் பணிகளினூடே பாரசீக இலக்கியத்திற்கு அத்தார் அளித்த நன்கொடைகள் ஏராளம். திருக்குர்ஆனில் எத்தனை அத்தியாயங்கள் உள்ளனவோ அதே எண்ணிக்கையில் ஃபரீதுத்தீன் அத்தார் நூல்கள் எழுதியுள்ளார் என்று காதி நூருல்லாஹ் ஷுஸ்தரி தனது 'மஜாலிசுல் முஃமினீன்' என்னும் புகழ்பெற்ற நூலில் குறிப்பிட்டுள்ளார்.

ஃபரீதுத்தீன் அத்தார் எழுதிய நூல்களின் எண்ணிக்கை குறைவாக இருந்திருக்கும் எனில்,

அவர் இப்போது பெற்றிருப்பதை விடவும் அதிக அளவில் புகழ் பெற்றிருப்பார் என்று பேராசிரியர் இ.ஜி. பிரவுண் குறிப்பிடுகிறார். ஜலாலுத்தீன் ரூமிபோல் இரண்டோ மூன்றோ படைப்புகளில் மட்டும் அவரது பார்வை மையம் கொண்டிருக்கும் எனில் ரூமியை விடவும் அத்தார் புகழ் பெற்றவராகத் திகழ்ந்திருப்பார் என்ற கருத்தை மறுப்பதற்கில்லைதான். ஆனால், பிரவுண் குறிப்பிடுவதுபோல் எண்ணிக்கையின் அடிப்படையில் அவரது புகழுக்குக் குறைவு நிகழ்ந்திருப்பதாகக் குறிப்பிடுவது ஏற்புடையதல்ல. ரூமியின் கவிதைகளை உலகுக்கு அறிமுகம் செய்வதற்கான முயற்சிகள் அத்தாரின் விஷயத்தில் மேற்கொள்ளப்படவில்லை என்பது மட்டும்தான் இதற்குக் காரணமாக இருக்கக்கூடும்.

'மந்திக் குதைர்' (பறவைகளின் மொழி), 'பந்த் நாமா' (நீதி சாஸ்திரம்), 'தத்கிரதுல் அவ்லியா' (அவ்லியாக்களின் சரிதம்) ஆகியவை அத்தாரின் மிகவும் புகழ் பெற்ற படைப்புகள்.

MANTIQ - UT - TAYR

புகழ்பெற்ற சூஃபியும் வாசனைத் திரவிய வணிகருமான அபூபக்ர் இப்ராஹீமின் மகனாக நிஸாப்பூரின் அருகாமையிலுள்ள காத்கான் என்னும் கிராமத்தில் பிறந்த அத்தாரின் இயற்பெயர், ஃபரீதுத்தீன் முஹம்மத் பின் இப்ராஹீம். முஹம்மத் அவ்ஃபியின் வரலாற்றிலிருந்து அத்தார், கிபி. 1157 காலகட்டத்துக்குப் பின்னர், அதாவது சுல்தான் சஞ்சாரின் ஆட்சிக்காலத்தில் வாழ்ந்தவர் என்று தெரிய வருகிறது. அத்தாரின் பிறந்த நாள் குறித்து முரண்பட்ட கருத்துக்கள் இருப்பினும் ஏற்புடைய தகவல்களின்படி, கிபி. 1145 இல் பிறந்த ஃபரீதுத்தீன் அத்தார், கிபி. 1221 இல் மங்கோலியப் படையெடுப்பின்போது நிஷாப்பூரில் கொலையுண்டார்.

தன்னுடைய 'லிஸானுல் கைப்' என்னும் படைப்பில் இமாம் ரிஸா என்னும் ஞானியின் அடக்கத் தலத்தின் அருகில் தனது பால்ய காலம் கழிந்ததாகவும், தந்தையிடமிருந்து மருத்துவம் பயின்றதாகவும் குறிப்பிட்டுள்ளார் அத்தார். அக்காலகட்டத்தில் அத்தாரின் தந்தையார் ஸ்கத் பெக் என்னும் பகுதியில் ஒரு மருத்துவ நிலையம் நிறுவியிருந்தார். அத்தர் வியாபாரி என்று பொருட்படும் அத்தார் என்பது ஃபரீதுத்தீனின் புனைப்பெயராக மாறியது. வாசனைத் திரவியங்கள்மீது ஆர்வம் காட்டிய அவருக்கு இந்த புனைப் பெயர்தான் பொருத்தமானதும்கூட!

தந்தையின் இறப்புக்குப் பின்னர் வாசனைத் திரவிய விற்பனை நிலையமும் அத்தாரின் கட்டுப்பாட்டின்கீழ் வந்தது. அங்கே அவர் நோயாளிகளுக்கு வைத்தியம் பார்த்ததுடன் மருந்து விற்பனையும் செய்து வந்தார். 'முஸீபத்து நாமா', 'இலாஹி நாமா' போன்ற படைப்புகள் குறிப்பிட்ட தவாகானா (வைத்திய சாலை) வில் வைத்து எழுதியவை என்றும் அவர் குறிப்பிட்டுள்ளார். நாளொன்றுக்கு அவரது வைத்திய சாலைக்கு வருகிற ஐநூற்றுக்கும் மேற்பட்ட நோயாளிகளுக்கு நாடி பார்த்து வைத்தியம் செய்துவந்தார் அத்தார். ஆடம்பரமான ஆடைகள் அணிந்து கண்களில் மை தீட்டி, வாசனைத் திரவியங்கள் பூசி, பார்ப்பவர்களை வசீகரிக்கும் தோற்றத்துடன் தனது வைத்திய சாலையில் அமர்ந்திருப்பது அத்தாரின் வழக்கம்.

ஒரு ஃபக்கீரின் வருகை ஃபரீதுத்தீன் அத்தாரின் வாழ்க்கையில் மிகப் பெரிய மாற்றத்தை ஏற்படுத்தியது. எதிர்பாராத அந்நிகழ்வு இதுதான்:

ஒருநாள் தனது வைத்திய சாலையில் நண்பர் ஒருவருடன் உரையாடிக் கொண்டிருந்தார் அத்தார். அப்போது ஒரு ஃபக்கீர் வைத்திய சாலையின் முன்புறம் வந்து நின்றார். படாடோபமான ஆடைகளுடனிருந்த அத்தாரையும் அங்கிருந்த வாசனைத்

திரவியங்களையும் கண்ட ஃபக்கீர், ஆழ்ந்த சோகத்துடன் நீண்டதொரு பெருமூச்சு விட்டார். அவரது கண்களிலிருந்து தாரைதாரையாகக் கண்ணீர் வழிந்தோடியது. இதை, தர்மம் கேட்பதற்காக யாசகர்கள் வழக்கமாகக் மேற்கொள்ளும் உபாயம் என்று கருதிய அத்தார், அங்கிருந்து அகன்று போகும்படி ஃபக்கீரிடம் சொன்னார்.

சிறிதுநேரம் மௌனம் பாலித்த அந்த ஃபக்கீர் சொன்னார்: "தங்களுடைய வாசலிலிருந்து போய் விடும்படி எனக்கு உத்தரவிட தேவையில்லை. நான் போய் விடுகிறேன். உடுத்திருக்கும் உடையைத் தவிர என்னிடம் சுமை எதுவுமில்லை. இப் பிரபஞ்சத்துடனான என்னுடைய ஒரே உறவு நைந்துபோன இந்த உடுதுணி மட்டும் தான். நான் விரும்பினால் அவற்றைத் துறந்துவிடவும் முடியும். ஹே! அத்தார், நான் தங்களை நினைத்து விசனப்படுகிறேன். இவ்வுலகின் வெறும் மாயைகளான இலௌகிக இன்பங்கள் தங்களின் பின்னால் நின்று கைகொட்டிச் சிரிக்கும் நிலையில்

A MINIATURE PAINTING BY BIHZAD ILLUSTRATING THE FUNERAL OF THE ELDERLY ATTAR OF NISHAPUR AFTER HE WAS HELD CAPTIVE AND KILLED BY A MONGOL INVADER.

மரணத்தைப் பற்றிச் சிந்திக்க இயலாத தங்களை நினைத்து நான் விசனப்படுகிறேன்."

நிலைகுலைந்துபோன அத்தார் அப்படியே அசைவற்ற நிலையில் அமர்ந்திருந்தார். ஃபக்கீரின் சொற்கள் ஃபரீதுத்தீனின் மனத்தில் கொந்தளிப்பை உருவாக்கின. தான் வீணாகக் கழித்த கடந்த காலங்கள் குறித்த எண்ணங்கள் அவரை அலைக்கழித்தன. நிரந்தரமற்ற இவ்வுலக வாழ்க்கைக் குறித்த சிந்தனைகளின் சிறகடிக்கும் ஓசை கேட்பதாக அவருக்குத் தோன்றியது. தழுதழுத்தக் குரலில் அத்தார் சொன்னார்:

"பக்தனான ஃபக்கீராக மட்டுமே நான் மரணிக்க விரும்புகிறேன்."

"நாம் இன்னொரு முறை சந்திப்போம்", அத்தாரைக் கூர்ந்து பார்த்தபடியே கூறிய ஃபக்கீர், திடீரென்று தரையில் சம்மணமிட்டு அமர்ந்தார். தனது கையிலிருந்த மரக் கோப்பையைத் தரையில் வைத்தார். இரண்டு கைகளையும் தரையில் ஊன்றிக்கொண்டு, அல்லாஹ்வைப் புகழ்ந்தபடியே தலையைத் தரையில் சாய்த்தார். அடுத்தக் கணம் ஃபக்கீரின் உயிர் பிரிந்தது.

ஃபக்கீரின் சொற்களையும் அவரது திடீர் மரணத்தையும் தொடர்ந்து ஃபரீதுத்தீன் அத்தார் சிந்தனையில் ஆழ்ந்தார். இலௌகிக இன்பங்கள்மீதான அவரது ஆர்வம், விரக்தியாக மாறியது. தனது வியாபார நிறுவனத்தைப் புறக்கணித்த அவர் அருகாமையில் இருந்த சூஃபி மடத்துக்குச் சென்று ஆன்மிகச் சிந்தனையில் ஆழ்ந்தார். பின்னர் அவர் புகழ்பெற்ற சூஃபி ஞானியான ஷேக் மஜ்தூதின் அண்மையில் சூஃபிஸ கோட்பாடுகளிலும் ஆன்மிகத் தரிசனங்களிலும் ஆழ்ந்த புலமை பெற்றார்.

பின்னர், நீண்ட தூரப் பயணங்களை மேற்கொண்ட ஃபரீதுத்தீன் அத்தார், கூஃபா, எகிப்து, சிரியா, இந்தியா, துர்க்கிஸ்தான் போன்ற தேசங்களுக்குச் சென்றார். பிறகு, மக்காவுக்குச் சென்று புனித ஹஜ் கடமையை நிறைவேற்றினார். தனது தொடர் சஞ்சாரங்களினூடே அவர் பல்வேறு மகான்களைச் சந்தித்து உரையாடினார். தான் பயணம் மேற் கொண்ட நாடுகளில் வாழ்ந்த முஸ்லிம் அறிஞர்களையும் மகாத்மாக்களையும் பற்றிய வாழ்க்கைக் குறிப்புகளைச் சேகரித்தார். சூஃபி ஞானிகளின் கவிதைகளையும் அவர்களது நற் செயல்கள் குறித்துக் கிடைத்த அனைத்துத் தகவல்களையும் திரட்டினார். இப்படியாக தனது 39 வருட தொடர் முயற்சிகளின் விளைவாக 'தத்கிரதுல் அவ்லியா' (துறவிகளின் வரலாறு) என்னும் ஆன்மிகச் சிறப்பு வாய்ந்த நூலை எழுதி முடித்தார் அத்தார்.

துயரம் தோய்ந்த வாழ்க்கை

பின்னர், சமர்கண்டில் தங்கியிருந்த ஃபரீதுத்தீன் அத்தார், 'மள்ஹருல் அஜாயிப்' (அற்புதங்களின் பிறப்பிடம்) என்னும் மற்றொரு நூலை எழுதி வெளியிட்டார். ஸூஃபிஸ சிந்தனைகளில் ஆழ்ந்திறங்கிய அத்தார், தான் வாழ்ந்துகொண்டிருந்த காலகட்டத்தைச் சார்ந்த ஏனைய முஸ்லிம் அறிஞர்களின் கோட்பாடுகளுக்கு முற்றிலும் மாறான கோட்பாடுகளைக்கொண்டிருந்தார். இதன் காரணமாக, வேறு பல ஆன்மிக மேதைகளும் அனுபவிக்க நேர்ந்த விமர்சனத் தாக்குதல்களை அத்தாரும் எதிர்கொண்டார். அவரது 'மஸ்ஹருல் அஜாயிப்' சமர்கண்டில் வாழ்ந்துகொண்டிருந்த உலமாக்களைக் கொந்தளிக்க வைத்தது. அவர்கள் நூல் பிரதிகளைச் சேகரித்துத் தீக்கிரையாக்கினர். அத்தார் மரண தண்டனை விதிக்கப்பட வேண்டிய மார்க்க விரோதி என்ற முடிவுக்கும் அவர்கள் வந்தனர். சமர்கண்டில் மிகுந்த துயரங்களுக்கு அத்தார் ஆட்பட வேண்டியதாயிற்று. மக்கள் அவரது உடைமைகளைக் கொள்ளையடித்து அவரை நாடு கடத்தினர். இந்தச் சம்பவத்துக்குப் பிறகு அத்தார், மக்காவுக்குச் சென்றதாகவும் மக்காவில் வைத்து 'லிஸானுல் கைப்' என்னும் நூலை வெளியிட்டார் என்றும் பேராசிரியர் இ.ஜி. பிரவுண் குறிப்பிடுகிறார். தனக்கு முந்தைய காலத்தில் வாழ்ந்தவரும் நூல் எழுதியதற்காக நாடு கடத்தப்பட்டவருமான புகழ்பெற்ற கவிஞர் நஸீர் குஸ்ருவுடன் தன்னை ஒப்பிட்டுள்ளார் அத்தார்.

மரணம்

அத்தாரின் பிறந்த தேதி போலவே இறந்த தேதியும் முரண்பட்ட தகவல்களைக் கொண்டது. ஏற்புடைய தகவல்களின்படி ஃபரீதுத்தீன் அத்தார் கிபி. 1221 இல் மரணமடைந்தார். அவர் தனது இறுதிக் காலம்வரை எழுதிக்கொண்டிருந்தார் என்பதற்கு அவரது படைப்புகளே சான்றுகளாக உள்ளன. அத்தார் 114 வயது வரை எழுதி வந்ததாகவும் சில வரலாற்றாய்வாளர்கள் குறிப்பிட்டுள்ளனர்.

அத்தாரின் இறுதிக்காலம் மிகவும் பரிதாபத்திற்குரியதாக இருந்தது. ஸர் அவ்ஸ்லி இயற்றிய 'பாரசீகக் கவிஞர்களின் வாழ்க்கைக் குறிப்புகள்' என்னும் நூலில் அத்தாரின் இறுதிக்காலம் குறித்து விவரிக்கப்படுவதாவது:

செங்கிஸ்கான் பாரசீகத்தைக் கைப்பற்றிய காலகட்டம் அது. முதிய வயதினரான ஃபரீதுத்தீன் அத்தார் மங்கோலியப் படை

வீரன் ஒருவனிடம் அகப்பட்டார். அவன் அவரை வெட்டிக் கொல்வதற்காக வாளை உயர்த்தினான்.

ஃபரீதுத்தீன் அத்தார், எந்தப் பயமுமின்றித் தனது தலையைத் தாழ்த்திக் கொடுத்தார். அவரது முதிர்ந்த தோற்றத்தைப் பார்த்துக் கருணை மேலிட்ட மற்றொரு மங்கோலியப் படை வீரன், அந்த முதியவரைத் தனக்கு 1000 திர்ஹம் விலைக்குத் தரும்படி கேட்டுக் கொண்டான். அவரைக் கொலை செய்யவிருந்த படைவீரன் இதற்கு ஒப்புக் கொண்டான். அத்தார் சொன்னார்: "இவ்வளவு குறைந்த விலைக்கு என்னை விற்றுவிட வேண்டாம். நியாயமான தொகையைப் பெற்றுக்கொண்டு விலைக்குக் கொடுங்கள்." அப்போது கூடை நிறைய புல்லுடன் அந்த இடத்துக்கு வந்த குதிரை வீரன் ஒருவன், "இந்த ஒரு கூடை புல்லையும் தருகிறேன். இந்த மனிதரை எனக்கு விற்கிறீர்களா?" என்று கேலியாகக் கேட்டான். அத்தார் சொன்னார்: "இது நியாயமான விலைதான். இவருக்கே என்னை விற்கலாம்." இதைக் கேட்ட வீரன் கோபத்துடன் அத்தாரை வெட்டிக்கொன்றான் என்பதாக வரலாற்றுக் குறிப்பில் சொல்லப்பட்டுள்ளது.

சூஃபி சிந்தனையாளர்

மகாகவி என்பதை விடவும் தத்துவ மேதை, சூஃபி ஞானி என்ற நிலைகளில்தான் அத்தார் பெரும் புகழ் பெற்றிருந்தார். சொந்த வாழ்க்கையை ஆன்மிகக் கல்லில் உரசிப் பரிசோதனை செய்ததன் விளைவாகவே அத்தார் மகானாகிய சூஃபி ஞானியாக மாற்றம் பெற்றார். சூஃபிய ஞானத்தின் நோக்கம் ஆன்மாவைத் தூய்மை செய்வதும் அன்பே உருவான இறையின் அண்மையை அடைவதும் அவனுடனான தொடர்பும்தான் என்பது அத்தாரின் கருத்து. சூஃபிஸம் என்பது உண்மையில் ஒரு புனிதக் கைமாறு. இதை, சத்திய வேட்கையின் மீதான முயற்சியும் அதற்கான மன ஒருமைப்பாடும் மூலம்தான் அடைய இயலும். மனவுறுதி, பக்தி, சத்திய வேட்கை, நன்மை என்னும் நற்சிந்தனைகளைத் தனதாக்கிக்கொண்ட ஒரு மனிதனால் அகதரிசனம் மூலம் தெய்வீகப் பதத்தை நெருங்க முடியுமென்று நம்பினார் அத்தார்.

தெய்வீக அன்பைப் பெறும் இம்முயற்சியின் படிநிலைதான், 'அன்பே உருவான இறைவனை அடைவதற்கான துறவு மனநிலை', என்று சொல்லப்படுகிறது. மௌலானா ஜலாலுத்தீன் ரூமிபோல் அத்தாரும் ஆன்மிகச் சிந்தனையாளர்தான். ஒழுக்க உணர்வும் அன்பு நிலையும் குடிகொள்கிற இடங்கள் வெவ்வேறானவை என்ற நம்பிக்கை கொண்டவரும் கற்பித பக்தியின்மீது நம்பிக்கையற்றவருமாவார் அத்தார். ஒழுக்கமும் நற்குணங்களும்

மானுட சமூகத்துக்கு நல்வழிகாட்டும் ஒளிச்சுடர்கள் என்பதும் அதையே நோக்கமாகவோ இலட்சியமாகவோ கொள்வதற்கில்லை என்பதும் அத்தாரின் கருத்துக்கள். புனிதமான அன்புக்கு ஒழுக்கத்தை விடவும் மகத்துவமும் அதற்கான இடமும் இருப்பதாக அவர் உறுதிபட நம்பினார்.

'உஸ்தும் நாமா' என்னும் தன்னுடைய படைப்பில் அவர், முஹம்மத் நபி (ஸல்) அவர்களைக் கனவில் தரிசித்ததாகவும் அவர்களிடம் ஆசி பெற்றதாகவும் விவரிக்கிறார்.

படைப்புகள்

ஒரு லட்சத்து இருபதினாயிரம் நாலடி கவிதைகளின் ஆசிரியர் ஃபரீதுத்தீன் அத்தார். 'மந்திக் குதைர்', 'லிஸானுல் கைப்', 'முஸீபத் நாமா', 'தத்கிரதுல் அவ்லியா', 'மஸ்ஹருல் அஜாயிப்', 'உஸ்தூர் நாமா', 'அஸ்ரார் நாமா', 'ஜவ்ஹருஸ்ஸாத்', 'குல்வ ஹுர்மூஸ்', 'ஹைதர் நாமா' போன்ற நூல்கள் அவரது முக்கிய படைப்புகளில் சில. இத்துடன், உரை நடையாக ஏராளமான கட்டுரைகளும் கதைகளும் எழுதியிருக்கிறார். 'பந்த் நாமா' (நீதி நூல்), 'இலாஹி நாமா' (இறையியல் நூல்), 'அஸ்ரார் நாமா' (மறை பொருள் நூல்), 'திவானே அத்தார்' (அத்தாரின் காதல் கீதங்கள்) போன்ற படைப்புகளும் குறிப்பிடத்தக்க அவரது முக்கியமான படைப்புகள். அபூஹம்ஸா பக்தாதி என்னும் மறை ஞானியின் வாழ்க்கை வரலாற்றையும் எழுதியிருக்கிறார். மொத்தம் 114 நூல்களை அவர் எழுதியிருப்பதாகவும் அவற்றில் இதுவரையிலும் கண்டடையப்பட்ட காவியப் படைப்புகள் முப்பது என்றும் சொல்லப்படுகிறது.

'தத்கிரதுல் அவ்லியா' என்னும் உரைநடைக் காவியமும், 'மந்திக் குதைர்' என்னும் காவியப் படைப்பும் அத்தாரின் நூல்களில் மிகவும் புகழ்பெற்றவை. 'தத்கிரதுல் அவ்லியா' முஸ்லிம் மறைஞானிகளைக் குறித்த வாழ்க்கை வரலாற்று நூல். 'மந்திக் குதைர்' அதாவது, பறவைகள் சபை, சூஃபிய கோட்பாட்டின் அழகிய கருத்துக்களை உள்ளடக்கிய மகாகாவியம்.

4,600 ஈரடிகளாக விரிந்துகிடக்கும் 'மந்திக் குதைர்', சூஃபிய சிந்தனைகளைப் பொறுத்தவரைக்குமான விரிவுரை நூல். பறவைகளின் உரையாடல்தான் இதன் கருப்பொருள். உவமைகளாலும் வர்ணனைகளாலும் மனதை மயங்கச் செய்யும் மகா காவியம் இது. அற்புதமான ஏழு தாழ்வாரங்களினூடே சஞ்சரிக்கும் பறவைக் கூட்டத்தின் வேதனைகள் இதில் விவரிக்கப்படுகின்றன. இம்மகாகாவியத்தின் கதா பாத்திரங்களான பறவைகள், சூஃபிகளுக்கான குறியீடு. சூஃபிகள் இறையைத்

தேடுதல் என்னும் மார்க்கத்தினூடே சென்றடையும் ஏழு நிலைகளை ஏழு தாழ்வாரங்களினூடே அத்தார் வரைந்து காட்டுகிறார்.

ஃபரீதுத்தீன் அத்தாரின் முந்திய காலகட்டத்தைச் சார்ந்த சூஃபி ஞானிகள் இப்படியான நிலைகளை மூன்றாகத் தரம் பிரித்திருந்தனர். அத்தார் இதை ஏழு நிலைகளாக்கியதன் மூலம் 'மந்திக் குதைர்' ஞான மார்க்கத்தில் குறிப்பிட்ட திசை வெளியை உருவாக்கிய மகாகாவியமாக மாறியது.

அல்லாஹ்வின் மீதான புகழுரையுடனும் முஹம்மத் நபி (ஸல்) அவர்கள், நான்கு கலீஃபாக்கள் மீதான வாழ்த்துரைகளுடன் 'மந்திக் குதைர்' காவியப் படைப்பு தொடக்கம் பெறுகிறது.

பதின்மூன்று இனங்களைச் சேர்ந்த நூற்றுக்கணக்கான பறவைகளின் ஒரு மகாசபை கூடுகிறது. ஸீமுர்க் என்னும் பறவைகளின் அரசனைத் தரிசிப்பதற்காக அவை ஆர்வம்கொள்கின்றன. ஸீமுர்க், உலகைச் சுற்றிவளைத்து நிற்கும் காஃப் மலையில் வாழ்கிறது. அதைச் சென்று பார்ப்பதற்கு வழிகாட்டி தேவையென்ற முடிவுக்கு எல்லா பறவைகளும் வந்து சேருகின்றன. அவை, ஹுத்ஹுத் என்னும் பறவையைத் தலைவனாகத் தேர்வு செய்கின்றன. இந்த ஹுத்ஹுத் பறவைதான் முன்பு, ஒரு பணியை முன்வைத்து சுலைமான் நபியிடம் இருந்து பல்கீஸ் அரசியிடம் சென்றிருந்தது. ஆகவே, தலைமைப் பதவிக்கு ஹுத்ஹுத் பறவைதான் தகுதியானது என்ற முடிவுக்கு மற்ற பறவைகள் வந்திருந்தன.

தலைமைப் பொறுப்பை ஏற்றுக்கொண்ட ஹுத்ஹுத், தொடர்ந்து ஓர் உரை நிகழ்த்தியது. பொருள் பொதிந்த தனது உரையின் முடிவில் ஹுத்ஹுத் மற்ற பறவைகளுக்கு உற்சாகமூட்டியது.

ஒருநாளிரவு பெருஞ்சுடர் பகரும் ஸீமுர்க்
சீனத்து வான்வெளியில் பறக்கும் வேளை
அதன் இறக்கையிலொன்று
சீனத்து மண்பரப்பில் விழுந்தது
உலகையே நடுநடுங்கச் செய்த அதனை
ஒவ்வொருவரும்
சித்திரமாகத் தீட்டி வைத்தனர்
தீட்டிய சித்திரங்களைக் கண்ணுற்றவர்கள்
தாமுமொரு சித்திரம் வரைய முறபட்டனர்
அவ்விறகு சீன தேசத்து சித்திரக் கூடத்திலுள்ளது.
இறைத்தூதரின் அறிவுரை நினைவூட்டும்
'சீனம் சென்றேனும் ஞானம் பெறுக'
மானுட குலம் இதனைச் செவி மடுத்திருந்தால்
மண்ணுலகில் ஏன் இத்துணை போர்கள்

அநாதியானது அறிவின் மகத்துவம்
அதன் சிறப்பை எங்கே தொடங்குவது

ஹுத்ஹுத் பறவை தனது உரையை முடித்துக்கொண்டது. பறவைகளிடம் ஒளியின் உறைவிடமான ஸீமுர்க்கைக் காண்பதற்கான ஆர்வம் அதிகரித்தது. ஆனால், சாகசப் பயணம் மேற்கொள்வதில் பெரும்பாலான பறவைகளுக்கும் பல்வேறு தடைகள் உருவாயின. உடல் ரீதியான தடைகள்தான் அதிகமும்.

தலைவனின் உரையைத் தொடர்ந்து, பறவைகள் சபை ஸீமுர்க் என்னும் இராஜ பறவையைத் தரிசிக்கச் செல்லும் தங்கள் முடிவைக் குறித்த விவாதங்களில் மூழ்கின. விவாதம் தொடங்கியதுமே சில பறவைகள் தங்களது இயலாமைக்கான பல்வேறு கற்பிதக் காரணங்களை முன்வைத்தன.

பூங்குயில், ரோஜா மலருடனான தனது காதலைக் கைவிட்டு வருவது சாத்தியமில்லை என்றது. கிளி, தான் கூட்டில் அடைந்து கிடப்பதால் வருவதற்கில்லை என்றது. மயில் சொன்ன காரணம் மிகவும் இரசகரமானது. ஆதம் சொர்க்கத்திலிருந்து வெளியேற தன்னுடைய பங்கும் இருந்ததால் இந்தப் பயணத்தில் பங்கு வகிக்கும் தகுதியைத் தான் இழந்து விட்டதாகச் சொன்னது. தன்னால் நீரைப் புறக்கணித்து விட்டு வருவதற்கான வாய்ப்பில்லை என்று வாத்து சொன்னது. காட்டுக்கோழிக்கு, காட்டின் மீதும் நீர்க்கோழிக்குத் தண்ணீரின் மீதும் பருந்துக்கு அழுகிய பொருட்கள்மீதும் ராஜாளிக்கு ராஜாவின் கையில் அமர்வதன் மீதும்தான் ஆர்வம் இருந்தது.

இவற்றையெல்லாம் புறக்கணித்துவிட்டு சத்திய வேட்கையை நாடி சாகசப் பயணம் மேற்கொள்வதில் விருப்பமில்லை என்று அவை ஹுத்ஹுத் பறவையிடம் தெரிவித்தன. வாலாட்டிக் குருவி தனது இயலாமையைக் காரணம் காட்டியது. இந்த காரணங்கள் அனைத்தும் மனித குலம் ஆன்மிகப் பாதையில் சஞ்சரிப்பதிலிருந்து விலகி நிற்பதை மிகவும் சாதுரியமாக உவமிக்கிறது.

மானுட ஆன்மாவின் அழிவின்மையைக் குறித்த அத்தாரின் பார்வைதான் 'மந்திக் குதைர்.' ஆன்மிக உளவியல் சிந்தனைகள்தான் இதன் கருப்பொருள் என்றாலும் அதன் சுவையான சொல்முறையில் மனம் மயக்கும் வடிவங்களை அத்தார் கையாண்டுள்ளார். பல்வேறு துணைக்கதைகளையும் படிமங்களையும் அலங்காரமாகப் பயன்படுத்தி, தனது காவிய வித்தையைக் கையாள்கிற அத்தார் அதில் வெற்றியும் பெறுகிறார். உவமைகளாலும் உவமானங்களாலும் படிமங்களாலும் கற்பனைகளாலும் அழகுபடுத்தப்பட்ட 'மந்திக் குதைர்' முத்தும்

பவளமும் வைடூரியமும் இடைகலந்த நவரத்தின ஆபரணத்தை நினைவூட்டுவதாக அமைந்துள்ளது.

ஸஹீத் ஸய்யித் குத்ப் தனது புகழ்பெற்ற 'ஃபீலிலாலில் குர்ஆன்' என்னும் திருக் குர்ஆன் விரிவுரையின் இரண்டாம் பாகத்தில் ஃபரீதுத்தீன் அத்தாரின் சிந்தனை வரிகளைக் கோடிட்டு, "ஃபரீதுத்தீன் அத்தார் சொல்வதுபோல், ஒவ்வொரு அணுவும் அதன் ஒளிப் புள்ளிக்குள் நின்று சுயமாகச் சுழன்றுகொண்டிருக்கும் சூரியக் கோளமாகும். நட்சத்திரங்கள் எந்தச் சேதாரமுமின்றி அணுப்பொழுதும் விலகாமல் அதனைச் சுற்றிச் சுழன்று கொண்டிருக்கின்றனவே?" என்று குறிப்பிட்டுள்ளார்.

அத்தாரின் படைப்புகளைத் தொகுப்பது மிகவும் சிரமமான பணி. உள்ளடக்கத்திலும் சொல்முறையிலும் வேறுபட்ட முறைகளில் மூன்றாக அவை பிரிக்கப்பட்டுள்ளன. 'மந்திக் குதைர்', 'இலாஹி நாமா', 'முஸீபத் நாமா' ஆகியவை முதல் பிரிவிலும் 'உஸ்துர் நாமா', 'ஜவ்ஹருல் தாத்' ஆகியவை இரண்டாவது பிரிவிலும், 'மள்ஹருல் அஜாயிப்', லிஸானுல் கைப்' ஆகியவை மூன்றாவது பிரிவிலும் உட்படும்.

'அஸ்ரார் நாமா' வைத் தவிர முதல் பிரிவிலுள்ள புராணங்கள், ஏராளமான உப கதைகள் அடங்கியதும் முழுமையாக வெளியிடப்பட்டதுமான கதைத் தொகுப்பாகும். இதிலுள்ள கதைகள், மார்க்கம், ஒழுக்கம் சார்ந்த வாழ்க்கையின் பிரதிபலன்களைப் பேசுகின்றன. மிகுந்த வசீகரத் தன்மையுடன் விவரிக்கப்படும் இதிலுள்ள உபகதைகள் வேறுபட்ட கருப்பொருளையும் அழகியல் கூறுகளையும் கொண்டவை. இரண்டாவது பிரிவில் கதைகளின் எண்ணிக்கைக் குறைவாகவே உள்ளன. சொர்க்க வாழ்வு குறித்த சிந்தனைகளுக்கு இதில் முக்கியத்துவம் தரப்பட்டுள்ளது. குறைந்த எண்ணிக்கையிலான சில கருதுகோள்கள் உணர்வுபூர்வமாகவும் அதீதத் தன்மையுடனும் சித்திரிக்கப்படுகின்றன. ஆன்மா தன் முனைப்பைக் கைவிட்டு இறைவனைப் பற்றுவது, இறை சிந்தனை போன்ற ஆன்மிக விஷயங்கள் மீண்டும்மீண்டும் சொல்லப்படுகின்றன. சொல்பவரோ சொல்லப்படுவதோ இதில் தெளிவாக இல்லை. ஒரே வார்த்தையில் தொடங்கும் வரிகள் மீண்டும் மீண்டும் சொல்லப்படுகின்றன. இப்படைப்புகள் தூஸில் வாழ்ந்திருந்த ஷியா நம்பிக்கையாளரான மற்றொருவரின் படைப்பு என்கிறார் ஸயீத் நஃபீஸி.

மூன்றாவது பிரிவு படைப்புகள் முழுக்கவும் நுட்பமான முறையில் அமைந்தவை. 'மள்ஹருல் அஜாயி'பில் ஹாஃபிளையும் காஸிமெ அன்வாரையும் குறித்து வாசிக்கும்படி கவிஞர்

வாசகர்களிடம் கேட்டுக்கொள்கிறார். இரண்டாவது பிரிவுக்கும் மூன்றாவது பிரிவுக்கும் இடையே சொல்முறையிலும் உள்ளடக்கத்திலுமுள்ள வேறுபாடுகள் வெளிப்படையாக தென்படுகின்றன. இரண்டையும் ஒரே ஆசிரியர்தான் எழுதினார் என்பதையும் மறுப்பதற்கில்லை. ஹெல்மட் ரிட்டர் தன்னுடைய அத்தார் என்னும் கட்டுரையில், எழுதப்பட்ட காலகட்டத்தின் அடிப்படையில் அத்தாரின் படைப்புகளை இப்படி வேறு படுத்துகிறார். அதன் முதல் பிரிவில்:

1. தீவான்: இதில், காதல் கவிதைகளும் இறையியல் சிந்தனைகளும் அடங்கியுள் ளன. இது டெஹ்ரானில் அச்சாக்கம் செய்யப்பட்டது.

2. முக்தார் நாமா: கோட்பாடுகளின் அடிப்படையில் வடிவ நேர்த்தி செய்யப்பட்ட நாலடி கவிதைகளின் தொகுப்பு. இப் படைப்பின் பின்னணி குறித்தும் 'ஜவாஹிர் நாமா', 'ஸரஹுல் கல்ப்' ஆகிய படைப்புகள் காணாமல் போனது குறித்தும் முன்னுரையில் சொல்லப்பட்டுள்ளது.

3. மந்திக் குதைர் (மகாமதுத் துயூர்): முஹம்மத் கஸ்ஸாலியின் 'ரிஸாலது தை'ரின் மேம்படுத்தப்பட்ட காவிய வடிவம் இது.

4. முஸீபத் நாமா: நிராசையுற்றவரும் கதியற்றவருமான ஒரு சூஃபியிடம் பிரபஞ்சம் குறித்தும் புராணீகம் குறித்துமான உண்மைகளைக் கண்டடையும்படி ஞானி ஒருவர் அறிவுறுத்து கிறார். வானவர்கள், இறை சிம்மாசனம் (அர்ஷ்), சொர்க்கம் – நரகம், சூரியன், சந்திரன், மலை, கடல், இப்லீஸ், ஆன்மாக்கள், இறைத்தூதர்கள், மனம் ஆகியவை இதன் கருப்பொருட்கள். இது, கிபி. 1880 – 81இல் டெஹ்ரானில் அச்சாக்கம் செய்யப்பட்டது.

5. இலாஹி நாமா: ஒரு அரசன் தன்னுடைய ஆறு மகன்களிடம் அவர்கள் விரும்புகிற எதை வேண்டுமானாலும் கேட்கும்படி சொல்கிறார். அவர்கள், குபேர மன்னனின் புதல்வி, மந்திர மாலை, மாயக்கோப்பை, உயிர்நீர் (மாஉல்ஹயாத்), சுலைமானின் மோதிரம், அமிர்தம் போன்றவற்றுக்கு ஆசைப்பட்டனர். இதைக்கேட்ட அரசன் உலகியல் ஆசைகளை விட்டு அகன்று நிற்கவும் உன்னதமான நோக்கங்களுடன் வாழவும் அறிவுறுத்துகிறார்.

6. அஸ்ரார் நாமா: குறிப்பிடுவதுபோல் எந்தக் கதை அம்சமும் இல்லாத இதன் உள்ளடக்கம் தத்துவஞானம் குறித்தது. இப்படைப்பை அவர் மௌலானா ஜலாலுத்தீன் ரூமிக்கு அன்பளிப்பாக வழங்கினார் என்று சொல்லப்படுகிறது. இது, கிபி. 1880 – 81இல் டெஹ்ரானில் வெளியிடப்பட்டது.

7. குஸ்ரு நாமா: சாகசத்தையும் காதலையும் கருப்பொருளாகக் கொண்ட புராணப் படைப்பு. ரோமானிய மன்னனின் புதல்வன் குஸ்ருவும் குஸிஸ்தான் மன்னனின் புதல்வி குல்லுவும் இதன் முக்கிய கதாபாத்திரங்கள். இது, கிபி. 1878 இல் லக்னோவில் வெளியிடப்பட்டது.

8. பந்த் நாமா: ஒழுக்க விழுமியங்களை முன்வைக்கும் சிறு தொகுப்பு. பெரிய அளவில் பேசப்பட்ட நூல். துருக்கியில் மட்டுமே இது எட்டு முறை வெளியிடப்பட்டது. பல்வேறு மொழிகளில் மொழியாக்கம் செய்யப்பட்டது. கிபி. 1809இல் ஜெ.எஸ். ஹின்ட்லீயால் லண்டனில் வெளியிடப்பட்டது.

9. தத்கிரதுல் அவ்லியா: முஸ்லிம் ஞானிகளின் வாழ்க்கை வரலாற்றையும் அவர் களது போதனைகளையும் உள்ளடக்கமாகக் கொண்ட ஆழமான உரைநடைக் காவியம். ஹல்லாஜின் வாழ்க்கை வரலாறு இதன் சில கையெழுத்துப் பிரதிகளில் மட்டும் பதிவாகியுள்ளது. மார்க்கம் குறித்த அத்தாரின் கருத்துக்களும் இதில் வெளிப்படுகின்றன.

10. புல் புல் நாமா: இதன் கருப்பொருள், இசைபாடும் (வானம்பாடி) பறவைக்கு எதிராக பிற பறவைகள் சுலைமான் நபியிடம் முறையிடுகின்றன. வானம்பாடியின் பாடல் தங்களுக்குத் தொந்தரவாக உள்ளது என்பதுதான் அவற்றின் முறையீடு. இது, கிபி. 1895 இல் டெஹ்ரானில் அச்சாக்கம் செய்யப்பட்டது.

11. மிஃராஜ் நாமா: இது, ஏதோ ஒரு மஸ்னவியின் முக்கிய பகுதியாக இருக்கலாம்.

12. ஜும்ஜுமா நாமா: அத்தாரின் படைப்பிலுள்ள ஒரு சிறுகதை.

மூன்று பிரிவுகளிலும் உட்படுகிற படைப்புகள்

1. உஸ்துர் (ஷுதுர்) நாமா: இதன் முக்கிய கதாபாத்திரம் துருக்கியின் பொம்மலாட்டக் கலைஞன். இந்தக் கதாபாத்திரம் தெய்வீகக் குறியீடாக தோற்றம் பெறுகிறது. நிகழ்ச்சிகள் அரங்கேறும் மேடையில் கதாநாயகனுக்கு ஏழு திரைகளும் உதவியாளர்களும் இருக்கிறார்கள். தான் உருவாக்கிய உருவகங்களைத் தானே தகர்க்கவும் திரைத்துணிகளைக் கிழிக்கவும் செய்கிறான் கதாநாயகன். எல்லாத் திசைகளுக்கும் தனது உதவியாளர்களை அனுப்பிவைக்கிறான். நிகழ்ச்சிகளைக் கவனித்துக் கொண்டிருந்த ஒரு புத்திமான், இந்தச் செயல்களுக்கான பொருள் என்ன என்ற கேள்வியை எழுப்புகிறான். அவனை ஏழு திரைகளுக்கு அருகில் அழைத்து, சுவையான பல்வேறு நிகழ்ச்சிகளை

நிகழ்த்திக் காட்டுகிறான் பொம்மலாட்டக்காரன். படைப்பின் அடுத்த பகுதி, ஆன்மிக மனவுறுதியின் ஏகத்துவ இருப்பைக் குறிப்பிடுகிறது. அத்தார் இதனூடே ஆன்மாவும் இறைவனும் இரண்டல்ல எனும் ஏகத்துவ கருத்தியலை முன் வைக்கிறார். ஆய்வுக்குரிய ஒரு படைப்பு இது.

2. ஜவ்ஹர் (ஜவாஹிர்) அல்தாத்: உஸ்துர் நாமாவுக்குப் பிறகு, அதிகம் பேசப்பட்ட நூல். அலி (ரலி) அவர்கள் தண்ணீர் முகரும் தொழிலாளி ஒருவனுக்குத் தெய்வீக இரகசியங்களை அறிவிக்கும் கதையும் இதிலுண்டு. மௌலானா ஜலாலுத்தீன் ரூமியும் ஸயீத் நஃபீஸியும் இது அத்தாரின் பெயரில் வழங்கப்படுகிற போலிப் படைப்பு என்று கருதுகிறார்கள். தன்னை இறைவன் என்று கருதியிருந்த ஒரு இளைஞன், கப்பல் பயணத்தின்போது தெய்வீக இயல்பில் ஒன்று கலப்பதற்காகக் கடலில் குதிக்கும் ஒரு கதையும் இதில் சேர்க்கப்பட்டுள்ளது. இது, கிபி. 1897 – 1936இல் டெஹ்ரானில் அச்சாக்கம் செய்யப்பட்டது.

3. ஹைலாஜ் நாமா: இது, உஸ்துர் நாமாவின் முக்கிய பகுதியின் தனிப்பிரதி.

4. மன்ஸூர் நாமா: ஒரு சிறுகதை. ஹல்லாஜின் உயிர்த்தியாகம் பற்றிய விவரணை.

5. பீஸர் நாமா: சிறு அளவிலான மஸ்னவி. வேறு மஸ்னவிகளிலுள்ள வரிகளும் இதில் இடம் பெற்றுள்ளன. உஸ்துர் நாமாவின் இரண்டாம் பகுதியுடன் இது பொருந்திப்போகிறது. கிபி. 1901 இல் டெஹ்ரானில் லித்தோ கிராஃபில் அச்சாக்கம் செய்யப்பட்டது.

மூன்றாம் பிரிவுக்குட்பட்ட கீழ்க்காணும் படைப்புகள் அத்தாருடையவை அல்ல என்று நிரூபிக்கப்பட்டுள்ளது.

6. மள்ஹருல் அஜாயிப்: அற்புதங்களின் உறைவிடம் என்பது இதன் பொருள். அலி (ரலி) அவர்களைப் பெருமைப் படுத்துவதற்காக எழுதப்பட்ட இப்படைப்பு, அலியின் அற்புதங் களின் பெயரில் சமர்ப்பிக்கப்பட்டது. வானவர்களுக்கும் இறைத் தூதர்களுக்கும் ஏனைய உயிர்களுக்கும் ‘ஷா’ வாகவும் தெய்வீக மனிதராகவும் தெய்வீக இரகசியங்களைப் போதிப்பவராகவும் சித்திரிக்கப்படுகிறார் அலி (ரலி). அலியைக் குறித்த ஐதீகங்களின் நூல் வடிவம். இது, கிபி. 1905 இல் டெஹ்ரானில் அச்சாக்கம் செய்யப்பட்டது.

7. லிஸானுல் கைப்: இது ஒரு ஷியா படைப்பு. ரூமியும் ஸயீத் நஃபீஸியும் முன்னர் குறிப்பிட்ட நூலாசிரியர்தான் இதையும்

எழுதியுள்ளார். அபூபக்ர் (ரலி) யும் உஸ்மான் (ரலி) யும் இதில் விமர்சனம் செய்யப்படுகிறார்கள்.

மூன்றாம் பிரிவைத் தொடர்ந்து வரும் கீழ்க்காணும் படைப்புகளும் அத்தாருடை யவை அல்ல என்று நிரூபிக்கப் பட்டுள்ளது.

8. கய்யாத் நாமா, 9. வஸ்லத் நாமா: *(இது, புஹ்லூல் என்னும் மற்றொரு கவிஞரின் படைப்பு.)*

10. கன்ஸுல் அஸ்ரார்: *(கிபி. 1299 – 1300இல் தொகுக்கப்பட்டது.)*

11. மிஃப்தாஹுல் ஃபுதூஹ்: *(சஞ்சாரிலுள்ள ஒருவரால் கிபி.1289 – 90இல் தொகுக்கப் பட்டது.)*

12. வஸியத் நாமா: *(கிபி. 1446 – 47இல் தொகுக்கப்பட்ட இதன் சரியான தலைப்பு, வஸ்லத் நாமா என்றும் சொல்லப்படுகிறது.)*

13. கன்ஸுல் ஹவாயிப்: *(இது, நீகுகாஸி என்னும் அரசகுமாரன்மீதான வாழ்த்துப்பாடல்.)*

ஆங்கிலம், பிரெஞ்சு, ஜெர்மன், ஜப்பானிஷ், துருக்கி அரபி, உருது, தமிழ், மலையாளம் போன்ற மொழிகளில் அத்தாரின் படைப்புகள் மொழியாக்கம் செய்யப்பட்டு வெளிவந்துள்ளன.

மந்திக் குதைர்' என்னும் பறவைகள் சபையை 1863 இல் எம். கிரேசியா டேஸி பிரெஞ்சு மொழியில் மொழியாக்கம் செய்தார். 1889 இல் எட்வர்ட் ஃபிட்ஸ்ஜெரால்ட், பேர்ட்ஸ் பார்லிமெண்ட் என்னும் தலைப்பில் ஆங்கிலத்தில் மொழிபெயர்த்தார். இந்திய ரான ஆர்.பி. மசானி, தி கான்ஃபரன்ஸ் ஆஃப் தி பேர்ட்ஸ் என்னும் தலைப்பில் 1924 இல் மொழிபெயர்த்தார். ஃபிட்ஸ்ஜெரால்ட், மசானி ஆகியோரின் மொழிபெயர்ப்புகளைப் பின்பற்றி மலையாளத்தில் சி.பி. உண்ணிநாணு நாயர் மொழிபெயர்த்தார்.

ஜலாலுத்தீன் ரூமி

RUMI'S TOMB IN KONYA, TURKEY.

பசுங்கிளைகள் கனி கொண்டு
தரை நோக்கித் தாழ
காய்ந்த சுள்ளிகள்
தீக்குள் செல்ல

இறந்தவற்றிலிருந்து
உயிர் வளர்கிறது
உயிருள்ளவை மெல்லமெல்ல
இறப்பினுள் செல்ல

சுமைகளை இழுப்பது மாடுகள்
சத்தமிடுவது சக்கரங்கள்

பொருளொன்று உன்னை விட்டு அகன்றுபோனால்
பெரும் துன்பத்தை விட்டு நீ அகன்று விட்டாய்.

இறைவனின் மாபெரும் கருணை
பிரார்த்தனைகள் பலவற்றை
அவன் ஏற்றுக்கொள்வதில்லை என்பது

'கிதாபுல் மஸ்னவி', 'திவானே ஸம்ஸே தப்ரீஸ்', 'ஃபிஹி மாஃபிஹ்' ஆகிய தனது படைப்புகளினூடே

பாரசீகக் கவிதை இலக்கியத்தை அதன் பொற்காலத்தை நோக்கி அழைத்துச் சென்ற ஜலாலுத்தீன் முஹம்மத் பல்கி, இலக்கிய உலகில் ரூமி என்னும் பெயரில் அறியப் படுகிறார். ஆசியாவின் மிகப்பெரிய மகானும் சூஃபி கவிஞருமான ரூமியை மற்றொரு பாரசீக மகாகவியான நூருத்தீன் அப்துர் ரஹ்மான் ஜாமி, 'ஜனாபே மௌலவியே மஹ்னவி' என்று சிறப்பிக்கிறார்.

முந்தைய ரோமானிய பேரரசில் அனதோலியா என்றும் ஆசிய துருக்கி என்றும் அறியப்பட்ட ரூமில், பல்க் பகுதியில் மார்க்க அறிஞர்கள் நிறைந்த புகழ்பெற்ற ஒரு குடும்பத்தில் கிபி. 1207இல் முஹம்மத் பஹாவுத்தீன் வலத் என்னும் புகழ்பெற்ற மார்க்க அறிஞருக்கு மகனாகப் பிறந்தார் ஜலாலுத்தின் ரூமி. இவர் முதல் கலீஃபா அபூபக்ர் ஸித்தீக் (ரலி) யின் வம்சாவளியைச் சார்ந்தவர். ஜலாலுத்தீனின் தாயார், நான்காவது கலீஃபா அலி (ரலி) யின் வம்சாவளியில் பிறந்தவர்.

ஜலாலுத்தீனின் ஐந்தாவது வயதில் அவரது தந்தை பஹாவுத்தீன் பல்க் நகரை விட்டுத் தனது குடும்பத்துடன் புறப்பட்டுப் பல்வேறு பகுதிகளுக்கு வருகை தந்தார். குராசான் ஆட்சியாளரான முகம்மது சுல்தானின் புதுமை மோகத்தை பஹாவுத்தீன் கேள்விக்குட்படுத்தியதாகவும் சுல்தானுக்குப் பயந்து அவர் நாடு விட்டு சென்றதாகவும் சொல்லப்படுகிறது. சென்ற இடங்களில் எல்லாம் மக்கள் மிகுந்த ஆதரவுடன் அவர்களை வரவேற்றனர். பாக்தாத், மக்கா, டமாஸ்கஸ் ஆகிய பகுதிகளுக்குச் சென்ற அவர்கள் இறுதியில் மலாட்யாவுக்கு வந்து சேர்ந்தனர். அங்கே நான்கு வருடங்கள் தங்கியிருந்த பஹாவுத்தீன் வலத், மார்க்கப் பிரச்சாரங்களில் ஈடுபட்டார்.

சஞ்சாரங்களினூடே பஹாவுத்தீனும் குடும்பமும் சிறிது காலம் நிஸாப்பூரில் தங்கியிருந்தனர். அக்காலகட்டத்தின் மாபெரும் கோட்பாட்டு மகாகவியாக இருந்த ஃபரீதுத்தீன் அத்தார் அப்போது நிஸாப்பூரில்தான் இருந்தார். அத்தாரைச் சந்திக்கச் செல்லும்போது பஹாவுத்தீன் தனது இரண்டாவது மகன் ஜலாலுத்தீனையும் அழைத்துச் சென்றார். ஜலாலுத்தீனை அன்புடன் வருடிக்கொடுத்த அத்தார், தனது 'அஸ்ரார் நாமா' பிரதியை அவருக்கு அன்பளிப்பாக வழங்கினார்.

கிபி. 1228 இல் செல்ஜுக் வம்சாவளி சுல்தான் அலாவுத்தீன் கெய்குபாதின் அழைப்புக்கிணங்க தனது குடும்பத்துடன் துருக்கியின் அன்றைய தலைநகரான கோன்யா நகருக்குச் சென்ற பஹாவுத்தீன் வலத், அங்கே பல்கலைக்கழகத் தலைவராகப் பொறுப்பேற்றார். இரண்டு வருடங்களுக்குப் பிறகு, கோன்யா நகரில் வைத்து அவர் மரணமடைந்தார்.

தந்தையின் அடிச்சுவட்டைப் பின்பற்றிய ஜலாலுத்தீன் ரூமி தனது ஏழாம் வயது முதல் மார்க்கக் கடமைகளை முறை தவறாமல் கடைப்பிடிக்கத் தொடங்கினார். பால்ய பருவத்திலேயே அறிவுக்கூர்மையும் சன்மார்க்க உணர்வும் அவரிடம் மேலோங்கி நின்றன. பெரும் பண்டிதரான தந்தையிடம் இருந்துதான் ஜலாலுத்தீன் ரூமி தொடக்கக் கல்வியைக் கற்றார். பின்னர், பஹாவுத்தீன் வலதின் மாணவர்களில் ஒருவரான ஸய்யித் புர்ஹானுத்தீன் திர்மிதியிடம் ஒன்பதாண்டு காலம் கல்வி பயின்றார். தொடர்ந்து, உயர் கல்விக்காக டமாஸ்கசுக்கும் அலப்போவுக்கும் சென்றார். புகழ்பெற்ற அறிஞரும் சூஃபி ஞானியுமான முஹம்மத் முஹ்யித்தீன் பின் அரபியை முதன்முதலாக சிரியாவில் வைத்துச் சந்தித்தார். தனது தத்துவ ஞானத்தின் அடிப்படைக் கல்வியை முஹ்யித்தீன் பின் அரபியிடமிருந்து பயின்றார். ஷேக் ஸஹ்துத்தீன் ஹமாலி, ஷேக் உஸ்மான் ரூமி, ஷேக் அவ்ஹாதுத்தீன் கிர்மானி, ஷேக் ஸத்ருத்தீன் கோன்யி போன்ற மகான்களுடனும் அவருக்குத் தொடர்பு ஏற்பட்டது. இத்துடன் பல்வேறு நகரங்களுக்கும் பயணம் மேற்கொண்ட ஜலாலுத்தீன் ரூமி, அங்குள்ள ஆன்மிக அறிஞர்களிடமிருந்தும் ஆன்மிக அறிவைப் பெற்றார்.

தன்னுடைய கல்வியை முடித்துவிட்டு கோன்யா நகருக்குத் திரும்பிய ஜலாலுத்தீன் ரூமி, தந்தை பணியாற்றிய இஸ்லாமியத் தத்துவ ஞானத்தின் உன்னதக் கல்வியைக் கற்பிக்கும், அதே பொறுப்பில் நியமிக்கப்பட்டார்.

கி.பி. 1226 இல் தனது பதினேழாவது வயதில் ஜலாலுத்தீன் ரூமி, காஜா ஸரஃபுத்தீன் சமர்கண்டின் மகள் ஜவ்ஹர் காத்தூனை மணம் முடித்தார். அடுத்த வருடமே அவர்களுக்கு ஆண் குழந்தை பிறந்தது. குழந்தைக்கு பஹாவுத்தீன் வலத் என்று தந்தையின் பெயரைச் சூட்டினார் ரூமி.

தனது இளம் வயதிலேயே ஜவ்ஹர் காத்தூன் மரணமடைந்தார். அதன் பிறகு ஜலாலுத்தீன் ரூமி, கிராகாத்தூனை மறுமணம் செய்துகொண்டார். இவர்களுக்கு இரண்டு ஆண் குழந்தைகளும் ஒரு பெண் குழந்தையும் பிறந்தன. ஆண் குழந்தைகளுக்கு முறையே அலாவுத்தீன் முஹம்மத், முஸஃபருத்தீன் எனவும் பெண் குழந்தைக்கு மலிக்கா காத்தூன் என்றும் பெயர் சூட்டினார்.

கி.பி. 1245 நவம்பர் 28ஆம் நாள் ஜலாலுத்தீன் ரூமியின் வாழ்க்கையில் மிகப் பெரிய மாற்றம் ஒன்று நிகழ்ந்தது. புகழ்பெற்ற சூஃபி ஞானியான ஸம்ஸுத்தீன் முஹம்மத் தப்ரீஸை அன்றைய தினம் சந்தித்தார் ரூமி. தப்ரீஸுடனான முதல் சந்திப்பே அமைதியும் ஆளுமையும் நிரம்பிய மார்க்க அறிஞரான ரூமியினுள்

A PAGE OF A COPY C. 1503 OF THE DIWAN-E SHAMS-E TABRIZ-I.

மிகப்பெரிய மாற்றங்களை உருவாக்கியது. தனது ஆசிரியப் பணியைத் துறந்து விட்டு, தப்ரீஸின் சீடராக மாறுவதற்கு இந்தச் சந்திப்புதான் காரணமாக அமைந்தது.

முஹம்மத் பின் அலி பின் மாலிக் தாத் என்னும் இயற்பெயர்கொண்ட ஸம்ஸே தப்ரீஸின் குடும்பம் எதுவென்றோ அவரது நாடு எதுவென்றோ யாருக்கும் தெரியாது. பண்டிதரும் ஞானியுமான ஸம்ஸுத்தீன் என்னும் மாலிக் தாத், சிறுவயது முதல் அன்பே வடிவானவராக திகழ்ந்தார். இறைத்தூதர் முஹம்மத் நபி (ஸல்) அவர்கள்மீதான பேரன்பில் திளைத்திருந்தது அவரது மனம். மறைஞானத்தில் உன்னத அறிவை அடைந்த அவர், கூடை முடைந்து விற்பனை செய்து வாழும் ஷேக் அபூபக்ர் என்பவரின் சீடராக இருந்தார். ஷேக் ஸான்ஜாஸியைப்போன்ற ஆன்மிக அறிஞர்களின் மிகப்பெரும் தாக்கம் தப்ரீஸிடம் இருந்தது. இவர்களிடம் இருந்தெல்லாம் ஸம்ஸுத்தீன், மாபெரும் அறிவுகளைப் பெற்றிருந்தார். மார்க்க அறிவு மட்டுமல்ல, பெரிய அளவிலான பயணங்களினூடே அனுபவ அறிவும் கைவரப் பெற்றிருந்தார் ஸம்ஸுத்தீன்.

வசதி படைத்த வணிகனின் வேடத்தில் சத்திரங்களில் அறை எடுத்து தங்கியிருப்பது ஸம்ஸுத்தீனின் வழக்கம். வெளியே செல்லும்போது, விலையுயர்ந்த பூட்டை வைத்து அறையைப்

பூட்டிவிடுவார். அறைக்குள் கிழிந்த பாயைத் தவிர வேறு எதுவும் இருக்காது. தப்ரீஸ், பாக்தாத், ஜோர்டான், ரோம், கைரியா, டமாஸ்கஸ் ஆகிய தேசங்களில் பயணம் மேற்கொண்ட ஸம்ஸுத்தீன், அரைக்கால் சட்டைக்கான நாடாக்கள் தைத்து விற்பனை செய்து வாழ்ந்துவந்தார். மிக எளிமையாக வாழ்க்கை நடத்தி வந்த ஸம்ஸுத்தீன், டமாஸ்கஸில் இருக்கும்போது வாரமொரு முறை வெறும் சூப்பு மட்டுமே அருந்தி ஒரு வருட காலம் உயிர் வாழ்ந்தார். விசித்திரமான இம்மனிதர் தன்னுடைய புனித அன்பைப் பகிர்ந்துகொள்ள ஒரு தோழன் வேண்டுமென்று பிரார்த்தனை செய்வது வழக்கம்.

இறைவன் அவரது பிரார்த்தனையை ஏற்றுக்கொண்டான் என்றுதான் சொல்ல வேண்டும். புனித அன்பைத் தேடியலைந்து திரியும் பக்குவம் பெற்ற ஆன்மாவுக்கு ஒளியூட்ட, தன்னுடைய ஆன்மிகக் குருவின் அறிவுறுத்தலின்படிதான் ஸம்ஸுத்தீன், கோன்யாவுக்குப் புறப்பட்டார். கி.பி. 1245 இல் கோன்யாவை அடைந்த அவர் வழக்கம்போல் நகரிலுள்ள சத்திரத்தில் அறை எடுத்துத் தங்கினார்.

ஸம்ஸுத்தீன், ஜலாலுத்தீன் ரூமியை முதன்முதலாகச் சந்தித்தது குறித்து ஒரு வரலாற்றாசிரியர் இப்படி விவரிக்கிறார்: ரூமி, சில நூல்களுடன் பள்ளிவாசலின் தண்ணீர்த் தொட்டியின் அருகில் அமர்ந்து வாசித்துக்கொண்டிருந்தார். அப்போது அந்த இடத்திற்கு ஸம்ஸே தப்ரீஸும் வந்து சேர்ந்தார். "தாங்கள் வாசித்துக்கொண்டிருக்கும் நூல் எது?" என்று கேட்டார் ஸம்ஸே தப்ரீஸ். ஜலாலுத்தீன் ரூமி வாசித்துக்கொண்டிருந்த நூல் இல்ஹாம் எழுதியது. "தங்களுக்கு இதைப் பற்றி ஏதாவது தெரியுமா?" என்று திருப்பிக் கேட்டார் ஜலாலுத்தீன் ரூமி.

உடனே, ஜலாலுத்தீன் ரூமியின் கையிலிருந்த நூல்களைப் பிடுங்கி, தண்ணீர்த் தொட்டிக்குள் வீசியெறிந்தார் ஸம்ஸே தப்ரீஸ். அவரது செய்கை, ரூமியின் மனத்தை நோகடித்தது. "தனிமையில் தோழனாகவும் ஆன்மிக வழித்துணையாகவும் இருந்த என் நூல்களை இப்படிப் பாழ்படுத்தி விட்டீர்களே? நான் இனி என்ன செய்வேன்?" என்று பரிதவிப்புடன் கேட்டார் ரூமி.

உடனே, தண்ணீர்த் தொட்டிக்குள் கையை விட்டு அந்த நூல்களை வெளியே எடுத்து ரூமியின் கையில் கொடுத்தார் ஸம்ஸே தப்ரீஸ். அற்புதம் என்றுதான் சொல்ல வேண்டும். நூல்கள் நனையவில்லை. தண்ணீரின் அம்சம் சிறிதளவுகூட அந்த நூல்களில் படவில்லை. ஸம்ஸே தப்ரீஸின்மீது ரூமிக்கு பெருமதிப்பு உருவானது. அவர்களிடையே நட்புறவு உருவாகி, வலுப்பெற்றது.

மற்றொரு வரலாற்றாசிரியர் ரூமியும் ஸம்ஸுத்தீனும் முதன்முதலாகச் சந்தித்துக்கொண்டதை இப்படி விவரிக்கிறார்: வணிகரின் வேடத்தில் கோன்யாவுக்குள் நுழைந்த ஸம்ஸே தப்ரீஸ், ஒரு தானியக் களஞ்சியத்தில் தங்கியிருந்தார். ஒரு நாள், ஜலாலுத்தீன் ரூமி அந்த வழியாகத் தனது வாகனத்தில் வந்துகொண்டிருந்தார். அவரைத் தொடர்ந்து அவரது மாணவர்களும் வந்துகொண்டிருந்தனர். ரூமியைக் கண்டதும் மக்கள் எழுந்து நின்று அவருக்கு மரியாதை அளித்தனர். அப்போது, ஸம்ஸே தப்ரீஸ் எழுந்து சென்று ரூமி பயணம் செய்துகொண்டிருந்த கோவேறு கழுதையின் மூக்கணாங்கயிற்றைப் பிடித்து நிறுத்திவிட்டுக் கேட்டார்:

"நம்முடைய தலைவர் முஹம்மத் நபி, பாயஸீத் பிஸ்தாமி ஆகியோர்களில் அல்லாஹ்வின் உத்தம அடியார் யார்?"

"நம்முடைய ரஸுலுல்லாஹ்தான். நபிமார்களின் தலைவர் இறைத்தூதர் முஹம்மத் நபி அவர்கள்தானே?" என்றார் ரூமி.

உடனே, ஸம்ஸே தப்ரீஸ் கேட்டார்: "அப்படியென்றால், இறைவா உன்னை அறிய வேண்டிய அளவுக்கு நான் அறியவில்லையே என்று நபி பெருமானார் சொல்லியிருக்க, 'எல்லாப் புகழும் எனக்கே. எனது பெருமைக்கு என்னுடைய மகத்துவம் தான் காரணம்' என்று பாயஸீத் தன்னைத்தானே புகழ்ந்து கொண்டதன் உட்பொருள் என்ன?"

இதற்குப் பதில் சொல்ல இயலாமல் ரூமி திகைத்து நின்றார். ஸம்ஸே தப்ரீஸ் உடனே, அதற்கான விளக்கத்தையும் சொன்னார்:

பாயஸீத் பிஸ்தாமியின் தாகவேட்கை ஒரு வாய் தண்ணீரால் அடங்கி விடக் கூடியது. அவரது மஃரிஃபா என்னும் அகஞானக் கோப்பையின் கொள்ளளவு அவ்வளவுதான். ஒரு வீட்டினுள் நுழையும் வெளிச்சம், அதன் வாதாயனத்தைப் பொறுத்து அமைந்திருக்கும். நபி பெருமானாரின் தாகம் அடங்காதது. மஃரிஃபத் என்னும் ஞானப் பிரவாகத்தில் இருந்தும் ஹகீகத் என்னும் சத்தியப் பிரவாகத்தில் இருந்தும் எந்த அளவுக்கு நபி பெருமானார் உட்கொண்டாரோ அதே அளவுக்கு அவரது தாகமும் அதிகரித்துக் கொண்டிருந்தது. அவரது அகஞானக் கோப்பையின் கொள்ளளவு அதற்கேற்ப இருந்தது. ஆகவேதான், திருக்குர்ஆனில் அல்லாஹ், "உம்முடைய இதயத்தை நாம் விசாலப்படுத்தி வைக்கவில்லையா?" என்று நபி பெருமானாரிடம் கேட்கிறான். தான் அடைந்த இடத்தை விடவும் அதிக உயரத்திற்குச் செல்ல பாயஸீதால் இயலவில்லை. ஆகவே, தான் அடைந்த இடத்தையே அவர் மிக உயர்வானது என்றும் இதுவே இறுதியான இடம் என்றும் நம்பினார். ஆனால், நபி

பெருமானார் அவர்கள் ஓர் உன்னதத்தில் இருந்து அதைவிட மேலான உன்னதம் நோக்கியும் அங்கிருந்து இன்னொன்றை நோக்கியும் என தனது உன்னதங்களைத் தேடும் இலட்சியப் பயணத்தைத் தொடர்ந்துகொண்டிருந்தார். முதல் இடத்திலிருந்து இரண்டாம் இடத்தை அடைந்த நபி பெருமானார், அங்கிருந்து மூன்றாம் இடத்துக்குச் செல்லும் நோக்கத்துடன் அதைத் தாழ்ந்த இடமென்று கருதி, அல்லாஹ்விடம், "இறைவா, உன்னை அறிய வேண்டிய அளவுக்கு நான் அறியவில்லையே", என்று முறையிடுகிறார். இதுதான் நபி பெருமானாருக்கும் பாயஸீதுக்குமிடையிலான வேறுபாடு.

ஸம்ஸே தப்ரீஸின் விளக்கத்தைக் கேட்டு, திகைப்பில் இருந்து விடுபட்ட ஜலாலுத்தீன் ரூமி, அவரைத் தனது இல்லத்துக்கு அழைத்துச் சென்றார்.

இன்னொரு வரலாற்றுக் குறிப்பு சொல்கிறது: தனது மாணாக்கருடன் ஜலாலுத்தீன் ரூமி ஒருநாள் வெளியே வந்தபோது, தான் தங்கியிருந்த பண்டகசாலையிலிருந்து இறங்கி வந்த ஸம்ஸே தப்ரீஸ், ரூமியிடம் கேட்டார்:

"பிரார்த்தனையின், அறிவின் நோக்கங்கள் எவை?"

"அது இறைநியதிக்குட்பட்ட மறைபொருட்களாகவே உள்ளன. ஷரீஅத்தும் அதன் விதிமுறைகளும் அதுதானே?" என்றார் ரூமி.

"இல்லை. அறிய வேண்டியவற்றை அறிந்துகொள்வதுதான் அதன் நோக்கம்", என்று சொன்ன ஸம்ஸே தப்ரீஸ், "ஞானத்துடன் ஒப்பிடும்போது தாங்கள் முன்பு எதுவாக இருந்தீர்களோ அதுவாக மாற்றுகிற அஞ்ஞானம்தான் உயர்வானது என்று பொருட்படும் ஹகீம் ஸனாயியின் ஈரடிகளைப் பாடிக்காட்டினார்.

அசைவற்று நின்றிருந்த ஜலாலுத்தீன் ரூமி, ஸம்ஸே தப்ரீஸைத் தனது இல்லத்துக்கு அழைத்துச் சென்றார்.

எதுவாயினும், ரூமிக்கும் ஸம்ஸே தப்ரீஸுக்கும் இடையிலான முதல் சந்திப்பு, புனித அன்பைப் பரஸ்பரம் கைமாற்றுவதில் பேரார்வம்கொண்டிருந்த இரண்டு இதயங்கள் ஒன்று சேர்வதற்கு உதவியாக இருந்தது.

ஸம்ஸே தப்ரீஸுடன் ஒரே அறையில் இருந்து ரூமி சில காலம் மறைபொருள் ஞானங்கள் குறித்து ஆழமான விவாதங்களில் ஈடுபட்டார். இதற்கு முன் ரூமி இசையை வெறுத்தவர். தப்ரீஸுடனான நட்பு அவருக்குள் இசை ஆர்வத்தை உருவாக்கியது. ஸமாஹ் என்ற பெயரில் புகழ்பெற்ற சங்கீத சபையில் ரூமியும் கலந்துகொள்ளத் தொடங்கினார்.

ஜலாலுத்தீன் ரூமியிடம் ஏற்பட்ட இம்மாற்றங்களைக் கவனித்த அவரது மாணவர்களுக்கு தப்ரீஸ்மீது பொறாமையும் கோபமும் ஏற்பட்டன. தங்களுடைய ஆசிரியரை அவர் ஷரீஅத்தியிருந்து திசை திருப்புவதாக அவர்கள் குறைபட்டுக் கொண்டனர். இதையறிந்த தப்ரீஸ், விரும்பத்தகாத நிகழ்வுகளைத் தவிர்த்துக்கொள்ளும் நோக்கத்துடன் யாருக்கும் தெரியாமல் தலைமறைவானார். தன்னுடைய ஆன்மிக வழிகாட்டியின் பிரிவில் துயரம்கொண்ட ரூமி மனம் கவரும் கஜல்களை இயற்றி வாழ்ந்து வந்தார். ஆசிரியரின் துயரமான நிலையில் வருத்தம்கொண்ட மாணவர்கள் தப்ரீஸைக் கண்டு பிடித்து, தங்கள் ஆசிரியரின் முன் அழைத்து வந்தனர். ரூமி தனது வளர்ப்பு மகளை தப்ரீஸுக்கு மணம் முடித்து வைத்ததுடன் தன்னுடைய இல்லத்திலேயே அவர் தங்கியிருப்பதற்கான ஏற்பாடுகளையும் செய்து கொடுத்தார்.

ரூமியின் இரண்டாவது மகன் அலாவுத்தீன் முஹம்மதுக்கு தப்ரீஸுடன் பகையுணர்வு இருந்தது. அவன் தப்ரீஸை வீட்டிலிருந்து வெளியேற்றும் முயற்சிகளில் ஈடுபட்டான். இதை உணர்ந்துகொண்ட தப்ரீஸ் மீண்டும் தலைமறைவானார்.

தப்ரீஸ் இல்லாத வாழ்க்கையை வெறுத்திருந்த ரூமி, தனது ஆன்மிகக் குருவைத் தேடி டமாஸ்கஸுக்கு வந்தார். தன்னுடைய பிரிவுத் துயரை அவர் கவிதைகளாக வடித்தார். இந்த சோகக் காவியம்தான் ‘திவானே ஸம்ஸே தப்ரீஸ்’ என்ற பெயரில் குறிப்பிடப்படுகிறது.

ரூமியின் மாணவர்கள் டமாஸ்கஸுக்கு வந்து, கோன்யாவுக்குத் திரும்பி வரும்படி ரூமியை வலியுறுத்தினர். தப்ரீஸையும் அவர்கள் தேடிப்பிடித்து அழைத்து வந்தனர். ஆனால், மீண்டும் அவர் காணாமல் போனார். இம்முறை அவர் திரும்பி வரவே இல்லை.

தப்ரீஸின் பிரிவு குறித்து ரூமியின் சமகாலத்தவரான மௌலானா நூருத்தீன் அப்துர் ரஹ்மான் ஜாமி குறிப்பிடுகிறார்: “ஒருநாள் மாலையில் ஸம்ஸே தப்ரீஸும் ஜலாலுத்தீன் ரூமியும் தங்கள் அறைக்குள் அமர்ந்து உரையாடிக்கொண்டிருந்தனர். அப்போது ஒருவர் வந்து தப்ரீஸை வெளியே அழைத்தார். உடனே தப்ரீஸ், ‘என்னுடைய மரணத்திற்காக நான் அழைக்கப்படுகிறேன்’, என்று சொல்லி விட்டு வெளியே சென்றார்.

தப்ரீஸைக் கொலை செய்வதற்காக ஏழு பேர்கொண்ட ஒரு குழு, இரகசிய ஆலோசனைகளில் ஈடுபட்டிருந்தது. அவர் வெளியே சென்றதும் அவர்கள் ஆயுதத்துடன் அவர்மீது பாய்ந்தனர். தப்ரீஸ் அப்போது பயங்கரமாகக் குரல் எழுப்பினார். ஆயுதத்துடன்

Double-page illuminated frontispiece, 1st book (daftar) of the Collection of poems (Masnavi-i ma'navi), 1461 manuscript

பாய்ந்தவர்கள் நடுநடுங்கிப் போயினர். நடுக்கத்திலிருந்து மீண்ட அவர்கள் பார்க்கும்போது தப்ரீஸைக் காணவில்லை. தரையில் ஆங்காங்கே இரத்தத் துளிகள் மட்டும் சிதறிக் கிடந்தன. இதன் பிறகு, தப்ரீஸை யாருமே பார்த்ததில்லை.

இந்த இரகசிய சதியாலோசனையில் ரூமியின் இரண்டாவது மகன் அலாவுத்தீன் முஹம்மதுவுக்கும் பங்கிருந்ததாகச் சொல்லப் படுகிறது. தப்ரீஸைத் தாக்கிய இவர்கள் அவரை ஒரு கிணற்றில் வீசியதாகவும், கொலை பாதகச் செயலில் ஈடுபட்ட இந்த ஏழு பேரும் அடுத்தடுத்து மரணமடைந்ததாகவும் நம்பப்படுகிறது.

ஸம்ஸே தப்ரீஸ் இரண்டாவது முறையாக ரூமியை விட்டுப் பிரிந்த பிறகு, புல்லாங்குழலின் பின்னணி இசையுடன்கூடிய நடனத்தை ரூமி, தனது மாணவர்களான தர்வேஷ் குழுவினருக்கு அறிமுகம் செய்தார். பொருள் நிறைந்த பாடல்களை இசைத்தபடியே, மிகுந்த இறையன்புடன் அவர்கள் சுற்றி வந்து நடனம் ஆடுவார்கள். இப்படியாக ரூமியால் உருவாக்கப்பட்ட தர்வேஷ்கள் குழு, மௌலவி தர்வேஷ்கள் என்ற பெயரிலும் அவரால் உருவாக்கப்பட்ட நம்பிக்கை மரபு, மௌலவி தரீக்கத் என்ற பெயரிலும் வழங்கப்பட்டன. மௌலவி தர்வேஷ்களின் ராத்தீப் நடன அரங்குகளில் இருந்து ரூமி இறைவனுடன் ஒன்று கலந்த நிலையில் பாடிய ஈரடிகள்தான் ‘கிதாபுல் மஸ்னவி’.

ஜலாலுத்தீன் ரூமிக்கும் ஸம்ஸே தப்ரீஸுக்கும் இடையிலான ஆன்மிக நட்புறவு, மொழியால் விவரிக்க இயலாத ஒன்று. "நானும் ஸம்ஸே தப்ரீஸும் இருவரல்ல. அவர் கதிரவன் என்றால் நான் கதிர். அவர் ஆழி என்றால் நான் அதில் ஒரு துளி. கதிரவனிடம் இருந்து ஒளியைப் பெறுவது கதிரின் தேவை. துளி, நிலைபெறுவது ஆழியின் இருப்பில்" என்றார் மௌலானா ஜலாலுத்தீன் ரூமி.

ஒருமுறை, ஸம்ஸே தப்ரீஸின் பிரிவுத் துயரில் வேதனையுடனிருந்த ரூமியை வந்து சந்தித்த ஒருவன், ஸம்ஸே தப்ரீஸை, தான் டமாஸ்கஸில் வைத்துப் பார்த்ததாகச் சொன்னான். உடனே, அவனுக்குத் தனது ஆடைகளை அன்பளிப்பாக வழங்கினார் ரூமி. சிறிது நேரத்துக்குப் பிறகு இன்னொருவர் வந்து சொன்னார்: "ஸம்ஸே தப்ரீஸை டமாஸ்கஸில் வைத்துப் பார்த்ததாக அவர் சொன்னது உண்மையல்ல. அவருக்குத் தங்களது உடைகளை அன்பளிப்பாக வழங்கியது வீண்." இதற்கு ரூமி சொன்ன பதில்: "அவர் சொன்ன தகவல் உண்மையல்ல என்று தெரிந்தும், ஆனால், அந்த தகவல் ஸம்ஸே தப்ரீஸைக் குறித்தது என்பதால் உடைகளை அன்பளிப்பாக வழங்கினேன். அதை உண்மையென்று நம்பியிருந்தால் என்னுயிருக்கு நிகரானவற்றை அல்லவா வழங்கியிருப்பேன்?"

இரண்டு வருடங்களுக்குப் பிறகு, ஜலாலுத்தீன் ரூமி மீண்டும் டமாஸ்கஸிக்குச் சென்றார். அங்கிருந்து திரும்பி வந்த பிறகு, ஸம்ஸே தப்ரீஸைக் குறித்த சிந்தனைகளில் இருந்து அவர் விடுபட்டிருந்தார்.

அதன் பிறகு, ஜலாலுத்தீன் ரூமி பொற்கொல்லரான ஷேக் ஸலாஹுத்தீனை தரீக்கத்தின் தலைவராகவும் தன்னுடைய ஆன்மிகக் குருவாகவும் ஏற்றுக்கொண்டார். அருகிலுள்ள கிராமத்தில் மீன்பிடித்தொழில் செய்து வந்த ஒருவரின் மகன்தான் ஸலாஹுத்தீன். அவரது ஆன்மிகக் குரு, ஸய்யித் புர்கானுத்தீன். குருவின் மரணத்தைத் தொடர்ந்து ஸலாஹுத்தீன், ரூமியைப் பின்பற்றுபவர் ஆனார். ஸம்ஸே தப்ரீஸைப் போலவே ஸலாஹுத்தீன் மீதும் அன்பு காட்டினார் ரூமி. ஸலாஹுத்தீனை ஆன்மிகக் குருவாக ஏற்றது அவரது சீடர்களுக்குப் பிடிக்கவில்லை. அவர்கள் தங்களுக்குள் முணு முணுத்துக்கொண்டனர். தப்ரீஸ் மாபெரும் பண்டிதர். ஸலாஹுத்தீனிடம் என்ன பாண்டித்தியம் இருக்கிறது என்பதுதான் அவர்களது வாதம். ஸலாஹுத்தீனின் மென் மொழியும் அமைதியான இயல்பும் ரூமியின் அறிவின் சஞ்சல உணர்வைக் கட்டுக்குள் வைக்கப் போதுமானதாக இருந்தது.

ஸலாஹுத்தீனின் மரணத்தைத் தொடர்ந்து ஸெல்பி ஹுஸாமுத்தீன் துருக்கியை தரீக்கத் நாயகனாக நியமித்தார்

ரூமி. முன்பு, ரூமியின் அன்புக்குரிய மாணவனாக இருந்தவரும் அகீ என்னும் புகழ்பெற்ற குடும்பத்தில் பிறந்தவருமான ஹுஸாமுத்தீன் செலப்பி, ஒரு ஆர்மேனிய துருக்கி. பிற்காலத்தில் இவர் ரூமியின் நெருங்கிய நண்பரும் சகமாணவருமாக ஆனார். ஸம்ஸே தப்ரீஸுக்குப் பிறகு, ரூமி அதிகமாக நேசித்த ஒருவர் ஹுஸாமுத்தீன். இவர் கலந்துகொள்ளாத சபைகளில் ரூமி உரையாற்றுவதில்லை. இதன் காரணமாக, ரூமியின் உரைகளுக்கான தூண்டுதல் என்னும் நிலையில் நிகழ்ச்சியின் ஒருங்கிணைப்பாளர்கள், ஹுஸாமுத்தீனைக் கலந்து கொள்ள வைப்பதில் ஆர்வம் காட்டினர். பொதுக்கூட்டங்களின்போது ரூமி, ஹுஸாமுத்தீனைப் புகழ்ந்துரைப்பது வழக்கம். தனக்குக் கிடைக்கும் பணம் முழுவதையும் ரூமி, ஹுஸாமுத்தீனிடம் ஒப்படைத்துவிடுவார். அவர் அதனை அகதிகளுக்கும் அனாதை களுக்கும் பகிர்ந்தளிப்பார்.

தன்னுடைய இறவாப் புகழ்பெற்ற படைப்பிற்குத் தூண்டுதலாக இருந்தவர் ஹுஸாமுத்தீன் செலப்பி என்று ரூமி தனது மஸ்னவியில் குறிப்பிட்டுள்ளார். ரூமியின் தொடக்கக் காலப் பாடல்களில் மறைஞானப் பொருட்கள் அபூர்வமாகவே இடம் பெற்றிருந்தன. ஆகவே, ரூமியின் சீடர்கள் ஹகீம் ஸனாயியின் 'ஹதீகா'வையும் ஃபரீதுத்தீன் அத்தாரின் 'மந்திக் குதை'ரையும் ஆன்மிக ஞானம் சித்திப்பதற்கான பாட நூலாகக் கொண்டிருந்தனர். ஸூஃபி ஞானம் குறித்த அறிதலுக்கு அன்று ஏற்றுக்கொள்ளத் தகுந்த முக்கியப் பாடங்களாக இந்தப் படைப்புகள்தான் இருந்து வந்தன. ஒரு முறை, ஸூஃபி ஞானம் குறித்து இவற்றை விடவும் சிறந்த படைப்பை இயற்ற வேண்டுமென்று ரூமியிடம் ஹுஸாமுத்தீன் கேட்டுக்கொண்டார். அப்போது ரூமி, "நேற்றிரவு நானும் இது குறித்து யோசித்தேன். இது தொடர்பாக பதினெட்டு ஈரடிகள் எழுதவும் செய்தேன்", என்ற படி தன்னுடைய தலைப்பாகையிலிருந்து அந்தப் பதினெட்டு மஸ்னவிகளை எடுத்து ஹுஸாமுத்தீனிடம் காண்பித்தார். ஹுஸாமுத்தீன் பெரும் மகிழ்ச்சி அடைந்தார்.

தொடர்ந்து, தினமும் ரூமி கவிதைகள் சொல்ல ஹுஸாமுத்தீன் அவற்றை எழுதி வந்தார். இப்படியாக மஸ்னவியின் முதல் பாகம் முழுமையடைந்தது. அப்போது ஹுஸாமுத்தீனின் மனைவி மரணமடைந்தார். மஸ்னவியின் உருவாக்கத்தில் இரண்டு வருட காலம் ஹுஸாமுத்தீனால் ரூமிக்கு உதவ இயலாத சூழ்நிலை ஏற்பட்டது. இதன் காரணமாக மஸ்னவி எழுதும் பணி இரண்டு வருட காலம் தடைபட்டது.

அன்பால் மதிமயங்கும் குணம் படைத்தவராக இருந்தார் ரூமி. தனது நண்பர்களை அவர் தேர்வு செய்தமைக்கான

காரணம், மறைபொருள் ஞானத்திற்கான வழிகாட்டியாகவோ ஆன்மிக உள்ளொளிக்காகவோ மட்டுமல்ல! பரஸ்பர உறவுகளில் இருந்துதான் அன்பு உருவாகும் என்கிற ரூமி, தன்னுடைய நட்புக்குப் பாத்திரமானவர்கள்மீது அதீதமாக அன்பு செலுத்தினார். அவர்களது அண்மையை அதிகமாக விரும்பினார். ரூமியின் மஸ்னவி, அன்பைப் பிரகடனம் செய்யும் ஒரு நூல் வடிவம். தன்னுடைய மறை பொருள் ஞானங்களையும் பரவச நிலைகளையும் பகிர்ந்துகொள்ள கூடவே நண்பர்கள் இருப்பதை அவர் விரும்பினார். அப்படிப்பட்ட தருணங்களில் அவர் தூண்டப்பட்டார் என்பதுதான் உண்மை. மஸ்னவியை இயற்றுவதில் இரண்டு வருட காலம் தடை ஏற்பட்டது என்பது இதற்கொரு உதாரணம்.

இரண்டாண்டுகள் சென்றன. ஹுஸாமுத்தீன் மீண்டும் ரூமியிடம் வந்து மஸ்னவியைத் தொடர்ந்து எழுதச் சொல்லி வற்புத்தினார். சில நாட்களில் எழுத்துப்பணி இரவு முழுவதும் தொடர்ந்து நடக்கும். ரூமி சொல்வதைக் குறிப்பெடுக்கும் ஹுஸாமுத்தீன் பின்னர் தனக்கே உரித்தான மென்குரலில் இனிமையாக அதைப் பாடிக்காட்டுவார். இப்படியாக பதினைந்து வருட காலம் கடின முயற்சி செய்து மஸ்னவி இயற்றுவதை அவர்கள் முழுமைப்படுத்தினர். அதன் பிறகு, ரூமியைத் தாலாட்டுப் பாடித் தூங்க வைக்க மரணம் வந்து சேர்ந்தது. ஹுஸாமுத்தீன் ஸெல்பியைத் தனது வாரிசாக ஏற்றுக்கொண்டார் ஜலாலுத்தீன் ரூமி.

ரூமியின் சமகாலத்தவரான ஸிஃபாஹ் ஸலார் குறிப்பிடுகிறார்: "ரூமியின் மரணத்துக்கு முந்தைய நாற்பது நாட்கள் கோன்யா நகர் பெரும் பூகம்பத்தை எதிர்கொண்டது. அஃப்லாஹி குறிப்பிடுகிறார்: "ரூமி நோயால் பாதிக்கப்பட்டு மிகவும் மோசமான நிலையிலிருந்த கடைசி ஏழு நாட்கள் இரவும் பகலும் இடைவிடாத மிக பயங்கரமான பூகம்பம் கோன்யா நகரைக் குலுக்கியது. மக்கள் பயந்து நடுநடுங்கிய நிலையில் ரூமியிடம் சென்று இறைவனிடம் பிரார்த்தனை செய்யுமாறு வேண்டினர். ரூமி அமைதியாக பதில் சொன்னார்: "சாந்தமான இந்தப் பூமி, தடித்த ஒரு சிறு மனிதனை அரவணைத்துக்கொள்ள விரும்புகிறது. சீக்கிரமாகவே அவர்கள் இணைந்துகொள்வார் கள். பிறகு, உங்களை அது தொந்தரவு செய்யாது." மரணப் படுக்கையில் கிடந்த ரூமியைப் பார்ப்பதற்காக ஷேக் ஷத்ருத்தீனும் சீடர்களும் வந்தனர். ஸெல்பி ஹுஸாமுத்தீன் சொல்கிறார்: தனது பேச்சினூடே ஷத்ருத்தீன், "மௌலானா, சீக்கிரமாகவே அல்லாஹு உங்களைப் பூரண நலமாக்கி அருள்வான்" என்று வாழ்த்தினார். அப்போது ரூமி சொன்னார்: தாங்கள் சிறப்புடன்

வாழ்வீர்களாக. வாழ்க்கைக்கும் மரணத்துக்கும் இடையிலான திரைத்துணி விலக மயிரிழை காலம்தான் மிச்சமிருக்கிறது. அளவுக்கும் அளவின்மைக்கும் இடையிலான வரம்புகள் தகர்ந்து அவை ஒன்று கலந்துவிடுவதை நீங்கள் விரும்பவில்லையா?" இதைக்கேட்ட ஷத்ருத்தீனின் கண்களில் நீர் ததும்பியது.

தனது உயிர் பிரியும் தருவாயில் தன்னைக் காண வந்த நண்பரிடம் ரூமி பாடிய கவிதை இது

'ஆன்மப் புறாக்களுக்காக
நான் ஒரு கூடு கட்டினேன்
என் ஆன்மப் பறவையே...
நீ பறந்துவிடு இப்போது
கூடு என்ன...
ஆயிரம் உறுதியான
கோட்டைகள் உண்டு
என்னிடம் இப்போது...'

கி.பி. 1273 டிசம்பர் மாதம் 16 ஆம் நாள், தனது அறுபத்து எட்டாவது வயதில் கோன்யா நகரில் வைத்து மௌலானா ஜலாலுத்தீன் ரூமி மரணமடைந்தார்.

மய்யவாடிக்குக் கொண்டு செல்லும் ரூமியின் உடலை ஏராளமான மக்கள் சோகத்துடன் பின்தொடர்ந்தனர். யூதர்களும் கிறிஸ்தவர்களும் அவரவர் வேத நூல்களைப் பாராயணம் செய்தபடியே இறுதிப் பயணத்தில் கலந்துகொண்டனர். முஸ்லிம்களில் சிலர் அவர்களை அப்புறப்படுத்த முயன்றனர். ஆனால், அவர்களது முயற்சிகள் பலனளிக்கவில்லை. இதைத் தொடர்ந்து உருவான கலவரச்சூழல், கோன்யா ஆளுநர் முயீனுத்தீன் பர்வானாவின் கவனத்துக்குக் கொண்டு செல்லப்பட்டது. அவர் யூத, கிறிஸ்தவ மதப் பண்டிதர்களிடம் இது குறித்து ஆலோசனை மேற்கொண்டார்.

ஒரு முஸ்லிம் ஞானியின் இறுதிச் சடங்கின்போது யூதர்களும் கிறிஸ்தவர்களும் தங்களது வேத நூல்களைப் பாராயணம் செய்தபடி கலந்துகொள்வதற்கான காரணங்கள் குறித்து ஆளுநர் விளக்கம் கேட்டார். தங்களுடைய வேதங்களில் விவரிக்கப்படுகிற தேவ தூதர்களுக்கான குணாம்சங்களும் அடையாளங்களும் ரூமியிடம் இருந்ததாகவும் அவர், பூமியில் இதுவரை தோன்றியிராத புனித ஆத்மா என்றும் அவர்கள் பதில் சொன்னார்கள். முடிவில், இறுதிப் பயணத்தில் கலந்துகொள்வதற்கான அனுமதி அவர்களுக்கும் வழங்கப்பட்டது. அதிகாலையிலேயே உடலை வெளியே கொண்டு வந்தும் அதிக அளவில் மக்கள் திரண்டிருந்த காரணத்தால், பொழுது சாயும் வேளையில்தான் மய்ய வாடியை அடைய முடிந்தது.

மனத்தை விரும்பினால்
மானுடத்தை விதை
சொர்க்கத்தை விரும்பினால்
செல்வழியில் முள் விதைக்காதே!

என்று அன்பைப் பாடியவரான ரூமி அனைவருடனுமான அன்பு ஒன்றையே இலட்சியமாகக்கொண்டு வாழ்ந்து வந்தார். அகதிகள்மீதும் ஆதரவற்றோர்மீதும் அளவற்ற கருணையுடன் நடந்துகொண்டார். சொற்களாலோ செய்கைகளாலோ யாரையும் காயப்படுத்தி விடாமல் இருப்பதில் மிகவும் கவனம் செலுத்தினார்.

ஒருநாள் தெருவில் சில சிறுவர்கள் விளையாடிக் கொண்டிருந்தனர். தங்களுடைய அன்புக்குரிய ரூமி வருவதைக் கண்டதும் அவர்கள் ஓடோடிச் சென்று அவரது கைகளை முத்தமிட்டனர். அதில் ஒரு சிறுவன் மட்டும் ஓட இயலாத நிலையில் பின் தங்கினான். நான் வருவது வரைக்கும் நில்லுங்கள் என்று அந்தச் சிறுவன் ரூமியிடம் உரத்தக் குரலில் சொன்னபடியே வந்துகொண்டிருந்தான். அவன் தன்னிடம் வந்து சேரும் வரை ரூமி அதே இடத்தில் நின்றுகொண்டிருந்தார்.

தனது நண்பர் ஒருவருடன் சென்றுகொண்டிருந்தார் ரூமி. ஒரு இடத்தில் சில நாய்கள் தங்களுக்குள் தலைகளைப் பிணைத்துக்கொண்டு படுத்திருப்பதை ஆச்சரியத்துடன் பார்த்துவிட்டு அந்த நண்பர் சொன்னார்: ஆஹா, நாய்கள் தங்களுக்குள் எவ்வளவு ஒற்றுமையாக வாழ்கின்றன. உடனே ரூமி சொன்னார்: அவற்றின் ஒற்றுமையைச் சரிவரப் புரிந்துகொள்ள விரும்பினால் ஒரு அப்பத்துண்டை எறிந்து கொடுத்துப் பாருங்கள்.

பிரார்த்தனையின் சிறப்பை வலியுறுத்தும் ரூமி, செய்யும் பணிகளிலும் நேரம் தவறாமையுடனும் கட்டுப்பாட்டுடனும் இருந்தார். எவ்வளவு கடுங்குளிராக இருந்தாலும் நள்ளிரவின் தஹஜ்ஜுத் தொழுகையை அவர் தவற விடுவதில்லை. பின்னிரவில் பிரார்த்தனையைத் தொடங்குகிற ரூமி, பொழுது புலரும்வரை அதைத் தொடர்ந்து கொண்டிருப்பார்.

சமூகத்தில் பெண்களுக்கு மிகுந்த முக்கியத்துவமும் மரியாதையும் அளித்து அவர்களை ஆதரித்து வந்தார் ரூமி. பெண்கள் வெறும் படைப்பு மட்டுமல்ல, அவர்கள் இறைவனின் ஒளிக்கதிர்களும்கூட என்பது ரூமியின் கருத்து.

பிற இஸ்லாமிய சிந்தனையாளர்களிடம் இருந்து மௌலானா ரூமி, முற்றிலும் வேறுபட்டவர். ஆன்மிகத்தின் உட்கூறுகளை விவரிக்கும்போது அதில் இசைக்கும் மிக முக்கியமான இடத்தை அளித்தார். இசையைத் தூண்டுதலாகக்கொண்டு, அன்பைப்

MATNAWIYE MA'NAWI MEVLANA MUSEUM, KONYA, TURKEY

பாடிய உலகப் புகழ்பெற்ற ரூமி, இறை சன்னிதியை அடையும் காலத்தை எதிர்பார்த்திருந்த மகாகவியாகவே போற்றப்படுதல் வேண்டும். அனைத்துக்கும் மேலாக, இறைவனின் அண்மையை அடைய எதிர்பார்த்துக் காத்திருந்த இவ்வுலக மகா அன்புப் பாடகனின் சிந்தனைகள் எல்லையற்ற ஆன்மிகப் பெருவெளியில் இருந்து உருக்கொண்டதாகவே இருந்தன. நிச்சயமாகவே, மௌலானா ரூமியின் தெய்வீக உபாசனை, அதன் எல்லா அர்த்தங்களில் இருந்தும் வெளிப்பட்டதன் நல்விளைவுதான் 'கிதாபுல் மஸ்னவி'. அனைத்தையும் அல்லாஹ்விடம் ஒப்படைத்த உறுதிவாய்ந்த அந்த அறிவில் இருந்து ஊற்றெடுத்த ஆன்மிக சாரங்களின் அருவிகள் அவை. அதில் அவர் ஆதியும் அந்தமுமில்லாத இறைவனின் மறை ரகசியங்களான உவமைகளற்ற அழகைக் காட்சிப்படுத்துகிறார். நம்பிக்கையின் அடிப்படையில் உருவாகும் சிந்தனைகளை நவீன உலகியல் சித்தாந்தங்கள்கூட மறுக்க இயலாதபடி விவரிப்பதில் எல்லாம் வல்ல இறைவனின் கருணையும் வழிகாட்டலும் அவருக்குக் கிடைத்துள்ளன என்பதுதான் மஸ்னவியின் ஆழ்ந்த ஆய்வுகள் வெளிப்படுத்துகிற உண்மை.

இசையை மன அமைதிக்கான மார்க்கமாக ஏற்றுக்கொண்ட மௌலான ரூமி, தனது புல்லாங்குழலின் புனித இசையை வர்ணித்த படியே அந்த ஒளியார்ந்த மகா காவியத்தைத் தொடங்குகிறார்.

மஸ்னவி மனித மனங்கள் இறைவனின் அண்மையை அடைவதற்கான, அந்த உன்னத சாபல்யத்திற்கான வேட்கையை வர்ணிக்கும் படைப்பாகும். இதன் உருவாக்கத்தில் மௌலானா ரூமி, திருக்குர்ஆன், ஹதீஸ் போன்றவற்றை மிக அதிகமாகப்

பயன்படுத்தியுள்ளார். உபகதைகளும் உவமைக்கதைகளும் வசனங்களும் அடங்கிய 6.600 ஈரடிகள், ஆழமான தத்துவ ஞானங்களை உட்கொண்டுள்ளன.

தான் சொல்ல வருபவை எவையென்று மஸ்னவியின் முதல் பாகத்தின் முன்னுரையிலேயே ரூமி தெளிவாகக் குறிப்பிட்டு விடுகிறார். "இதில் இறைச் சிந்தனையின் மூலவேர் கள் உள்ளன. உண்மை ஞானம் மட்டுமல்ல, இறையுடன் ஒன்றிணைவதைக் குறித்த மறை ஞான விளக்கங்களும் உள்ளன. இறைச் சிந்தனையின் அடிப்படையிலான முன்மாதிரி ஞானம் என்பது தெய்வீகத்தின் மகத்தான நியதியும் இறையம்சம் சார்ந்த தெளிவான பார்வையுமாகும். இதன் ஒளி அதிகாலை சோபையை விடவும் அதிகப் பிரகாசம் வாய்ந்தது. நீரோடைகளும் காய்கனிகளும் நிரம்பிய மனதுக்கிசைவான மறு உலகம் இது. இந்நீர்ச்சோலைகளில் ஒன்றைப் பயணிகள் ஸல்ஸபீல் என்று அழைக்கலாம். உயர்வான நோக்கம் கொண்டோருக்கு இது, இறையருளால் கிடைத்த ஓய்விடமும் மதிய வேளையில் தலைசாய்க்கும் இடமுமாகும். சன்மார்க்க எண்ணமுள்ளோர் இங்கிருந்து ஞான நீரருந்திச் செல்கின்றனர். நன்மைகள் செய்தவர்கள் ஆனந்தம் அனுபவிக்கின்றனர். இதன்மூலம், பலருக்கும் அவன் நேர்வழி காட்டுகிறான். பலரை அவன் வழி பிழைக்கவும் செய்கிறான். ஆனால், தவறான வழியில் செல்பவர்களைத் தவிர யாரையும் அவன் மார்க்க எதிரியாக ஆக்குவதில்லை.

மஸ்னவியின் உவமைக் கதைகள் சிலவற்றின் உள்ளார்ந்த பொருட்களை அதன் ஆசிரியரே விவரித்து விடுகிறார். வேறு சிலவற்றிலுள்ள பொருள் வாசகர்கள் கண்டு பிடிக்க வேண்டிய தாக இருக்கிறது. மஸ்னவியிலுள்ள அதுபோன்ற சில கதைகள்:

கலீஃபா ஒருவர் நித்திரையில் ஆழ்ந்திருக்கும்போது ஓர்அசரீரி கேட்கிறது:

"எழுந்தமர்ந்து பிரார்த்தனை செய்வீராக!"

"அரசரை இவ்வளவு தைரியமாகத் தூக்கத்திலிருந்து விழிக்கச் சொல்வது யார்?" கலீஃபா கோபத்துடன் கேட்கிறார்.

அறையின் மூலையிலிருந்து இருளைக் கிழிப்பதுபோல் குரல் ஒலிக்கிறது.

"என் பெயர் அயாஸீன். எழுந்திருப்பீராக; முஹம்மதுவின் வழிமுறைகளைப் பின் பற்றுவீராக! சீக்கிரமாக எழுந்து பிரார்த்தனை செய்வீராக..!"

கலீஃபா பதில் சொல்கிறார்: "எழச்சொன்ன வார்த்தைகள் சரிதான். ஆனால், அதன் நோக்கம் சந்தேகத்துக்குரியது. உன் பணப்பையைப் பாதுகாப்பாக வைத்துக்கொள் என்று திருடன் தானாகவே முன்வந்து சொன்னால் அந்தப் பணப்பை எந்த நிலையில் இருப்பதாகப் பொருள்கொள்வது தோழா? உனது அறிவுரை எனக்குத் தேவையில்லை."

இப்லீஸ் சொன்னான்: "கடந்துபோன யுகத்தில் நாங்கள் இறை அண்மையில் வாழ்ந்தோம். நீண்ட காலங்களுக்கு முன், நாங்கள் ஒளி பகரும் வானவர்கள். மார்க்கத்தை விட்டு விலகிய நெறி பிறழ்ந்தவர்களைச் சொர்க்க சன்மார்க்கத்தை நோக்கி அழைத்துச் செல்லும் இறைத்தூதர்களாக இருந்தோம். இன்றும் இதோ பழைய ஜென்ம வாசனை வீசுகிறது. அந்த நறுமணச் சுவை இன்றும் எங்களை விட்டு அகன்று விடவில்லை.

உலகம் முழுவதும் ஜெயக்கொடி பறக்க விட்டாலும் பூமியின் மையப் பகுதியிலுள்ள மிகப்பெரிய அரண்மனையில் வாழ்ந்தாலும் ஒரு குழந்தை தன்னைச் சீராட்டித் தூங்கச் செய்த கரங்களை ஒருபோதும் மறந்து விடாது. அதுபோல், அன்று இறை அன்பில் திளைத்திருந்ததை, போதையூட்டும் அம்மதுவை முகர்ந்ததை இன்றும் நான் அசை போடுகிறேன். இறைவனின் கைவிரல்கள் எனது நெற்றியில் பதிந்தபோது ஏற்பட்ட மகத்தான ஸ்பரிசம் இப்போதும் என்னுள் பரவச உணர்வுகளைத் தோற்றுவிக்கின்றன.

இன்றைய நிலையில் நான் அதலப் பாதாளத்தில் வீழ்ந்து விட்டேன் என்பது உண்மைதான். ஆயினும் எனது பார்வைகள் இன்றும் இறைவனை நோக்கியே உள்ளன. எதற்காக என்று கேட்க வேண்டாம். ஒரு சந்தர்ப்பத்தில் வீழ்ந்துவிட்ட நான் மற்றொரு சந்தர்ப்பத்தில் இந்நரகிலிருந்து விடுதலை அடைவேனாக இருக்கலாம்.

இவை அனைத்துக்கும் காரணம், மனித குலத்தின்மீது நான்கொண்ட பொறாமைதான். புதிய படைப்பினமான மனித குலத்தின்மீது இறைவன் காட்டும் அளப்பரிய கருணையால் கோபம்கொண்ட நான் தாங்கிக்கொள்ள இயலாத நிலையில் தவறிழைத்து விட்டேன்.

ஆயினும், அவன் அனைவருக்கும் உணவளிக்கிறான். அவனது விருந்தினர்கள் அனைத்துத் திசைகளிலிருந்தும் வந்து சேருகிறார்கள். ஆம், மனித குலத்திற்கு ஏதேனும் நன்மைகள் செய்தால் மீண்டும் நாங்கள் உன்னத நிலையை அடையலாம். இறைவனின் சதுரங்க விளையாட்டில் நாமெல்லாம் வெறும் காய்கள். ஆடுபவன் இறைவன். வெள்ளை, கறுப்பு, ராஜா,

மந்திரி என எல்லாமே அவனுக்கு ஒன்றுதான். இரு பிரிவிலும் அவனே ஆடுகிறான். அங்கிருந்து இங்கும், இங்கிருந்து அங்குமாக! நன்மையிலிருந்து தீமையையும் தீமையிலிருந்து நன்மையையும் நோக்கிச் செலுத்துவது அவன்தான். அவனது மனம் போலவே நாம் எழுவதும் வீழ்வதும் நிகழ்கின்றன.

கலீஃபா சொன்னார்: "நீ சொல்வது முற்றிலும் உண்மை. ஆனால், உன்னுடைய குறுக்குப் புத்தியையும் நான் அறிவேன். உனது சொற்களை எப்படி நம்ப இயலும்? வழிகெடுப்பதில் நீ கடல் என்றால் நாங்கள் செய்யும் பாவத்தின் அளவு அதில் ஒரு துளி மட்டும்தான்."

இதற்கான பதிலைச் சொல்கிறான் ஷைத்தான்: "சந்தேகிக்கத் தேவையில்லை சகோதரா. இறைவனுக்குப் பணிவிடை செய்பவன் நான். சில சந்தர்ப்பங்களில் அவனது உத்தரவுகளுக்கு நான் கீழ்ப்படிகிறேன். தேவைகளை நிறைவேற்றுவதில் ஆசிர்வதிக்கப்படுகிறேன். சாபத்திற்குள்ளாகவும் செய்கிறேன். நல்லவர்களை மேலும் நல்லவர்களாக்கவும் தீயவர்களை மேலும் தீயவர்களாக்கவும் செய்கிறேன். செல்லாத நாணயங்களும் செல்லுபடியாகும் நாணயங்களும் இடைகலந்துள்ளன. அவற்றை நான் பிரித்துப் பார்க்கிறேன்."

கலீஃபா சொன்னார்: "எதுவாக இருப்பினும் நீ நன்மைகள் செய்ய தூண்டுபவன் அல்ல, நாசம் விளைவிக்க மட்டுமே தூண்டுபவன். ஆகவே, நீ என்னுடைய பரம வைரி. உன்னுடைய நோக்கத்தைக் காலம் தாழ்த்தாமல் தெரிவித்து விடு."

இப்லீஸ் உரக்கச் சிரித்தபடியே சொல்கிறான்: "என்னை மிகச்சரியாகவே நீர் புரிந்துகொண்டிருக்கிறீர். என் நோக்கத்தை நான் சொல்லிவிடவா? உமது பிரார்த்தனை நேரத்தைத் தவறவிட்டால் அதற்குப் பிராயச்சித்தம் செய்ய வேண்டிய நிர்ப்பந்தம் உமக்கு உருவாகும். இதன் மூலம், பாவங்கள் உம்மை விட்டு அகலுவதுடன் நீர் அதிக நன்மைகள் கிடைக்கப் பெறுவீர். ஆகவேதான் நான் இந்தப் பணியை மேற்கொண்டுள்ளேன். நீர் பாவத்திலிருந்து விடுதலை பெறுவதற்கான, பிராயச்சித்தம் பெற பிரார்த்தனை செய்வதை விடவும் என்னைப் பொறுத்தவரைக்கும் அதனைக் கைவிடச் செய்வதே சிறந்ததாகும். என்னுடைய பார்வை சரிதானே?"

மனிதர்களுக்கும் இப்லீசுக்கும் இடையிலான உறவை மௌலானா ரூமி இந்தக் கதையில் இப்படி சித்திரிக்கிறார்.

'இறப்பதற்கு முன் இறப்பை அடைவது' என்னும் நபி வசனத்திற்கான பொருள், இகலோகப் பேராசைகளைக் கைவிட்டு

சுய இச்சைகளிலிருந்து விடுபடுகிற இறப்பின் நிலையை எய்துவது என்பதுதான். இந்த நபி வசனத்தை ஒரு கதையினூடாக விளக்கு கிறார் மௌலானா ரூமி.

இந்துஸ்தானிலிருந்து கிடைத்த ஒரு கிளியைச் சிறு கூண்டினுள் அடைத்து வைத்தான் வணிகன் ஒருவன். சிறைப்படுத்தப்பட்ட கிளி விடுதலைக்காக ஏங்கியது. அவ் வணிகன் ஒருநாள் தனது சரக்குகளுடன் இந்துஸ்தானுக்குப் புறப்பட்டான். அப்போது அவன் கிளியிடம் சென்று, "உன்னுடைய சொந்த நாட்டில் நான் நிறைவேற்ற வேண்டிய ஆசைகள் ஏதேனும் உனக்கு உள்ளனவா", என்று கேட்டான். கிளி சொன்னது: "அங்கே என்னுடைய நண்பர்கள் காடுகளில் உல்லாசமாகப் பறந்து திரிகின்றனர். அவர்களிடம் என்னுடைய நிலைமையைச் சொல். நான் தொலைவில் எங்கோ ஏமாற்றத்தின் பரிதவிப்பில் வாடும்போது நீங்கள் இங்கே பரந்து விரிந்த வானவெளியில் பறந்து விளையாடுகிறீர்கள். கனிவகைகளைக் கொத்தித் தின்கிறீர்கள். நீர்ச்சோலைகளில் மூழ்கிக்குளித்து மரகதம்போல் மின்னும் சிறகுகளைச் சூரிய ஒளியில் உலர்த்துகிறீர்கள் என்று சொல்."

வணிகன் இந்தியக் காட்டில் சென்று கிளிகளைப் பார்த்து தன்னுடைய கிளி சொல்லியனுப்பிய செய்திகளைச் சொன்னான்.

அதிலொரு கிளி திடீரென்று கீழே விழுந்து உயிரை விட்டது. இந்தக் கிளி தன்னுடைய கிளியின் நெருங்கிய உறவாக இருக்கலாம் என்று நினைத்துக்கொண்ட வணிகன் அங்கிருந்து அகன்றான்.

வணிகன் தனது வீட்டுக்குத் திரும்பி வந்தான். கூட்டிலிருந்த கிளியிடம் சென்ற அவன் இறந்துபோன கிளியைப் பற்றிச் சொன் னான். அந்தக் கிளியின் நிலைமையை அறிந்த, கூண்டுக் கிளியும் திடீரென்று கீழே விழுந்து உயிரை விட்டது. வணிகன் அலறினான்:

"அய்யோ! என்னுடைய கிளி செத்துப்போய் விட்டதே! எனது அன்புக்குரிய அழகான பஞ்சவர்ணக்கிளி!"

கிளியின் உடலை அவன் கூண்டிலிருந்து எடுத்து வெளியே போட்டான்.

திடீரென்று அந்தக் கிளி, தனது சிறகுகளை விரித்துப் பறந்து, அருகிலிருந்த மரக்கிளையில் சென்று அமர்ந்துகொண்டது. ஆச்சரியத்தில் உறைந்துபோய் நின்றிருந்த வணிகனிடம் கிளி சொன்னது:

"என்னுடைய தோழன் அறிவித்த செய்தியைச் சொன்ன உனக்கு நன்றிகள். 'என்னைப்போல் நீயும் இறந்துபோய் விடு; இறப்பினூடாக உன்னுடைய விடுதலையை நீ தேடிக்கொள்'

என்பதுதான் அந்தக் கிளி உன்னிடம் சொன்ன தகவல். என் உயிரினும் இனிய நண்பா, நான் சென்று வருகிறேன்."

ஒரு ஆன்மிக வழிகாட்டியின் மகத்துவத்தை மிகுந்த நன்றியறிதலுடன் நான் புரிந்து கொண்டேன். இறந்துவிட்டதாக எண்ணி நீயும் விடுதலை பெறுவாயாக. இம்மை என்னும் இக்காராக்கிரகத்தை விட்டு மறுமையை நோக்கி உயர்த்துகிற விடுதலைக்கான மார்க்கம் இதுவே!

பஞ்ச தந்திரக் கதைகளின் நீதிப்பொருள் சார்ந்து இயற்றப் பட்ட இந்த உபகதையில் ஹதீசின் சாரப்பொருளை உள்ளடக் கினார் ரூமி. இதுபோல் சிங்கத்தைக் கிணற்றில் தள்ளிய முயலின் கதை, பகுத்தறிவுக்குட்படாத பேரறிவின் இருப்பை இது வெளிப்படுத்துகிறது.

பஞ்சவர்ணக் கிளியொன்று அரசரிடமிருந்து தப்பித்து, தனது குழந்தைகளுக்கு ரொட்டி சுடுவதற்காக மாவரைத்துக் கொண்டிருந்த ஒரு மூதாட்டியின் அருகில் வந்து சேர்ந்தது.

அழகிய அந்தப் பறவையைக் கண்ட அம்மூதாட்டி, மிகுந்த ஆர்வத்துடன் அழகான அதன் பிஞ்சுக் கால்களைக் கயிற்றால் பிணைத்துக் கட்டினாள். அதன் நகங்களைக் கத்திரித்தாள். காய்ந்த வைக்கோலை அதற்கு உணவாகக் கொடுத்தாள்.

தனது பஞ்சவர்ணக்கிளியை இரவு பகலாகத் தேடிக்கொண்டி ருந்த அரசன், இறுதியில் கிழவியின் குடிசைக்கு வந்தான்.

புகையும் புழுதியும் படிந்த நிலையில் பஞ்சவர்ணக் கிளியைக்கண்ட அரசன் அதன் மோசமான நிலைக்காக மனம் வருந்தினான்.

"என்மீது உண்மை நம்பிக்கை வைக்காத காரணத்தால் உனக்குக் கிடைத்த தண்டனை இது."

தன்னுடைய தேவையையும் நிலையையும் உணர்ந்து அரசனுடன் இணைந்து வாழ அறியாது, அறிவிழந்த நிலையில் கிழவியின் குடிலைப் பார்த்து ஓடிய அந்தப் பறவைக்கு எது அருகதையுள்ளதோ அது கிடைத்தது.

இலட்சிய உணர்வுடன் ஆன்ம இரகசியங்களைப் புரிந்து கொண்டு சன்மார்க்க வழியில் பயணிக்க வேண்டிய சீடன், பாதி வழியில் திசைமாறி உடல் இச்சைகளுக்குப் பலியாகிறான் என்பதுதான் இக்கதையின் சாராம்சம். அரசன் என்பது இங்கே இறைவனையும் பஞ்சவர்ணக்கிளி ஸூஃபி சீடனையும் குறிப்புணர்த்துகிறது.

தனது மாட்டை விவசாயி ஒருவன் தொழுவத்தில் கட்டியிருந்தான். அந்த வழியாக வந்த சிங்கமொன்று மாட்டைக் கொன்று தின்றுவிட்டது. பிறகு, மாடு கிடந்த இடத்தில் சிங்கம் படுத்துக்கொண்டது.

இரவு நேரத்தில் அந்த விவசாயி மாட்டுக்குத் தீனி வைப்பதற்காக வந்தான். தட்டுத் தடுமாறி வந்த அவன் சிங்கத்தின் முதுகில் கைவைத்து தன்னுடைய மாடு என்று எண்ணி சிங்கத்தை வருடிக்கொடுத்தான்.

சிங்கம் மனதுக்குள் நினைத்துக்கொண்டது: "இங்கே வெளிச்சம் இருந்திருந்தால் இவன் பயந்து நடுங்கியிருப்பான். இவனது இதயத் துடிப்பே நின்று போயிருக்கும். இருட்டாக இருப்பதால் என்னை மாடு என்று நினைத்துத் தைரியமாகத் தடவிக் கொண்டிருக்கிறான்"

இறை வசனம் சொல்கிறது: 'ஹே! பார்வையற்றவனே, ஸீனா (மலை) கூட நான் காரணமாக புழுதியாக மாறவில்லையா?...'

எதையும் கண்மூடித்தனமாகப் பின்பற்றுபவர்கள், இம்மை என்னும் வசீகர அறியாமை இருளில் சிக்குண்டு அல்லல்படுகின்றனர். இறை நாமத்தின் மகத்துவத்தையும் புனிதச் சொற்களின் சாராம்சத்தையும் இவர்களால் உட்கொள்ள முடிவதில்லை. அவற்றைக் குறித்த விரிவான புரிதல்களோ தொலைநோக்குப் பார்வைகளோ இவர்களிடம் இல்லாமல் போய்விட்டன. இம்மை என்னும் இரவுக்குப் பின் மறுமை என்னும் பகல் உதயமாகும்போதுதான் இவர்களால் உண்மையை உணர்ந்துகொள்ள இயலும் என்பதுதான் இதன் பொருள்.

சூஃபி ஞானத்தின் மறைபொருள் உண்மைகள் அடங்கிய இதுபோன்ற ஏராளமான கதைகள் ரூமியின் மஸ்னவிக்கு ஒளியூட்டுவதாக அமைந்துள்ளன. இப்படியான மறை பொருள் கதைகளின் விவரணையுடன் இம்மகாகாவியம் தொடக்கம் பெறுகிறது.

அரசன் ஒருவன், அழகு நிரம்பிய அடிமைப்பெண்ணை விலைக்கு வாங்குகிறான். திடீரென்று அவள் நோய்வாய்ப்பட்டு விடுகிறாள். எத்தனையோ மருத்துவர்கள் முயற்சி செய்த பிறகும் அவளுக்கு என்ன வியாதி என்பதைக் கண்டுபிடிக்க இயலவில்லை. இறுதியில் வயது முதிர்த்த ஒரு மருத்துவர் வந்தார். அடிமைப்பெண்ணின் நாடி பார்த்துப் பரிசோதனை செய்த அவர் நோய்க்கான காரணத்தைக் கண்டுபிடித்தார்.

ஒரு பொற்கொல்லன்மீது அந்தப் பெண் காதல் வசப்பட்டிருந்தாள். அரசன் அந்தப் பொற்கொல்லனுக்கு ஏராளமான

ஆடைகளும் ஆபரணங்களும் அன்பளிப்பாகக் கொடுத்தனுப்பி அவனை அரண்மனைக்கு வரவழைத்தான்.

பொற்கொல்லனைக் கண்டதுமே அந்த அழகியப்பெண்ணின் நோய் அகன்றது. ஆனால், மருத்துவர் கொடுத்த மருந்தை உட்கொண்ட அந்தப் பொற்கொல்லன் தனது அழகை இழந்து கோரமாக மாறினான். அவனது உடல்கட்டும் தளர்ந்துபோனது. இத்துடன், பொற்கொல்லன்மீதான அந்த அழகிய அடிமைப் பெண்ணின் காதல் முடிவுக்கு வந்தது. இப்போது அவள் அரசன்மீது காதல் வசப்பட்டாள்.

யதார்த்தம் இன்னது என்பதற்கான ஒரு குறியீடுதான் இக்கதையில் வரும் அரசன். பொற்கொல்லன் என்பது இம்மை ஆசைகளுக்கான குறியீடு. ஆன்மிக வழித்தடத்தில் பயணிக்க வேண்டிய அழகிய அடிமைப்பெண், பொற்கொல்லன்மீது கொள்ளும் காதல் புற உலகம் சார்ந்தது மட்டும்தான். இந்தப் பார்வையுடன் பலரையும் தனது குருவாக ஏற்றுக்கொள்கிற அடிமைப்பெண், இறுதியில் தனது உண்மையான ஆன்மிக வழிகாட்டி கிடைத்ததும் யதார்த்தம் இன்னது என்பதையும் இறவாத்தன்மை எதுவென்பதையும் புரிந்துகொண்டு தனக்கு வந்த நோயிலிருந்து விடுதலை அடைகிறாள். இங்கே ஆன்மிக வழிகாட்டியின் குறியீடாக வெளிப்படுபவர் வயது முதிர்ந்த மருத்துவர்.

சன்மார்க்கம் மீதான ஆர்வத்தை நித்திய நோக்கமாகக்கொண்டு வாழ்ந்துவரும் பக்தனுக்குத் தெய்வம் வழிகாட்டுகிறது. வேதங்களினுள் மனிதர்களின் இடைச்செருகல்கள் நிகழ்ந்து அவை கோரமானது எப்படி என்பதை விவரிப்பதனிடையே ரூமி மறைபொருள் தன்மைகொண்ட மற்றொரு முன்மாதிரிக் கதையைச் சொல்கிறார். புனிதப் போரின் உன்னதம் குறித்து இந்தக் கதையில் அவர் விவரிக்கிறார்.

ஒரு யூத மன்னன் இடுப்பில் குழந்தையுடனிருக்கும் ஒரு பெண்ணைப் பிடித்துக்கொண்டு வருகிறான். கொழுந்து விட்டெரியும் நெருப்புக்குண்டத்தின் முன் நிறுத்தி வைக்கப்பட்ட விக்கிரகத்தின் முன் அவளைக் கொண்டுவந்து நிறுத்திய அவன் “பெண்ணே, அதன்முன் மண்டியிட்டு வணங்கு. இல்லையென்றால் உன்னை நெருப்புக் குண்டத்துக்குள் எறிந்துவிடுவேன்”, என்று பயமுறுத்துகிறான்.

பரம ஏழையாக இருந்தாலும் அந்தப் பெண் விக்கிரகத்தை வணங்க மறுத்து விடுகிறாள்.

மன்னன் அவளிடமிருந்த குழந்தையைப் பிடுங்கி நெருப்புக் குண்டத்துக்குள் எறிந்தான். பதறிப்போன அந்தத் தாயின் இயலாமை அவளைப் பணிய வைத்தது.

விக்கிரகத்தின் முன் அவள் தலை குனிந்து வணங்க முற்பட்டபோது, நெருப்புக் குண்டத்துக்குள் கிடந்த குழந்தை சொன்னது: "தாயே, நான் உயிருடன்தான் இருக்கிறேன்.

நீங்களும் இங்கேயே வந்து விடுங்கள் தாயே. நெருப்பில்தான் என்றாலும் இங்கு நான் மகிழ்ச்சியாக இருக்கிறேன். நீங்களும் இங்கே வந்து இறையின்பத்தை உணருங்கள். இறையன்பர்களுக்கு மட்டுமே கிடைக்கும் உன்னத அனுபவத்தை நீங்கள் நேரடியாக உணருங்கள்.

தாயே, உள்ளே நுழைந்து நெருப்பாகத் தோன்றும் இந்த நீரைப் பாருங்கள். புறத் தோற்றத்தில் நீர்போலவும் உண்மையில் நெருப்பாகவும் இருக்கும் உலகைக் கை விட்டு விட்டு இங்கே வந்து விடுங்கள்.

வாருங்கள் தாயே, இங்கே வந்து விடுங்கள். நெருப்பில் முல்லையும் மல்லிகையும் மலர்வதைக் கண்டு, இப்ராஹீம் நபியின் மறைஞானங்களை உணருங்கள்.

உங்களில் நான் உயிர்கொண்டபோது மரணத்தைத் தரிசித்தேன். உங்களில் இருந்த என்னுயிர் பூமியில் பதிந்தபோது எனக்கேற்பட்ட பயம் அளவற்றதாக இருந்தது.

கர்ப்பப் பை என்னும் குறுகிய காராக்கிரகத்தில் இருந்து விடுதலை தேடி, காற்றோட்டமுள்ள பரந்து விரிந்த வெளியுலகுக்கு வந்து சேர்ந்தேன்.

இப்போது இந்த வெளியுலகம் காராக்கிரகம் என்னும் உங்கள் கர்ப்பப் பைபோல் தோன்றுகிறது. கருவாக இருந்த எனக்கு வெளியுலகம் தந்த விடுதலையை இப்போது நான் நெருப்புக் குண்டத்தினுள் கண்டடைகிறேன்.

இந்த அக்கினியின் ஒவ்வொரு சுடரிலும் நான் ஈஸா நபிக்கு உயிர் கொடுத்த உலகைக் காண்கிறேன்.

ஹா... வெளித்தோற்றத்தில் இல்லாததும் சாரப்பொருளில் இருப்பதுமான உலகம் இது. இவ்வுலகம் தோற்ற மயக்கத்தில், இருப்பதும் உண்மையில் இல்லாததுமாகும்.

தாயே, இங்கே வந்து விடுங்கள். தாயுறவு என்பதால் மட்டுமே நான் வேண்டிக்கொள்கிறேன். இந்நெருப்பைப் பாருங்கள். இதன் உக்கிரமின்மையை உணர்ந்து கொள்ளுங்கள்.

தாயே, வாருங்கள் இங்கே! மறுபிறவி கிடைத்திருக்கிறது, தாயே வாருங்கள்! வந்து விடுங்கள்... கைக்கெட்டிய அரும் வாய்ப்பைத் தவற விடாதீர்கள்.

கொடுங்கோல் அரசனின் கோர முகத்தைப் பார்த்த தாங்கள், அக்கினிக் குண்டத்தில் நுழைந்து ஆண்டவனின் அளப்பரிய சக்தியையும் அவனது மாபெரும் கருணையையும் கண்டுணருங்கள் தாயே...

தங்களது பாதங்களை நான் அக்கினியை நோக்கி அழைப்பதற்கு தங்கள்மீதான பரிவுதான் காரணம் தாயே. நான் அடைந்த ஆன்மிகப் பரவசம், அனைத்தின்மீதான பயத்தையும் எனக்கு இல்லாமல் செய்துவிட்டது தாயே...

உள்ளே வாருங்கள் தாயே, மற்றவர்களுக்கும் இதை நோக்கி நீங்கள் அழைப்பு விடுங்கள்.

உண்மை நம்பிக்கையாளர்களே, நீங்கள் அனைவரும் உள்ளே வந்துவிடுங்கள். சன்மார்க்கத்தின் இந்த இனிய அனுபவங்களைத் தவிர பிற அனைத்தும் துன்பம் தருபவையே.

ஒளியைக் கண்டதும் வந்தடையும் விட்டில்கள்போல் அனைவரும் உள்நுழையுங்கள். பல நூறு வசந்தங்கள்கொண்ட இந்த அரும் வாய்ப்பை ஏற்றுக்கொள்ள வாருங்கள்.

இந்நெருப்பாழியில் நீந்திக் களியுங்கள். உங்கள் ஆன்மாக்களை இதில் துவைத்து தூய்மைப் படுத்துங்கள்."

அந்தக் குழந்தை அழைப்பு விடுத்துக்கொண்டே இருந்தது.

அந்தத் தாயும் நெருப்புக்குண்டத்தில் குதித்தாள். குழந்தை தனது தாயின் கரங்களைப் பற்றிக்கொண்டது. பிறகு, தாயும் புனித அன்பின் மொழி முத்துக்களை உதிர்க்கத் தொடங்கினாள்.

அக்கினிக்குண்டத்தில் நின்றபடியே அந்தத் தாய் மக்களை நோக்கி அழைப்பு விடுத்தாள். குழுமி நின்றவர்கள் அதிசயத்திலாழ்ந்தனர். தொடர்ந்து, தன்னை மறந்த நிலையில் ஆண்களும் பெண்களும் அக்கினிக்குண்டத்தில் பாய்ந்தனர். பிறிதொரு விருப்பமோ துணையோ இன்றி, இறைவன்மீதான அளவு கடந்த திருப்தியுடன் அனைத்தையும் அவனிடம் அர்ப்பணித்தவர்களாக அவர்கள் நெருப்பில் குதித்தனர். கசப்பு மிகுந்த அன்பை அவர்கள் இனிமையானதாக மாற்றினார்கள்.

பாதுகாப்போ நிர்ப்பந்தமோ இன்றிக் கசப்புகளை இனிமை கொண்டதாக மாற்றும் அன்பே வடிவான இறைவன் மீதான அளவற்ற காதலுடன் அவர்கள் நெருப்புக் குண்டத்தில் குதித்தனர்.

அரசப் பரிவாரங்கள் அனைத்தும் அக்கினிக்குள் குதிக்கும் மக்களைத் தடுப்பதற்கான பெரும் முயற்சிகளில் ஈடுபட்டன. “யாரும் அக்கினுக்குள் குதிக்காதீர்கள்,” என்ற அவர்களது உத்தரவுகளைக் கண்டுகொள்ளாமல் மக்கள் அக்கினிக்குள் பாய்ந்துகொண்டே இருந்தனர்.

வெட்கம் மேலிட்டதாலோ என்னமோ அரசனின் முகம் கறுத்திருண்டது. பதற்றமான இச்சூழ்நிலையால் அவனுக்குள் துயரம் மேலிட்டது.

மக்களுடைய நம்பிக்கை பெரும் ஆழமும் உறுதியும்கொண்டதாக இருந்தது. உடலை வேள்வித் தீயாக்குவதில் அவர்கள் திடமனம் படைத்தவர்களாக இருந்தனர். நம்பிக்கை யினுள் சஞ்சலங்களுக்கு இடமளிக்காத மக்கள் கூட்டம்.

ஷைத்தானின் நயவஞ்சகச் சிந்தனைக்குள் அவனையே சிக்கவைத்த இறைவா, உன்னையே வணங்குகிறோம். ஷைத்தானின் முகத்தைக் கறுத்திருளச்செய்து அவ மரியாதைக்குள்ளாக்கிய இறைவனுக்கே எல்லாப் புகழும்.

மக்களின் முகங்களில் மன்னன் பூசிய சகதிகள் அனைத்தும் அவனது முகத்திலேயே சென்று படிந்து விட்டன.

கருணை, உறவு என்னும் மக்களின் ஆடைகளைக் கிழிக்க நினைத்த அரசனின் ஆடைகள்தான் கிழிந்து தொங்கின. அம்மக்களுக்கு எந்தச் சேதாரங்களும் நிகழ்வில்லை.

இலௌகிக சுகபோகங்களில் இருந்தும் தன்னிச்சைகளில் இருந்தும் மனம் விடுதலையடைய முழுமைபெற்ற ஆழ்ந்த நம்பிக்கை அவசியமாகிறது. சுயத்தை வதைத்து, பெருமளவு தியாகங்களினூடான வேதனைகளைக் கடந்தால் மட்டுமே நிரந்தர வாழ்க்கையை அடைய இயலும். உன்னத அறிவு என்னும் குழந்தை, தன்னுடைய முன் தொடர்ச்சி என்னும் தாயிடமிருந்து பிரிந்து, தியாகம் என்னும் தீயில் நுழைகிறது. அதில், அந்தக் குழந்தை புனித அன்பைப் பெற்றவர்கள் அடைந்த ஆன்மிகப் பரவசங்களை அனுபவிப்பதினூடே, முழுமைபெற்ற அந்த சுயவதையினூடே நிரந்தர வாழ்க்கையை அடைகிறது என்னும் ஆன்மிக ஞானத்தையே ரூமி இந்தக் கதையில் விவரிக்கிறார்.

நீ சொல்வதுபோல் தீமைகளின் உறைவிடமும் அவன்தான். தீமையை உருவாக்குவது அல்ல அவனது நோக்கம். ஆனால், அதன் மூலம்தான் அவனது முழுமை வெளிப்படுகிறது. ஓர் எளிமையான உவமையைக் கேளுங்கள்:

இறைவன் என்னும் ஓவியன் எழிலார்ந்ததும் விகாரம் மிகுந்ததுமான வடிவங்களைத் தீட்டுகிறான். உலகப்புகழ்

பெற்ற ஸுலைகாவையும் பேரழகன் யூசுஃபையும் காதலுடன் வரைகிறான். ஆனால், அதே கைகளால் தீட்டப்பட்ட சித்திரங்களில்தான் நரகத்தீயும் கோர உருக்கொண்ட இப்லீசும் உள்ளன. இரண்டுமே நன்மை தரும் நோக்கில் தீட்டப்பட்ட சிறந்த ஓவியங்கள்தான். தனது முழுமையை வெளிப்படுத்துவதற்கும் தனது இருப்பை ஏற்கமறுப்பவர்களின் அறியாமையைப் போக்குவதற்குமான தீமையை அவன் சிருஷ்டிக்கவில்லை எனில் படைத்தவன் பலவீனனாகக் கருதப்படுவான். ஆகவே, தன்னை மறுப்பவர்களைக் கோபமாகவும் தனக்குக் கீழ்ப்படிபவர்களை உண்மை நிலையிலும் சித்திரிக்கிறான், இந்த இரு பிரிவினரையும் சாட்சியாகக்கொண்டு அனைத்தையும் ஆட்கொண்ட தன்னை வணங்குவதற்காக!

எல்லாவற்றிலிருந்தும் ஏதாவது நீ உள்வாங்கிக்கொள். ஒவ்வொரு உறவுகளிலிருந்தும் ஏதாவதொன்றைப் பயின்றுகொள். ஒரு கோள் மற்றொரு கோளுடன் உறவு கொள்ளும்போது இரண்டின் குணாம்சங்களும் சேர்ந்து நிச்சயமாகப் புதிய விளைவை உருவாக்கும். ஆணும் பெண்ணும் சேர்ந்து புதிய உயிரை உருவாக்குவதுபோல்; பஞ்சும் இரும்பும் சேர்ந்தால் தீப்பொறி உருவாவதுபோல்; மழையும் மண்ணும் சேர்ந்து பலன் தரும் மரங்களையும் விருட்சாதிகளையும் முளைத்தெழச் செய்வதுபோல்; மேன்மை மிகுந்த இடங்களில் கூடுவதன் மூலம் மனிதர்களிடையே உற்சாகமும் மகிழ்ச்சியும் ஒற்றுமையும் உருவாவதுபோல்; நம்முடைய மனமும் திருப்தியும் ஒன்று சேருவதனூடே அழகும் ஆரோக்கியமும் அதிகரிப்பதுபோல்... நம்முடைய முகங்கள் ஒளி பெறுவதற்கான காரணம், இரத்தம் உடலினூடே தடைகளின்றி ஓடுவது; அது உருவாவதோ அழகிய ரோஜா நிறச் சூரியக் கதிர்கள் மூலம். வண்ணங்களில் சிறந்தது சிவப்பு. இது நமக்கு சூரியனிடமிருந்து கிடைக்கிறது. சனியுடன் தொடர்புள்ள எந்த நிறமும் பக்குவம் பெறாதவை; உற்பத்தித் திறனற்றவை; புலன்கள், செயல்பாடுகளினூடே வெளிப்படுவதுபோல்; போலி மனிதர்களுடன் ஷைத்தான் சேரும்போது உருவாகும் எதிர்விளைவுகள்போல், இந்த ஆன்மிக உண்மைகளுக்கான கருணையும் மகத்துவமும் ஒன்பதாம் ஆகாயத்திலிருந்து அருளப்படுகின்றன; பூமியில் இவற்றுக்கு முக்கியத்துவமோ மகத்துவமோ கிடையாது; இலௌகிக உலகில் இவை கடனாகப் பெறப்பட்டவை; அந்நியமானவை. கருணையையும் மகத்துவத்தையும் அடைவதற்காக மக்கள் நிந்தனையை அனுபவிக்கிறார்கள். ஆசைகள் நிறைவேறும் என்ற நம்பிக்கையுடன் தாங்கள் அனுபவிக்கும் நிந்தனையிலும் அவர்கள் திருப்தி காண்பவர்களாகவே இருக்கிறார்கள். இடர் நிறைந்ததும்

நிரந்தரமற்றதுமான பேராசைகளின் உந்துதலால் மக்கள் தங்கள் கழுத்துக்களைத் தாங்களே சுருக்கில் மாட்டிக்கொண்டு ராட்டினம்போல் சுழன்றுகொண்டிருக்கிறார்கள்.”

இப்படியாக, பதற வைக்கும் ஏராளமான உண்மைகளை மௌலானா ரூமி மஸ்னவியில் குறிப்பிட்டுள்ளார். மஸ்னவியின் மூலம் அறிவியலாளர்களின், பண்டிதர்களின் சிந்தனைகளுக்கு ஏணிப்படியாக நின்று உதவியிருக்கிறார் மௌலானா ரூமி.

மஸ்னவிகளும் கஜல்களும்

தனிப்பட்ட சில கவிதைகளில்தான் ரூமியின் அகமனத் தரிசனங்கள் சரியான முறையில் வெளிப்படுகின்றன. ‘ஸம்ஸே தப்ரீஸ்’ படைத்த பிரிவுத் துயரிலிருந்து அருவிபோல் உருவெடுத்த கவிதைகள் வாசக மனங்களைச் சோகத்தில் ஆழ்த்துகின்றன. ஆனால், பொதுவான பார்வைகளுக்கும் மார்க்கம் தொடர்பான விளக்கங்களுக்குமான தலை சிறந்த உதாரணங்கள் மஸ்னவியில்தான் உள்ளன.

காதல்கொண்ட பூதவுடல் வானுலகு சென்றது
ஆகவே மலையும் ஆடத் தொடங்கி வீறு பெற்றது
காதலனே, ஸீனா மலைக்கு உணர்வூட்டியது காதல்
ஆகவே போதையுற்றது ஸீனா, மூஸா போதமற்றார்.
என்னியல்பில் இயைந்த ஒருத்தியுடன் புல்லாங்குழல்போல்
இதழ் பொருத்த முடியுமாயின் இசைக்க வேண்டிய
அனைத்தையும் இசைத்துவிடுவேன் நான்.
பலநூறு பாடல்கள் கற்றிருந்தும்
பேசுமொழியிலிருந்து விலக்கப்பட்டவன்
பாட இயலா மூகனாவான்
ரோஜா மலரும் பூவனத்தின் பசுமையும் மாண்டபின்
புல்புல் சொல்லும் கதையை நீ கேட்க முடியாமல்
போய்விடும்.

ஒருமுறை ஸீராஸ் நகரப் பிரமுகர் ஒருவர், ஷேக் ஸஅதிக்கு ஒரு கடிதம் எழுதினார். அதில், “தங்களின் பார்வையில் பாரசீக மொழியில் மிகவும் முன்மாதிரியானதும் வசீகரமானதுமான கருதுகோள்களைக் கொண்ட ஒரு கஜல் அனுப்பித் தரவும்” என்று கேட்டிருந்தார். ஷேக் ஸஅதி, தீவானே ஸம்ஸே தப்ரீஸிலுள்ள ஒரு கஜலை அனுப்பி வைத்தார். இத்துடன் அனுப்பிய அவரது பதிலில், “இதை விடவும் சிறப்பான ஈரடிகளை யாரும் இது வரை எழுதவில்லை; இனிமேல் யாராவது எழுதக்கூடும் என்றும் சொல்ல இயலாது. நான் அவரது அறைக்குள் சென்று அவரது பாதங்களில் முகம் பதிக்க விரும்புகிறேன்” என்று எழுதியிருந்தார். பிறகு, ஸஅதி, ரூமியைச் சந்தித்ததாக வரலாற்றாய்வாளரான அஃப்லாக்கி தனது ‘மனாகிபுல் ஆரிஃபி’னில் குறிப்பிட்டுள்ளார்.

லட்சம் ஈரடிகள் கொண்ட தீவானும் மஸ்னவியும், எளிமையும் அழகும் கம்பீரமும் நிரம்பிய அகமனத் தரிசனங்களின் வெளிப்பாடுகள். மஸ்னவியையும் தீவானையும் பேராசிரியர் ஆர்.ஏ. நிக்கல்ஸன் ஒப்பீட்டாய்வு செய்கிறார். ஜலாலுத்தீன் ரூமியின் புனித வெளிப்பாடுகளின் உறைவிடமான சூஃபி ஞானத்திலிருந்து மஸ்னவியும் தீவானும் இரு நீரருவிகளாக உற்பத்தியாகின்றன. அதிலொன்றான மஸ்னவி ஒரு மகாநதி. ராஜ கம்பீரமும் அமைதியும் இயற்கை அழகும் பொருந்திய பல்வேறு நற்பலன்களைத் தரும் இயற்கைப் பார்வைகளினூடே அது ஒழுகிப்பாய்ந்து இறுதியில் ஆழ்கடலைச் சென்றடைகிறது. இன்னொன்றான கஜல், நுரைத்துப் பாய்ந்தபடியே குதித்தொழுகும் நீர்ப்பாய்ச்சல். இயற்கை அழகுடனான பல்வேறு சிந்தனைகளைக் காட்சிப்படுத்தியபடியே அது பாறைக்கூட்டங்களினூடே தவழ்ந்து சுவர்க்க உணர்வை உருவாக்கும் ஏகாந்தத்தை நோக்கித் தவழ்ந்து செல்கிறது.

ரிஸா குலியின் கருத்துப்படி ரூமியின் கஜல்கள், "வேறுபட்ட தியான நிலைகளிலும் ஆன்மிக நடன அரங்குகளிலும் உருக்கொண்ட வெளிப்பாடுகள். ஆகவே, இது அனைத்துப் பிரிவுகள் சார்ந்த வாசகர்களுக்கும் ஏற்புடையதாகவே இருக்கும் என்று சொல்ல இயலாது." இப்பாடல்களை இயற்றிய சூழ்நிலைகள் குறித்து தவ்லத் ஷா சொல்கிறார்: 'மௌலானா ரூமியின் இல்லத்தில் ஒரு தூண் இருக்கிறது. புனிதக் காதல் கடலில் மூழ்கும் போது அவர் அந்தத் தூணைப் பற்றிப் பிடித்துக் கொண்டு சுற்றி வருவார். தனது உணர்வுகளின் வெளிப்பாட்டை இதனிடையே அவர் கவிதையாகப் பாடுவார். சுற்றிலும் இருப்பவர்கள் அதை எழுதுவார்கள்.

இஸ்லாமியத் தத்துவச் சிந்தனையின் உன்னதமும் முழுமைபெற்றதுமான மகா காவியம் மஸ்னவி. ஆன்மிக அறிவின் ஒப்புமையற்ற மறு கட்டுமானம். ஆஃப்ரிக்கா முதல் சீனாவரையிலான நாடுகளிலுள்ள சூஃபிய சிந்தனை யாளர்களுக்கும் கவிஞர்களுக்குமான பாடநூல் மஸ்னவிதான். இதனைப் பாரசீக மொழியிலான குர்ஆன் என்று மகாகவி நூருத்தீன் அப்துர் ரஹ்மான் ஜாமி சிறப்பித்துள்ளார். ரூமியைப் பற்றி ஜாமி குறிப்பிடும்போது, "அவர் இறைத்தூதர் இல்லைதான். ஆனால், அவரிடம் ஒரு மறைநூல் உள்ளது" என்றார்.

பாரசீகத்தில் மட்டுமல்ல, வேறு எந்த இலக்கியப் படைப்பிலும் காண இயலாத ஆன்மிக இரகசியங்களை உட்கொண்ட ரூமியின் சிந்தனைகளின் உறைவிடம் குர்ஆனும் நபிவழியும் தான். இத்தகைய முன்மாதிரிகளைக் கொண்ட ஆன்மிக

ஞானிகளின் வழி முறைகளையும் அவர் ஏற்றுக்கொண்டிருந்தார். குர்ஆனில் விவரிக்கப்பட்ட கதைகளை நபிவழி நின்று, பிற தீர்க்கதரிசிகளின் வாழ்வியல் வெளிச்சம் சார்ந்து தன்னுடைய கருத்துக்களை அவர் வெளிப்படுத்துகிறார். இவை அனைத்திலும் மையம் கொண்டிருப்பது காதல் என்னும் அன்பு நிலைதான். இந்நிலையைச் சொர்க்க இரகசியங்களுக்கான திறவுகோலும் ஆன்மிகப் பார்வைகளுக்கான அஞ்சனமும் என்கிறார் ரூமி.

இமாம் கஸ்ஸாலி போன்ற பெரும்பண்டிதர்கள், கிரேக்கத் தத்துவ ஞானத்தின் உள்ளீடற்ற தன்மைகளைத் திறந்துகாட்டினர். அனைத்து விஞ்ஞான அறிவுகளின் அடிப்படைகளையும் இறைமார்க்கத்தில் நின்று கட்டியெழுப்பினர். மதம், அறிவியல், நுட்பக்கலைகள் என அனைத்தையுமே தவ்ஹீதின் அடிப்படையில் அவர்களுக்குள் பதிய வைத்தனர். கி.பி. 767 இல் பிறந்த அபூஹாஸிமில் தொடங்கி அபூஸைதினூடே வளர்ந்த இஸ்லாமிய ஆன்மிகச் சிந்தனை, ஷேக் முஹ்யுத்தீன் பின் அரபி, ஹகீம் ஸனாயி, ஃபரீதுத்தீன் அத்தார் போன்றவர்களின் விளக்கங்களினூடே விரிவடைந்தது. இம் மகாத்மாக்களின் ஞான ஊற்றுகளிலிருந்து அபூர்வமான மறைபொருள் ஞானத்தின் சாரப் பொருளை நுகர்ந்தார் மௌலானா ஜலாலுத்தீன் ரூமி. தொடர்ந்து, அம்மேதைகள் மேற்கொண்ட ஆய்வின், சிந்தனையின் சரடுகளினூடே ஆன்மிக ஞான மார்க்கத்தை முன் மாதிரியான தளத்திற்குக் கொண்டுவந்து சேர்த்தார். இயற்கை சார்ந்த ஆய்வுகளிலும் சிருஷ்டி சார்ந்த ஆய்வுகளிலும் தொடர் பயணங்களிலும், நூற்களைக் கற்றும் அனைத்துக்கும் மேலாக ஆன்மிகம் குறித்த தேடுதல்களினூடும் பெற்ற அதி உன்னதமான திறனின் வெளிப்பாடுதான் மஸ்னவி. 'காதல்தான் அனைத்து உலகுக்குமான பொது மொழி' என்பதில் நம்பிக்கைகொண்ட இந்த இறையின்பக் காதலன் மறைஞானக் கவிதைகளான தனது மஸ்னவியைப் புல்லாங்குழல் வழியாக இசைத்தார்.

மறைஞானப் பரவச நிலைகளைக் குறித்த விவரணைகளை எளிதில் விவரித்துவிட இயலாது. அனுபவ உணர்வான மெய்ஞ்ஞான அனுபூதி நிலையைச் சொல்லில் வடித்துக் காட்டும் திறன் என்பது இறையின்பக் காதலுடன் காவியக் கலையும் கைகூடி வரும் நிலையில் உருவாவது. இதற்கு, இறையியல் சார்ந்த பேரறிவும் ஆழ்ந்த பொறுமையும் ஆய்வு மனமும் சோர்வுக்குள்ளாகாத தொடர் உற்சாகமும் தேவை. மஸ்னவி மறைஞானப் பரவசங்களால் நிரம்பியது. அதன் விவரணைகளினூடே கைவிட்டுப் போவதுபோல் தோற்றம் காட்டும் அடிப்படைக் கோட்பாட்டை எந்த இடத்தில் வெளிப்படையாக இணைத்துக்கொள்வது என்பதைக்

கிரகிப்பதற்கு ஆழ்ந்த பொறுமை தேவை. உறுதிப்படுத்திவரும் கருதுகோள் சார்ந்த கவனம், நூலாசிரியரை விட்டுத் திசை மாறுவதற்குச் சில சந்தர்ப்பங்களில் ஒரு வரி கவிதையே போதுமானது. பின்னர், அது மிக நீண்ட வியாக்கியானத்தில்தான் சென்று முடிவடைய இயலும்.

ஆன்மாவின் இயல்பும் இறைவனை அடைவதற்கான அதன் பதைப்பும் கொதிப்படைந்த நிலையில், சிந்தனை மண்டலத்தில் இறைவனுடன் ஒன்று கலந்துவிடுகிற, மனதின் விடுதலைபெற்ற நிலையை மௌலானா ரூமி தனது மஸ்னவியில் விவரித்துள்ளார்.

அபூஹாமிதில் கஸ்ஸாலியைப்போல் கோட்பாடுகளின், சிந்தனைகளின் ஆணி வேர்களாகக் குர்ஆனிய வசனங்களை ஆதாரமாகச் சார்ந்திருக்கிறார் ரூமி. 'ஆன்மா என்றால் என்ன?', 'ஆன்மா என் இறைவனின் கட்டளையிலிருந்து உருவானது', 'உங்கள் அனைவரையும் ஒரே ஆன்மாவிலிருந்து உருவாக்கி...', 'ஆதி பிதாவான ஆதமை அல்லாஹ்ூ மண்ணிலிருந்து சிருஷ்டித்தான் எனினும்', 'அவரில் என் ஆவியிலிருந்து ஊதி...', 'நிச்சயமாகவே நாம் அனைவரும் அல்லாஹ்வின் படைப்புகள்; அவனிடமே திரும்ப இருப்பவர்கள்' என்பன போன்ற குர்ஆனிய வசனங்களைத்தான் ரூமி ஆன்மா குறித்த தனது கருதுகோள்களுக்கு அடிப்படையாகக் கொள்கிறார்.

அந்தோ! தன்னைத் தானே அறியாதவன் நான்
இக்கணம் இறைவன் பெயரால் நான் என் செய்ய
சிலுவையோ இளம்பிறையோ நான் அணிவதில்லை
நெருப்போ சிலையோ வணங்குவதில்லை
கிழக்கு, மேற்கு, தரை, கடல் ஏதும் என்னிடத்தில்லை
வானவர்களுடனோ ஜின்களுடனோ எனக்கு உறவில்லை
வெளியிலோ நெருப்பிலோ நான் வெளிப்படவில்லை
மண்ணாலோ நீராலோ நான் படைக்கப்படவில்லை
தொலைதூரச் சீனத்திலோ
சக்ஸீனியாவிலோ பல்கேரியாவிலோ பிறக்கவில்லை
பஞ்சநதிகள் பாயும் ஹிந்துவிலோ
இராக்கிலோ குரசானிலோ நான் வளரவில்லை
இவ்வுலகிலோ மறுவுலகிலோ நான் வாழவில்லை
நரகிலோ ரிஸ்வானில் இருந்தோ நான் வீழவில்லை
ஆதத்தின் வம்சத்தில் நான் உதித்தவனல்ல
அனைத்துக்கும் அப்பால்
செல்வழியில் நிழலுமில்லா இடத்தில்
ஆன்மாவும் ஆகிருதியும் கடந்தென்
அன்புக்குரியவளின் ஆன்மாவுக்குள் வாழ்கிறேன்.

முஸ்லிம்களே,
இவ்வுலகில் காதலனென்று ஒருவனிருந்தால்

அவனேதான் நான்
முஃமினோ காஃபிரோ கிறிஸ்தவனோ ஒருவனிருந்தால்
அவனேதான் நான்
மதுக்கிண்ணமும் வியாபாரியும் இசைப்பவனும்
சுருதிப்பெட்டியும் கீதமும் காதலியும்
தீபமும் மதுவும் அருந்திய இன்பமும்
அனைத்துமே நான்தான்
உண்மையாகவே எழுபத்திரண்டு கூட்டத்தார்
உலகில் இல்லை இறைவன்மீதாணையாக
ஒவ்வொரு கூட்டமும் கொள்கையும் நானே
பூமியும் காற்றும் நீரும் நெருப்பும்
உருவமும் ஆன்மாவும் நானே
வாய்மையும் பொய்மையும்
நன்மை தீமைகளும் இன்ப துன்பங்களும்
ஆதி முதல் அநாதிவரையிலான
ஞானமும் கல்வியும் நயந்த துறவும்
பக்தியும் நம்பிக்கையும்
அனைத்துமே நான்தான்
கொளுந்து விட்டெரியும் நரக நெருப்பும்
சுவனமும் தோட்டமும் அதன்
சுந்தரிகளும் நானே
பூமியும் ஆகாயமும் அதிலுள்ள சகலமும்
தேவதூதர்கள் ஜின்கள் மானிடர்களென
அனைத்துமே நான்தான்

மனித ஆன்மாக்கள் பலவாக இருப்பினும் உண்மையில் அவை அனைத்தும் ஒன்றுதான் என்றும் அவை ஒரே ஆன்மாவிலிருந்து உருவாக்கப்பட்டதுதான் என்றும் வலியுறுத்திக் கூறுகிறார் ரூமி. ஆதம் நபிக்கு வழங்கப்பட்ட உயிர், இறைவனின் ஆன்மா என்பதால் அந்த ஆன்மா இறவாத்தன்மை பெற்றது. ஆகவே அதற்கு அழிவில்லை என்று குறிப்பிடும் மௌலானா ரூமி சொல்கிறார்: "அவர்களிடையே நீங்கள் அன்பான மனிதர்களைக் காணும்போது அவர்கள் ஒன்றாகவும் பற்பல ஆயிரங்களாகவும் தோற்றம் தருகிறார்கள். எண்ணிக்கையின் அடிப்படையில் அதனைப் பிரித்துப் பார்ப்பது, காற்றால் மேலெழும் கடல் அலைகளுக்கு ஒப்பானது."

மனித ஆன்மா ஒன்றுதான். அவன்மீது ஒளியை ஏவி அருள்கிறான் இறைவன். புனித ஒளியைத் தடுக்க இயலாது. 'அவன் அவர்கள்மீது தனது ஒளியைச் சொரிந்தான்' என்னும் ஹதீசின் அடிப்படையில் நின்று மௌலானா ரூமி சொல்கிறார்:

விவரணைகளுக்கெல்லாம் அப்பாற்பட்டது மனித ஆன்மா. அது மனிதப் படைப்பு அல்ல. ஆகவே, அதில் புனிதம் இருக்கிறது. இறைவன்தான் அதன் மூலம். அதன் சாரப் பொருளும் அவனேதான். பரம்பொருளிலிருந்து பிரிந்த

மனித ஆன்மா, அதனிடமே ஒன்று கலந்துவிட விரும்புகிறது. அதற்கான முயற்சிகளில் அது ஈடுபடுகிறது. வாழ்க்கை என்பதை அவனைச் சென்றடைவதற்கான பயணமாகவே கருதலாம். 'நிச்சயமாகவே நாம் அனைவரும் அல்லாஹ்வின் படைப்புகள்; அவனிடமே திரும்ப இருப்பவர்கள்' என்னும் குர்ஆன் வசனங்கள் மௌலானா ரூமியின் கோட்பாட்டின் அடிப்படைக் கூறு.

இறைவனின் அண்மையை அடைய விரும்பும் மனித ஆன்மா படிப்படியாக முன்னேற வேண்டிய தேவையிருக்கிறது என்று கூறும் ரூமி, ஆதி மனிதனை அல்லாஹ் படைத்ததும் இப்படியாகத்தான் என்பதைச் சுட்டிக்காட்டுகிறார். மனிதன், மண்ணிலிருந்து படைக்கப்பட்டவன்தான். ஆனால், ஒரே நொடியில் வடிவம் பெற்றுவிடவில்லை. அவன் படிப்படியாக வடிவம்பெற எடுத்துக்கொண்ட ஒவ்வொரு நாளுக்கும் ஆயிரமாயிரம் ஆண்டுகளுக்கான தொலைவு உண்டு என்று குறிப்பிடுகிறார்.

குர்ஆனின் சாரப்பொருளை உட்கொண்ட ரூமியின் பரிணாம வாதம், டார்வினின் பரிணாம வாதத்திலிருந்து வேறுபட்டது. பௌதிக விஞ்ஞானத்தின் எல்லைக்குள் மட்டும் நின்றுபோகிற டார்வினின் சித்தாந்தம் மொத்தத்தில் அடிப்படையற்றதும் நம்பிக்கையின்மையை வளர்க்கவும் மட்டுமே உதவுவதாக நவீனச் சிந்தனையாளர்கள் பலரும் ஒப்புக் கொண்டுள்ளனர். ஆனால், டார்வினுக்கும் பல நூற்றாண்டுகளுக்கு முன் மனிதனின் தோற்றம் தொடர்பான பரிணாமங்களைக் குறித்த ரூமியின் இறை நம்பிக்கை நிரம்பிய காவியப் பார்வை, மனித மனசாட்சிக்கு மகிழ்ச்சியைப் பகிர்ந்து தருகிறது. அல்லாமா இக்பால் சுட்டிக்காட்டியதுபோல் மனித உயிரியலின் எதிர்காலம் குறித்த ரூமியின் பார்வையிலுள்ள தூண்டுதல்தான் பரிணாமச் சித்தாந்தத்தை இஸ்லாமிய உலகினுள் தொடுத்து விட்டது. புகழ்பெற்ற அந்தக் கவிதையில் ரூமி பாடியது இதுதான்:

பூமியில் நான் நீசனானேன்
தாதுக்களின் கற்களின் பரப்பில் உயிர் வாழ்ந்தேன்
பல வண்ணப் பூக்களில் புன்னகைத்தேன்.
கால, தேசங்களைக் கடந்த அலைதலில்
கரையிலும் காற்றிலும் கடலின் நாலாதிசைகளிலும்
புதுப் புதுப் பிறவியெடுத்து
மூழ்கினேன் பறந்தேன் நெளிந்தேன் ஓடினேன்
எனது சாரப்பொருளின் சகல ரகசியங்களும் ஊறி நிரம்பிய
இவை அனைத்தையும் காண்கிற, கேட்கிற வடிவத்தில் பாருங்கள்
ஒரு மனிதன்!
எனது அடுத்த இலக்கு எதுவென்றா ?
முகில்களைக் கடந்தும் அம்பரத்துக்கப்புறமும்

யாரும் தம்மை மாற்றவோ மரணிக்கவோ இயலாத
ஒப்புமையற்ற இடங்களில்; வானவர்கள் வடிவில்
இரவு பகல் தொலைதூர வரம்புகளுக்கப்பால்
ரூபமும் அரூபமுமான வாழ்வையும் சாவையும் கடந்து
தோன்றிய அனைத்தும் ஏகமும் பூரணமுமாக
எக்காலமும் நிலைபெற்றிருக்கும் அழிவற்றதாய்

இறைவன் தனது படைப்பின் மேன்மைகளை வெளிப்படுத்தும்போது ஆன்மா முன்புறமும் பிரபஞ்சம் அதன் பின்புறமும் வடிவம்கொண்டன. எனவேதான் ஆன்மாவும் பருப்பொருளும் நெருக்கமான உறவிலிருக்கிறது. ஆன்மா இல்லாத வெறும் பருப்பொருளுக்கு இப்பிரபஞ்சத்தில் வாழ்க்கை கிடையாது. "எனது உடல் எனது ஆன்மாவுக்குப் பயனுள்ள ஒரு பொருள்தானே தவிர, ஆன்மா என்னுடைய உடலுக்குப் பயனுள்ளது அல்ல." பிரபஞ்சத்தின் ஒவ்வோர்அணுவும் முழுமையை முயற்சி செய்துகொண்டே இருக்கிறது. நம்பிக்கைக்கும் அவநம்பிக்கைக்கும் இடையிலான போராட்டம்போன்று. போராட்டம் இல்லை என்றால் இப்பிரபஞ்சமே நிலைபெற்றிருக்காது. ஆன்மிகம்தான் அமைதியின் உலகம், இந்தப் பிரபஞ்சமல்ல. தசைகளின் படிப்படியான வளர்ச்சியினூடே முழுமை பெற்ற மனிதன், மானுட உணர்வில் வளர்ச்சிபெற்று வானவர்களின் நிலையை அடைகி றான். பின்னர், இறைவனின் அண்மையை அடைகிறான். பூமியில் தொலைவுகளைக் கணக்கிட பாதைகளில் ஆங்காங்கே மைல் கற்களை நிறுத்துகிறோம். கடலில் பாதைகளோ பின்பற்றுவதற்கான சுவடுகளோ இல்லை. ஆகவே, அடையாளம் காட்டுவதற்கான மைல் கற்களும் அங்கில்லை .

'ஆன்மாவின்மீதும் அதனை ஒழுங்குப்படுத்தியவன்மீதும் சத்தியமாக! இறைவன் அதற்குத் தீமையையும் நன்மையையும் உணரச் செய்தான். அதனைத் தூய்மைப்படுத்தியவர் யாரோ அவர் நிச்சயமாகவே வெற்றி காண்கிறார். அதனை (இகழ்ந்து) மறைத்துக் கொண்டவர் யாரோ அவர் தோல்வியடை கிறார்.'

போற்றுதலில் ஃபிர் அவ்ன் ஆகிவிட்டது மனம்
அதாவது அகந்தை குடிகொண்டுவிட்டது
நீ எளிமையை ஏற்றுத் தாழ்ந்தவனாகி விடு
தலைமையை வேண்டாதே
இயன்றவரை அடியேனாக இரு
அரசனாக முயற்சிசெய்யா
பரிவு மனமும் பழகும் அழகும் இழந்துபோனால்
உனதன்பா் மனதில் வாட்டம் மிகும்
அவர்கள் அகன்று போவா்

சாதுக்களின் செயல் உனதறிவுக்குட்படாது
அவா்மீதான இகழ்ச்சி நோக்கை அகற்றிவிடு

துறவு நிலை என்பது உலக விவகாரமன்று
அவர்கள் ஆண்டவனின் அருளில் வாழ்பவர்கள்

துறவிகள் என்போர் பொன்னும் பதவியுமின்றி
சிறந்த உணவை இறையின்பத்தில் பெறுபவர்கள்

பேடிபோல் ஏதுமற்ற நிலையை அடைவாயெனில்
தனித்த இவ்வழியில் நீ ஈடற்ற மனிதனாவாய்
இறையைத் தவிர ஏனையவற்றைத் தவிர்த்துவிடு
பாழுலக மாசிலிருந்து மனதைத் துலக்கிக்கொள்.

ஆன்மாவைத் தூய்மை செய்தவனும் அதைப் பாதுகாத்தவனும் தான் உண்மையில் வெற்றி பெறுகிறான். இத்தகைய ஆன்மப் பிணைப்பினூடே பண்பட்டவன் முழுமைபெற்ற மனிதனாகிறான். பண்பாட்டின் பல்வேறு கட்டங்களைக் கடந்து மானுடத்திலிருந்து மேலெழுந்த ஆன்மா பூரண வளர்ச்சியுற்ற நிலையில் முழு அமைதியைக் கைவரப் பெறுகிறது. இப்படி, முழுமைபெற்ற மனிதன்தான் ஸூஃபிகளின் சொற்களில் இன்ஸானே காமில். முழுமைபெற்ற மனிதம் இறைவனில் வாழ்வதாகவும், இறை அவனில் வாழ்வது மான ஒரு நிலையை அடைகிறது. இந்நிலையில் பெற்ற அகத்தூண்டுதலில்தான் ஸூஃபிகள் சிலர் ‘அனல் ஹக்’ என்று உருவிட்டுக்கொள்கிறார்கள்.

ஆன்மாவும் இறைவனும் ஒன்றிணைகிற தனிப்பட்ட ஒரு நிலையை எந்த உவமைகளைக் கொண்டு வியாக்கியானம் செய்யவோ அது குறித்த முற்றுமுடிவான எதிர் கருத்துக்களை முன் வைக்கவோ இயலாது. விவரிக்க இயலாத, மறைபொருள் சார்ந்த இந்நிலைக்கு சுய அனுபவ உணர்வு நிலை மட்டுமே காரணமாக இருக்கிறது. அநேகத்துவமான மானுடம் தனது சுயத்தை இழந்து ஏகத்துவத்துடன் ஒன்றிணைவதாகச் சொல்லப்படுகிற ‘ஃபனா’ என்னும் இவ்விசேட நிலையை ரூமி அதே பொருளில் ஏற்றுக்கொள்ளவில்லை. தாழ்ந்த நிலையிலிருந்த மானுட ஆன்மா உயர்நிலையை அடைகிறது என்கிறார். இத்துடன் மானுட ஆன்மா அழிந்துபடுகிறது என்னும் வேறு பல பாரசீக ஸூஃபிகளின் கருத்தையும் ரூமி ஏற்றுக்கொள்ளவில்லை. “அனைத்தையும் பரிபாலனை செய்து முழுமைப்படுத்துபவனிடம் ஒன்று கலப்பது என்பது, தரம் குறைந்த உலோகங்களை ரசவாத வித்தை மூலம் உயர்தர உலோகமாக மாற்றுவது போலாகும். மனித குணங்கள் இறைகுணங்களுடன் பொருந்திப்போவதுதான். எனினும் அவனுடைய ஆன்மா தனித்துவமானது” என்பது ரூமியின் கருத்து.

ஆன்மிக வாழ்க்கையின் சுதந்திரத்தையும் வளர்ச்சியையும் இலட்சியமாகக் கொண்ட நகர்தலை எளிதாக்குவது என்னும் உன்னத நோக்கத்தைக் கவனத்தில்கொண்டு ரூமி மேற்கொண்ட

சித்தாந்தம் கவனிக்கத்தக்கது. மனித ஆன்மா இறைவனை அடைய காதல் உதவுகிறது. இலௌகிக ஆர்வங்களைக் கட்டுப்படுத்தி இறைவனில் மட்டும் காதல் வயப்படுவது. உன்னத நிலையை அடைந்த காதல் புனித நிலைக்குச் செல்கிறது. காதல் இல்லை எனில் இப்பிரபஞ்சமே நிச்சலனமாகி விடும். இறுதியில் அனைத்து ஆன்மாக்களும் அடிப்படையான பரமாத்மாவில் ஒன்றிணைவது காதலினால்தான். தெய்வீகக் காதலின் உள்ளார்ந்த அம்சம் எளிமையான புரிதலுக்கோ விவரணைகளுக்கோ அப்பாற் பட்டது. தர்க்க சாஸ்திரத்திற்கோ விவாதத் திறமைக்கோ இங்கு இடமில்லை. இது, இனிமையான இசை. புல்லாங்குழலின் ஓசை லயத்திலும் மறைபொருள் இருக்கிறது. அதை விவரிக்க இயலுமென்றால் இவ்வுலகமே தடம் புரண்டிருக்கும்.

நான் காதல் என்னும்
வழித்தடத்தில் செல்பவன்
காதல்தான் எனது வழித்தடம்
காதல்தான் எனது நெறிமுறை

எந்தாய் எனது காதல்
எந்தை எனது காதல்
எம்பெருமான் எனது காதல்
என்னிறைவன் எனது காதல்
நான் காதலின் மழலை
நான் பிறந்தது காதலை மொழிவதற்கே!

தெய்வீகக் காதல் என்பது விவரணைகளுக்கு அப்பாற்பட்டது. எனினும் ஓரளவு இது குறித்து விளக்க இயலும். ஒரு தியாகச் செயல், ஏன் எதற்கு என்ற தேடுதலை நிகழ்த்தவோ, இதை முன்னிட்டுத் தயங்கி நிற்கவோ செய்வதில்லை. தியாகம் செய்பவன் சுய அர்ப்பண இறப்பினூடே மறுவாழ்வு பெறுகிறான். உளவியல் சார்ந்த சுகம், சோகம் போன்ற உணர்வுகளுக்குத் தெய்வீகக் காதலுடன் தொடர்பில்லை. இது நம்பிக்கையின் ஒரு கூறு. தன்னுடைய நம்பிக்கையை வெவ்வேறு முறைகளில் வெளிப்படுத்தும் ஒருவன் இதே உணர்வுள்ளவனாக இருக்கிறான் என்பதற்காக மட்டும் அவனை மதங்களைக் கடந்தவன் என்று சொல்லி விட இயலாது. காதலின் அனுபூதியை அறிவார்ந்த விவாதங்களினூடே சென்றடைய இயலாது. தர்க்க சாஸ்திரங்களைக் கடந்து வெகுதூரம் சென்றால் மட்டுமே இதன் அகமனத்தைக் கண்டடைய இயலும். காதலுணர்வு என்பது அறிவியலை, புரிந்து கொள்வதைக் கடந்த முன்மாதிரியும் சகாவரமும் பெற்றதாகும்.

அன்பு என்பது மனிதனின் சாரப்பொருளும் உயிருக்கு நிகரான அறிவு நிலையுடன் தொடர்புள்ளதுமாகும். மனித

சாத்தியம் என்று எதுவுமில்லை. இறைவன் அனைத்தையும் நிச்சயித்துவிட்டான். அவனது நியதிக்கேற்பவே அனைத்தும் நடந்தேறுகின்றன. விதிக் கோட்பாட்டை சூஃபிகளில் பலர் ஏற்றுக்கொள்கின்றனர். ஆனால், ரூமி அவர்களை மறுத்துரைக்கிறார்: "இறைவனின் படைப்பில் மனிதன் மட்டுமே பகுத்தறிவு பெற்றுள்ளான். ஆகவே, படைப்புகளில் அவன் நிகரற்றவன். இறைவனால் அருளப்பட்ட சுதந்திரமான சிந்தனைச் சக்தி மூலம்தாம் மனிதனின் செயல்பாடுகளும் சேவைகளும் நன்மையில் முடிகின்றன. பகுத்தறிவுதான் சேவைக்கான அடிப்படை. இறைவனின் கட்டளைகளுக் கேற்ப இயங்கிவரும் கிரகங்களுக்கோ ஜீவ ஜாலங்களுக்கோ அவற்றின் செயல்பாடுகளின் அடிப்படையிலான பலனோ, தண்டனையோ கிடைப்பதில்லை. ஆனால், பகுத்தறிவு பெற்ற மனிதன் அவனது செயல்பாடுகளின் அடிப்படையில் பலன் அல்லது தண்டனை பெறுகிறான்.

பிரபஞ்சப் பொருட்கள் அனைத்துமே மாற்றங்களுக்கு உட்பட்டவை. இதற்கு உட்படாத இரு கூறுகள் உள்ளன. மானுடக் கூறுகளிலும் மாறுதலுக்கு உட்படாதவை உண்டு. இதனை இட்டு நிரப்புவதற்கான மனித முயற்சிகளும் நடைபெறுகின்றன. அவ நம்பிக்கையாளர்களுக்கும் வானவர்களுக்குமிடையே ஒரு வாதப்பிரதி வாதம் நடக்கிறது. அவநம்பிக்கையாளர்கள் சொன்னார்கள்: "என்னதான் அறிவுரைகள் சொன்னாலும் மாறுதலுக்கு உட்படாத வகையில் படைக்கப்பட்டவர்கள் நாங்கள். வானவெளியின் கோள்களையோ மண்ணை நீராகவோ மாற்ற இயலாது; தண்ணீரின் சுவை தேனுக்கு நிகராக ஒருபோதும் மாறாது."

வானவர்கள் சொன்னார்கள்: "ஒன்றை முழுமைபெற்ற மற்றொன்றாக மாற்ற இயலாது என்பது உண்மை. ஆனால், மனித மனத்தைப் பீடித்த வியாதியை நிச்சயமாக மாற்ற முடியும்."

இறை நியதியைப் பொறுத்தவரை விதி என்பது உண்மைதான். ஆனால், தனி நபர்களின் ஆர்வங்களுக்கோ இச்சைகளுக்கோ அது உட்படுவதில்லை. விதியின் புற வடிவத்திற்கென்று பொதுத்தன்மை இருக்கிறது. அதன் உள்ளடக்கம் மாற்றத்துக்கு உட்படுகிற சுதந்திரம் கொண்டது."

இயற்கையின் விதி எல்லாக் காலங்களுக்கும் பொதுவானது. இதன் மூலம், அது காலத்தைக் கடந்து நிற்கிறது. நம்பிக்கைச் சாசனங்களின்படி அது ஏற்கெனவே முடிவு செய்யப்பட்ட விடயம். ஒவ்வொரு செயல்பாட்டுக்கும் இன்னின்ன பலன்கள் உள்ளன என்பதை விதியின் தவிர்க்கவியலாத தூரிகை எழுதிவிட்டது.

தவறான வழியைக் கடைப்பிடித்தால் நீ சென்றடைவதும் அதுவேதான் என்பது இயற்கை வரையறுத்து வைத்துள்ள விதி.

நன்மைக்கும் தீமைக்கும் அதற்கான பலன்கள் கிடைக்கும் என்பதும் ஏற்கெனவே நிச்சயிக்கப்பட்டு விட்டது. திருடினால் தண்டனை, மதுவருந்தினால் போதை என்பதுகூட தவிர்க்க இயலாத விதிகள்தாம். விதியை நிர்ணயம் செய்கிற தராசு, அணுவளவும் தவறிழைப்பதில்லை. இறைவனின் தண்டனை நியாயத்திற்குப் புறம்பானதோ இயற்கைக்கு முரணானதோ அல்ல. நல்லவர்களையும் தீயவர்களையும் சம தகுதியுடன் தன் முன் நிறுத்துகிற அரசன், நீதிமான் அல்ல; அவனும் அநீதியாளன்தான் என்பதில் சந்தேகமில்லை.

மனித முயற்சியின் வரம்புகள் குறித்து முழுமையாகப் புரிந்து கொண்டிருந்த மௌலானா ஜலாலுத்தீன் ரூமியின் கூற்றுகள் மனித குலம் முழுவதும் தம் கவனத்தில் பதிக்க வேண்டியதாகும்.

சாத்தியமற்ற எதைக்குறித்தும் மனிதர்கள் சிந்திப்பதில்லை. அவர்கள் தேர்வு செய்வது தங்களால் சாத்தியமாகிற இரண்டில் ஒன்றுதான். "மோசிலுக்குப் போவதா அல்லது பாக்தாதில் தங்கி விடுவதா?" என்பதுதான் அவர்களது யோசனை. தன்னுடைய உடலால் (பறவைபோல்) பறந்துசெல்வது பற்றி அவர்கள் யோசிப்பதில்லை.

மனிதர்கள் சாத்தியமற்றது என்று கருதுவதை பயிற்சியின் மூலம் சாத்தியமாக்கும் முயற்சிகளில் ஈடுபடுவதற்கு அழைப்பு விடுத்த ரூமி, உயர்ந்த சிந்தனையின், பொறுமை நிரம்பிய முயற்சியின் உன்னதத் தேவைகள் குறித்து வலியுறுத்துகிறார். தன்னுடைய உடலால் பறந்துசெல்வது குறித்து மனிதன் சிந்திக்கவில்லை என்று ரூமி சொல்வது அர்த்தம் செறிந்த கூற்றாகும். ரூமியின் காலகட்டத்தில் மனிதர்களால் பறக்க இயலவில்லை. மனித குலத்தை நோக்கி, முயற்சிகளின் மூலம் முன்னேறுவோமென்று வசீகரமாக விடுத்த அழைப்பை உலகப் புகழ்பெற்ற இலக்கியங்கள் எதிலுமே காண இயலாது. அறிவியல் முன்னேற்றம் குறித்த அகமனத் தூண்டுதல் என்பது இதுதான்.

பிரபஞ்சப்பொருட்கள் அனைத்துமே புறத்தோற்றத்தில் பிணைந்து கிடப்பவை. மனிதன் என்பவனோ அகமன சஞ்சாரி. வானத்திலும் பூமியிலுமுள்ள, புறத்தோற்றம் சார்ந்த எதுவும் அவனது அகமன உணர்வுகளைத் தீண்டுவதில்லை. அவனது இலட்சிய வேட்கை குறித்து அவை ஏதொன்றும் அறியாது.

அகமனத் தூண்டுதலின்றி மனிதச் செயல்பாட்டில் மாற்றங்கள் நிகழாது. ஒரு செயலைச் செய்து முடிக்கும் திறன்

பெற்றவன் அது குறித்துத் தீர்மானிக்கும் சுதந்திரம் இல்லாதவனாக இருந்தால், அகத்தூண்டுதலோ, புறத்தூண்டுதலோ பலனோ பழிச்சொல்லோ தடையோ தண்டனையோ எதுவாயினும் அது வெறும் வினோதமாகவே இருக்கும்.

முயற்சி செய்வதையும் போராடுவதையும் விதிக்கு எதிரான செயல்பாடுகள் என்பதாகப் பொருள்கொள்ள இயலாது. இதைச் செய்வதுதான் அவனது விதி. விதியுடனான போராட்டம் என்பது மானுட தர்மம். போராட்டங்களில் இருந்துதான் அகமன சக்திகள் வெளிப்படுகின்றன. வாழ்க்கையின் இலட்சியத்தை அடைவதற்குச் சிந்தனைச் சுதந்திரமும் செயல்பாட்டுச் சுதந்திரமும் மனிதனுக்கு வழங்கப்பட்டுள்ளன என்னும் உண்மையை மறந்துவிடலாகாது. இங்கேதான் ஏற்கெனவே குறிப்பிட்ட அன்பு என்னும் காதலின் மகத்துவம் வெளிப்படுகிறது. போராட்டத்தில் ஏற்படுகிற இழப்பு குறித்த சிந்தனை இல்லாமல், அவநம்பிக்கையில் தன்னை வலுப்படுத்திக்கொள்ளாமல் இலட்சியத்தை நோக்கி முன்னேற வேண்டும். இது காதலினால் மட்டுமே சாத்தியமாகும். நிர்ப்பந்தம் மூலம் செய்யப்படுகிற விஷயம் கூட அன்பு கலந்த விருப்பம் உருவாகும்போது சாத்தியப்படும். வேதியல் மாற்றங்களை அனுபவ வாயிலாக உணர்ந்துகொண்டவர்களால் இதை மேலும் அதிகமாகப் புரிந்துகொள்ள முடியும். ஆகவே, அடிமை மட்டுமே விட்டு விடுதலையாகும் சுதந்திரத்துக்கு ஆசைப்படுவான். காதலன் அன்பு கலந்த சுதந்திரத்தையே விரும்புவான். தன்னுடைய அகமனத் திருப்திக்காகத் தன்னைத்தானே சமர்ப்பணம் செய்யும் உரிமை மனிதனுக்கு மட்டுமே உள்ளது.

அன்பு இருளை ஒளியாக்கும்
அன்பு கசப்பை இனிமையாக்கும்
அன்பு வேதனையை சுகமாக்கும்
அன்பு இழப்பை உயிரூட்டும்

அன்பு மகாசமுத்திரத்தையும் கோப்பைக்குள் அடக்கும்
அன்பு மகா மேருவையும் மணலாக்கும்
அன்பு உச்சி வானத்திலும் ஒரு நூறு துளையிடும்
அன்பு அதலத்தையும் ஆட்டிப் படைக்கும்

செயலற்ற நிலைதான் சுவர்க்கத்திற்கான மார்க்கம். புலன்கள் அனைத்தையும் அடக்கியாண்டு, இலௌகிக வாழ்க்கையிலிருந்தும் சகமனிதர்களை விட்டும் அகன்றிருப்பதே பக்தி என்றும் தவறாகப் புரிந்துகொண்டு அதனைப் பிரச்சாரம் செய்துவந்த காலகட்டத்தில் குர்ஆனிய வழிமுறையில் நின்று தொடர் முயற்சியைச் சித்தாந்தமாக முன் வைத்தார் ரூமி. முயற்சிகளின், செயல்பாடுகளின் அடிப்படைகளுக்கான தூண்டுதலை தான்

ரூமியின் சிந்தனைகளிலிருந்து பெற்றதாக அல்லாமா இக்பால் குறிப்பிடுகிறார்.

இறைவனைக் குறித்தும் தனித்தன்மை வாய்ந்த கருதுகோளைக் கொண்டிருந்தார் ரூமி. தர்க்கவியல் சார்ந்தோ பகுத்தறிவு சார்ந்தோ பரம்பொருளை உணரவும் உணர்த்தவும் இயலாது. உவமைகள், உவமேயங்களினூடே இயற்கையின் அனைத்து அம்சங்களையும் விவரித்துவிட இயலும். ஒளியை இருளுடனும் சுகத்தைச் சோகத்துடனும் ஒப்புமைப்படுத்தி உணர்த்திவிடலாம். இறைவனை எதனுடனும் யாருடனும் உவமிக்கவோ ஒப்புமைப்படுத்தவோ இயலாது. ஆனால், இலௌகிகம் சார்ந்த நெருக்கம், உணர்வு, முரண்கள் போன்றவை மூலம் இறைவனை உணர இயலும். ஆன்மாவுக்கும் உடலுக்குமான தொடர்புபோல் பிரபஞ்சத்தின் அனைத்துக் கூறுகளுக்கும் ஆன்மிகத்துடன் தொடர்பிருக்கிறது. ஆன்மா என்பது உடலுக்குள்ளோ அதன் வெளியிலோ அருகிலோ தொலைவிலோ இல்லை. ஆனால் உடலின் ஒவ்வொரு அணுவுடனும் ஆன்மாவுக்குத் தொடர்பிருக்கிறது. இறைவனுடனான பிரபஞ்சத்தின் தொடர்பும் அவனது இருப்பும் மறுக்க இயலாதது. ‘மூன்று பேர்களின் இரகசியத்தில் இறைவன் நான்காவதாக இருக்கிறான்; ஐந்து பேர்களின் இரகசியத்தில் ஆறாவதாக இருக்கிறான்; இன்னும் அதைவிட மிகக்குறைந்த, அதிகமான எண்ணிக்கையில் இருந்தாலும் அவர்களுடன் இறைவனும் இருக்கிறான்’ என்றும், ‘ஆகாயத்திலும் பூமியிலும் அணுவளவே உள்ள ஏதொன்றும் உன்னுடைய இறைவனிடமிருந்து மறைந்துவிடுவதில்லை’ என்றும், ‘நாம்தான் மனிதனைப் படைத்தோம். அவனது ஆன்மா, தனக்குள் சொல்வது என்னவென்று நாம் அறிவோம். அவனது பிடரி நரம்பை விடவும் அருகில் நாமிருக்கிறோம்’ என்றும் குறிப்பிடும் திருமறையின் வசனங்கள் மனிதனுக்கும் இறைவனுக்குமான அண்மையைத் தெளிவுபடுத்துகின்றன. இதன் மூலம் அண்ட சராசரங்களையும் படைத்தவன் இறைவன் எனும் உண்மை சந்தேகத்திற்கிடமின்றி விளங்குகிறது. அவனே எல்லாவற்றிலும் மேலானவன்; அனைத்தையும் அறிந்தவன்; எங்கும் நிறைந்தவன்; சர்வ ஞான சொரூபி. அவனின்றி அணுவும் அசையாது என்ற உணர்வைப் புரிந்துகொள்ளும்போது மட்டும்தான் பேருண்மையை வரையறுக்கப்பட்ட அறிவால் சிறிதளவாவது உணர இயலும்.

இறையின் குணாம்சங்களை அதாவது அவனது இயல்பை முழுமையாக உணர்ந்து கொண்டதாகச் சொல்பவர்கள் கற்பனை உலகில் சஞ்சரிப்பவர்கள். சிந்தனை என்பதும் படைப்பின் குணாம்சம்தான். இறைவனால் மனிதனுக்கு அருளப்பட்ட

சிந்தனா சக்தியைக் கொண்டு, அவனையே அளந்து விட முடியாது. மனித அறிவும் அவனது சிந்தனையும் வரையறைகளுக்கு உட்பட்டவை. மானுட அறிவியலுக்கும் பகுத்தறிவுக்கும் அப்பாற் பட்டவன் இறைவன். இறைத்தன்மையை அடைந்துவிட்டதாக ஒருவன் சொல்வானே எனில் அவன் கற்பனை உலகில் சஞ்சரிக் கிறான். இறைவனை உணர்ந்துகொள்வதற்கு ஒரு பறவையோ மிருகமோ முயற்சி செய்யும் என்றால் அது அவற்றின் அறிவுக்கு அப்பாற்பட்ட முயற்சியல்லவா? இறைவனை உணர்ந்துகொள்ளும் மனிதனின் அறிவார்ந்த முயற்சிகளும் இவ்வாறானதுதான்.

அழிவற்ற சிந்தனா சக்தியென்று எதுவுமில்லை. சிந்தனைக்கும் அழிவுக்குள்ளாகும் தன்மையுண்டு. சிந்தனையாலும் கற்பிதங் களாலும் எட்டிவிட இயலாத தொலைவில் இருக்கிறான் இறைவன்.

இறைவன் ஆதியும் அந்தமும் இல்லாதவன். இதற்கு இடைப்பட்ட நிலையிலும் அவனில்லை. ஏன், எதற்கு என்னும் கேள்விகள் அவனைத் தீண்டுவதில்லை. எந்த சிந்தனையாலும் அவனை எட்டிப்பிடிக்க இயலாது. விளைவுகளை உள்ளடக்கிய எந்தக் காரணத்தைக் கொண்டும் அவனை விளங்கிக்கொள்ள இயலாது.

இறைவன் வேதனையால் உருகிவிடுபவனோ அதற்காக விசனப்படுபவனோ அல்ல. அன்பே வடிவான அவனது கருணை எல்லையற்றது, கண்களுக்குத் தென்படுவது. மனிதக் கருணை போன்றதல்ல இறைக்கருணை. மனிதனின் கருணைக்கு எல்லையும் வரையறையும் உண்டு. விவரணைகளுக்கு அப்பாற்பட்ட இறைவனின் மாபெரும் கருணையுள்ளத்தை அனுபவிக்க மட்டுமே இயலும். இறைவனின் குணமேன்மைகளும் இயல்பும்கூட மனித அறிவால் புரிந்துகொள்ளப்பட இயலாதது. இருப்பினும், நாம் அவனிடம் அனைத்தையும் அர்ப்பணிப்பதன் மூலம் ஓரளவாவது உணர்ந்துகொள்ள இயலும்.

இறைவனை உயிர்களின் சாகரம் என்றோ சாகர உயிர் என்றோ அழைப்பதாக இருந்தால் அது எந்த அளவில் சரியாக இருக்குமென்று சொல்ல இயலாது. அனைத்தும் எதிலிருந்து உருவாகிறதோ அதனை இறைவன் என்று குறிப்பிடுவதுதான் இதைவிடவும் சரியாக இருக்கும். உயிரின் அனைத்துக் கூறுகளும் அவனது முன் வெறும் அணுவாகவே இருக்கும்.

தத்துவவியலாளர்கள் ஒருவகையிலும் அறிவியலாளர்கள் இன்னொரு வகையிலும் பரம்பொருளை விவரித்துவிட முயற்சி செய்கிறார்கள். கவிஞர்களின் கற்பனை விவரணை வேறுவகையாக

இருக்கிறது. ஒவ்வொருவரும் அவரவர் அறிவுக்கு எட்டியது போல் விவரிக்க முயற்சிசெய்கிறார்கள். விமர்சகர்கள் இவை அனைத்தையுமே உதாசீனம் செய்கிறார்கள். இவை எதுவுமே உண்மையல்ல; முழுவதும் உண்மைக்கு மாறானவையும் அல்ல. கோடுகளைக் களைந்துவிட்டால் உண்மை எது பொய் எதுவென்று பிரித்துப் பார்க்க இயலாத நிலை உருவாகும். உண்மையுடன் பொய்மையும் தவிர்க்க இயலாத அம்சமாகக் கலந்துபோன ஒரு நிலை இது. இதற்கு உதாரணமாக அமைந்துள்ளது மஸ்னவியில் இடம் பெற்றுள்ள ஒரு கதை.

பண்டிதர் குழுவொன்று பரம்பொருள் தொடர்பான மாயாவாதச் சிந்தனைகளில் மூழ்கியதுடன் தங்களுக்குள் முரண்பட்டு, வாதப்பிரதிவாதங்களில் ஈடுபட்டு வந்தனர். பொருந்தாத குணாம்சங்களையும் அவர்கள் இறைவன்மீது இட்டுக்கட்டினர். இதையறிந்த கீழைத்தேச அரசர்களில் ஒருவர், தனது தலைநகருக்கு மிக இரகசியமாக ஒரு யானையைக் கொண்டு வந்து இருளடர்ந்த பகுதியில் அதைக் கட்டி வைப்பதற்கு ஏற்பாடு செய்தார். பின்னர், பண்டிதர்களை அழைத்துவரச் செய்த அவர், பண்டிதர் குழுவில் யாருமே இதுவரை பார்த்திராத அபூர்வமான ஒரு விலங்கை, தான் அரண்மனைக்குக் கொண்டு வந்திருப்பதாகச் சொல்லி, இருளடர்ந்த அந்தப் பகுதிக்கு அவர்களும் தன்னுடன் வரவேண்டுமென்று அழைப்பு விடுத்தார். அரசரின் வேண்டு கோளுக்கு இணங்க அவர்கள் அனைவரும் அந்தப் பகுதிக்கு வந்து சேர்ந்தனர். "நான் குறிப்பிட்ட அந்த அபூர்வ விலங்கு இப்போது இங்கேதான் நிற்கிறது, உங்களில் யாருடைய கண்களுக்காவது அது தென்படுகிறதா?" என்று கேட்டார் அரசர். அவர்கள், "இல்லை, அப்படியெதுவும் எங்கள் கண்களுக்குத் தென்படவில்லை" என்று ஒரே குரலில் சொன்னார்கள். உடனே அரசர் இன்னும் கொஞ்சம் முன்னால் செல்லுங்கள் என்றார். அவர்கள் நகர்ந்து முன்னால் சென்றனர். இப்போது தொட்டுப் பாருங்கள் என்றார் அரசர். பண்டிதர்கள் அனைவரும் யானையைத் தொட்டுத் தடவிப் பார்த்தனர். ஒவ்வொரு பண்டிதரும் யானையின் ஒவ்வொரு உறுப்பையும் தொட்டுப் பார்த்தனர். பின்னர், பண்டிதர் குழுவை வெளிச்சமிருந்த பகுதிக்கு அழைத்துச் சென்ற அரசர், "அந்த அபூர்வ விலங்கைக் குறித்து உங்களது கருத்துகளைச் சொல்லுங்கள்" என்றார்.

ஒரு பண்டிதர், "அந்த விலங்கு, தூணைப்போல் இருக்கிறது" என்றார். "சொரசொரப்பான தோலைக்கொண்ட ஏதோ ஒரு மிருகம்" என்றார் மற்றொருவர். "வழுவழுப்பான கொம்புகளைக்கொண்ட ஒரு மிருகம்" என்றார் இன்னொரு பண்டிதர். "உடல் முழுவதும் நிறைய சுருக்கங்கள் இருப்பதால்

ஏதோ அருவருப்பான மிருகமாக இருக்குமென்று நினைக்கிறேன்" என்றார் இன்னொருவர். யாராலும் அதன் முழுமையான வடிவத்தைக் கண்டுபிடிக்கவோ சொல்லவோ இயலவில்லை. தங்களைப் பொறுத்த வரைக்கும் அவர்கள் எதை உணர்ந்து கொண்டார்களோ அதையே அவர்கள் உண்மை யென்று நம்பினர். மீண்டும் அவர்களை யானை நிற்கும் இருளடர்ந்த பகுதிக்கு அழைத்துச் சென்ற அரசர், இருட்டான பகுதியில் வெளிச்சம் வரச் செய்தார். அப்போதுதான் அங்கே நிற்பது யானை என்பதை அவர்கள் புரிந்துகொண்டனர். தாங்கள் சொன்ன ஒவ்வொரு கருத்தும் உண்மைதான் என்பதையும் ஆனால், உண்மையின் அருகில்கூட செல்ல இயலாத அரைகுறை உண்மைகள் என்பதையும் அவர்கள் புரிந்துகொண்டனர். உண்மைக்கும் தங்கள் கருத்துக்குமிடையே மிகப்பெரிய இடைவெளி இருப்பதை அவர்கள் உணர்ந்துகொண்டனர்.

பரம்பொருள் குறித்த உண்மையைப் புனித அறிவிப்பின் உதவியில்லாமல் யாரும் உணர்ந்துகொள்ள இயலாது என்பதையே ரூமி இந்தக் கதையில் விவரிக்கிறார்.

இருட்டினூடே உருவமற்றுத் தெரியும் உண்மையை அதாவது அரூப வடிவத்தைக் கற்பனையில் கண்டு சொல்வது என்பது பண்டிதர்களாலும் இயலாத விஷயம். கற்பித எண்ணங்களைக் கடந்து உண்மையை அறிய இயலாதவர்கள், திரைமறைவான யதார்த்த உண்மையை மட்டுமே தரிசிக்கிறார்கள். ஆனால், உருவகம் சார்ந்த கற்பனைகளிலிருந்து விடுபட்டு உருவமற்றதைப் புரிந்துகொள்ளும் இலட்சியத்துடன் முன்னகர நினைப்பவர்களுக்கு உண்மையை உணர்ந்துகொள்வதில் பெரிய அளவில் சிரமமிருக்க வாய்ப்பில்லை. இப்படியான உருவகக் கற்பிதத்தைக் கடந்து இறைவனை அடைவதற்கு மேற்கொள்ளும் முயற்சிகள் முன்னேற்றத்தை நோக்கியதாகவே இருக்கும்.

சிந்தனையை வளப்படுத்துவதற்காக, இறைவனை ஒளியுடனும் சொர்க்கத்தைப் பூங்காவனத்துடனும் உவமிக்கும் ஏராளமான குறியீடுகளையும் உவமைகளையும் மஸ்னவியில் கையாண்டுள்ளார் ரூமி. இதுவும் குர்ஆனிய வழிமுறைதான்.

இறைவன் சதா சர்வகாலமும் செயல்பட்டுக்கொண்டிருப்பவன். செயல்படுபவர்களையே அவன் விரும்புகிறான். ஒவ்வொரு நிமிடமும் ஏதாவதொன்றைப் புதிதாகப் படைத்துக் கொண்டிருப்பவனும் அனைத்து உலகங்களையும் அடக்கியாள் பவனுமான இறைவன்; செயலாற்றல் நிரம்பியவன்; நிரந்தர முயற்சியை விரும்புகிறவன்.

ஆகவே, அலட்சியத்தைக் கைவிட்டுப் பலன் தரும் முயற்சிகளில் கவனம் செலுத்த வேண்டும். படைப்பு ரீதியான வழிகளினூடேயும் மனிதன் விடாமுயற்சிகளில் ஈடுபட வேண்டும். இவைதான் மனித சமூகத்துக்கு ரூமி சொல்ல வந்த செய்திகள். நன்மையை நாடுவதில் கவனம் செலுத்திய ரூமியின் இந்தக் கோட்பாட்டைக் குறிப்பிட்டுக் காட்டிய அல்லாமா இக்பால், அவரைத் தனது ஆன்மிகக் குருவாக ஏற்றுக்கொண்டார்.

மானுட நுண்ணறிவால் இறைக்குணாம்சங்களைப் புரிந்துகொள்ள இயலாதுதான். ஆனால், அதன் பலாபலன்களை அவனால் அனுபவிக்க இயலும். இறையுடன் ஒன்றிணைவது குறித்து ஏனைய பாரசீக ஸூஃபிகள் சொல்வதுபோல் ‘கடலில் நீர்த்துளி கலப்பதுபோல்’ என்பதற்கு மாறாக, ‘தன்னுள் இறைக்கூறுகளை வளர்த்தெடுப்பது’ என்னும் ரூமியின் பார்வை ஹதீசுடன் பொருந்திப்போகிறது. இறைத்தூதரின் பார்வை சார்ந்து, ஆன்மிகப் பரவச நிலை என்பது மனிதனுள் இறைக்குணங்களை உருவாக்குவது. ‘வரையறுக்கப்பட்ட மானுட தனித்துவம் தங்கள் நிலைகளைக் குலைத்துவிட்டு எல்லையற்ற தனித்துவத்தில் இணைந்துவிடுவது அல்ல, ஸூஃபிசக் கோட்பாடு சார்ந்த ஏகாத்ம அனுபூதி. மாறாக, வரையறைக்குட்பட்ட தனித்துவத்தின் அன்பு வடிவான மகிழ்ச்சியை நோக்கி வரையறைகளை மீறிச் செல்வது’ என்று ரூமியைக் குறிப்பிட்டுச் சொல்கிறார் அல்லாமா இக்பால்.

ஆன்ம ஞானம் இறை ஞானத்தை இழந்துவிடுமெனில் மனிதர்களால் தங்கள் நம்பிக்கையில் எப்படி உறுதியாக இருக்க இயலும்?

பரம்பொருள் உண்மையைக் குறித்து முழுமையாகப் புரிந்துகொள்வதற்குப் புலனறிவு மட்டும் போதாது; மனத்தையும் சார்ந்திருக்க வேண்டிய தேவை ஏற்படுகிறது. மனத்தைச் சார்ந்திருப்பது என்பது அகத்தின் தேடுதல்; அது, ஒருவகையான அகமனப் பார்வை. ரூமியின் மொழியில் சொல்வதானால், கதிர் என்பது சூரியனின் புறத்தோற்றம். அதாவது ஒளி. புலனறிவுக்கு எட்டாத பரம்பொருள் உண்மையுடன் நம்மை ஒன்றிணைப்பது மனம்தான். திருக்குர்ஆனின் பார்வையில் பார்க்கவும், பார்த்ததைப் பிழை நேராமல் சொல்லவும் மனத்தால் இயலும். இக்பால் குறிப்பிடுவதுபோல், பிழை நேராமல், சொல்ல நினைப்பதைச் சரியான முறையில் விவரிக்க வேண்டும். இந்த அகமனத் தரிசனத்தைத் தனது மஸ்னவியில் ரூமி மிகச்சிறப்பாகக் கையாள்கிறார். அகமனத் தூண்டுதல்களையும் அதன் பார்வைகளையும் உறுதிபடச் சொல்கிற ரூமி, வசன வடிவிலான கருத்துகளின், கிரேக்கத்

தத்துவப் பார்வைகளின் வழியாக குர்ஆனிய வசனங்களுக்குப் பிழையான விளக்கம் அளிப்பவர்களை, தனது மஸ்னவியிலுள்ள ஒரு சிறுகதை மூலம் கழுதையின் சிறுநீரில் அடித்துச்செல்லப்படும் வைக்கோல் துரும்பின் மீது அமர்ந்து கப்பலோட்டும் ஓர் ஈயுடன் உவமித்திருக்கிறார்.

அதே சமயம் உண்மையைத் தேடும் ஸூஃபிகளின் இறைவிசாரணையைக் குறித்தும் ரூமி விவரிக்கிறார்:

“ஸூஃபியின் கிரந்தம் வெறும் ஓலையிலும் மையிலும் உருவாக்கப்பட்டது அல்ல. அது, பனிபோன்ற இதயம் அல்லாது வேறெதுவும் அல்ல. பண்டிதனின் உடைமை எழுது கோல் பிடித்த வடு எனில், ஸூஃபியின் உடைமை கால் தடங்கள் மட்டுமே. ஸூஃபிகளின் வாழ்க்கைமுறையை ஒரு வேட்டைக்காரனின் வாழ்க்கையுடன் ஒப்பிடலாம். முதலில் அவர்கள் கஸ்தூரி மானின் கால் தடங்களைக் காண்கிறார்கள். பிறகு அதைப் பின் தொடர்கிறார்கள். நீண்ட தூரத்திற்கு அந்தக் கால் தடங்கள்தாம் அவர்களது வழி காட்டியாக இருக்கின்றன. பின்னர், வழிகாட்டும் பொறுப்பை மானின் கஸ்தூரி ஏற்றுக்கொள்கிறது. மானின் கால் தடங்களைப் பின்பற்றி அலைந்து திரியும் அவர்கள் பின்னர், குறுகிய தொலைவில் கிடைக்கும் விலை உயர்ந்ததும் பயனுள்ளதுமான கஸ்தூரியால் கவரப்படுகிறார்கள்.

கிணற்று நீரில் தனது பிம்பத்தைக் கண்டு சினம்கொண்ட சிங்கம்போல், பிறரிடம் நீ காணும் கெடுமதிகளில் பல உன்னுடைய பிம்பங்கள்தான்.

புனிதக் குர்ஆனையும் நபிகளாரின் வழிமுறைகளையும் மிகச்சரியாகப் படித்தறிந்து, புனித வசனங்களை ஞானப்பார்வை யினூடே வியாக்கியானம் செய்து, பிரபஞ்ச இரகசியங்களின் உள்ளறைகளைக் கடக்க முயற்சிசெய்வதற்கான பரிந்துரையை அளிக்கிறார் ரூமி. ஆன்மிக முன்னேற்றத்தை நடைமுறையில் சாத்தியமாக்கும் ரூமியின் சிந்தனைக் கதிர்கள் நவீனச் சிந்தனை யாளர்கள்மீதும் பெரிய அளவில் தாக்கம் செலுத்தியுள்ளது.

“என்னுடைய அகமன இரகசியங்களை அனைவர் முன்னிலை யிலும் கடை விரித்தேன். ஆனால், கொள்வாரில்லை” என்று, மௌலானா ரூமி குறிப்பிடுகிறார். அவரது காலகட்டத்தின் சமூகச் சூழலைப் பொறுத்தவரைக்கும் ரூமியின் இந்த வேதனைக்குரல் உண்மையும்தான். மக்களின் ஆன்மிக நிலை ரூமியின் சிந்தனைகளைப் புரிந்துகொள்ளும் அளவுக்கு மேம்பட்டதாக இல்லை. ரூமியின் மறைவுக்குப் பிறகுதான் அவரது அறிவின் ஒளிவீச்சை உலகம் புரிந்துகொண்டது. மனித இருப்பைக் குறித்து

நன்னம்பிக்கைப் பிரகாசிக்கும் ரூமியின் கவிதைகள், காவிய சித்தியின் அபூர்வப் படைப்புகளாக உள்ளன. புகழ்பெற்ற இஸ்லாமிய அறிஞரான அல்லாமா இப்னு மிஸ்கவைஹியின் இறைவனையும் மனிதனையும் பிரபஞ்சத்தையும் குறித்த ஆய்வுகளில் இடம்பெற்ற சிந்தனையைத் தூண்டும் வரிகளின் உறைவிடம் ரூமியின் அழகான சில கவிதைகள்தான். இப்னு மிஸ்கவைஹியின் சிந்தனைத் துளிகள் மௌலானா ரூமியின் காவிய பாவனையினூடே விரிந்த மலர்ப்படுகைகளாகத் திகழ்கின்றன.

ரூமியின் மொத்த இலக்கியங்களையும் மதிப்பிடும்போது அம்மகாகவிக்குத் தூண்டுதலாக இருந்த மையப்புள்ளி, புனிதக் காதல்தான் என்பதை உணர்ந்துகொள்ள இயலும். அவரது காதல் கை கூடியதன் வெளிப்பாடுகள்தான் கோட்பாட்டுப் பொருள் செறிந்த அவரது கவிதைகள். தனது உன்னதப் படைப்பான மஸ்னவியினூடே ரூமி முன் வைக்கும் சிந்தனைப் பேரருவிகள் காலங்களைக் கடந்தும் மனிதனின் அறிவுத் தாகத்தைத் தீர்த்து வைக்கும் திறன் பெற்றவை. வேத விஞ்ஞானம் என்னும் அழிவற்ற பேரருவியில் இருந்துதான் ரூமி நீரருந்தினார். அதன் சூடும் வீரியமும் அவரிடமிருந்து சிந்தனை ஊற்றுகளாக வெளிப்பட்டன. தவ்ராத்தையும் இன்ஜீலையும் ஃபுர்கானையும் இவ்வளவு ஆழமாகக் கற்றுத் தேர்ந்த மகாகவிகள் வெகு அபூர்வம். தவ்ராத்தும் இன்ஜீலும் எப்படி மாற்றங்களுக்கும் இடைச்செருகல்களுக்கும் உள்ளாயின என்று மஸ்னவியில் தெளிவாகக் குறிப்பிட்டுள்ளார் ரூமி. இதை வாசித்த யூத, கிறிஸ்தவ பண்டிதர்களுக்கும்கூட ரூமியின் மீது அளவற்ற மரியாதை உருவாயிற்று. ரூமியின் உடலை

அடக்கம் செய்யும்போது அவர்கள் அதை வெளிப்படுத்தவும் செய்தனர்.

'மஸ்னவி' அதி உன்னதமான இஸ்லாமிய இலக்கியப் படைப்பாக இருப்பினும் பிற மதத்தினருக்கும் அது பயனுள்ளதாக இருந்தது. ஏராளமான ஐரோப்பியப் பண்டிதர்கள்மீது தனது தாக்கத்தை அது செலுத்தியது. உலகின் பல்வேறு பகுதிகளிலுள்ள இலக்கிய ஆய்வாளர்கள் மஸ்னவியின் தகுதிக்கேற்ப அதனை மிகச் சிறப்பாகவே விமர்சனம் செய்தனர். ஸூஃபிசத்தையும் மாயாவாதத்தையும் நேர்மறையாகவோ எதிர் மறையாகவோ விளக்க முற்படுபவர்கள் யாராக இருப்பினும் அவர்கள் ரூமியை மேற் கோள் காட்டியாக வேண்டும் என்பது படைப்பு ரீதியாகவும் ரூமி பெற்ற வெற்றிகளுக்கான மாபெரும் சான்று.

இலக்கிய உலகம் ரூமியின் மஸ்னவியை மகத்தான செவ்வியல் இலக்கியமென அங்கீகரித்துள்ளது. இலக்கியப் படைப்புகளின் விசேட சிறப்புகளாக, மனித மனங்களைப் பண்படுத்துவதையும் மகத்தான வாழ்க்கை விழுமியங்களை நோக்கி மனிதனை செல்லத் தூண்டுவதையும் அவனை முன்னேற்றப் பாதையில் கைப்பிடித்து அழைத்துச் செல்வதையும் குறிப்பிடலாம். செவ்வியல் என்னும் சிறப்பை அடிப்படையாகக்கொண்ட மதிப்பீட்டிலும் ரூமியின் மஸ்னவி முன்னிலை பெற்ற படைப்பாகத் திகழ்கிறது என்பது விமர்சனங்களைக் கடந்த உண்மை.

உலக அளவில், பாரசீக இலக்கியத்தின் புகழ்பெற்ற செவ்வியல் படைப்புகளென அங்கீகாரம் பெற்றவை இரண்டே படைப்புகள்தான். ஒன்று, ஸஅதியின் 'குலிஸ்தான்.' இன்னொன்று மௌலானா ஜலாலுத்தீன் ரூமியின் 'மஸ்னவி'. இவ்விரண்டு மகா காவியங்களும் பாரசீகத்தையும் அதன் மக்களையும் முழுமையாகப் பிரதிபலிக்கும் படைப்புகள். இவற்றைப் பாரசீகத்தின் பண்பாட்டுக்குரல்கள் என்று மதிப்பிடுவது மேலும் பொருத்தமாக இருக்கும்.

ஷேக் ஸஅதி ஸீராஸி

தூரிகையைச் சமூக நீதிக்கானப் போர்வாளாக மாற்றிய மாவீரன் பாரசீகக் கவி ஷேக் ஸஅதி ஸீராஸி. ஃபிர்தவ்ஸியின் 'ஷா நாமா', உமர் கய்யாமின் 'ருபாயியத்', நிஸாமியின் 'லைலா – மஜ்னு', ஃபரீதுத்தீன் அத்தாரின் 'மந்திக் குதைர்', ஜலாலுத்தீன் ரூமியின் 'மஸ்னவி', ஹாஃபிஸ், ஜாமி ஆகியோரின் மனதைக் கவரும் பாடல்கள் போன்றவற்றை விடவும் அதிகப் புகழை ஷேக் ஸஅதி ஸீராஸியின் 'குலிஸ்தான்', 'புஸ்தான்' ஆகிய இரு படைப்புகளும் பெற்றன. இதற்குக் காரணம் சமூகத்துடன் அவர் பேணிவந்த மிக நெருங்கிய நட்புணர்வுதான் என்றால் மிகையல்ல! நீதிநெறி தொடர்பான கருத்துகளை மக்கள் மொழியில் கதைகளாகவும் நிகழ்வுகளாகவும் மிகத் திறமையாக வெளிப்படுத்தி, உலக இலக்கியத்தில் தனக்கான தனி முத்திரையைப் பதித்த இந்தக் கோட்பாட்டுக் கவிஞர், பண்டிதர்களையும் அறிவார்ந்த மக்களையும் மட்டும் இலட்சியமாகக்கொண்டு எழுதியவர் அல்ல. ஒட்டு மொத்த மானுடச் சமூகத்திற்காக அவரால் எழுதப்பட்டதுதான் குலிஸ்தான் என்னும் மகாகாவியம்.

தனது குலிஸ்தான் காவியத்தைச் சிறப்பிக்கும் முகமாக ஷேக் ஸஅதி பாடிய ஒரு கஜலில் 'குலிஸ்தான், வசந்தத்தின் மலர்ச்சோலை. அதை வாசிக்கும் ஒவ்வொரு கணமும் மானுட மனம் மலர்ச்சோலையில் நடனம் ஆடும். அதில் குயில்களின் ராக ஆலாபனையில் பறவைகள் இன்னிசை மீட்டுவதைக் கேட்கலாம். வசந்தத்தின் மந்த மாருதம் அங்கே இதமாக வீசுவதை உணரும் நீ வியப்பில் மூழ்குவாய். வசந்தத்தின் புது வருகையின் ஒளியையும் அங்கே நீ காணலாம். அம் மந்தமாருதம்

ஈசா(நபி) வின் சுவாசம் என்ற உண்மை உனக்கு அதிர்ச்சியைத் தரும். அந்தப் புனித மாருதத்தின் மகத்துவத்தில் இறந்துபோன உலகம் புத்துயிர் பெறுகிறது' என்று குறிப்பிட்டுள்ளார்.

பாரசீக மகாகவி ஜாமியின் மொழியில் சொல்வதானால் இமாம் ஸஅதி, ஸீராஸின் புல்புல் பறவை. அந்தப் பூங்குயிலின் இனிமை தரும் கவிதை ராகமாக குலிஸ்தான் என்னும் சொர்க்கப் பூங்கா கோடிக்கணக்கானோரைக் களிப்பில் ஆழ்த்தியது.

அல்லாமா ஷிப்லி நுஃமானி குறிப்பிடுகிறார்: "மகாகவி ஷேக் ஸஅதி ஸீராஸியின் குலிஸ்தான் மாபெரும் வெற்றி பெற்றதற்கான காரணம் அதன் அர்த்தச் செறிவும் கற்பனை வளமும் அழகியலும் மட்டுமல்ல! இதுபோன்ற அம்சங்களுடன் கூடிய வேறு இலக்கியப் படைப்புகளும் இருக்கக்கூடும். ஆனால் குலிஸ்தானின் சிறப்புக்கு மிக முக்கிய காரணம், மேற்கண்ட அம்சங்களின் விவரணைகளில் ஸஅதி கையாண்டுள்ள சொல் நயமும் தாள லயமும் வடிவ உத்தியும்தான்; அதனை மாபெரும் கலைப்படைப்பாக மாற்றுகிறது.

மலையாள மகாகவியான ஜி. சங்கர குறுப்பு குறிப்பிடுகிறார்: 'ஷேக் ஸஅதி ஸீராஸி என்னும் கவிப்பேரரசன் பிறந்தது கவிஞர்களின் பூமியென்று சிறப்பிக்கப்படும் ஸீராஸ் மண்ணில். எனினும் அந்த உண்மைப் பாடகனை ஸீராஸுக்கென்று விட்டுக் கொடுத்துவிட இயலாது. உன்னத வாழ்க்கையை மேற்கொண்ட மாமனிதர்கள் தேசத்துக்கும் குறிப்பிட்ட காலத்துக்கும் சொந்தமானவர்களல்ல. கால தேச வர்த்தமானங்களைக் கடந்து உலகம் முழுவதும் சொந்தம் கொண்டாடி மகிழ்வதற்கானவர்கள்.

ஷேக் ஸஅதியின் வாழ்க்கைக் குறிப்புகளை அவரது படைப்பிலிருந்தே புரிந்துகொள்ள முடியும். அவரது கவிதைகளிலும் கதைகளிலும் வெளிப்படும் 'நான்' கதாபாத்திரம் ஷேக் ஸஅதி ஸீராஸி என்னும் வரலாற்று நாயகன்தான். ஸஅதியின் பிறந்த தேதி குறித்து முரண்பட்ட தகவல்கள் இருந்தாலும் அவர் பிறந்த வருடம் கி.பி. 1210 என்றுதான் பெரும்பாலான வரலாற்றாய்வாளர்களும் கருதுகின்றனர். ஸஅதி என்பது அவரது சிறப்புப்பெயர். இயற்பெயர், முஸர்ரிஃபுத்தீன் பின் முஸ்லிஹுத்தீன் அப்துல்லாஹ். முஸ்லிஹுத்தீன் ஸஅதி, ஷேக் ஸஅதி ஸீராஸி ஆகிய பெயர்களிலும் உலகமெங்கும் அவர் அறியப்படுகிறார். ஸஅதியின் தந்தையான முஸ்லிஹுத்தீன் அப்துல்லாஹ், ஸீராஸ் நீதித்துறையில் பணியாற்றியவர். மகாகவி முஸர்ரிஃபுத்தீனுக்கு ஸஅதி என்னும் சிறப்புப்பெயரைப் பரிந்துரைத்தவர் அவரது உற்ற நண்பரும் அத்தபெக் அரசருமான ஸஅத் பின் ஸங்கி என்னும் அபூபகர்.

ஸஅதியின் சிறு வயதிலேயே அவரது தந்தை முஸ்லிஹுத்தீன் அப்துல்லாஹ் மரணமடைந்தார். மகனுக்கான அடிப்படைக் கல்வியை ஸீராஸிலேயே பயிற்றுவித்த தாயார், பன்னிரெண்டாம் வயதில் உயர்கல்விக்காக பாக்தாதுக்கு அனுப்பிவைத்தார். பாக்தாதில் நிஸாமியா பல்கலைக்கழகத்தில் படிக்கும்போதே கவிதைகள் எழுதத் தொடங்கினார் ஸஅதி. ஒருமுறை நிஸாமியா பல்கலைக்கழகத்தின் பேராசிரியர் ஸம்சுத்தீன், ஸஅதியின் ஒரு கவிதையை வாசித்துவிட்டு அவரது சிறுகண்களில் ஒளிர்ந்த தீட்சண்யத்தை உற்றுக் கவனித்தார். மனத்தைக் கொள்ளை கொள்ளும் அந்தக் கவிதையின் கருத்துச் செறிவையும் அதை இயற்றிய சிறுவனின் வயதுக்கு மீறிய அறிவுத் திறனையும் புரிந்து கொண்ட அந்தப் பண்டிதர் ஸஅதியை மேனிலைப் படிப்புக்காகப் பரிந்துரை செய்து அனுப்பினார். மேனிலைக் கல்வியில் சேர்ந்து பல்வேறு அறிவுத் துறைகளில் தேர்ச்சி பெற்றார் ஸஅதி. உலகின் பல்வேறு பகுதிகளிலிருந்து வந்த வேறுபட்ட பண்பாடுகள் கொண்ட மாணவர்களுடனான தொடர்பு ஸஅதியினுள் பெரும் தாக்கங்களை உருவாக்கியது. ஆய்வு மனோபாவமும் அறிவியல் பார்வையும் சன்மார்க்க சிந்தனையும் ஸஅதியின் சிறப்புக் குணங் களாக இருந்தன. பல்கலைக்கழகம் அளித்து வந்த அக்காலகட்டத் தின் உன்னத விருதான ‘இத்ரார்’ விருது ஸஅதிக்குக் கிடைத்தது.

தொடர்ந்து அவர் பாக்தாதின் புகழ்பெற்ற பண்டிதர்களுடனும் உன்னத மனிதர்களுடனும் தொடர்புகொண்டு அறிவுரைகள் பெற்றார். சிகாபுத்தீன் பின் அப்துல்லாஹ் ஸுஹ்ரவர்தி போன்ற புனிதர்களின் ஆன்மிகச் சீடராகவும் இருந்தார். ஸஅதியின் பிறப்புக்குச் சில வருடங்களுக்கு முன் இறந்துபோன ஷேக் அப்துல் காதிர் ஜீலானியின் தார்மீகச் சிந்தனைகளும் ஸஅதியை வெகுவாகக் கவர்ந்திருந்தன.

முப்பதாண்டுகள் கல்வி கற்ற பின்னர் இஸ்ஃபஹானுக்குத் திரும்பினார் ஸஅதி. மங்கோலியர்கள் பாரசீகத்தை ஆக்கிரமித்த காலகட்டம் அது. ஸஅதியின் நெருங்கிய நண்பரும் பாதுகாவலரு மாக இருந்த அத்தபெக் அபூபக்ர், அப்போது குவாரிஸ் ஆட்சியாளராக இருந்த கியாசுத்தீனால் கொலை செய்யப்பட்டார். அத்தபெக்கின் அகால மரணத்தில் துயரம்கொண்ட ஸஅதி, பாரசீகத்தின் பரிதாபகரமான அரசியல் சூழ்நிலை யில் மனம் நொந்தவராக ஸீராஸிலிருந்து புறப்பட்டார். ஸஅதியின் மொழியில் சொல்வதானால், ஒரு ஆஃப்ரிக்கக் காட்டுவாசியின் சுருண்டு குலைந்த தலைமுடியைப்போல் அலங்கோலமாகக் கிடந்தது அன்றைய பாரசீக சாம்ராஜ்யம்.

ஏறத்தாழ முப்பதாண்டு காலம் தேசாந்திரியாக அலைந்து திரிந்தார் ஸஅதி. வறுமை நிலைக்கு ஆட்பட்ட அந்தப் பண்டித

மகாகவி தனது பயணங்களைக் கால்நடையாகவே மேற்கொண்டார். பாலைவனங்களையும் மலைப்பகுதிகளையும் கடந்து சென்று பதினான்கு முறை ஹஜ் கடமையை நிறைவேற்றினார். புனிதப் பயணிகளுக்குக் குடிநீர் விநியோகிக்கும் பணியாளராகச் சிறிது காலம் மக்காவில் தங்கியிருந்தார். இப்பயணங்களினூடே உலகின் பல்வேறு பகுதிகளில் நெஞ்சைத் தொடுகிற அனுபவங்கள் ஸஅதிக்குக் கிடைத்தன. இந்நிகழ்வுகளை அவர், குலிஸ்தானிலும் புஸ்தானிலும் தத்துவச் சிந்தனைகளாகச் சித்திரித்திருக்கிறார்.

ஸஅதியின் முதல் திருமணம் திருப்தி நிறைந்ததாக இருந்தாலும் அவரது தாம்பத்திய வாழ்க்கை குறுகிய காலம்தான் நீடித்திருந்தது. ஸஅதி தம்பதியினருக்கு யேமன் தலைநகரான ஸன்ஆ நகரில் வைத்துப் பிறந்த குழந்தை சிறுவயதிலேயே இறந்து போய்விட்டதாக அவர் எழுதிய ஓர் இரங்கற்பாவில் இருந்து தெரியவருகிறது. ஸஅதியின் நீண்ட பயணங்களுக்கான முக்கிய காரணம் திருமணம்தான். மறக்கவியலாத அந்த அனுபவங்களை ஸஅதி குலிஸ்தானில் அசை போடுகிறார்.

“வேதனைகள் நிரம்பிய பயணத்தின் முடிவில் டமாஸ்கசை அடைந்தேன். அங்கும் எனக்கு நிம்மதி கிடைக்கவில்லை. நண்பர்களிடமிருந்தும் பல்வேறு துன்பங்களை அனுபவித்தேன். இதன் காரணமாக, துறவி வேடத்தில் ஜெருசலேமிற்கு அருகிலுள்ள ஒரு காட்டுக்குச் சென்று காய்கனிகளையும் கிழங்குகளையும் உண்டு உயிர் வாழ்ந்து வந்தேன். வனத்தைப் பார்வையிட வந்த அரசு அதிகாரிகள் என்னைத் துறவி வேடத்திலிருக்கும் திருடன் என்றெண்ணி விலங்கு வைத்து நகருக்குக் கூட்டிச் சென்றனர். சிலுவைப்போரின்போது ஆங்கிலேயர்கள் என்னை எதிரியின் உளவாளியென்ற சந்தேகத்தின் பேரில் சிறையிலடைத்தனர். திருப்போலியில் கோட்டை கட்டுவதற்குக் கற்கள் உடைக்கும் பணியில் யூதக்குற்றவாளிகளுடன் சேர்த்து என்னையும் ஈடுபடுத்தினர்.

ஒருநாள் நான் மண் வெட்டிக்கொண்டிருக்கும்போது என்னை நன்கறிந்த அலப்போ நகரப் பிரமுகர் ஒருவர் என்னைக் கண்டார். “இதெல்லாம் என்ன? இவர்களுடன் நீங்கள் எப்படி வந்து சிக்கிக்கொண்டீர்கள்? என்று கேட்டார். நடந்ததையெல்லாம் நான் விரிவாகச் சொன்னேன். பரிதாபம் மேலிட்ட நிலையில் பத்து தீனார் கொடுத்து என்னை விலைக்கு வாங்கி அலப்போ நகருக்கு அழைத்துச்சென்ற அந்த தனவான் தன் மகளை எனக்கு மணம் செய்து வைத்தார்.”

அகம்பாவமும் பிடிவாதமும்கொண்ட ஸஅதியின் புது மனைவி, அவருக்குக் கோபமூட்டவும் வெறுப்பூட்டவுமான செயல்களில் தொடர்ந்து ஈடுபட்டு வந்தாள். மகாகவி ஸஅதியை

ஓர் அடிமையாகவே அவள் நடத்தினாள். “என் தந்தை உன்னைப் பத்து தீனார் கொடுத்து விலைக்கு வாங்கினார் என்பது நினைவிருக்கட்டும்” என்பாள்.

ஒருநாள் ஸஅதி சொன்னார்: “ஆமாம், என்னைப் பத்து தீனாருக்கு விலைக்கு வாங்கிய உன் தந்தை உன்னிடம் நூறு தினாருக்கு விற்றார் என்பதும் நினைவிருக்கிறது.” இதை அவள் தனது தந்தையிடம் சொன்னாள். அவர் மணமுறிவுக்கான ஏற்பாடுகளைச் செய்தார்.

தனது எஜமான மனைவியிடம் கிடைத்த அனுபவங்களின் காரணமாக, ‘ஆண்டு தோறும் மனைவியைப் புதுப்பித்துக்கொள்; கடந்த ஆண்டின் நாட்காட்டி இந்த ஆண்டு உதவாது’ என்றும், ‘உன் மனைவி வெளியே செல்வதானால் அது அவளது சமாதிக்குச் செல்லும் பயணமாக மட்டுமே இருக்க வேண்டும்’ என்றும் எழுதுகிற அளவுக்குச் சென்றார் ஸஅதி

தனது திருமண வாழ்க்கையில் தோல்வியடைந்த ஸஅதி இன்னொரு திருமணம் செய்துகொள்ளத் துணியவில்லை. தொடர்ந்து, அவர் ஆன்மிக வாழ்க்கையில் ஈடுபட்டார். பல்வேறு துறவிகளுடன் வாழ்ந்தார். பிறகு, பயணங்கள் மேற்கொண்டார். தனது வாழ்க்கையில் மூன்றிலொரு பகுதியைப் பயணங்களில் கழித்த ஸஅதியைப் பற்றி தவ்லத் ஷா குறிப்பிடுகிறார்: “ஸஅதி தனது ஆயுட்காலத்தின் முதல் முப்பதாண்டுகளைக் கற்பதிலும் பிந்தைய முப்பதோ நாற்பதோ ஆண்டுகளை நீண்ட நெடிய பயணங்களிலும் செலவிட்டார். வாழ்க்கையின் இறுதிப் பகுதியைச் சொந்த நாடான ஸீராஸில் இலை தழைகளிலான ஒரு குடிலில் வாழ்ந்தபடியே காவியப்படைப்பிலும் இறை வணக்கத்திலும் கழித்தார்.

கீழை தேசங்களின் பெரும்பாலான நாடுகளுக்கும் ஸஅதி பயணம் மேற்கொண்டார். பாரசீக சாம்ராஜ்யம் முழுவதையும் ஒன்றுக்கும் மேற்பட்ட முறைகள் சுற்றி வந்தார். அரேபியாவின் மூன்று பெருங்கண்டங்கள், பாலஸ்தீன், சிரியா, ஆசியா மைனர், இரான், எகிப்து, அபிசீனியா, மொராக்கோ, துனீஷியா, அர்மேனியா (ரஷ்யா), இந்தியா, ரோம், இரானின் பெரும்பாலான பகுதிகள், தார்த்தால் என பாக்தாத் வரைக்கும் நீண்ட நெடும்பயணங்களை மேற்கொண்டதுடன் அந்தந்த நாடுகளில் தங்கியிருந்து பதினெட்டு மொழிகளில் தேர்ச்சி பெற்றார்.

மக்கள் நெருக்கமாக வாழ்கிற நகரங்களிலும் கிராமங்களிலும் மட்டுமல்ல, பெரும் மலைப்பகுதிகளிலும் பாலைவனங்களிலும் எல்லாம் ஸஅதியின் காலடிகள் பதிந்தன. இந்தத் தடயங்கள் அனைத்தும் அவரது குலிஸ்தானிலும் பதிவாகியுள்ளன.

ஸஅதி சொல்கிறார்: "உலகின் பல்வேறு பகுதிகளில் நான் அலைந்துத்திரிந்திருக்கிறேன். சென்ற பகுதிகள் அனைத்திலுமுள்ள மக்களுடன் மிக இயல்பாகக் கலந்து பழகியிருக்கிறேன். நான் எங்கெல்லாம் சென்றேனோ அங்கிருந்து எல்லாம் அறிவோ அனுபவமோ பெறாமல் நான் திரும்பியதே இல்லை."

இந்த நீண்ட நெடும் பயணத்தினிடையே உலகின் நாலா பகுதிகளிலும் வாழ்கிற மக்களின் ஆச்சாரங்களும் நம்பிக்கைகளும் குறித்து ஸஅதி அறிந்துகொண்டார். இதன் காரணமாகவே, முன்மாதிரியான குலிஸ்தான், புஸ்தான் என்னும் இரண்டு செவ்வியல் படைப்புகள் உலகுக்குக் கிடைத்தன.

அபூர்வமான தனது பயண அனுபவங்களை விவரிக்கும் ஸஅதி, ஆர்மேனியா மக்களின் நீண்ட ஆயுள் குறித்துப் புகழ்ந்து எழுதுகிறார்: 'ஆர்மேனியாவுக்குச் சென்ற போது சமவயதுள்ள ஒரு நண்பன் கிடைத்ததால் சிறிது காலம் அங்கே என்னால் தங்கியிருக்க முடிந்தது. உலகின் பிற பகுதிகள்போல் இங்குள்ள மனிதர்கள் அவ்வளவு சீக்கிரமாக இறந்துவிடுவதில்லை. மரண சதவிகிதம் இங்கே மிகவும் குறைவாக இருந்தது. இதற்கான காரணம் என்னவென்று எனக்குப் பிடிபடவில்லை.

ஆர்மேனியாவில் வாழ்கிற மக்கள் அனைவரும் ஆண்டுக் கொரு முறை நகரின் அருகிலுள்ள ஒரு மைதானத்தில் ஒன்று கூடுகிறார்கள். இவ்விழாவின்போது மக்கள் அனைவரும் ஆடிப்பாடி உற்சாகமாக இருக்கிறார்கள். குறிப்பிட்ட வயதை அடைந்தவர் ஆட்டத்தின்போது தனது சடங்குகளை நிறுத்தி வைத்துவிட்டு இதைக் கண்காணித்தபடியே சுற்றி வருவார். பின்னர், தனது ஆடைகளை இறுக்கமாகக் கட்டிக் கொள்கிற அவர், திடீரென்று முன்னோக்கிப் பாய்வார். தொடர்ந்து, கண்ணுக் கெட்டிய தூரத்தையும் கடந்து, பரந்து விரிந்த பாலைவனத்தில் கால் பதிப்பதுவரை ஓடிக்கொண்டே இருப்பார். அப்படி ஓடியவர் பிறகு திரும்பி வருவதே இல்லை. அவரைக் குறித்த எந்தத் தகவலும் கிடைக்காது. எனக்குத் தெரிந்த பலர் இப்படி காணாமல் போயிருக்கிறார்கள். இதன் ரகசியம் என்னவென்று தெரியாமல் நான் ஆச்சரியத்தில் ஆழ்ந்தேன்.

ஒருமுறை இப்படி ஓடுகிறவர்களிடையே என்னுடைய நெருங்கிய நண்பர் ஒருவரும் இருப்பதைப் பார்த்த நான், ஓடிச்சென்று அவரது ஆடையைப் பற்றிக் கொண்டு இதைப் பற்றிக் கேட்டேன். நண்பர் பதில் சொல்லாமல் நின்றிருந்தார். நானும் விடவில்லை. இப்படி ஓடுவது எதற்காக என்பது குறித்து விளக்கம் சொல்லும்படி வற்புறுத்தினேன். என்னைத் தவிர்க்க இயலாத நிலையில் அந்த நண்பர் சொன்னார்: "மரண

தூதர் இதற்கு முன் என்னை இரண்டு முறை அழைத்தார். இது மூன்றாவது முறை. இப்போதும் நான் போகவில்லை என்றால் அவர் என்னை இழுத்துச்சென்றுவிடுவார்.” நான் பிடியை விடவில்லை. திடீரென்று ஏதோ அமானுஷ்ய சக்தியின் தூண்டுதல்போல் அவர் முன்னால் பாய்ந்தார். பிடியை விட்டு விடாமல் நானும் ஓடினேன். பயங்கரமான ஓட்டம் அது. நீண்ட தூரம் ஓடிய பிறகு, பாலைவனத்தின் நடுவே ஒரு புல் தரை தென்பட்டது. நாங்கள் திடீரென்று அந்த இடத்தில் நின்றோம். அந்தப் புல்தரை அப்போது இரண்டாகப் பிளந்தது. சவக்குழியை விடவும் பயங்கரமான ஆழம். அது அந்த நண்பரை விழுங்கிக் கொண்டது. இதைப் பார்த்துத் திடுக்கிட்ட நான் பயத்தால் உறைந்துபோனேன். நண்பரின் பிரிவால் துயருற்ற நிலையில் சவக்குழியின் அருகில் உட்கார்ந்து தலையில் மண்ணை வாரி இறைத்தபடி அழுதேன்.”

இந்தச் சமூக மரணம் குறித்த கதையை நம்ப இயலாதுதான். இருப்பினும் ஆர்மேனியாவிலும் ஜார்ஜியன் குன்றுகளிலும் வாழ்பவர்கள் நீண்ட ஆயுள்கொண்டவர்களாக இருக்கிறார்கள் என்கிற உண்மையைப் புறக்கணித்துவிட இயலாது.

பல்கின் வழியாக கஸ்னிக்கும் கஸ்னியிலிருந்து பஞ்சாபுக்கும் அங்கிருந்து குஜராத்துக்கும் கால்நடையாகப் பயணம் செய்த ஸஅதி, வட இந்தியாவின் பல்வேறு பகுதிகளுக்கும் சென்றார். கங்கையையும் சிந்துவையும் தரிசித்தார். இந்தியாவின் தலைசிறந்த அறிஞர்களையும் பேரரசர்களையும் சந்தித்தார். டெல்லியை ஆண்டுகொண்டிருந்த இல்துமிஷ் பேரரசர், ஸஅதியின் வருகையை அறிந்து அவருக்கு அரசாங்க வரவேற்பளித்தார். அஜ்மீரில் காஜா முயீனுத்தீன் சிஸ்தி, டெல்லியில் உஸ்மான் ஃபாரூக் ஆகியோருடன் தங்கியிருந்து தன்னுடைய வாக்குத் திறனால் இம்மகான்களின் வாழ்த்துகளைப் பெற்றார். இக்காலகட்டத்தில் ஹிந்துஸ்தானி மொழியில் பேசவும் எழுதவும் கற்றுக்கொண்டார்.

தனக்குத் தோன்றுவதை வெளிப்படையாகவே பேசி விடும் குணம் படைத்த ஸஅதியை காஜா இமாதுத்தீன் என்னும் கவிஞர் தப்ரீசிலுள்ள ஒரு குளிக்குமிடத்தில் வைத்துச் சந்தித்தார். ஸஅதியிடம் அவர், “எங்கிருந்து வருகிறீர்கள்?” என்று கேட்டார்.

“புகழ்பெற்ற ஸீராஸ் தேசத்திலிருந்து” என்றார் ஸஅதி.

“ஓ... அங்கிருந்தா வருகிறீர்கள்?” என்று வியப்புடன் கேட்ட காஜா இமாதுத்தீன் தொடர்ந்து, “இங்கே தப்ரீசில் நாய்களை விடவும் ஸீராஸிகள்தான் அதிகமாக வசிக்கிறார்கள்” என்றார். “அப்படியா?” என்று கேட்ட ஸஅதி, எள்ளல் தொனியுடன் திருப்பிச் சொன்னார்: “எங்கள் நாட்டில் இது நேர்மாறாக

இருக்கிறது. அங்கே தப்ரீஸ் வாசிகளை விடவும் நாய்களுக்கு அதிக மதிப்பு."

இமாமுத்தீனும் விட்டுவிடவில்லை. ஸஅதியின் வழுக்கைத் தலையில் கண்களைப் பதித்தபடி, கையிலுள்ள கலயத்தைக் காட்டி அவர் சொன்னார்: "ஸீராஸிகளின் தலைகள் இந்தக் கலயத்தின் வெளிப்பகுதிபோல் சூன்யமானவையோ?"

ஸஅதி அந்தக் கலயத்தை வாங்கிக் குப்புறக் காண்பித்துச் சொன்னார்: "தப்ரீசிகளின் தலையின் உட்பகுதி இந்தக் கலயத்தின் உட்பகுதிபோல் வெறுமையாக இருக்கும்போல் தோன்றுகிறது." ஸஅதி புன்சிரிப்புடன் சொன்ன இந்தப் பதிலைக் கேட்ட இமாமுத்தீன் தனது தோல்வியை ஒப்புக்கொண்டார்.

ஸஅதியின் அங்கதச் சுவையுடனான குலிஸ்தான் ஏழு நூற்றாண்டுகளைக் கடந்து இன்றளவும்கூட அதன் சிறப்பில் சிறு மாற்றமும் நிகழவில்லை.

ஒரு சீடன் தன் குருவிடம் சொல்கிறான்: "என்னைப் பார்க்க வருபவர்கள் பேசிப் பேசியே என்னைத் தொந்தரவு செய்கிறார்கள். இதில் என்னுடைய காலம்தான் வீணாகிறது."

குரு அறிவுரை சொல்கிறார்: "அவர்கள் வசதி படைத்தவர் களாக இருந்தால் அவர்களிடம் நீ கடன் கேள். ஏழைகளாக இருந்தால் அவர்களுக்கு நீ கடன் கொடு. பிறகு அவர்கள் உன்னைத் தொந்தரவு செய்ய மாட்டார்கள்."

ஜோதிட நிபுணர் ஒருவர் வெளியில் சுற்றித்திரிந்து விட்டு மாலைவேளையில் தனது வீட்டுக்கு வந்தார். அப்போது, அவரது மனைவி அந்நிய ஆடவன் ஒருவனுடன் சல்லாபத்தில் ஈடுபட்டிருப்பதைப் பார்த்துவிட்ட அந்த ஜோதிடர், மனைவியைத் தாக்கினார். அவள் அழுது ஆர்ப்பாட்டம் செய்தாள். இதையறிந்த ஒரு மகான், அந்த ஜோதிடரிடம் கேட்டார்: "உன்னுடைய கிரகம் எப்படி சஞ்சரிக்கிறது என்பதைக்கூட அறிந்துகொள்ள இயலாத நீ அற்புதங்கள் மறைந்து கிடக்கும் சூனிய வெளியில் சஞ்சரிக்கும் கிரகங்களைப் பற்றி ஆய்வு செய்து எதைக் கண்டறியப் போகிறாய்?"

ஸஅதியின் சொற்திறன், வெளிப்படையான கருத்து, நீதி நியாய உணர்வு போன்றவற்றைப் பிரதிபலிக்கிற நிகழ்வுகள் புஸ்தானிலும் இடம்பெற்றுள்ளன.

ஒரு கிராமத்திலுள்ள நீதிமன்றத்திற்குச் சென்ற துறவி ஒருவர், நீதிமானின் அருகிலிருந்த பிரபுக்கள் அமரும் இருக்கை ஒன்றில் அமர்ந்துகொண்டார். நீதிமானுக்குக் கோபம் வந்தது.

துறவியை யாசகனைப்போல் ஏளனமாகப் பார்த்தார் நீதிமான். துறவி அதைக் கண்டுகொள்ளவே இல்லை. இதைக் கவனித்துக் கொண்டிருந்த நீதிமன்றச் சிப்பாய், பின்னாலுள்ள இருக்கையில் சென்று அமரும்படி துறவியிடம் சொன்னான்.

நீதிமன்றத்தில் தீவிரமான விவாதம் நடந்துகொண்டிருந்தது. இரண்டு வழக்கறிஞர்கள் அவரவர் தரப்பு நியாயங்களை வலுவாக முன்வைத்துக்கொண்டிருந்தனர். அவர்களது நாவுகள் சண்டைக் கோழிகள்போல் சுழன்றாடிக்கொண்டிருந்தன. சிக்கலான பிரச்சினை. முடிவுக்கு வர இயலாமல் குழப்பத்தில் ஆழ்ந்தார் நீதிமான்.

துறவி தனது இருக்கையிலிருந்து எழுந்து நின்று, தன்னைப் பேச அனுமதிக்கும்படி பணிவுடன் கேட்டுக்கொண்டார். அவையில் அமர்ந்திருந்தவர்களும் வழக்கறிஞர்களும் அவரை ஏளனமாகப் பார்த்தனர்.

துறவி இதைக் கண்டுகொள்ளவில்லை. முடிவுக்கு வர இயலாத பிரச்சினையை அமைதியாக விவரித்த அவர், அதற்கான தீர்வையும் சொன்னார். ஒருசார்பற்ற, நடை முறைச் சாத்தியமுள்ள தீர்வு அது.

துறவி பேசி முடித்ததும் நீதிமான் தனது இருக்கையிலிருந்து எழுந்து நின்றார். துறவியின் வாதத்திறனையும் அறிவுக் கூர்மை யையும் வியந்து பாராட்டிய அவர், நீதி மானுக்கான தனது தலைப்பாகையைத் துறவிக்கு அன்பளிப்பாக வழங்க முன்வந்தார்.

சிப்பாய், நீதிமானிடம் இருந்து தலைப்பாகையைப் பெற்றுத் துறவியிடம் நீட்டினான். துறவி, அதைப் பெற்றுக்கொள்ள மறுத்து அகம்பாவத்தின், செல்வத்தின் குறியீடான இந்தத் தலைப்பாகையை அணிந்துகொள்வதால் மட்டும் ஒரு மனிதன் மகானாகி விட இயலாது என்றார்.

அங்கிருந்த அனைவரும் துறவியின் பதிலைக் கேட்டு அவரை ஆதரவுடன் பார்த்தனர். நீதிமானுக்கோ தாங்க முடியாத கோபம். துறவியை அவர் மிகுந்த கோபத்துடன் பார்த்துக்கொண்டிருந்தார். தான் சொல்ல நினைத்த அனைத்தையும் சொல்லி முடித்த பின், துறவி அங்கிருந்து சென்று விட்டார்.

அறிமுகமற்ற அந்தத் துறவி யாரென்பதை அறிந்துகொள் வதற்கு அவையினரும் நீதிமானும் விரும்பினார்கள். நீதிமன்றச் சிப்பாய் பல்வேறிடங்களிலும் துறவியைக் குறித்து விசாரித்தான். துறவியின் வாக்குச் சாதுரியத்தையும் புற அடையாளங்களையும் உடல் அமைப்பையும் குறிப்பிட்ட சிப்பாயிடம் ஒருவர் சொன்னார்: "நீர் சொல்வதை வைத்துப் பார்க்கும்போது அவர்

ஸஅதியாகவே இருக்க வேண்டும். நீர் சொல்கிற அளவுக்கு அழகாக உரையாடுபவர் அவர்தான்."

உபச்சாரப் பிரியரான ஸஅதியின் விருந்தினர் மரியாதை தொடர்பாகவும் சில கதைகள் உள்ளன. பிரபுக்களின் விருந்து உபசரணைகளின்போது ஸீராஸ் மக்களின் விருந்தினர் மரியாதைகளைக் குறித்து ஸஅதி புகழ்ந்து பேசுவதுண்டு. ஒரு நண்பர் ஒருநாள் ஸீராஸுக்குச் சென்று ஸஅதியின் உபசரிப்பை ஏற்றார். நண்பரும் அவரும் உணவுப் பாத்திரங்கள் முன் அமர்ந்திருந்தனர். நண்பர் ஆச்சரியத்துடன் பார்த்தார். தட்டில் இரண்டு ரொட்டித் துண்டுகளும் தொட்டுக்கொள்வதற்குச் சிறிது குழம்பும் இருந்தன. விருந்தினருக்குச் சற்றுத் தயக்கம். இருந்தாலும் அவர் கேட்டே விட்டார். "தாங்கள் சொல்கிற மகத்தான ஸீராஸ் விருந்து இதுவா?" ஸஅதி புன்னகையுடன் பதில் சொன்னார்: "நான் விரும்பி உண்பதை மட்டுமே என்னுடைய விருந்தினருக்கும் கொடுப்பேன். உங்கள் நாட்டில் விருந்தோம்பல் என்றால் வெறும் ஆடம்பரம் மட்டும்தான். மகத்தான விருந்து என்பது உண்மையில், வீட்டிலிருக்கும் நல்ல உணவுகளை மனநிறைவுடன் விருந்தினர்களுக்கும் கொடுப்பது."

தன்னுடைய சஞ்சார காலகட்டத்தில் ஸஅதி ஒரு பிரபுவின் விருந்தில் கலந்துகொள்வதற்காகச் சென்றார். எளிய ஆடைகளுடன் இருந்த அவரை வாயிற் காவலர்கள் உள்ளே நுழைய அனுமதிக்கவில்லை. காரணத்தைப் புரிந்துகொண்ட ஸஅதி, கடைக்குச் சென்று விலையுயர்ந்த ஆடைகளை வாடகைக்கு வாங்கி அணிந்துகொண்டு பிரபுவின் இல்லத்திற்குச் சென்றார். இம்முறை அவர் சகல மரியாதைகளுடனும் உள்ளே அனுமதிக்கப்பட்டார்.

விருந்து தொடங்கியது. அனைவரும் உணவருந்த ஆரம்பித்தனர். ஸஅதி எதையும் தொடாமல் உணவுப் பாத்திரங்களின் முன் சலனமற்ற நிலையில் அமர்ந்திருந்தார். சிறிது நேரத்துக்குப் பிறகு கொஞ்சம் உணவைக் கையிலெடுத்து, "இதோ, இந்தச் சுவை மிகுந்த விருந்து உனக்குத்தான்" என்றபடி அதை ஆடைகளுக்கு ஊட்ட முயன்றார். இதை ஆச்சரியத்துடன் பார்த்த விருந்தினர்கள் சிரித்தனர். அதில் ஒருவர், இப்படி செய்வதற்கான காரணம் என்னவென்று கேட்டார். ஸஅதி சொன்னார்: "உண்மையில் இந்த விருந்து ஆடைகளுக்கானது. நான் முதலில் எளிமையான ஆடைகளுடன் இங்கே வந்தேன். அப்போது எனக்கு அனுமதி மறுக்கப்பட்டது. ஆடம்பரமான ஆடைகளுடன் மீண்டும் வந்தபோது, மரியாதையுடன் வரவேற்று விருந்து வைக்கிறார்கள். எனில், இந்த விருந்து நான்

அணிந்திருக்கும் வாடகை ஆடைகளுக்கானதுதானே?" என்றபடி, மேலும் சிறிது உணவை எடுத்து ஆடைகளில் தேய்த்து விட்டு வேகமாக அங்கிருந்து புறப்பட்டார்.

பாரசீகத்தில் நான்கு அரசர்களின் ஆட்சிகளைக் கண்ட மகாகவி ஸஅதி, அரசவையிலும் இடம் பெற்றிருந்தார். இவர்களை வாசனைகள் சுமந்து வரும் மூலிகைச் செடிகள் தளைத்து வளரும் மண்ணுடன் உவமித்து குலிஸ்தானில் கவிதைப் பாடினார் ஸஅதி. அதில், 'நான் நீராடச் சென்ற ஓடையில் வாசனைச் செடிகள் தழைத்து வளர்ந்திருந்தன. அந்த இடத்திலிருந்து அள்ளி நான் முத்தமிட்ட மண்ணில் தாவரங்களின் வாசம் படிந்திருப்பதுபோல் தோன்றியது. தனது வாசனையை மண்ணுக்கும் ஊட்டியிருக்கின்றன தாவரங்கள். அதுபோல் நற்செயல்களில் ஈடுபட்ட அரசர்களுடனான தொடர்பு, என்னுள் நற்குணம் என்னும் வாசனையை நல்கியது.' அத்தபெக் அரச வம்சத்திற்குப் பிறகு அதிகாரத்திற்கு வந்த மொகலாயர் அரசவையிலும் ஸஅதிக்கு சிறப்பான இடம் வழங்கப்பட்டிருந்தது.

ஆதரவற்றவர்களுக்கு உறுதுணையாக இருந்த ஸஅதியின் வாழ்க்கையும் அவரது படைப்புகள்போல் மானுட அன்பின் துடிப்புகளால் நிரம்பியது. ஏழைகளுக்கு உதவாத செல்வந்தர்களை எள்ளி நகையாடுகிறார் ஸஅதி. தனது சொற்பொழிவுகள் மூலமும் கதைகள் மூலமும் தொடர்ந்து அவர்களை விமர்சிக்கிறார். அதே சமயம் மக்களுக்குச் சேவை செய்வதில் முன்னிற்கும் ஆட்சியாளர்களையும் தனவான்களையும் புகழ்ந்துரைக்கவும் தவறவில்லை. இன்றைய தனவான் நாளைய தரித்திரனும், இன்றைய தரித்திரன் நாளைய தனவானும் ஆகிவிடக் கூடும் என்ற அனுபவ உண்மையைக் கவிதை வடிவிலான தனது கதைகளினூடே சுட்டிக்காட்டுகிற ஸஅதி, அகம்பாவம் பிடித்தவர்களும் ஆடம்பரப் பிரியர்களுமான செல்வந்தர்களின் அறம் பிறழ்வுக்கு எதிராக விரலைத் தூண்டுகிறார். "ஏழைகளின் குடில்களில் இருந்து ஆவி எழுமெனில் அது அடுப்பில் இருந்து எழுவதல்ல! அவனது சூடான பெருமூச்சு அது" என்று தனது குலிஸ்தானில் குறிப்பிடுகிறார் ஸஅதி.

ஒருமுறை ஸீராஸின் வணிகப்பிரமுகர் ஒருவர் பேரீச்சம்பழத்தை அதிக விலைக்கு விற்பனை செய்தார். இதன் மூலம், ஏழை நுகர்வோர்களையும் நியாய விலைக்கு விற்பனை செய்துகொண்டிருந்த வணிகர்களையும் அவர் வேதனைக்குள்ளாக்கினார். இதை முன்வைத்து மொகலாய ஆளுநரின் மனத்தைத் தொடும் வகையில் கடிதம் எழுதினார்

The first page of Bustan, *from a Mughal manuscript.*

ஸஅதி. இதுகுறித்த உடனடி நடவடிக்கைக்கு உத்தரவிட்டார் ஆளுநர். குலிஸ்தானின் முதல் அத்தியாயமே ஆட்சியாளர்களின் கடமை களைக் குறித்ததுதான். ஆட்சியாளர்களின் பொறுப்புகளும் அவர்கள் கடைப்பிடிக்க வேண்டிய ஒழுங்குகளும் சமூக நீதிக்கான அறிவுறுத்தல்களும் அடங்கியது இந்த அத்தியாயம்.

புஸ்தானின் முதல் அத்தியாயத்தில் ஸஅதி சொல்கிறார்: "துக்ளா என்னும் பாரசீக ஆட்சியாளர் ஒரு பண்டிதரிடம் சொன்னார். 'என்னுடைய ஆயுட்காலம் முழுவதுமாகவே பாழாகி விட்டது. செல்வந்தர்களால் சொர்க்கத்தில் நுழைய இயலுமா? ஆகவே, மிச்சமிருக்கும் வாழ்க்கையை நான் பக்தி மார்க்கத்தில் செலவிட விரும்புகிறேன்."

இதைக்கேட்ட ஞானி கோபத்துடன் பதில் சொன்னார்: "வேண்டாம். மக்களுக்குச் சேவை செய்வதுதான் பக்தி மார்க்கமே தவிர, ஜெபமாலையை உருட்டுவதும் துறவறம் மேற்கொள்வது மல்ல. நெறி தவறாத ஆட்சியாளராக மாறுங்கள். பக்தியின்மீதான நேசம் செயல்பாடுதானே அன்றி வாய்ச்சொல் அல்ல.'

முப்பது வருட காலம் தவம் மேற்கொண்டு அதன் பொருளை மிகச்சரியாகப் புரிந்துகொண்ட ஸஅதி, ஸூஃபி சிந்தனை யாளராக இருந்தாலும் அனைத்தையும் துறந்த நிலையையோ கடுமையான தியான நிலையையோ அவர் வலியுறுத்தவில்லை.

மனத்தூய்மையுடனான சூஃபிய சிந்தனையையே அவர் ஆதரித்தார்.

எளிமையான வாழ்க்கையை மேற்கொண்ட ஸஅதி, ஆடம்பரத்தை முற்றிலுமாக வெறுத்தார். உணவு உட்பட அனைத்திலும் இயல்பு நிலையைக் கடைப்பிடிப்பதிலேயே அவர் அக்கறை செலுத்தி வாழ்ந்தார். அவரது சொத்துக்கள் என்பன புத்தகங்கள் மட்டும் தான்.

தனது வயோதிய வயதில் ஸீராஸிலுள்ள பூந்தோட்டத்தில் இலை தழைகளிலான ஒரு குடில் கட்டி, இறை வணக்கத்திலும் இலக்கியப் படைப்பிலும் ஈடுபட்ட ஸஅதியின் அறிவுரைகளைச் செவிமடுக்க பாரசீகத்தின் நாலாபகுதிகளிலிருந்தும் மக்கள் வருகை தந்தனர். ரோஜா மலர்கள் எந்நேரமும் புன்னகை தூவும் அம் மலர்வனத்தில் வைத்துதான் மகாகவி ஸஅதி உலகப்புகழ் பெற்ற தனது குலிஸ்தானையும் புஸ்தானையும் எழுதினார். காவியப் படைப்புகளின் மூலம், தான் வாழும் காலத்திலேயே பெரும் புகழ்பெற்றுத் திகழ்ந்த ஸஅதியை, அகம்பாவம் சிறிதளவுகூட தீண்டியதில்லை. ஆகாயத்திலிருந்து அடர்ந்து வீழ்ந்து பூமியை லட்சியமாக்கி வந்துகொண்டிருக்கும் பனித்துளி, ஆழியின் பெரும்பரப்பையும் தனது சின்னஞ்சிறு தோற்றத்தையும் உணர்ந்து நாணம் மேலிட்ட நிலையில் மெத்தப் பணிவுடனும் அதனுட் புகுந்து, அடித்தட்டிலுள்ள சிப்பிக்குள் ஒளிந்துகொள்கிறது. எனவேதான் பிற்காலத்தில் அது அரிய வகை முத்தாக மாற்றம் பெறுகிறது என்று புஸ்தானில் குறிப்பிடுகிற ஸஅதி, இந்த உவமையை வரம் பெற்ற தனது வாழ்க்கையிலும் அர்த்தம் செறிந்ததாக ஆக்கினார்.

மகாகவி ஷேக் ஸஅதி ஸீராஸி மரணமடைந்த வருடம் குறித்தும் வரலாற்றாய்வாளர்களிடையே முரண்பாடுகள் உள்ளன.

Saadi's mausoleum in Shiraz, Iran

ஏற்புடைய தகவல்களின்படி ஸீராஸின் பூந்தோட்டத்தில், கிபி. 1292 இல் ஒரு மாலை நேரத்தில் ஸஅதி காலமானார்.

ஸீராஸில் தில்புஷ் என்னும் இடத்தில் நீரோடைகளும் அடர்ந்த தாவரங்களும் நிரம்பிய பூங்காவனத்தில் மகாகவி ஸஅதியின் பௌதிக உடல் அடக்கம் செய்யப்பட்டது. சமாதியின் அடையாளக்கல்லில் அம்மகாகவியின் இரண்டு வரி கவிதைகள் பொறிக்கப்பட்டுள்ளன. அந்தச் சமாதி இன்று சேதமுற்ற நிலையில் இருப்பதை அறியும்போது ஸஅதி ஒருமுறை குறிப்பிட்ட மனதைத் தொடும் வரிகள் நினைவுக்கு வருகின்றன. “சேற்றில் மூழ்கிடினும் நல்முத்தின் சிறப்பு குறைவதில்லை. வானில் மோதிடினும் கல்லறையின் குணம் மாறுவதில்லை.”

படைப்புகள்

ஸஅதியின் இறப்புக்கு நாற்பது ஆண்டுகளுக்குப் பிறகு, அவரது படைப்புகளின் கையெழுத்துப் பிரதிகளை அலி பின் அஹ்மத் தேடிப்பிடித்துத் தொகுத்தார். நூறாண்டுகளுக்குப் பிறகு, தவ்லத் ஷாவும் ஸஅதியின் படைப்புகளைத் தொகுத்தார். இதன் அடிப்படையில் ஸஅதியின் படைப்புகள் மொத்தம் இருபத்து மூன்று என்று தெரிய வந்தது.

> ஒன்று முதல் ஆறு வரையிலான படைப்புகள், ஒழுக்க நெறி அறிவுரைகள் என்னும் தலைப்பிலான சொற்பொழிவுத் தொகுப்புகள், 7. குலிஸ்தான் (மகாகாவியம்), 8. புஸ்தான் (மகாகாவியம்), 9. அரப் கஸீதா (சோகக் காவியம்), 10. பார்சி கஸீதா (சோகக் காவியம்), 11. மர்ஸிய்யா, 12. முலும்மாத் (அரபி – பாரசீகக் கவிதைகள்), 13. துர்ஜிய்யாத் (பல்லவி), 14. தய்யிபாத், 15. பதாயீ, 16. கவாதிம், 17. குதீம், 18. ஸாஹிபிய்யா (நீதி நெறி விளக்கம்), 19. முகத்ததாத் (கவிதைக் குறிப்புகள்) 20. கூஃபிஸாத், 21. ருபாயியத் (நாலடிக் கவிதைகள்), 22. முஃப்ரதாத் (ஈரடிக் கீர்த்தனைகள்), 23. அத்தீவான் (கவிதைத் தொகுப்பு) ஆகியவையும் இலாஹீ நாமா, பாந்த் நாமா ஆகியவையும் மகாகவி ஷேக் ஸஅதியின் மொத்தப் படைப்புகள்.

கிபி. 1257இல் வெளியான ‘குலிஸ்தான்’, கிபி. 1258 இல் வெளியான ‘புஸ்தான்’ ஆகிய இரு படைப்புகளும் வேறுபட்ட கதை வடிவங்களாலும் கருத்தியல் வளத்தாலும் மேற்குலகிலும் கீழை நாடுகளிலும் பெரும் அளவில் புகழ்பெற்றவை. ஸஅதியின் கவிதைத் தொகுப்பான அத்தீவான், அளவு சார்ந்தும் உள்ளடக்கம் சார்ந்தும் பிற படைப்புகளைக் கடந்து நிற்பதாகச் சொல்பவர்களும் உண்டு. சிறு படைப்புகளில் உட்படுகிற, கிபி. 1258 இல் வெளிவந்த சோகக்காவியமான அரப் கஸீதாக்களில் முதன்மையானது

மங்கோலியரால் கொலையுண்ட அரபு கலீஃபாவின் பிரிவுத் துயரை வெளிப்படுத்தும் இரங்கற்காவியமாகும். இரண்டாவது சிறு படைப்பான பார்சி கஸீதாவின் ஒரு பகுதி நீதிபோதனைகளும் துதி பாடல்களும் அடங்கியது. மகாகவியின் அரபிப் புலமையை வெளிப்படுத்துகிற சிறந்த படைப்பு அரப் கஸீதா. மர்ஸிய்யா என்னும் சோகக் காவியம் ஒன்றாம் கலீஃபா அபூபக்ரின் இறப்புடன் தொடங்கி முஸ்தஹஸ்மினின் தோல்வி, அவர் கொலையுண்டது போன்ற சித்திரிப்புகளுடன் முடிவடைகிறது. ஹாஃபிஸின் எளிமை, இனிமை, இசை போன்ற அம்சங்களோ ஜலாலுத்தீன் ரூமியின் துதிப் பாடல்களின் தாக்கமோ ஸஅதியின் பாடல்களில் இல்லை என்றாலும் அவை, ஆழமான சோக உணர்வையும் அச்ச உணர்வற்ற உண்மை அன்பையும் தீவிரமாக வலியுறுத்துகின்றன. அவற்றின் சிறப்புகள், இயல்பானதும் உலகம் தழுவியதுமாகும்.

வாச மலர்ப்பூங்கா

அரபி, பாரசீக மொழிகளிலுமுள்ள வேறுபட்ட சிறுசிறு ஈரடிகளால் கோர்த்துத் தொடுக்கப்பட்டதும் ஆர்வத்தை உருவாக்குவதுமான கதைகள் அடங்கிய ஒரு மகா காவியம் குலிஸ்தான். கதைகள் முழுவதும் பாரசீக மொழியிலானவை. அரபியிலும் பாரசீக மொழியிலுமுள்ள சுருக்க வடிவிலான சிறுசிறு பாடல்கள், ஒழுக்க நெறிகளையும் மரபுசார்ந்தநெறி முறைகளையும் குறிப்பிடுவதாக அமைந்துள்ளன. முற்காலங்களில் வாழ்ந்திருந்த மகாத்மாக்கள், வேதாந்திகள் ஆகியோரின் சொற்களையும் அறிவுரைகளையும் பழமொழிகளையும் அழகுபடுத்திச் சேர்த்துப் பாடல்களுக்கு மேலும் மெருகூட்டியுள்ளார். குர்ஆனையும் ஹதீஸையும் தவிர்க்க இயலாத இடங்களில் மேற்கோளாகக் காட்டியுள்ளார்.

இறைவனையும் இறுதித்தூதரையும் முன்மாதிரி ஆட்சியாளர் களையும் புகழ்கிற மரபு சார்ந்த துதிப்பாடல்கள் அடங்கிய சிறப்பான முன்னுரை குலிஸ்தானை மேலும் சிறப்புடையதாக மாற்றுகின்றன. இந்தப் படைப்பின் மிக முக்கியமான, தொடர்ந்து வாசிக்கத் தூண்டுகிற குலிஸ்தான் என்னும் வாச மலர்ப்பூங்காவினுள் நம்மைக் கைப்பிடித்து அழைத்துச் செல்வதற்கு அழகுற அமையப்பெற்ற இந்த முன்னுரையே காரணமாக இருக்கும் என்பதில் ஐயமில்லை. குலிஸ்தானைப் படைப்பதற்கான தூண்டுதலையும் இந்த முன்னுரையில் காண முடிகிறது:

“ஒருநாள் இரவு, என்னுடைய திட சித்தம் என்னும் இல்லத்தைக் கண்ணீர் முத்துக்களால் சுத்தம் செய்தபடி

பாழாகிப்போன கடந்த காலங்களைக் குறித்த சிந்தனையில் சோகத்துடன் அமர்ந்திருந்தேன். இந்தப் பரிதாபமான நிலை குறித்து என்னுடைய அகமனத்துடன் விவாதத்தில் ஈடுபட்டேன். என்னிலிருந்து வெளிப்படுகிற ஒவ்வொரு சுவாசமும் ஆயுட்காலத்தின் நீளத்தைக் குறைத்துக்கொண்டு வருகிறது என்னும் உண்மையை அப்போது நான் உணர்ந்துகொண்டேன்" என்று தொடங்கும் இந்த விவரணையில் தன்னுடைய நீண்ட பயணங்களின்போது ஒருநாள், நண்பர் ஒருவருடன் நிகழ்த்திய உரையாடலையும் விவரிக்கிறார். அதன் முடிவில் இந்தக் காவியப் படைப்பை எழுத முடிவு செய்ததையும் சொல்கிறார்.

'பார்வைத் திறன் பெற்றவர்கள் பார்த்துப் பார்த்து சாபல்யம் பெறவும் மனம் படைத்தவர்கள் சிந்தித்துச் சிந்தித்துப் புதிய சிந்தனைகளுக்கு உருவகம் கொடுக்கவுமான அற்புத மொட்டுகள் துளிர்க்கும் குலிஸ்தான் என்னும் சொர்க்கப் பூங்காவனத்தைக் கட்டுவிக்கப் போகிறேன். பேறு பெற்ற இப்பூந்தளிர்களைக் கால வேறுபாடுகளால் கிள்ளி விட இயலாது. கொடுங்காற்று, அழகிய மொட்டுகள் துளிர்த்து நிற்கும் இம்மலர்வனத்தின் மீது தனது குரூரத்தைக் கட்டவிழ்த்து விடினும் அவை உதிர்ந்துவிடாது. வேனிற் காலத்தின் வெப்பமும் கூதிர்க்காலத்தின் குளிரும் தனது குரூரக் கரங்களை இம்மலர் வனத்தின் மீது வைக்க இயலாது. அதன் வாசம் நிரந்தரமானது. ஒருபோதும் வாடாத மலர்கள் அவை.

நான் இதைச் சொல்லி முடிக்கும்போது நண்பரின் கைகளிலிருந்த பூக்கள் ஒவ்வொன்றாக உதிர்ந்துவிழத் தொடங்கின. எனது ஆடையைப் பற்றிக்கொண்டு அவர் உற்சாகத்துடன் சொன்னார்: 'நல்ல மனம் படைத்தவர்கள் தங்கள் வாக்குறுதியை ஒரு போதும் மறப்பதில்லை. இப்போதே அதை நிறைவேற்ற ஆரம்பித்துவிடுங்கள்.'

குலிஸ்தானிலுள்ள இரண்டு கதைகளை அன்றிரவே நான் எழுதி முடித்தேன். ஒன்று, அமைதியான சமூகம், இன்னொன்று உரையாடலின் ஒழுங்கு. இப்படியாக அந்த வசந்தக் காலம் முடிவுறுவதற்குள் குலிஸ்தானை எழுதி முடித்தேன்.'

எட்டு அத்தியாயங்கள் கொண்ட குலிஸ்தானில் முதல் ஏழு அத்தியாயங்களில் கதைகளும் வரலாற்று நிகழ்வுகளும் அனுபவங்களும் உட்பட்ட நூற்று எண்பத்து மூன்று நீதி போதனைகள் உள்ளன. 'ஆட்சியாளர்களின் ஒழுங்குகள்', 'தர்வேஷ்களின் தர்மம்' ஆகிய இரண்டு தலைப்புகளில் இடம்பெற்றுள்ள முதல் இரண்டு அத்தியாயங்கள் பிற அத்தியாயங்களைப் பொறுத்தவரைக்கும் அதிக பக்கங்கள்

கொண்டதும் அதிக அர்த்தம் செறிந்த உள்ளடக்கங்களைக் கொண்டதுமாகும். அதில் ஒரு கதையோ வரலாற்று நிகழ்வோ, அதாவது ஓர் அனுபவ உண்மை இடம் பெற்றிருக்கும். சில வேளைகளில், அதைத் தொடர்ந்து அல்லது கதையினூடே ஒரு நீதி போதனையும் இடம் பெற்றிருக்கும். ஒவ்வோர் அத்தியாயத்திலும் ஒவ்வொரு விஷயமும் சொல்லப்படுகிற முறையியல் இப்படியே அமைந்திருக்கும். இடையிடையே கவிதைகளையும் காண முடியும். திருக் குர்ஆன் வசனங்களும் ஹதீஸ்களும் சில செவ்வியல் படைப்புகளின் உயரிய தத்துவங்களும் பொருளுக்கேற்பவும் சுதந்திரமாகவும் கதைகளின் இடையிலும் விவரணைகளின் இடையிலும் சேர்க்கப்பட்டுள்ளன. பாடல்ளும் தத்துவங்களும், அதீத மறைபொருள் தன்மையுடன் தெளிவற்ற ஆனால் ஆழமான தன்மை கொண்டவையாக இருப்பினும் மகாகவி தனது அழகிய பாடல்வரிகளால் அனைத்துவகை வாசகர்களையும் கவர்ந்து விடுகிறார். மாணவர்கள், அறிஞர்கள் என எல்லாத் தரப்பினரும் அனுபவிக்க இயலுகிற எளிமையும் அழகும் நிரம்பிய முன்மாதிரியான மொழி அமைப்பில் எழுதப்பட்டுள்ளது குலிஸ்தான் என்னும் இம்மகாகாவியம். இடையிடையே உள்ள மறைபொருள் பயன்பாடுகள் அடங்கிய கவிதைப் பகுதிகளில் சூஃபிய, மாயாவாதத்தின் சுவையும் உள்ளன. ‘வாழ்க்கை அறிவுரைகள்’ என்னும் எட்டாவது அத்தியாயத்தில் கதைகளுக்குப் பதிலாக, அழகிய நன்மொழிகளும் மனத்துக்கிசைவான சொற்களும் அறிவுரைகளும் ஏராளமாக இடம் பெற்றுள்ளன. இந்த இறுதி அத்தியாயத்தில், உவமைகளுடனான நூற்றுப்பத்து நீதி போதனைகள் உள்ளன. சாதாரண வாசகர்களை இவை பெரிய அளவில் கவர்ந்துவிடாதுதான். எனினும், பாரசீக முன்மாதிரியின் மிகச்சிறந்த வடிவம் என்று இந்த எட்டாவது அத்தியாயத்தைக் குறிப்பிடலாம்.

தனது குலிஸ்தான் காவியத்தை அத்தபெக் அபூபக்ர் பேரரசருக்குச் சமர்ப்பணம் செய்த ஸஅதி, ‘என்னுடைய சிந்தனைச் சுருக்கமெனும் அழகிய மணப்பெண் வெட்கம் என்னும் மேகமூட்டத்திலிருந்து தலையுயர்த்திப் பார்க்கவும்கூட திறனற்றவளாக இருக்கிறாள். தன்னை மோகிப்பவர்களின் அவைக்கு வருகை தருகிற மனத்திடம்கூட அவளிடமில்லை. தன் கைகளிலுள்ள அரிய வகை இரத்தினங்களை அவர்கள் முன் காட்சிப்படுத்தும் மனத்துணிவும் அவளிடமில்லை’ என்று தனது முன்னுரையில் குறிப்பிடுகிறார்.

மக்களின் அன்பும் ஆதரவும் குலிஸ்தானுக்குக் கிடைத்தன.

தன்னுடைய பௌதிக உடல் மண்ணில் கரைந்து போனாலும் தன்னால் ஒழுங்குபடுத்தப்பட்ட இக்காவியக்

கருத்துகள் காலங்களைக் கடந்தும் வாழுமென்று குறிப்பிட்டார் அம்மகாகவி.

சிறந்த முறையில் சிந்தனை செய்து மிக நன்றாக ஒழுங்கு படுத்திய பின்னர்தான் எட்டு அத்தியாயங்களாக குலிஸ்தான் எழுதப்பட்டுள்ளது. இது, சொர்க்கத்திற்கான எட்டு கபாடங்கள் என்ற நம்பிக்கையின் அடிப்படையில் கட்டமைக்கப்பட்டுள்ளது.

1. ஆட்சியாளர்களின் ஒழுங்குகள் (47 கதைகள்), 2. தர்வேஷ்களின் தர்மம் (49 கதைகள்), 3. மனத் திருப்தியின் மகத்துவம் (29 கதைகள்), 4. மௌனத்தின் பலாபலன்கள் (14 கதைகள்), 5. காதலும் இளமையும் (21 கதைகள்), 6. அகதிகளும் முதியோர்களும் (9 கதைகள்), 7. கற்றலின் நற்பலன்கள் (20 கதைகள்), 8. வாழ்வியல் அறிவுரைகள்.

கி.பி. 1258 இன் வசந்த காலத்தில் குலிஸ்தான் வெளியானது. அதன் முதல் கதை இதுதான்.

அரசர் ஒருவர் அந்நிய தேசத்தைச் சேர்ந்த ஒரு கைதிக்கு மரண தண்டனை விதித்தார். ஆதரவற்ற அம்மனிதன் ஏதும் செய்ய இயலாத அந்தச் சூழ்நிலையில்,

'உயிருக்கே ஊறு நேரும் தருணத்தில்
ஏதொருவனும் ஓதுவான்
உள்ளுக்குள் ஒளிந்திருக்கும்
இரகசியங்களை.'

என்னும் பழமொழியைப் பொருள் நிறைந்ததாக்கும் வகையில் அரசனைத் தனது மொழியில் தூற்றினான்.

குற்றவாளியின் மொழியைப் புரிந்துகொள்ள இயலாத அரசன், அவன் என்ன சொல்கிறான் என்று அங்கிருந்தவர்களிடம் கேட்டான். அவர்களில் நற்குணம் படைத்த அமைச்சர் சொன்னார்: "பிரபோ, கோபத்தை அடக்குபவனும் குடிமக்களுக்கு மன்னிப்பு வழங்குபவனுமான நன்மை செய்பவர்கள்மீது இறைவன் அன்பு காட்டுகிறான் என்கிறான் இந்தக் கைதி."

இதைக் கேட்டதும் பரிவு மேலிட்ட அம்மன்னன், கைதியை மரண தண்டனையிலிருந்து விடுவித்தான். ஆனால், நற்குணம் படைத்த அமைச்சரின் எதிரியான இன்னொரு அமைச்சர், "நம்மைப்போன்ற உயர் பதவி வகிப்பவர்கள் அரசவையில் உண்மையை மறைத்துப் பேசுவது தவறு; குற்றவாளி உண்மையில் அரசரை ஆட்சேபணை செய்யும் விதமாக அவரை அவமரியாதையாகப் பேசினான்" என்றார். அமைச்சரின் இந்த விளக்கத்தைக் கேட்டுக் கோபம்கொண்ட அரசர் சொன்னார்:

"நீர் சொன்ன உண்மையை விடவும் அவர் சொன்ன பொய்தான் எனக்கு ஏற்புடையது. ஏனென்றால், பொய் சொன்ன அமைச்சர் இணக்கத்தை ஏற்படுத்தவும் உண்மையைச் சொன்ன நீர் பகையை உருவாக்கவும் முயற்சி செய்கிறீர்கள்."

குலிஸ்தானிலிருந்து தேர்வு செய்யப்பட்ட சில கதைகளின் சுருக்க வடிவம்:

நீதிமானான பேரரசர் நவ்ஷர்வான் வேட்டைக்குச் சென்றபோது வனத்தின் நடுவே வைத்து உணவுக்கு உப்பை இல்லாமல் வருந்தினார். அருகிலுள்ள கிராமத்தில் சென்று உப்பு விலைக்கு வாங்கி வரும்படித் தன்னுடைய சேவகர்களை அவர் அனுப்பிவைத்தார். "உப்பு மிகச்சாதாரணமான பொருள் அல்லவா? இதைப்போய் அரசர் விலைக்கு வாங்குவதா?" என்றொருவர் கேட்டார். அப்போது அரசர் சொன்னார்: "மிகச்சாதாரணமான விஷயத்தில்கூட அரசன் முறைகேடாக நடந்துகொள்ள ஆரம்பித்தால் அவனுடன் இருப்பவர்கள் மிகப்பெரிய நாட்டையே முறைகேடாகப் பயன்படுத்திவிடுவார்கள். எந்த சர்வாதிகாரம் படைத்தவனும் இவ்வுலகில் நிரந்தரமல்ல. ஆனால், அவன்மீதான மக்களின் சாபம் நீங்காமல் நிலைபெறும்."

கடின வியாதியால் பாதிக்கப்பட்ட அரசரை அதிலிருந்து மீட்டெடுக்க ஆரோக்கியமான இளைஞனின் கல்லீரல் தேவைப்படுவதாகச் சொன்னார்கள் யூனானி வைத்தியர்கள். அரசர் உத்தரவின்படி அவரது சேவகர்கள், ஆரோக்கியமான ஓர் இளைஞனைத் தேடிப்பிடித்து அரசவைக்கு அழைத்துக்கொண்டு வந்தனர். தேவையான அளவுக்குச் செல்வம் தருவதாகச் சொல்லி அந்த இளைஞனின் பெற்றோரிடம் ஒப்புதல் வாங்கினார் அரசர். அரசரின் உயிரைக் காப்பாற்றுவதற்காகக் குடிமகன் ஒருவனின் உயிரைப் பறிப்பது குற்றமாகாது என்று காதியும் தீர்ப்பு சொன்னார்.

உயிரைப் பறிகொடுக்கும் தருணம் வந்தபோது அந்த இளைஞன் ஆகாயத்தைப் பார்த்துப் புன்னகை புரிந்தான். "இந்நேரத்தில் நீ புன்னகைப்பதற்கான காரணம் என்ன?" என்று கேட்டார் அரசர்.

"மகானாகிய அரசரின், நீதிமானின் முன்னிலையில் ஒரு தாயும் தந்தையும் தன் மகனின் உயிரைக் காப்பாற்றக் கோருவார்கள் என்ற நியாயமான எதிர்பார்ப்பு எனக்குள்ளும் இருந்தது. ஆனால், என் பெற்றோர்கள் செல்வத்திற்கு அடிபணிந்து விட்டனர். என்னைக் கொலை செய்யலாம் என்று நீதிமானும்

அனுமதி வழங்கிவிட்டார். என்னுடைய அழிவினூடே அரசரின் ஆரோக்கியத்தைப் பாதுகாப்பது என்று முடிவு செய்யப்பட்டு விட்டது. இந்நிலையில் எனக்கு ஆறுதலாக இருப்பவன் இறைவன் மட்டும் தான். ஆகவே, நான் ஆகாயத்தை நோக்கிப் புன்னகைத்தேன்" என்றான் அந்த இளைஞன்.

அரசர் மனம் நெகிழ்ந்தார். "ஏதுமறியாத இளைஞனின் உயிரைப் பறிப்பதை விடவும் நானே அழிந்துவிடுவதுதான் சரி" என்றபடி அரசர் அந்த இளைஞனைப் போகச் சொன்னார். சிறிது காலத்தில் அரசரின் வியாதி குணமாகவும் செய்தது.

மற்போரில் முன்னூற்று அறுபது வித்தைகளும் கற்றிருந்த ஒரு மல்லன் தன்னுடைய தலைமைச் சீடனுக்கு முன்னூற்று ஐம்பத்து ஒன்பது வித்தைகளைக் கற்றுக் கொடுத்தான். மிக முக்கியமான வித்தையை மட்டும் அவனுக்குக் கற்றுக்கொடுக்க வில்லை. பிற மற்போர் வீரர்கள் அனைவரையும் தோற்கடித்த அந்தச் சீடன் இறுதியில், தனது குருவுக்கே சவால் விடுத்தான். சவாலை ஏற்றுக்கொண்ட குரு, சீடன் எவ்வளவுதான் போராடிப் பார்த்தும் தனக்கு மட்டுமே தெரிந்த வித்தையை வைத்து அவனைத் தோற்கடித்தார்.

சீடன் சொன்னான்: "உண்மையில் வெற்றி பெற்றவன் நான்தான். எனக்குக் கற்பித்துத் தராத வித்தையை வைத்து மட்டும்தான் உம்மால் என்னை வெற்றிகொள்ள முடிந்தது."

குரு பதில் சொன்னார்: "இப்படியான ஒரு சூழ்நிலை உருவாகும் என்பதை முன்னமே உணர்ந்துகொண்டதால்தான் நான் அதை இரகசியமாக வைத்தேன். நண்பனிடம்கூட உனது திறமைகள் அனைத்தையும் வெளிக்காட்டி விடாதே என்பது மகான்களின் வாக்கு. ஏனெனில், நண்பன் எதிரியாக மாற நேரிடும் சூழல் உயிருக்கே உலைவைப்பதாகஅமைந்துவிடும்."

ஓர் அரசர் தனது அமைச்சரிடம் சொன்னார்: "ஞானி களையும் சாதுக்களையும் பார்க்கும்போது எனக்குப் பயம் உருவாகிறது." உலகத்தைப் புரிந்துகொண்ட அந்த அமைச்சர் சொன்னார்: "இந்த இரண்டு பிரிவினருடனும் தாங்கள் நல்லுறவு பேண வேண்டும். ஞானிகளுக்கு மேலும் ஞானம் சித்திக்க அவர்களுக்குத் தாராளமாக அன்பளிப்புகள் வழங்குவீராக. சாதுக்களுக்கு வெறும் உபசாரம் மட்டுமே போதுமானது. அன்பளிப்புப் பெறுவார்களெனில், பிறகு அவர்களால் சாதுக்களாக நீடிக்க இயலாது."

தனது பரிவாரங்களுடன் வேட்டைக்குப் புறப்பட்ட அரசர் ஒருவர், வனத்தின் இடையே திசை தெரியாமல்

அகப்பட்டுக்கொண்டார். அங்கே ஒரு வேடனின் குடிலைக் கண்ட அவர் இரவுப்பொழுதை அங்கேயே கழித்துவிடலாமென்று முடிவு செய்தார். வேடனின் குடிலில் அரசர் தங்குவதை அவமானமாகக் கருதிய அவரது ஆலோசகர்கள், இன்னொரு கூடாரம் கட்டுவதற்கான ஏற்பாடுகளைச் செய்தனர். இதைப் புரிந்துகொண்ட வேடன், அரசரைப் பணிவுடன் அணுகி, "இவர்களுடைய ஆதங்கம், வேடன் ஒருவனின் குடிலில் அரசர் இரவைக் கழித்தால் அவரது கௌரவம் குறைந்துபோய் விடும் என்பதல்ல! மாறாக, ஏழையின் கௌரவம் அதிகரித்து விடும் என்பதுதான் அவர்களது கவலை" என்றான்.

வேடன் சொல்வது சரிதான் என்பதைப் புரிந்துகொண்ட அரசர் அன்றிரவை வேடனின் குடிலில் கழித்தார்.

தன்னுடைய வியாபாரத்தில் ஆயிரம் தினார் நஷ்டம் ஏற்பட்ட ஒரு வணிகர், இதை யாரிடமும் சொல்ல வேண்டாம் என்று மகனிடம் அறிவுரைத்தார். "தங்கள் உத்தரவு அதுவாக இருந்தால் அதை நான் மீறமாட்டேன். ஆனால், அதை யாரிடமும் சொல்ல வேண்டாம் என்று தாங்கள் சொல்வதற்கான காரணம்தான் எனக்குப் பிடிபடவில்லை. அதை மறைப்பதால் நமக்கென்ன பயன்?" என்று கேட்டான் மகன்.

வணிகர் சொன்னார்: "இதை மற்றவர்கள் அறிந்து கொள்வதாலும் நமக்கு எந்தப் பயனும் விளையப்போவதில்லை. மாறாக, நமது சோகத்தை அதிகரிக்கவே அது உதவும். பணத்தை இழந்ததும் போதாதென்று நம்முடைய இழப்பைச் சொல்லி மற்றவர்களை மகிழ்விக்கவும் வேண்டாமே என்றுதான்."

சுல்தானின் அரசவை அதிகாரிகள் ஒரு தகவல் தொடர்பாக அவரது கருத்தை அறிவதற்காகத் தலைமை அமைச்சரை அணுகினார்கள்.

"அது உங்களுக்கே தெரியுமே?" என்றார் தலைமை அமைச்சர்.

"சுல்தான் சொல்கிற எதையும் தாங்கள் எங்களிடம் சொல்வதில்லை" என்றனர் அதிகாரிகள்.

"நான் உங்களிடம் சொல்ல மாட்டேன் என்ற நம்பிக்கையில் தானே சுல்தான் என்னிடம் சொல்கிறார்? அப்படி இருக்கும்போது, நீங்கள் என்னிடம் வந்து கேட்பதில் என்ன பொருள் இருக்கிறது?" என்று கேட்டார் தலைமை அமைச்சர்.

மகிழ்ச்சியும் சுறுசுறுப்பும் நிரம்பிய ஓர் இளைஞன் எங்கள் கூட்டத்தில் இருந்தான். வாழ்க்கைப் பிரச்சினைகள்

எதுவுமே அவனை அலட்டிக்கொள்வதில்லை. சிரிப்பதற்கு ஒருபோதும் அவன் தயங்கியதில்லை. சில ஆண்டுகளாக அவனைக் காணவில்லை. மீண்டும் சந்திக்க நேர்ந்தபோது அவன் திருமணமாகிப் பொறுப்புகள் நிறைந்தவனாக இருந்தான். அவனது முகத்தில் முந்தைய துடிப்பையும் மகிழ்ச்சியையும் காண முடியவில்லை. இப்படி ஆனதற்கு என்ன காரணமென்று கேட்டேன். அவன் சொன்னான்: "எனக்கென்று குழந்தைகள் பிறந்த பிறகு என்னிடமிருந்த குழந்தைமை அகன்றுவிட்டது."

ஒரு கிளியும் காகமும் ஒரே கூண்டில் அகப்பட்டுக்கொண்டன. கிளி நினைத்துக்கொண்டது: "இந்தக் காகம் எவ்வளவு அருவருப்பாக இருக்கிறது. இதன் நிறமும் உருவமும் பார்க்கச் சகிக்கவில்லை. இதன் குரல் எவ்வளவு கர்ண கொடூரமாக இருக்கிறது."

கிளியைக் குறித்துக் காகமும் இதுபோல்தான் நினைத்துக் கொண்டது. "கிளிக்குப் பதிலாக இந்தக் கூண்டில் ஒரு காகம் அகப்பட்டிருந்தால் எவ்வளவு நன்றாக இருந்திருக்கும்." ஞானி அஞ்ஞானியை வெறுப்பதுபோல், அஞ்ஞானியும் ஞானியை வெறுக்கிறான்.

பாதசாரி ஒருவனை வழிமறித்து நிர்வாணமாக்கிக் கொள்ளையடித்த திருடர்கள் சிலர் அவனை அப்படியே விட்டுச் சென்றனர். நாய்கள் அவனைப் பார்த்துக் குரைத்தன. கற்களை எறிந்து அவற்றை விரட்ட முற்பட்டான் பாதசாரி. ஆனால், கற்கள் பனியில் உறைந்துகிடந்தன. அவன் ஆத்திரத்துடன் சொல்லிக்கொண்டான்: "இந்த ஊரிலுள்ளவர்கள் மிக மோசமானவர்கள். கற்களைக் கட்டிப்போட்டுவிட்டு நாய்களை அவிழ்த்து விட்டிருக்கிறார்கள்."

அஜம் நாட்டைச் சேர்ந்த ஓர் அடிமையுடன் கப்பலில் பயணம் செய்துகொண்டிருந்தான் அரசன். அந்த அடிமை அதற்கு முன் கடலைப் பார்த்ததோ கப்பலில் ஏறியதோ இல்லை. அவன் அழ ஆரம்பித்தான். எவ்வளவோ சொல்லியும் அழுகையை அவன் நிறுத்தியபாடில்லை. அரசனுக்கு இது பெரும் இடையூறாக இருந்தது.

கப்பலிலிருந்த ஒரு மருத்துவர், 'தனக்கு அனுமதியளித்தால் அவனது அழுகையைத் தன்னால் நிறுத்திவிட இயலும்' என்றார். அரசன் அனுமதித்தான். "அவனைத் தூக்கி முதலில் கடலில் போடுங்கள்; மூழ்கியதும் எடுத்து விடுங்கள்" என்றார் மருத்துவர். அப்படியே செய்யப்பட்டது. இத்துடன் அந்த அடிமை பேசாமல் ஒரு மூலையில் சென்று அமைதியாக அமர்ந்துவிட்டான். மருத்துவரிடம் இதற்கான காரணத்தைக்

கேட்டபோது சொன்னார்: “இதற்கு முன் கடலில் அவன் மூழ்கியதில்லை. ஆகவே, மூழ்கி விடுவோமோ என்ற பயத்தில் அழுதான். மூழ்கிஎழுந்த பின் பயம் விலகிவிட்டது. ஆகவே அமைதியாகிவிட்டான்.”

நௌஷர்கான் மன்னரின் புதல்வன் ஹுர்மூஸ் ஆட்சிப் பொறுப்பை ஏற்றதும் தனது தந்தையின் கீழ்ப் பணியாற்றிய அமைச்சர்கள் அனைவரையும் சிறையிலிட்டான். அதற்கு அவன் சொன்ன காரணம் இதுதான்: “அவர்கள் தண்டனைக்குரிய குற்றம் எதுவும் செய்யவில்லை. ஆனால், என்னைப் பார்த்து அவர்கள் பயப்படுகிறார்கள். இது எனக்கு ஆபத்தையே விளைவிக்கும்.”

ஆணின் சுக்கிலம் அரிவையின் கருப்பையில் நாற்பது நாட்கள் தங்கியிருந்தால் மனித உருவம் அடைகிறது. நாற்பது வயதைக் கடந்த பின்னரும் ஒருவனுக்குச் சரியான விவேகமும் பொறுப்புணர்வும் உருவாகவில்லை எனில் அவனை மனிதனாகவே கருத இயலாது.

குலிஸ்தான் ஐரோப்பிய இலக்கியத்தினுள் சென்றதுமே அது செவ்வியல் படைப்பாக அங்கீகரிக்கப்பட்டுவிட்டது. பேராசிரியர் கோவலின் சொல்கிறார்: “குலிஸ்தானை வாசிக்க ஆரம்பித்த அடுத்த கணம், அன்றைய கால கட்டத்தைச் சேர்ந்த மக்களின் தினச்சரியைகளிலும், வேறுபட்ட பிரச்சினைகளிலும் செயல்பாடுகளிலும் நாமும் கால்பதித்துவிடுகிறோம். வெறுமனே வேதாந்தம் பேசி, சச்சரவு செய்யும் ஒரு சமூகத்தை விட்டு விலகி, வெகுதூரம் சென்றுவிடுகிறோம். வீதிகளில் மக்கள் திரளினிடையே நாமும் நடை போடுகிறோம். அப்போது நாம் உரையாடுவது உயிர்களற்ற வெறும் நிழல்களுடன் அல்ல. ஒவ்வொரு நிகழ்வையும் நாம் நேரடியாகவே அனுபவிக்கிறோம். கதாபாத்திரங்களுடன் நாமும் வாழ்வதுபோன்ற அனுபவம். ஸஅதியின் இந்தப் படைப்புகளின் பின்னணியில் பிரமிக்க வைக்கும் அனுபவங்கள் உள்ளன. நீண்ட தூர பயணங்களின் வேதனைகள் உள்ளன. ஆகவேதான் அவை காலங்களைக் கடந்த நவீனக் காவியங்களாக இன்றும் உயிர் வாழ்கின்றன. இந்தப் படைப்பை இயற்றிய முதியவர் தன்னுடைய சமூக வாழ்க்கையின் தியாக ஒளிக்குச் சாட்சியமாக இருந்த ஒவ்வொரு காட்சியும் நமது நினைவு மண்டலத்தில் என்றென்றும் பசுமையாக நிற்கும். பாலைவனத்தின் ஒவ்வொரு பயணத்திலும் ஒவ்வோர் இரவில் ஏற்பட்ட அனுபவங்களும் ஆங்காங்கே சந்திக்க நேர்ந்த சக பயணிகளும் அவரது நினைவில் இருந்து மேலெழுந்து வந்து அவரவருடைய கதைகளைச் சொல்லிப் பின்வாங்குகிறார்கள்.

அம்மகானின் இல்லம், பால்யம், குறும்புகள் நிரம்பிய இளைமை, வேதனைகள் நிரம்பிய பயணங்கள், முதுமைக் காலத்தின் துறவு வாழ்க்கை அனுபவங்கள் என அனைத்தும் நம்மை அழகும் அமைதியும் நிரம்பிய சிந்தனை சாம்ராஜ்யத்தை நோக்கி அழைத்துச் செல்கின்றன. அவை ஒவ்வொன்றுமே இனிமையான பரவச நிலைகளை உருவாக்கும் இடங்கள்."

வாசிக்கும்போதும் வாசித்ததைப் பற்றிச் சிந்திக்கும்போதும் மனத்தினுள் புதிது புதிதான கருத்துகளும் அனுபவங்களும் வந்து அலைமோத வேண்டும். ஒரு செவ்வியல் படைப்பு என்ற அடிப்படையில் குலிஸ்தான் எல்லா அம்சங்களும் பொருந்தியது. பாரசீக மக்களின் பழமொழிகளாக மாறிய குலிஸ்தான் வசனங்களும், கேலித்துணுக்குகளும் காலம் கடந்து இன்றும் நிலைபெற்றுள்ளன. குலிஸ்தான் ஒரு மக்கள் கூட்டத்தின் குரல். அதன் ஓசை, வேறுபட்ட மக்கள் கூட்டங்களிலும் எதிரொலிக்கிறது. குலிஸ்தானின் ஆங்கில மொழிபெயர்ப்பாளரான ஈஸ்ட்விக் குறிப்பிடுகிறார்: "கொஞ்சும் மொழியில் பள்ளிக் குழந்தைகள் பேசும் அடிப்படைப் பாடங்கள் இதிலிருந்துதான் தொடக்கம் பெறுகின்றன. அதே சமயம் மேதைகளும் அதையே பேசுகிறார்கள். இந்தப் படைப்பில் இடம்பெற்றுள்ள வசனங்களில் பெருமளவும் இப்போது பாரசீகர்களின் பழமொழிகளாக உள்ளன. இது இயற்றப்பட்ட பதின்மூன்றாம் நூற்றாண்டின் தொடக்கக் காலகட்டத்தைத் திரும்பிப் பாருங்கள். ஐரோப்பா முழுவதுமே அந்தகாரத்தில் மூழ்கிக்கிடந்த அந்தக் காலகட்டத்தில்தான் பாரசீகத்தில் உருவான இந்தப் படைப்பு, அதன் சாரப்பொருள் சார்ந்து உலக மக்களை மிகவும் வசீகரித்துள்ளது."

குலிஸ்தான் அளவுக்குப் புகழ்பெறவில்லையெனினும் பாரசீகத்தில் மிக அதிகமாக வாசிக்கப்பட்ட நூல்களில் ஒன்று புஸ்தான். அதாவது, பழத்தோட்டம். இதில் பத்து அத்தியாயங்கள் உள்ளன. மொத்தம் நூற்று ஏழு கதைகளும் அனுபவ விவரணைகளும் நீதிபோதனைகளும் அடங்கிய பாடல் தொகுப்பு. குலிஸ்தானின் அதே வடிவத்தில் எழுதப்பட்ட புஸ்தானிலூடே கவிஞர் ஆழமான சிந்தனைகளை மொழியின், கற்பனையின், இனிமையில் பொதித்து தருகிறார். அதில் அறிவும் சிந்தனையும் யதார்த்தமும் புனைவும் ஒன்றெனக் கலந்துள்ளன. பயண அனுபவங்களுக்கும் இதில் குறைவில்லை. தனது இந்தியப் பயணத்தினிடையே குஜராத்தில், சோமநாதர் ஆலயத்தில் வைத்து ஏற்பட்ட சுவையான அனுபவத்தையும் இதில் விவரித்துள்ளார். கோயில் பூசாரியுடன் ஏற்பட்ட அம்மோதல் புஸ்தானில் இடம்பெற்றுள்ளது.

‘ஐரோப்பிய இலக்கிய உலகில் குலிஸ்தானுக்கு நிகரான ஒரு காவியப்படைப்பு இல்லை என்றே சொல்லலாம்’ என்று தெளிவுபடச் சொல்லும் பேராசிரியர் டபிள்யு. ஜி. ஆர். ஆர்ச்சர், மேலும், “அறிவு சார்ந்தும் அகமனத் தரிசனங்களிலும் இந்தப் படைப்பு மோன்டெய்னின் சொற்பொழிவுகளுடனும் பாஸ்கலின் ‘பென்ஸீ’சுடனும் சர் தோமஸ் பிரவ்ணின், ‘ரிலீஜியோ மெடிஸி’யுடனும், மிகவும் தற்போதுள்ள உதாரணத்தைச் சுட்டிக் காட்டுவதாக இருந்தால் ‘தி அன்குயட் கிரே’வுடனும் ஒப்பிடலாம்” என்கிறார். பாரசீக இலக்கியத்தின் மிகவும் புகழ்பெற்ற படைப்பென குலிஸ்தானைப் புகழ்ந்துரைக்கும் பேராசிரியர், அமைதியும் அழகும் நிரம்பிய மொழிநடையும் கற்பனை நிரம்பிய சிந்தனை ஆற்றலும் மிகத்திறமையாகச் சேர்த்துக்கொண்ட விநோத சித்திரிப்புகளும் மிக நுட்பமான எழுத்து நடையும் இந்தப் படைப்பை மனம் மயக்கும் இனிமை கொண்டதாகவும் மகத்துவம் மிக்கதுமாக ஆக்குகிறது என்கிறார்.

1258 முதல் பிரதியெடுக்கப்பட்ட குலிஸ்தானின் கையெழுத்துப் பிரதிகள் ஆயிரக்கணக்கானவை. பலவர்ணங் களுடனான கற்பலகைகளில் தயாராக்கப்பட்ட பிரதிகள் நூற்றுக்கணக்கானவை. குலிஸ்தானின் மிகப்பழைய கையெழுத்துப் பிரதிகள் நீண்ட காலமாக அநேகம் ஆட்களின் கைகள் பட்டு அழிந்துபோயின. சில பிரதிகள் மகாகவியின் இறப்புக்குப் பின் முப்பதாண்டுகள்வரைநிலை நின்றன. பாரசீக மொழியில் இந்த நூற்றாண்டு வரைக்கும் மூலப்படைப்பின் வேறுபட்ட அநேகம் பதிப்புகள் சிறு சிறு விளக்கங்களுடன் வெளிவந்துள்ளன. இவற்றில், முஹம்மதலி ஃபரூக்கியின் படைப்பு நம்பகத்தன்மை வாய்ந்தது.

உலகிலுள்ள பெரும்பாலான மொழிகளில் குறைந்த பட்சம் ஒன்றோ இரண்டோ முறைகளாவது குலிஸ்தான் மொழியாக்கம் செய்யப்பட்டுள்ளது. ஆங்கிலத்தில்தான் மிக அதிகமான மொழியாக்கங்கள் வந்துள்ளன. மொகலாயர் ஆட்சியின்போதும் பிரிட்டிஷார் ஆட்சியின்போதும் இந்தியப் பல்கலைக்கழகங்களில் பாடநூலாக இருந்தது. அனைத்துப் பிரிவு மாணவர்களையும் ஆசிரியர்களையும் திருப்திப்படுத்தும் படைப்பாக இருப்பதால், பாடத்திட்டத்தில் குலிஸ்தானுக்கு மிக முக்கியமான இடம் கல்வியாளர்களால் தரப்பட்டது. கிளாட்வின் (1806), ஜேம்ஸ் ரோஸ் (1823) ஆகியோர் இரு பத்தாண்டு கால தொடர் முயற்சிகளின் விளைவாக, குலிஸ்தானின் ஐந்து வேறுபட்ட மொழிபெயர்ப்புகளைத் தயார் செய்தனர். குலிஸ்தானை ஆங்கிலத்தில் மொழி பெயர்த்தவர்கள் பட்டியலில், எட்வர்ட்பாக் ஹவுஸ் ஈஸ்ட்விக் (1852), ஜோன்ஃப்ளாட்ஸ் (1873), எஃப்.எஃப்.

அர்பந்த் நாட், எட்வர்ட் ரிகாத்ஸெக் (1886) ஆகியோர் முக்கியமானவர்கள். இதில், எட்வர்ட் ரிகாத்ஸெக்கின் மொழிபெயர்ப்பு மிகச் சிறந்ததும் குறை சொல்ல இயலாததும் ஆகும். ஜெர்மன் மொழியில் கிராஃப் ரோஸங்ட்டன் (1795), கெ.எச். கிராஃப் (1852) ஆகியோரும் உருதுமொழியில் மவ்லானா காதி ஸஜ்ஜாத் ஹுஸைன் (1960), ஸையித் அமீர் ஹஸன் நூரானி நத்வி (1964) ஆகியோரும் மொழிபெயர்த்தனர். 1971 அக்டோபர் 12 முதல் 18 வரை பாரசீக அரசாட்சியின் இருபத்தைந்தாவது நூற்றாண்டு விழா இரானில் பெரிய அளவில் கொண்டாடப்பட்டது. இதில், இந்தியாவின் அன்பளிப்பாக வழங்கப்பட்ட நூல், குலிஸ்தானின் இந்தி – சமஸ்கிருத மொழிபெயர்ப்பு. ஆச்சார்ய தர்மேந்திர நாதின் இந்த இரு மொழி மொழியாக்கத்தில் பாரசீகப் பாடலும் சேர்க்கப்பட்டிருந்தது.

ஸஅதியின் சமூகப் பார்வை

ஷேக் ஸஅதியை அலட்டிய பிரச்சினைகளும் மானுட வாழ்க்கை மீதான அவரது அணுகு முறைகளும் அனைத்துத் தரப்பு மக்களையும் வசீகரிக்கும் அளவுக்குத் தகுதி பெற்றவை. சர்வாதிகாரிகளான அன்றைய பாரசீக அரசர்களின்கீழ் இலக்கியப் பணிகளை மேற்கொள்வது என்பது இன்றைய சில ஆட்சியாளர்களின்கீழ் எழுத்தாளர்கள் எதிர்கொள்கிற ஆபத்துக்கு நிகரானது. ஸஅதி ஆட்சியாளர்கள்மீது ஆதரவு நிலைபாடு கொண்டவர் என்கிற தோற்றத்தை உருவாக்கும் குலிஸ்தானின் முன்னுரையில் இஸ்லாமிய அரசர்கள் மீதான அவரது துதிபாடல்கள், ஸ்பென்சர் முதலாம் எலிசபெத் மகாராணிமீது காட்டிய ஆதரவை நினைவூட்டும்தான்.

ஸஅதியின் பாடல்களில் தென்படுகிற அரசர்கள்மீதான இந்த ஸ்துதி மனோபாவம் மேலோட்டமானது மட்டும்தான். அதில் அவர் குடிமக்கள்மீது அரசன்கொண்டிருக்க வேண்டிய கடமைகளையே வலியுறுத்தினார். ஆட்சியாளர்கள் தங்கள் அதிகாரங்களைச் சமூக நீதிக்குப் பயன்படுத்த வேண்டும் என்று அதில் அவர் அழைப்பு விடுத்தார். அரசியல், மதம், சமூகம், பொருளாதாரம், தனி மனிதச் சிந்தனை போன்ற விஷயங்களில் அவர் காட்டிய வீரம் செறிந்த பார்வைகள் நவீனக் காலகட்டத்திலும் பல்வேறு இலட்சியப் பார்வை கொண்டவர்களைக்கூட வசீகரிக்கும் வகையில் அமைந்துள்ளன. உண்மையை நோக்கிய ஷேக் ஸஅதியின் தேடலும் முன்னோடிக் கருத்துக்களைக்கொண்ட அவரது வழிகாட்டலும் காரணமாக அவரைச் சமூக முன்னோடிகளின் வழிகாட்டி என்லாம்.

பொதுவாழ்க்கையின் முக்கியத்துவத்தைப் புரிந்துகொண்ட ஸஅதி, மக்களின் அன்றாட வாழ்க்கைப் பிரச்சினைகளை நடைமுறை அறிவுடன் அணுகினார். சமூக முன்னேற்றத்துக்குத் தடையாக அமைந்திருக்கும் அனாச்சாரங்களையும் மூடநம்பிக்கைகளையும் ஊழலையும் நாலாவிதமான சுரண்டல்களையும் தயவு தாட்சண்யமின்றி விமர்சிக்கும் அவர், மாற்ற இயலாத, நிரந்தரமான சமூகக் கட்டமைப்புகளை அதன் போக்கிலேயே விட்டுவிடுகிறார்.

ஸஅதியின் அறிவுரைகள், சமூக உறவுகளின்மீது தனிப்பட்ட பார்வை கொண்டதாக அமைந்திருந்தது. அன்புக்கு மிக அதிகமான அளவில் உயர்ந்த உன்னதத்தைக் கற்பித்த ஸஅதி, இ.எம். ஃபோஸ்டரின் மன அழுத்தத்தை எதிர்கொள்ள வேண்டியதாயிற்று. அதிகம் நேசிக்கப்பட வேண்டியது எது என்பதில் ஏற்பட்ட சிந்தனைத் தடுமாற்றம். ஃபோஸ்டர் உண்மையில் ஷேக் ஸஅதியின் தோற்ற மயக்கங்களிலிருந்து பாடம் பயின்றும், அதே வழியில்தான் அவரைப் பின்தொடர்ந்தார். ஸஅதியைப்போன்ற இந்த மனஅழுத்தத்தில் ஃபோஸ்டரும் நட்புக்கே முன்னுரிமை அளித்தார்.

மனக்கட்டுப்பாடும் துன்பங்களின் மீதான பொறுமையும் விரதமும் தவமும் ஸஅதியின் தரிசனப் பார்வைக்கான அடிப்படைக் கூறுகள். ஒருபோதும் அவை முழுத் தனிமையையோ அனைத்தையும் துறந்த நிலையையோ நோக்கமாககொள்ளவில்லை. ஆனால், உண்மையான இறை வேட்கையாளனை சூஃபிய சிந்தனை முழுமை அடையச் செய்கிறது என்கிற உண்மையையும் அவர் மறந்துவிடவில்லை. உண்மையான சூஃபி அனைத்தையும் துறந்த ஏகாந்தவாதி அல்ல. மாறாக, ஏகாந்தத்தில் இருந்து பெறுகிற அதாவது தியானத்தின் பிரதிபலனான, ஆழ்ந்த சிந்தனைகளிலிருந்து வடிவம்கொண்ட நிகரற்றதும் அபூர்வமுமான பார்வை அது.

‘ஸஅதியின் கவிதைகளில் அவர் ஏகாந்த விரும்பியும் சஞ்சாரியுமான தர்வேஷ் அதாவது சூஃபி என்பதை விடவும் தார்மிகச் சிந்தனையாளர் என்னும் நிலையில்தான் தோற்றம் தருகிறார். இலௌகிக வாழ்க்கையில் நல்லுறவுகளைப் பேணி வந்த ஸஅதி ஒரு மனிதாபிமானி’ என்ற ஆர்.ஏ. நிக்கல்ஸனின் கருத்து ஒருவகையில் உண்மையும்தான்.

அகம் சார்ந்த ஆன்மிக வாழ்க்கையில் வஞ்சனைகளால் நிரப்பப்பட்ட இடைவெளிகளையும் மகாகவி நேரில் கண்டார். மகத்தான மனித வாழ்க்கையில் அகம் சார்ந்த பயணம் என்பது வெறும் கற்பித மனோபாவம் என்பதான தெளிவு ஏற்பட்ட பிறகு,

இமாம் கஸ்ஸாலிபோல் ஏகாந்தத்திலிருந்து அவர் விடுபட்டார். சன்மார்க்க விதிகளின்பால் அழைத்துச் செல்லும் அகமனச் சிந்தனைகளை மட்டுமே அவர் மேற்கொண்டார். குலிஸ்தானின் மூன்று கதைகளினூடே அவரது ஆன்மிகச் சிந்தனைகளை விளங்கிக் கொள்ள இயலும்.

அன்புடைமைமீது பெரும் நம்பிக்கைகொண்டிருந்த மகாகவி, நாட்டின் வளத்திற்கு எதிரான ராஜத்துரோகத்தையும் நம்பிக்கை மோசடியையும் காட்டிக்கொடுப்பதைக் கடிந்துரைத்தார். இன்றைய நவீன உலகைப் பீடித்துள்ள இழிசெயல்களான புறம் பேசுதல், ஆபத்தை நோக்கி அழைத்துச் செல்லும் குடிப்பகை, வெறுப்புணர்வு, வெளிப்படையான அபவாதப் பிரச்சாரங்கள், மோசமான விளைவுகளுக்கு வித்தூன்றும் பொறாமை குணம் ஆகியன பதின்மூன்றாம் நூற்றாண்டின் பாரசீக சமூகத்தில் முக்கியமான நோய்க்கூறுகளாக இருந்தன. சாதாரண மக்களிடம் மட்டுமல்ல, அறிவார்ந்தவர்களிடமும் இந்த நோய்க்கூறுகள் வெளிப்பட்டன. இதற்கெதிரான ஸஅதியின் இலக்கியப் பணிகள், நண்பர்களை விடவும் அதிகமான எதிரிகளையே தேடிக்கொடுத்தன. தான் விரும்புகிற அன்புடைமை மேலும் தழைக்கவேண்டுமெனில் எதிர் மனோபாவங்களுக்கு இடமளிக்காத நடுநிலைக் கருத்துகளைக் கடைப்பிடித்தாக வேண்டும்; தனக்கான பலவீனங்கள் இருப்பின், அதை மறைத்தாக வேண்டும் என்ற சூழ்நிலைக்கும் அவர் தள்ளப்பட்டார். சரியாகச் சொல்வதானால் ஷேக் ஸஅதியின் ஆத்ம நண்பர்கூட அவருக்கு வெளிப்படையான எதிரியாக மாறினார். மகிழ்ச்சியின் இரகசியம், தந்திரமான செயல்பாடு ஆகும்; இயலாவிடின் அமைதி காப்பது என்று சொல்லும் அளவுக்கு அவர் தள்ளப்பட்டார். "நண்பன் எதிரியாக மாற மாட்டான் என்பதை உறுதி செய்ய இயலாத நிலையில் உன்னுடைய இரகசியங்களை அவனிடம் வெளிப்படையாகப் பகிர்ந்து கொள்ளாதே" என்று சொன்ன ஸஅதி மற்றோர் இடத்தில், "எதிரியுடன் எப்போதுமே குரூரமாக நடந்துகொள்ளாதே; ஒருநாள் அவன் உன்னுடைய நண்பனாக மாறக் கூடும்" என்றும் அறிவுரைத்தார். பேராசிரியர் டபுள்யூ.ஜி.ஆர். ஆர்ச்சர், ஸஅதியின் இந்தச் சொற்களில் விமர்சனத்துக்குரிய அம்சங்கள் இருப்பதாகக் கருதினாலும் அதை இறுதி முடிவாக எடுத்துக்கொள்வதற்கில்லை. 'என்னுடைய குறைபாடுகளைக் கண்டு கொள்ளாது திறமைகளை மட்டும் எடுத்துச் சொல்பவர்தான் உண்மையில் என்னுடைய எதிரி. குறைபாடுகளை முன்வைத்து மதிப்பிடுகிற எதிரிதான் உண்மையில் என்னுடைய நண்பன்' என்று குலிஸ்தானில் ஸஅதி குறிப்பிடுவதையும் சேர்த்துத்தான் இந்தச் சொற்களைப் புரிந்துகொள்ள இயலும்.

ஸஅதியின் காலகட்டத்தில் எழுதுவது என்பது எதிரிகளைச் சம்பாதிப்பதும் புறம் பேசுகிறவர்களுக்குச் சவால் விடுப்பதும் என்றுதான் பொருள். இது உயிர் வாழ்வதற்கே தடையாக இருப்பதுடன், நிரந்தரமான பதற்றத்திற்கும் ஆன்மாவைக் கொல்லும் துயரத்தை நோக்கியும் மனித மனத்தைக் கொண்டு செல்லும். அறிவுபூர்வமாகச் சொல்வதானால் எழுதுபவன் தனது இயல்பான, உலோகாயத வாழ்க்கையை விட்டு விலகி தர்வேஷ் என்னும் சூஃபியாக ஏகாந்த வாழ்க்கையையும் தொடர்ந்து மௌனத்தை நோக்கியும் செல்வான்.

உண்மையில் ஸஅதியின் இலக்கியச் செயல்பாடுகளில் படைப்பு ரீதியான தூண்டுதலும் ஆவேசமும் அதீத வலுவுடையதாக இருந்தன. எஸ்ராபௌண்ட் போல் மௌன விரதத்தைக் கடைப்பிடிக்க வேண்டிய நிர்ப்பந்தம் இருந்தும் மீண்டும் உலோகாயதப் படைப்பு சார்ந்த செயல்பாட்டில் அவர் முனைப்புக் காட்டினார். இலௌகிக வாழ்க்கையைப் பலனற்ற, சூனியமான, பாழ்நிலமாகப் பார்த்துத் தனது ஆயுட்காலம் பாழாகிப்போய் விட்டதில் பரிதவித்துப்போனார். பிறகு ஏகாந்த தியானத்திலும் ஏகாந்த வாசத்திலும் மூழ்கினார். பின்னர் அவற்றை கைவிட்டுவிட்டு சமூகம் சார்ந்த படைப்புலகுக்கு திரும்பி வந்தது கவனத்திற்குரிய நிகழ்வாகும். தன்னுடைய அந்தராத்மாவில் குடிகொண்ட சமூக மனசாட்சியின் தூண்டுதலும் கவன ஈர்ப்பும்தான் இந்த மீள் வருகைக்கான காரணங்கள்.

"அடையவில்லையே நான் எதையும்
ஓ.. உனக்கு நீயே பாதுகாவலனாக மாறு"

என்று பாடிய ஸஅதி, கடந்துபோன பல பத்தாண்டுகளில் தான் இழந்துவிட்டதாகக் கருதிய நாட்களைக் குறித்த நினைவுகள் என்னும் பாழ்நிலத்தைக் கண்ணீரால் வளப்படுத்தினார். அந்த அழகிய வனத்தில் அவர் ரோஜாக்களை நட்டு வளர்த்தினார். குலிஸ்தான் மகாகாவியம், நவீனப் படைப்பாகத் தன்னை முன்நிறுத்திக்கொண்டமைக்கான காரணம் முன்னுரையில் அவர் விவரிப்பதுபோல் இழந்துவிட்ட வெற்றிடங்களை நிரப்புவதுதான்.

குலிஸ்தான் இந்த அளவு மாபெரும் வெற்றிப் படைப்பாக மாறுவதற்கு என்ன காரணம்?

குலிஸ்தானில் சித்திரிக்கப்படும் நுண்ணுணர்வுகள் மிக முக்கியமானவை. சமூக மனத்தில் ஆழ்ந்திறங்கி, சமகாலத்தைக் காத்திரமாக அவதானிக்கவும் அதன் வளர்ச்சிக்கான நீதி சாரங்கள் இன்னவை என்று முன்னரே தீர்மானிக்கவும் மகாகவியால் இயன்றது. படைப்பின் நுட்பங்களும் மிகுதியான படைப்பூக்கமும்

Tomb of Saadi in his mausoleum

மட்டுமல்லாமல், அதன் நவீனத்துவம் காலங்களைக் கடந்தும் நிலை பெறுவதற்கான அவதான அறிவு, மனப்பக்குவம் போன்றவை அவரது வெற்றிக்கான பிற காரணங்கள். சிறப்பு வாய்ந்த சிற்பக் கைவினை நேர்த்தியுடன் கலையும் அழகும் ஒன்றிணைகிற இதிலுள்ள நீதி சாரங்கள் எளிமையும் களங்கமுமற்ற மொழி நடையிலானவை. குறுக்கியெடுத்த வார்த்தைகளைப் புடம் போட்டு வார்த்த இந்தப் படைப்பு, செய்முறை சார்ந்தும் மிகப் பெரிய வெற்றியை அம்மகாகவிக்குத் தேடிக் கொடுத்தது.

குலிஸ்தானின் காவிய வடிவம் மனத்தை மயக்கும் திறம் பெற்றது. அதே நேரம் அது தொழில்பட்ட முறை, பாரசீக இலக்கியத்திற்கு நிகரற்ற முன்மாதிரியாக அமைந்தது. எளிமையாகக் கையாள இயன்ற அதன் வடிவ நேர்த்தி, கீழை – மேலை நாட்டு மாணவர்களிடம் முக்கியமானதும் தவிர்க்க இயலாததுமான இடத்தைப் பெற்றுத் தந்தது. பல்கலைக்கழகங்கள் இதை ஆய்வுப் பொருளாக அங்கீகரித்தன. இந்த நூற்றாண்டிலும் கூட! கவிதைக் கோட்பாடு ரீதியாக ஸஅதியை அணுக விரும்பும் வாசகனுக்கு பாரசீகப் மொழிகுறித்த ஆய்வினூடே மட்டும்தான் அது குறித்த தெளிவு சாத்தியமாகும். சிறப்பான உரைநடை வாசக மனங்களை எந்த அளவுக்கு வசீகரிக்கும் என்பதையும் இதன்மூலம் அவன் புரிந்துகொள்ள முடியும். மொழிசார்ந்த அபூர்வ அனுபவத்தைப் பெற விரும்புபவர்களுக்கு மூல மொழியிலான குலிஸ்தான்தான் கைகொடுக்கும். தன்னுடைய கருத்துகளைப் பாரசீக மொழியில் பகிர்ந்துகொள்ள விரும்பும்

ஒருவனுக்கு மிகவும் பொருத்தமான முறையியல் ஸஅதியின் மொழிதான் என்பதைப் பலரும் பிறகுதான் புரிந்து கொண்டனர். அவரது உரைநடையின் ஜாலவித்தை பிந்தைய காலகட்டங்களில் அனுக்கிரகமாக பின்பற்றத் தகுந்ததாக ஆனது.

இலக்கிலும் அதை நோக்கிய பயணத்திலும் எளிமையும் அழகும் நிரம்பப்பெற்ற குலிஸ்தான் அதிசயிக்கும் அளவில் மிகப்பெரும் புகழைப் பெறுவதற்கான காரணம், ஒளியார்ந்த அதன் அறிவியல் அணுகுமுறை. மானுட விழுமியங்களுக்கு உன்னத இடத்தை அளித்துள்ள ஸஅதியின் இலக்கியம் சார்ந்த அகமனப் பார்வை இஸ்லாமியக் கருத்தியலுக்கு உட்பட்டதுதான்.

ஸஅதியைப் பொறுத்தவரை காதலுக்கும் உடல் வேட்கைக்கும் அளித்துள்ள முக்கியத்துவம் மிகையோ குறையோ இல்லாதது. தனது வாழ்க்கையின் முற்பகுதியில் உடல் வேட்கையை அடக்க இயலாத நிலையில் இருந்தார் ஸஅதி. இறையியல் சிந்தனைகளை விடவும் அதிக சக்தி வாய்ந்ததாக இருந்தன அவரது பாலுணர்வு எண்ணங்கள். இதன் காரணமாக, இயற்கை உந்துதலை அவர் தவறு என்பதாகவே கருத்தில்கொண்டார். “கிளர்ச்சியுற்ற உடலிச்சையைச் சமன்செய்ய அதற்கான வினை புரிவதைத் தவிர வேறு வழிகளில்லை” என்பது அவரது பார்வையாக இருந்தது. பாலியல் அனுபவங்களைத் திறந்த மனத்துடன் அமைதியாகவும் சுதந்திரமாகவும் களங்கமற்றும் எழுதினாலும் வரை முறையற்ற பாலியல் அணுகுமுறையை ஸஅதி ஒருபோதும் விரும்பியதில்லை.

ஸஅதியின் குலிஸ்தான் என்னும் வாச மலர்ப்பூங்கா அவரது அறிவியல் பார்வையின் சில துளிகள். வாழ்க்கைத் தொடர்பான அவரது இயல்பையும் அகமன தரிசனங்களையும் உட்கொண்டு திருப்தியை நோக்கிக் கை காட்டும் அந்தத் தோட்டம், பசுமை படர்ந்ததும் அறிவியல்பூர்வமுமானது. மகத்தான குர்ஆன் வசனங்கள், ஹதீஸ்கள், ஆன்மிக வாக்கியங்கள் என அவை ஊட்டுகிற உணர்வும் மகிழ்ச்சியும் முழுமையாக மலர்ந்து மணம் வீசும் ஒரு பகுதியும் மலரவிருக்கும் தளிர்களுள்ள இன்னொரு பகுதியும்கொண்ட பன்னீர்ப் பூந்தோட்டத்திற்கு நிகரானது.

அமீர் குஸ்ரு

கஜல் பாடல்களின் முன்னோடியும் பாரசீக மகாகவிகளில் ஒருவருமான அமீர் குஸ்ரு பிறப்பால் பாரசீகர் அல்ல. அவர் இயற்றிய காவியங்களையும் கஜல்களையும் மகாகவிகளான, ஸஅதியும் ஹாஃபிஸூம் போற்றிப் புகழ்ந்திருக்கிறார்கள். தோத்தியா ஹிந்த் என்னும் புனைப்பெயரில் புகழ்பெற்ற அமீர் குஸ்ரு, அமீர் ஸைஃபுத்தீன் மஹ்மூதின் இரண்டாவது மகனாக இந்தியாவில் உத்தர பிரதேசத்திலுள்ள பாட்டியாலாவில் கிபி. 1253இல் பிறந்தார். அவரது இயற்பெயர், அபுல் ஹசன் யாமினுத்தீன் குஸ்ரு. குஸ்ருவின் தந்தையான ஸைஃபுத்தீன், செங்கிஸ்கான் படையெடுப்பின்போது டிரான்ஸாக்ஸானியாவில் இருந்து அபயம் தேடி இந்தியாவுக்கு வந்த ஒரு துருக்கியர். இல்தூத்மஷின் படைப் பிரிவில் சேர்ந்த ஸைஃபுத்தீன், வெகுவிரைவில் உயரதிகாரியாகப் பதவி உயர்வு பெற்றதுடன் சுல்தான் இல்தூத்மஷின் அரசவைப் பிரபுக்களில் ஒருவரான இமாதுல் முல்கின் புதல்வியை மணம் முடித்துக்கொண்டார். இவர்களுக்குப் பிறந்தவர்தான் அமீர் குஸ்ரு.

ஏழு அரசர்களின் ஆட்சிக்காலங்களைக் கண்டவர் அமீர் குஸ்ரு. மாறிக் கொண்டிருந்த ஆட்சி யாளர்களின் துதிபாடகராக இருப்பினும் அறிவில் நிகரற்றவராகத் திகழ்ந்தார் குஸ்ரு. ஆன்மிகத்தின் உள்ளார்ந்தக் கூறுகளைக் கண்டடைந்து, அவற்றைத் தனது கவித்திறன் மூலம் காவியப் படைப்புகளாக மாற்றினார். செய்யுட்கள், வரலாற்றுக் காவியங்கள், புனைவுகள், கஜல் பாடல்கள் ஆகிய இலக்கிய

வடிவங்களில் தனித்துவ முத்திரைகளைப் பதித்த, பாரசீக மக்களாலும் போற்றப்படும் இந்தியாவின் பெருமைக்குரிய மகாகவி அமீர் குஸ்ரு.

இயல்பிலேயே மிகுந்த காவியத்திறன் வாய்க்கப்பெற்றவர் அமீர் குஸ்ரு. "காகானியை விடவும் புகழ்பெற்று விளங்குவான்" என்று அமீர் குஸ்ருவின் சிறு வயதிலேயே மகான் ஒருவர் சொன்ன வாக்குப் பலித்தது. தனது இளம்பருவ வாழ்க்கையைக் குறித்து 'துஹ்ஃபதுஸ்ஷிகர்' என்னும் படைப்பில் அமீர் குஸ்ரு சொல்கிறார்:

"கல்வி பயில்வதற்காக என்னை மத்ரஸாவுக்கு அனுப்பி வைத்தார் தந்தை. ஆனால், எனது கவனம் முழுவதும் கவிதை எழுதுவதிலேயே இலயித்திருந்தது. ஆசிரியரான ஸைஃபுத்தீன் முஹம்மத் கல்வியில் என்னைக் கவனம் செலுத்த வைப்பதற்கான கடும் முயற்சிகளை மேற்கொண்டார். நானோ அழகுப் பெண்களின் கன்னக்குழிகளையும் கார் வண்ணக் கூந்தலையும் அவள்மீதான காதலையும் கஜல்களாகப் பாடிக்கொண்டிருந்தேன். இவற்றைச் செவிமடுத்தவர்கள் என்னைப் புகழ ஆரம்பித்தனர்.

ஒரு நாள் காலையில், எனது ஆசிரியரை நகரப்பிரமுகரான காஜா அஸீஸ் தனது இல்லத்துக்கு அழைத்துச் சென்றார். நானும் அவருடன் சென்றிருந்தேன். காஜா இஸ்ஸுத்தீன் என்னும் அறிஞர் ஒருவரும் அங்கே வந்திருந்தார். நாங்கள் செல்லும்போது அவர் ஒரு நூலை வாசித்து அங்கிருந்தவர்களுக்கு அதன் சாரப்பொருளை விளக்கிக்கொண்டிருந்தார். எனது ஆசிரியர் அவரிடம், "எனது மாணவனான இந்தச் சிறுவன் காவியக்கலையின் உச்சத்தைத் தொடுமளவுக்குத் திறமை பெற்றவன். புத்தகத்தை அவனிடம் கொடுங்கள். அதிலுள்ள இரண்டு கவிதைகளை அவனும் வாசிக்கட்டும்" என்றார். காஜா இஸ்ஸுத்தீன் அந்நூலை என்னிடம் தந்தார். அதிலிருந்த கவிதைகளை இனிமையான இராகத்துடன் நான் வாசித்துக் காட்டினேன். அதைச் செவிமடுத்தவர்களின் கண்களில் நீர்த்திவலைகள் ததும்பி வெளியாயின. எனது ஆசிரியர் சொன்னார்: "இவனைப் பொறுத்தவரைக்கும் பாட்டிசைப்பது சுலபமான பணிதான். கவிதை எழுதச் சொன்னால்தான் இவனது முழுத் திறனையும் அறிந்துகொள்ள இயலும்." உடனே காஜா இஸ்ஸுத்தீன் என்னிடம் கவிதைக்குள் உட்படுத்த இயலாத, ஓசை இலயங்களைக் கொண்ட முயீ (ரோமம்), பீத (முட்டை), தீர் (அம்பு), கர்பூஸ் (பப்பாளி) என்னும் கடினமான நான்கு பார்ஸி சொற்களைக் குறிப்பிட்டுக் கவிதை எழுதச் சொன்னார். நான் எழுதினேன்:

ஹர் முயீ கஹ் தர் தோஸுஃபே ஆன் ஸன் மஸ்த் ஸத்
பைஸயே அம்பரீன் பர்ஆன் மவி ஸமஸ்த்
ஸூன் தீர் மதான் ராஸ்தே திலஷ்ற ஷேரா
ஸூன் கர்புஸா தாந்தானஸே மியா ஷீகமஸ்து

(அழகியவளின் கார்முகில் கூந்தல் பாரத்தின்
மெல்லிழைகள் ஒவ்வொன்றிலும்
ஆயிரம் அம்பர் கருக்கொண்டுள்ளன.
அவளது இயல்போ அம்புபோல் நேரானதும்
இதழ்களுக்குள் அடங்கியதோ பப்பாளி பல்முத்தும்)

வேறுபட்ட நான்கு சொற்களை இணைத்து, பெண்ணழகை உவமிக்கும் இந்தக் கவிதை வரிகள் அங்கிருந்தவர்களை மிகவும் கவர்ந்தன. என்னை மிகவும் பாராட்டிய காஜா இஸ்ஸுத்தீன், சுல்தானி என்னும் புனைப்பெயரில் கவிதைகள் எழுதும்படிக் கேட்டுக் கொண்டார்.

எனக்கு அப்போது எட்டு வயதுதான். ஆயினும், கவிதை எழுதுவதில் அதீத நாட்டம் இருந்தது. என் வாயிலிருந்த பால்பற்களுடன் கவிதை முத்துக்களும் உதிர்ந்துகொண்டிருந்தன."

அக்காலகட்டத்தில் அமீர் குஸ்ருவின் தந்தை மரணமடைந்தார். பின்னர், அரசவையில் உயர் பதவி வகித்துவந்த பாட்டனார் இமாதுல் முல்க் பிரபுவின் பாதுகாப்பில் வளர்ந்தார் அமீர் குஸ்ரு. பேரன்மீது அளவற்ற பாசத்தைப் பொழிந்து வளர்த்து வந்தார் பாட்டனார்.

பாட்டனார் இமாதுல் முல்க் பிரபுவைச் சந்திக்க வரும் அறிஞர் பெருமக்களுடன் அமீர் குஸ்ரு நெருங்கிப் பழகினார். இதில், காஜா அஸதுத்தீன் என்னும் ஒரு மாபெரும் அறிஞர்மீது அமீர் குஸ்ரு பெரும் மதிப்பு வைத்திருந்தார். தனது இல்லத்தில் அமீர் குஸ்ருவைத் தங்க வைத்து, கல்வி பயிற்றுவித்தார் காஜா அஸதுத்தீன்.

அமீர் குஸ்ரு தனது காவியக் கலையை எந்தக் கல்விக்கூடத்திலிருந்தும் பயிலவில்லை. அவரது படைப்புத் திறனுக்கோ பிற கலை முயற்சிகளுக்கோ வழிகாட்டி என்று யாருமில்லை. திறமையும் முயற்சியும் மட்டுமே அமீர் குஸ்ருவை மகாகவியாக உருவாக்கின.

நாவசைக்க முயற்சிக்கும் தத்தைபோல், கற்பனையான ஒன்றைக் கண்முன் நிறுத்தியும் கண்ணாடியில் பிரதிபலிக்கும் உருவகங்களிலிருந்தும்தான் நான் கவிதை பயின்றேன். முயற்சி என்னும் பாதரசத்தை கற்பனைக் கண்ணாடியில் பூசிக் காவிய இரசனைக்கு ஒளியூட்டினேன். சிந்தைக்குள் சிறகடிக்கும் ஓசை நயங்கொண்ட கவிதைகளை நுட்பமாக ஆய்வு செய்தேன்.

மகாகவிகளின் படைப்புகளை மிகக் கவனமாகப் படித்தேன். அவற்றில் சிறந்தவற்றைத் தேர்வு செய்தேன். இப்படியாக, எனது காவிய ரசனை வளம் பெற்றது. அன்வரி, ஸனாயி போன்ற மகாகவிகளின் காவியங்கள் எனது கவிதை ஞானத்துக்கு ஒளியூட்டுவதாக அமைந்தன. நான் வாசிக்கிற ஒவ்வொரு கவிதையுமே என்னுடைய கவிதைகளுக்கான முன்னோடியாக அமைந்தது.

இமாதுல் முல்க்கின் இல்லத்துக்கு வரும் இந்திய அறிஞர்களிடமிருந்தும் ஆஃப்கானிஸ்தான், துருக்கிபோன்ற நாடுகளிலிருந்து வரும் இலக்கிய மேதைகளிடமிருந்தும் குஸ்ரு பல்வேறு மொழிகளைக் கற்றறிந்தார். தனக்கு அரபு மொழி வசப்படவில்லை என்ற உண்மையையும் அவர் ஒப்புக்கொள்கிறார். தனது காவியத்திறன் குறித்து அமீர் குஸ்ருவுக்குப் பெரும் மதிப்பு இருந்தது. தன்னைக் குறித்து அலங்காரச் சொற்களில் பாடுகிறார் அமீர் குஸ்ரு:

'அன்வரியின் புழுதிப்படலம் இஸ்ஃபஹானின் அஞ்சனமானது ஆகாயம் அதனை என் விழிகளில் தீட்டியது.'

அமீர் குஸ்ரு 20 ஆவது வயதை அடைந்தபோது பாட்டனாராகிய இமாதுல் முல்க் பிரபு கி.பி. 1273 இல், தனது 113 ஆவது வயதில் மரணமடைந்தார். தன்னை முழுமைபெற்ற மனிதனாக்கியவர் பாட்டனார் என்று நன்றிப் பெருக்குடன் குறிப்பிட்டுள்ள அமீர் குஸ்ரு, பாட்டனாரின் பிரிவை எண்ணிச் சோகத்துடன் ஓர் இரங்கற்பா பாடியிருக்கிறார்.

இமாதுல் முல்க்கின் மரணத்துக்குப் பின்னர் அமீர் குஸ்ரு பிரபுக்கள் சபைக்கான பாடல்களை எழுதிக்கொடுத்து உயிர் வாழ்ந்தார். தொடர்ந்து, டெல்லி சுல்தானாக இருந்த பல்பனின் மூத்த மகனும் முல்த்தான் மன்னருமான இளவரசன் முஹம்மத் கானின் அரசவையில் ஆஸ்தான கவிஞராகப் பொறுப்பேற்றார். போரிலும் வேட்டையிலும் ஈடுபட்டு நாட்டின் பல்வேறு பகுதிகளுக்கும் அலைந்துதிரிந்துகொண்டிருந்த மன்னருடன் சேர்ந்து மகாகவி அமீர் குஸ்ருவும் அலைய வேண்டியதாயிற்று. பயணங்களில் அதிக நாட்டமில்லாதிருந்த அமீர் குஸ்ரு, மன்னரின் அதிருப்திக்குப் பயந்து, தனது விருப்பமின்மையைக் காட்டிக்கொள்ளாமல் இருந்தார்.

முல்த்தான் மன்னரின் அரசவைக் கவிஞராகப் பொறுப் பேற்பதற்கு முன்பே அமீர் குஸ்ரு திருமணம் செய்திருந்தார். மனைவியை டெல்லியில் தங்க வைத்திருந்த அவர் அவ்வப்போது டெல்லிக்குச் சென்று வந்தார்.

அமீர் குஸ்ரு, மன்னர் முஹம்மத் கானுடன் முல்த்தானில் இருக்கும்போது மன்னர், ஸீராஸின் பூங்குயில் என்னும் பெயரில் அறியப்பட்ட, பாண்டித்தியம் நிரம்பிய ஷேக் ஸஅதி ஸீராஸியை தன்னுடைய நாட்டுக்கு வருகை தந்து, அரண்மனை விருந்தினராகத் தங்கியிருக்கும்படி அழைப்பு விடுத்தார். கூடவே கடிதமும் ஏராளமான அன்பளிப்புகளும் அனுப்பிவைத்தார். வயோதிகம் காரணமாக தன்னால் முல்த்தானுக்கு வர இயலாது என்று அறிவிக்கும் பதில் கடிதத்துடன் தன்னுடைய காவியப் படைப்புகளை மன்னர் முஹம்மத் கானுக்கு அனுப்பிவைத்தார் ஷேக் ஸஅதி. தன்னுடைய கையால் எழுதப்பட்ட அந்தக் கடிதத்தில் அமீர் குஸ்ருவை வானளாவப் புகழ்ந்திருந்தார் அவர்.

அக்காலகட்டத்தில் முல்த்தான் மன்னருக்கு அடிக்கடி மங்கோலியரின் படையெடுப்புகளை எதிர்கொள்ள வேண்டிய திருந்தது. கிபி. 1284 இல் மங்கோலியப் படைகளை எதிர்த்துப் போரில் ஈடுபட்டிருந்த முல்த்தான் மன்னர் முஹம்மத் கான் கொலையுண்டார். இப்போரில், மங்கோலியரால் கைது செய்யப் பட்ட ஆயிரக்கணக்கான கைதிகளில் அமீர் குஸ்ருவும் ஒருவர்.

மங்கோலியப் படையினர், மகாகவி அமீர் குஸ்ருவின் கைகளில் விலங்கையும் கழுத்தில் கயிற்றையும் பிணைத்துக் கட்டினர். படை வீரன் ஒருவன் தனது குதிரையில் அமர்ந்து முட்செடிகள் நிறைந்த காட்டுப் பகுதியினூடே மகாகவியின் கால்கள் கற்களிலும் முட்களிலும் பட்டு இரத்தம் வடிய இழுத்துச் சென்றான். கிழிந்துபோன ஆடைகள் முழுவதும் இரத்தம் படிந்தது. அவரது தொண்டை வற்றி வறண்டது. அந்தக் காட்டு வழியில் ஒரு நீர்த்தடாகம் இருந்தது. பயங்கரமான தாகம் மேலிட்ட நிலையில் குதிரையும் வீரனும் அமீர் குஸ்ருவும் தடாகத்தில் இறங்கினர். குஸ்ரு தனது தாகத்தை அடக்கிக் கொண்டு சிறிதளவு நீரை மட்டும் பருகி, தொண்டையை நனைத்துக்கொண்டார். ஏராளமான நீரை ஒரேயடியாகப் பருகிய மங்கோலியப் படை வீரனும் குதிரையும் சிறிது நேரத்தில் அங்கேயே உயிரை விட்டனர். மிகவும் அதிகமாகத் தாகம் மேலிட்ட நிலையில் அதிக அளவு நீரை அருந்துவது உயிருக்கு ஆபத்தை விளைவிக்கும் என்பதை உணர்ந்திருந்த அமீர் குஸ்ரு மட்டும் தப்பித்தார். தளர்ந்துபோய் இயலாத நிலையிலிருந்த அவர் தப்பித் தடுமாறி முல்த்தான் நகரை அடைந்தார். மன்னர் முஹம்மத் கானின் பிரிவுத் துயரால் நகரம் அமைதி பூண்டிருந்தது. அமீர் குஸ்ருவின் 34 ஆவது வயதில் நடந்த சம்பவம் இது.

மன்னரின் பிரிவுத் துயரால் உணர்ச்சிப் பிழம்பாக மாறிய மகாகவி, ஓர் இரங்கற்பா இயற்றினார். அதில், மிகக்கொடூரமான போர்க்களக் காட்சியைச் சித்திரித்திருந்தார்.

மகன் முஹம்மத் கானின் மரணத்தில் மிகுந்த வேதனையுற்ற தந்தை சுல்தான் பல்பனும் மிகச் சீக்கிரமாகவே மரணமடைந்தார். அவரது இரண்டாவது மகனான கைக்கோபாத் டெல்லியின் சுல்தானாக பொறுப்பேற்றார். அயோத்தியில் அப்போது சுல்தானின் பிரதிநிதியாக ஆட்சிசெய்துகொண்டிருந்த மாலிக் அமீர் அலி ஸுர்ஜுக்தாரின் அரசவைக் கவிஞராக இருந்தார் அமீர் குஸ்ரு. மனைவி, குழந்தைகள் டெல்லியிலும், தான் அயோத்தியிலுமாக வாழ்வது முறையல்ல என்று கருதிய அமீர் குஸ்ரு, மாலிக் அமீர் அலியின் ஒப்புதலுடன் டெல்லிக்குத் திரும்பினார்.

இதன்பிறகு அமீர் குஸ்ரு, சுல்தான் கைக்கோபாத்தின் அரசவைக் கவிஞரானார். அதிக காலம் செல்வதற்குள் கைக்கோபாத்தும் கொலையுண்டார். தொடர்ந்து, டெல்லி யின் சுல்தானாக ஜலாலுத்தீன் பொறுப்புக்கு வந்தார். அமீர் குஸ்ருவுடன் மிக நெருக்கமான அன்பைப் பேணி வந்த ஜலாலுத்தீன், ஆண்டொன்றுக்கு 1200 தங்க நாணயங்களை அமீர் குஸ்ருவுக்கு அன்பளிப்பாக வழங்கி வந்தார்.

தனது எழுபதாவது வயதில் டெல்லியின் ஆட்சிப் பொறுப்பை ஏற்றார் ஜலாலுத்தீன். இந்த வயதிலும் சுகபோகியாக வாழ்வதிலேயே அவர் ஆர்வம் காட்டினார். இக்காலகட்டங்களில் அமீர் குஸ்ரு இனிமையான பல்வேறு கஜல்கள் இயற்றினார்.

இரவு நேரங்களில் முஹம்மத் ஷா என்னும் அரண்மனை சங்கீத வித்வான் இசைக்கருவிகளை மீட்பார். பத்ஹா, நுஸ்ரத் காதுன் போன்ற அழகிய குணவதிகளான பாடகிகள் அமீர் குஸ்ருவின் கஜல்களைத் தங்களது இனிமையான குரல்களில் ஆலாபனை செய்வார்கள். நுஸ்ரத் பீவி, மிஹ்ர் அப்ரூஸ் போன்ற நடன மாதுக்கள், இசைக்கேற்ப நாட்டியம் ஆடுவார்கள். கஜல்களுக்கு இசைவான சங்கீதத்தையும் நாட்டியத்தையும் ரசித்தபடி மெய் மறந்து அமர்ந்திருப்பார் சுல்தான் ஜலாலுத்தீன். சுல்தானும் அவரது அரசவையினரும் கேளிக்கை மனோபாவம் தங்களை அழிவை நோக்கிக்கொண்டு செல்லும் என்பதை அப்போது உணரவில்லை. சிறிது காலத்துக்குள் சுல்தானின் மருமகனான அலாவுத்தீன் கில்ஜி, ஜலாலுத்தீனைக் கொன்று அதிகாரத்தைக் கைப்பற்றினார். ஏற்கெனவே கையூட்டுகள் அளித்துஅதிகாரிகளைத் தன் வசப்படுத்தியிருந்தார் அலாவுத்தீன் கில்ஜி.

சிற்றூரைக் கைப்பற்றுவதற்காகச் சென்ற அலாவுத்தீன் கில்ஜியுடன் அமீர் குஸ்ருவும் சென்றிருந்தார். கிபி. 1303 ஜனவரி 27 ஆம் நாளன்று சிற்றூர் கீழ்ப்படிந்தது. இதில், ஏராளமானோர் கொலையுண்டனர். சிற்றூர், கிதிராபாத் என்று பெயர் மாற்றம் செய்யப்பட்டது.

சிற்றூரின் ரஜபுத்திரப் பெண்மணியான பத்மினிமீது அலாவுத்தீன் கில்ஜி காதல் கொண்டார் என்பதாக அடிப்படையற்ற ஒரு கதையுண்டு. அலாவுத்தீனுடன் இருந்த அமீர் குஸ்ரு இது தொடர்பாக எழுதிய எந்தக் குறிப்புகளுமில்லை. சிற்றூர் வீழ்ந்து வீரர்கள் கொலையுண்டது மட்டுமல்ல, அலாவுத்தீனின் ஒவ்வோர் அசைவையும் கவனித்து அவரைப் புகழ்ந்து பாடிக்கொண்டிருந்த அமீர் குஸ்ரு, பத்மினி என்னும் பெண்மீது அலாவுத்தீன் காதல்கொண்டிருப்பார் எனில் நிச்சயமாக அதைப் புகழ்ந்து ஒரு காவியமே இயற்றியிருப்பார். அவரது வரலாற்றுக் குறிப்புகள் எதிலும் இது தொடர்பாக எதுவுமே சொல்லப்படவில்லை.

ஆட்சியாளர் என்னும் நிலையில் தனது பொறுப்பை உணர்ந்திருந்த அலாவுத்தீன் கில்ஜி, நாட்டில் அமைதியை நிலைநாட்டினார். மக்கள் நிம்மதியாகவும் பாதுகாப்புடனும் வாழ்வதற்கான சூழ்நிலைகளை உருவாக்கினார். மதுவைத் தடை செய்தார். விலை உயர்ந்த மதுவகைகள் அனைத்தையும் யானைகள் குடித்துத் தீர்த்தன. பொருட்களை அநியாய விலைக்கு விற்பவர்கள் கடுமையாகத் தண்டிக்கப்பட்டனர். விபச்சாரம் தலை தூக்காமல் இருப்பதற்கான அனைத்து நடவடிக்கைகளையும் மேற்கொண்டார்.

அலாவுத்தீன் கில்ஜியின் படைத்தலைவர்களில் ஒருவரான மாலிக் காஃபூரின் தலைமையில் ஒரு படைப்பிரிவு, தென்னிந்தியாமீது படையெடுத்தது. மதுரைவரை வந்த அவர்கள் திரும்பிச் சென்றனர். அமீர் குஸ்ருவின் 'கஸாயினுல் ஃபுதூஹ்' என்னும் நூலில் இந்தப் போர் குறித்த அனைத்துத் தகவல்களும் உள்ளன. மாலிக் காஃபூரின் ஆதரவாளர்கள் தென்னிந்தியப் போர் பற்றிய அனைத்துக் குறிப்புகளையும் விவரங்களையும் சேகரித்து அமீர் குஸ்ருவுக்கு வழங்கினர். இதன் அடிப்படையில்தான் அமீர் குஸ்ரு கஸாயினுல் ஃபுதூஹை எழுதினார்.

அலாவுத்தீன் கில்ஜியின் ஆட்சிக்காலத்தில்தான் அமீர் குஸ்ருவின் பெரும்பாலான படைப்புகளும் இயற்றப்பட்டன. அக்காலகட்டம் டெல்லியின் பொற்காலமாக இருந்தது. நாட்டில் அமைதியும் நிம்மதியும் நிலவின. திருடர்கள் பயம் குறைந்தது. நுகர் பொருட்கள் குறைந்த விலைக்குக் கிடைத்தன. தலைநகரான

டெல்லியில் பல்வேறு துறைகள் சார்ந்த வல்லுநர்களும் அறிஞர்களும் வந்து குழுமினர். டெல்லியின் முன்னேற்றம், பாக்தாதையும் கெய்ரோவையும் கான்ஸ்டாண்டி நோபிளையும் பின்தங்கச் செய்தது.

நாட்டில் வளமும் அமைதியும் நிலவினாலும் அமீர் குஸ்ருவுக்குச் செலவுக்கேற்ப வருமானம் போதவில்லை. தனது வருமானத்தை அதிகரிப்பது குறித்து அலாவுத்தீன் கில்ஜிக்கு அவர் கவிதை மடல் எழுதினார்.

கவிதை வரியொன்றுக்கு
காகானி பெற்றார் நூறு தினார்
மொர்வ் நகரின் பொன்னிருக்கை முயிஸிக்கு
யானை அளவு பொன்பணம்
ஷா நாமா எழுதிய ஃபிர்தவ்ஸிக்கு
எனினும் பேசப்பட்டது அவரது ஏழ்மை

சுல்தான் மஹ்மூதின் அருள் மனத்தால்
பொன்னில் ஜொலித்தன அன்சாரியின் இல்லம்
முடிவேந்தர் கவிகளுக்கு அளிக்கும் உதவி
இறவாப்புகழ் பெற்ற காவியங்களாகும் – எனவே
கவிகளுக்கு உதவுவது ஜஹான்ஷாவின் கடமை

தாவரம் செழிக்க மழையின் உதவிபோல்
காவியம் செழிக்க மன்னர்கள் உதவி தேவை

இம்மடல் அலாவுத்தீன் கில்ஜிக்கு எரிச்சலூட்டியிருக்க வேண்டும். அமீர் குஸ்ரு தினம்தோறும் அரசவையில் ஆஜராக வேண்டும் என்று அவர் உத்தரவிட்டார். முன்பு எப்போதாவது ஒருமுறை அரசவைக்குச் சென்றால் போதும். மட்டுமல்ல, கவிஞரின் கோரிக்கை ஏற்கப்படவுமில்லை. இந்த இக்கட்டான சூழ்நிலையை அமீர் குஸ்ரு மிகுந்தபொறுமையுடன் எதிர்கொண்டார்.

அக்காலகட்டத்தில் அமீர் குஸ்ருவின் வாழ்க்கையில் மிகப்பெரியதொரு மாற்றம் நிகழ்ந்தது. கிபி. 1273 இல் நிஸாமுத்தீன் அவுலியாவின் சீடரானார் அமீர் குஸ்ரு. இலட்சக்கணக்கான மக்களை இஸ்லாத்தை நோக்கி வரவழைத்த, டெல்லியிலுள்ள நிஸாமுத்தீன் அவுலியா, பண்டிதர்களுக்கும் பாமரர்களுக்கும் ஆன்மிக வழிகாட்டியாக வாழ்ந்துகொண்டிருந்த காலம் அது. அரசர்களும் பிரபுக்களும் அறிஞர்களும் மட்டுமல்ல, சாதாரண மக்களும் இந்த ஆன்மிக வழிகாட்டியின் சீடர்களாக இருந்தனர்.

அமீர் குஸ்ரு தன்னிடம் வருவதை அக உணர்வின் மூலம் அறிந்துகொண்ட நிஸாமுத்தீன் அவுலியா, அவரை வரவேற்பதற்காக ஆட்களை நியமித்தார். அமீர் குஸ்ருவுக்கு அவர் ‘துருக்குல்லா’ (அல்லாஹ்வின் படைவீரன்) என்ற பட்டம்

THE NIZAMUDDIN DARGAH, WITH KHUSRAU'S TOMB ON THE LEFT

வழங்கினார். துருக்கி (கர்ம வீரன்) யின் இதயத்தில் ஜொலிக்கும் அக்னியில் சகல பாவங்களும் இறுதி நாளில் எரிந்து போகும் என்று அறிவித்தார் நிஸாமுத்தீன் அவுலியா.

நிஸாமுத்தீன் அவுலியாவுடன் தொடர்பு ஏற்பட்ட காலம் முதல், அமீர் குஸ்ருவின் கவிதைகளில் தனித்துவ ஒளியும் இனிமையும் ஒன்றுசேர ஆரம்பித்தன. அவரது சிந்தனைகளில் ஆன்மிக அக உணர்வுகள் இடம் பிடித்தன.

கி.பி. 1325 ஏப்ரல் 3 ஆம் நாள் நிஸாமுத்தீன் அவுலியா காலமானார். அமீர் குஸ்ரு அப்போது அயோத்தியில் இருந்தார். அங்கிருந்து திரும்பி வந்த அவர் நிஸாமுத்தீன் அவுலியாவின் மரணச் செய்தியை அறிந்து சோகத்திலாழ்ந்தார். அவரது அடக்கத் தலத்துக்குச் சென்ற அமீர் குஸ்ரு பாடினார்:

தன்முகத்தில் கார்கூந்தல் கலைந்து கிடக்க
மென்குழலாள் மெத்தையில் விழுந்து கிடக்க
ஹே! குஸ்ரு, இப்போது வா இல்லத்துக்கு
உலகைக் கவிந்து கூரிருள் படிந்து விட்டது

இதைப் பாடி முடித்த அமீர் குஸ்ரு மயங்கி விழுந்தார். மீண்டும் நினைவு திரும்பியதும் சொன்னார்:

"என்னுடைய அந்திம காலம் அடுத்துவிட்டது. எனக்குப் பிறகு நீ அதிக காலம் வாழ்ந்திருக்க மாட்டாய் என்று ஷேக் என்னிடம் சொல்லியிருக்கிறார்."

நிஸாமுத்தீன் அவுலியா மரணமடைந்த நான்கு மாதங்களுக்குள் கி.பி. 1325 செப்டம்பர் 27 ஆம் நாள் அமீர்

குஸ்ருவும் மரணமடைந்தார். நிஸாமுத்தீன் அவுலியா அடக்கம் செய்யப்பட்ட இடத்தின் அருகில் அமீர் குஸ்ருவும் அடக்கம் செய்யப்பட்டார். அந்த இடத்தில் இன்றும் மலர்கள் தூவப்படுகின்றன. அமீர் குஸ்ருவின் கவ்வாலிகளும் கஜல்களும் இசைக்கப்படுகின்றன. அவரது நினைவுநாளும் போற்றப்படுகிறது. அந்த இடத்தில் பல்வேறு சுல்தான்களின் அடக்கத்தலங்கள் உள்ளன. ஆனால், மக்கள் யாருமே அவற்றைக் கவனிப்பதில்லை. அந்த நற்பேறு அமீர் குஸ்ருவுக்குக் கிடைத்திருக்கிறது. மகாகவி அமீர் குஸ்ருவின் இந்த அடக்கத்தலம் பாபர், ஹுமாயூன், அக்பர், ஜஹாங்கீர் ஆகியோர்களது ஆட்சிக் காலங்களில் புனரமைக்கப்பட்டது.

இடைக்கால இந்தியாவில், உலகப்புகழ் பெற்ற இலக்கிய மேதைகளில் அதிகம் போற்றப்பட்டவர் மகாகவி அமீர் குஸ்ரு. பாரசீக இலக்கியங்களிலும் அரபு – சமஸ்கிருத இலக்கியங்களிலும் ஆழமான ஆய்வுகள் மேற்கொண்டு, இலக்கியத்திலும் கலைகளிலும் இந்திய முன் மாதிரியை உருவாக்கிய அமீர் குஸ்ரு இசை, கலை, இலக்கியம் ஆகிய துறைகளில் இந்து – முஸ்லிம் ஒற்றுமை என்னும் கருத்தியலுக்கு வடிவம் அளித்தவர்.

மகாகவி அமீர் குஸ்ருவின் சாதனைகள் குறித்துப் புகழ்பெற்ற வரலாற்றாய்வாளரான அல்பைருனி கூறுகிறார்: "யாருடனும் ஒப்பிட்டுப் பார்க்க இயலாத அமீர் குஸ்ருவும் அவரது படைப்புகளும் கருத்துக்களும் சாகாவரம் பெற்றுத் திகழ்ந்து கொண்டிருக்கின்றன. புகழ்பெற்ற எல்லாக் கவிஞர்களும் தங்கள் சாதனைகளை இலக்கியத்தின் ஓரிரு பிரிவுகளில் மட்டுமே நிகழ்த்தியுள்ளனர். கலை சார்ந்த அனைத்துப் பிரிவுகளிலும் உன்னத நிலையை அடைந்தவர் அமீர் குஸ்ரு. கவிதையின் அனைத்து வடிவங்கள்மீதும் அசாதாரணமான தாக்கத்தை உருவாக்கிய அமீர் குஸ்ரு போன்ற இன்னொருவர் கடந்த காலங்களில் பிறந்ததில்லை. இனி, இதுபோன்ற மகாகவி பிறக்கப்போவதுமில்லை."

சென்ற நூற்றாண்டில் வாழ்ந்திருந்த அல்லாமா ஷிப்லி நுஃமானி தனது புகழ் பெற்ற 'ஸிஅருல் அஜமி'யில் விவரிக்கிறார்: "கடந்த 600 ஆண்டுகளில், இந்தியாவில் மகாகவி அமீர் குஸ்ரு போன்ற அசாதாரணத் திறமை பெற்ற ஒருவர் பிறக்கவில்லை. கலைகளும் இலக்கியமும் செழித்து வளர்ந்த பாரசீக மண்ணில்கூட 1000 ஆண்டுகளில் அமீர் குஸ்ரு போன்ற மூன்றோ நான்கோ திறமையாளர்கள்தான் உருவாகியுள்ளனர்."

மகாகவி அமீர் குஸ்ருவை, "மதுவூறும் நாவுகள்கொண்ட பாரதத்தின் பஞ்ச வர்ணக்கிளி" என்று சிறப்பிக்கிறார் அலாவுத்தீன் கில்ஜி.

அக்காலகட்டங்களில் அரசர்களின் தயவின்றிப் பணமோ புகழோ பெற இயலாது. ஆகவே, தனது பெருமளவிலான வாழ்க்கையையும் காவியப் படைப்புகளையும் அரசர்களை அண்மித்தே அவர் மேற்கொள்ள வேண்டியதாயிற்று. அரசர்களால் ஏற்பாடு செய்யப்பட்ட சங்கீத சபைகளில் கலந்துகொண்டார் அமீர் குஸ்ரு.

ஏறத்தாழ நூறாண்டுகளுக்கு முன், டெல்லியில் வாழ்ந்திருந்த மீர்ஸா காலிப் தனது பூர்வீகர்களின் பிறந்த நாடான துரானைப் போற்றிப் பாடினார். ஆனால், 800 ஆண்டுகளுக்கு முன் துருக்கியிலிருந்து இந்தியாவுக்கு வந்து குடியேறிய வம்சாவளியில் பிறந்த அமீர் குஸ்ரு, தான் பிறந்து வளர்ந்த இந்திய தேசத்தின்மீதுதான் பற்றும் பாசமும் கொண்டிருந்தார். இந்தியாவைத் தனது தாயகமாகப் போற்றிய அமீர் குஸ்ரு அதைப் போற்றும் விதமாகக் காவியங்கள் படைத்தார். டெல்லியைப் பற்றியும் மனத்தை மயங்க வைக்கும் பல்வேறு கவிதைகளை எழுதியிருக்கிறார். 'நூஹ் ஸிப்ஹ்ர்' என்னும் தனது படைப்பில்,

இந்த மண்ணே எம் சொந்த மண்
நான் அடைக்கலம் புகுந்த மண்
என் பிரியத்துக்குரிய தாய் மண்

என்கிறார்.

பாரத நாட்டைப் பூலோகத்தின் சொர்க்கம் என்று குறிப்பிடுகிற அமீர் குஸ்ரு அதன் பண்பாடுகள், மதங்கள், இயற்கை வளங்கள், தத்துவங்கள், மொழிகள் குறித்தெல்லாம் பெருமிதம் பொங்கப் பேசுகிறார்: "தத்துவ ஞானத்தால் செழுமை பெற்றது கிரேக்கம் மட்டுமல்ல, நம்முடைய நாடும்தான். இந்தியர்கள் அறிவில் நிகரற்றவர்கள்; எந்த மொழியையும் தெளிவாகப் பேசக் கற்றுக்கொள்பவர்கள். வெளிநாட்டவர்கள் இங்கே வந்து கல்வி கற்றுக்கொள்கிறார்களே தவிர, இங்கிருந்து யாரும் கல்வி கற்பதற்காக வெளியே செல்வதில்லை. தத்துவ ஞானத்தின் அனைத்துக் கூறுகளையும் இங்கே காண இயலும். தர்க்கம், சோதிடம், சமயம், பௌதிகம், கணிதம், வானியல் போன்ற அனைத்துத் துறைகளும் இந்தியாவில் சிறப்புற்று விளங்குகின்றன. உலக வாழ்க்கை குறித்த சமய சாஸ்திரத்தில் மட்டும் இங்கே குழப்பம் நிலவுகிறது. இங்கு மட்டுமல்ல, உலகிலுள்ள அனைத்துப் பிரிவு மக்களிடையிலும் இதில் குழப்பம்தான் நிலவுகிறது. இந்தியர்கள் இஸ்லாத்தில் நம்பிக்கைகொள்ளவில்லை. ஆனால், இவர்களது நம்பிக்கைகளில் பலவும் நம்முடையது போலவே உள்ளன. உதாரணமாக, ஏகத்துவ இறையியலையும் சூனியத்திலிருந்து சிருஷ்டிக்கும் அவனது

வல்லமையையும் இவர்கள் நம்புகிறார்கள். ஆகவே, பிதா, சுதன் நம்பிக்கையாளர்களை விடவும் லோகாயதவாதிகளை விடவும் இவர்கள் சிறந்தவர்கள்தாம். சூரிய சந்திராதிகள் உட்பட்ட அனைத்தையும் வணங்கினாலும் இவை அனைத்தும் இறைவனின் சிருஷ்டிகள் என்பதை ஒப்புக்கொள்கின்றனர். இவற்றைத் தங்களுடைய மூதாதையர் வழிபட்ட காரணத்தால் இவர்களும் வழிபடுகிறார்கள்."

சமூகப் பண்பாட்டுத் துறைகளிலும் அமீர் குஸ்ருவின் பங்களிப்பு பெரும் அளவிலானது. மத சகிப்புத்தன்மையில் முன்னணியில் நின்றிருந்த அவர் இந்து – முஸ்லிம் ஒற்றுமையின் வழிகாட்டியாக இருந்தார். அனைத்து மதங்களையும் உயர்வாகப் போற்றிய அமீர் குஸ்ரு, இசையுலகுக்கு அளித்த கொடைகள் ஏராளம். சிறுவயது முதல் இசையில் அவருக்கு மிகுந்த நாட்டம் ஏற்பட்டிருந்தது. இசைத்திறனில் அமீர் குஸ்ருவுக்கு அனுக்கிரகம் அருளிய ஹஸ்ரத் நிஸாமுத்தீன் அவுலியா 'இசைநாயகன்' என்னும் சிறப்புப் பெயரையும் வழங்கினார். அமீர் குஸ்ருவின் காலகட்டத்தில் வாழ்ந்திருந்த பெரும் புகழ் பெற்ற பாடகர் கோபால் நாயக்குடன், சுல்தான் அலாவுத்தீன் கில்ஜியின் முன்னிலையில் பாடல் போட்டிக்கான ஒரு வாய்ப்பு அமீர் குஸ்ருவுக்குக் கிடைத்தது. குஸ்ருவின் இசைத் திறனில் கோபால் நாயக் கட்டுண்டு நின்றார். இந்திய இசை மரபு சார்ந்து மேலும் அதிகமான தேடுதல்களில் ஈடுபட அமீர் குஸ்ருவைத் தூண்டியவரும் கோபால் நாயக் தான்.

இந்திய இசை மரபு சார்ந்து அமீர் குஸ்ருவின் பங்களிப்புகள் இசையுலகின் ஆழ்ந்த கவனத்திற்குரியவை. அரபு – இந்திய – பாரசீக தாள இலயங்களை ஒன்றிணைத்துப் புதிய வகை இராகங்களை வடிவமைத்தார் அமீர் குஸ்ரு. இது கலாச்சார ஒற்றுமைக்கான அடி நாதமாக அமைந்தது. மஜீர், ஸாஜகிரி, உஷ்ருக், ஸனம், கவ்ல், கவ்வாலி, தரானா என இன்று புகழ்பெற்று விளங்கும் இராகங்கள் அமீர் குஸ்ரு உருவாக்கியவற்றில் சில. புகழ்பெற்ற இசைக்கருவியான சித்தாரின் உருவாக்கமும் குஸ்ருவின் கண்டுபிடிப்புதான். (சித்தாருடன் தொடர்புடைய அமீர் குஸ்ரு, 18 ஆம் நூற்றாண்டில் வாழ்ந்த இன்னொருவர் என்ற கருத்தும் முன்வைக்கப்படுகிறது) இந்திய இசை மரபை நவீனப்படுத்தியதிலும் இசைக்கலைக்கு வளமூட்டியதிலும் அமீர் குஸ்ரு வகித்த பங்கு மறக்க இயலாததும் வியப்பை உருவாக்குவதுமாகும்.

இனிமையாக உரையாடும் இயல்பைக்கொண்ட அமீர் குஸ்ரு அனைவருடனும் அன்பாக நடந்துகொண்டார். அங்கதம்

கலந்து உரையாடும் குணம் எப்போதுமே அவரிடம் இருந்து வந்தது. தொழுகையை முறை தவறாமல் கடைபிடித்து வந்த அமீர் குஸ்ரு ஒரு போதும் மதுவருந்தியதில்லை.

ஒருமுறை மியான் மீரா சாஹிப் என்னும் ஸூஃபி ஞானியைக் காண்பதற்காகச் சென்றிருந்தார் அமீர் குஸ்ரு. ஸூஃபி தங்குமிடத்தின் வாசலில் நின்றிருந்த காவலன் அவரை உள்ளே அனுமதிக்க மறுத்தான். உடனே அமீர் குஸ்ரு ஒரு காகிதத்தில் "தரெ தர்வேஷ் ரா தர்பான் நபாயத்" (தர்வேஷ்கள் தங்குமிடத்தில் வாயிற்காவலர்கள் கூடாது) என்று எழுதிக் காவலனிடம் கொடுத்தனுப்பினார். அதன் கீழ், மீரா சாஹிப், "பி பாயத் தா ஸகெ துன்யா நஆயத்" (உலகம் என்னும் நாய் உள்ளே நுழைந்து விடாமலிருக்க வாயிற் காவலர்களை நியமிக்க வேண்டியதிருக்கிறது) என்று பதிலெழுதி வாயிற் காவலனிடம் கொடுத்து அனுப்பி, குஸ்ருவை உள்ளே அனுமதிக்கும்படி உத்தரவிட்டார்.

இசைக்கலையில் மிகவும் திறமை பெற்று விளங்கிய அமீர் குஸ்ருதான் இந்திய இசை மரபினுள் முதன்முதலாகக் கவ்வாலியையும் கஜலையும் உட்படுத்தியவர். தனது இசை ஆய்வின் தொடக்க காலத்திலேயே இந்திய இசை மரபுக்கும் பாரசீக இசை மரபுக்கும் இடையிலான மிகச் சிறு வேறுபாடுகளை அவர் புரிந்துகொண்டார். தொடர் முயற்சிகளின் விளைவாக இதற்குத் தீர்வு காண்பதிலும் வெற்றி பெற்றார். இந்தியாவில் பெரும்பாலான அரசவைகளிலும் குஸ்ருவுக்குச் சீடர்கள் இருந்தனர். இந்திய இசை மரபில் இருபது புது இராகங்களை உட்படுத்தியதுடன் கவ்வாலி, கஜல்போன்ற புகழ்பெற்ற இசை மரபுகளையும் உருவாக்கிய அமீர் குஸ்ருவை இந்திய இசை வல்லுநர்கள் குருவாக நினைத்துப் போற்றுகின்றனர்.

அமீர் குஸ்ருவின் இந்தி (ஹிந்தவி) மொழிப் பாடல்கள் மிகவும் புகழ்பெற்றவை. எளியோருக்கும் புரிகிற மொழியில் அவர் கவிதைகள் இயற்றினார். கிராமப்புற வாழ்க்கை யின் உயிர்த்துடிப்புகள் அமீர் குஸ்ருவின் கவிதைகளில் மிக அழகாகப் பிரதிபலித்தன. இதன் மூலம் அவர் பாமர மக்களின் மனங்களிலும் இடம் பிடித்தார். பன்முகத்தன்மை கொண்ட வாழ்க்கையைப் பாடிய அமீர் குஸ்ரு, மணப்பெண்ணின் வருகைக் குறித்து, காதலர்களின் பிரிவு குறித்து, வறண்ட பூமியில் மழை பெய்யும்போது ஏற்படும் உற்சாகம் எனப் பல்வேறு விதமான உணர்வுகள் குறித்தெல்லாம் கவிதைகள் பாடியுள்ளார்.

உன் தண்திமிர் உடல் அசைய
மீண்டும் வருகிறாய் என்னிடம்

உன் கண்மணிகள் கனவில் மிதக்கின்றனவே
எங்கு சென்று உழன்றாய் நீ
காதலில் துவண்டு நின்ற யார் மனத்தைக் குளிர்வித்தாய்
நன்றிகொன்றவளே உண்மையைச் சொல்
யூசுஃப் கிணற்றில் மறைந்ததுபோல்
எங்கு மறைத்தாய் உன் எழில் முகத்தை
உன்னை எண்ணித் துவளும் என்னை விட்டு
எங்கு சென்றலைந்தாய் நீ
சுடரும் உன் கன்னத் திரட்சியால்
யார் மனத்தில் படர்ந்தது புது நெருப்பு
நேற்றைய செவ்வானப் பொழுதில்
எந்தக் கிண்ணத்தைக் காலி செய்தாய்
யாரிடம் நீ ஜாடியைத் தந்தாய்
இருள் மறைவில் உயிரூற்றிலிருந்து நீ
ஈரமாக்கியது யார் உதடுகளை
புனுகு பூக்கும் உன் வாசனைப்பூ மேனியைத்
தழுவி நின்றவன் யார்
யாருக்கிணங்க உன் சூட்சிமை பணிந்தது
பருகியவன் யார் உன்னிதழ்களை
உன் கார்முகில் கூந்தலில் அலைந்தவன் யார்
தணியா வேட்கையுடன் உன்னைத்
தழுவி நின்றவன் யார்
உன் கன்னக்கதுப்பின் செவ்வரளி விலகிவிட்டது
வா! குஸ்ரு
தன் எழில் முகத்தைக் காட்டிய
அவள் யாரென்று கூறு.

அமீர் குஸ்ருவின் பாடல்களை இன்றும் வட இந்திய கிராமங்களிலும் நகர்ப்புறங்களிலும் மக்கள் பாடுவதைக் கேட்கலாம். எழுநூறு ஆண்டுகளுக்கு முன் அமீர் குஸ்ரு இயற்றிய பாடல்களின் ஒரு சொல்கூட மாறாமல் இன்றும் அப்படியே பாடப்படுகின்றன. மக்களிடையே அவரது பாடல்களுக்கான மகத்துவத்தையும் ஆர்வத்தையும் இதிலிருந்தும் புரிந்துகொள்ள இயலும். மழைக்காலம் முடிவுறும் காலத்தில் கிராமப் பகுதிகளிலுள்ள இளவயது ஆண்களும் பெண்களும் மரக்கிளைகளில் ஊஞ்சல் கட்டி ஆடும்போது, அமீர் குஸ்ருவின் குதூகலமூட்டும் பாடல்களைப் பாடுவது வழக்கமாக நிகழ்ந்து வருகிறது. இளைஞர்கள் மட்டுமல்ல, சிறுவர் – சிறுமிகள்கூட இதைப் பாடுவதைப் பார்க்கலாம்.

வரலாற்றாய்வாளர் என்ற நிலையிலும் அமீர் குஸ்ருவின் பங்களிப்பு அளப்பரியது. அவரது அனைத்துப் படைப்புகளிலும் அக்காலகட்டத்தின் வரலாற்றுத் தகவல்கள் பதிவாகியுள்ளன. கிபி. 1310 இல் இயற்றிய ‘கஸாயினுல் ஃபுதூஹ்’, கிபி. 1315 இல் இயற்றிய ‘இஸ்கியா’, கிபி. 1316 இல் இயற்றிய ‘நூஹ் ஸிபிஹ்ர்’, 1321 இல் இயற்றிய ‘துக்ளக் நாமா’ ஆகிய படைப்புகளின்

MUGHAL ILLUSTRATED PAGE FROM THE HASHT-BIHISHT, METROPOLITAN MUSEUM OF ART

உள்ளடக்கம், வரலாற்றுடன் மிக நெருங்கிய தொடர்புள்ளவை. அக்காலகட்டத்தின் சமூக, கலாச்சார வாழ்வியலின் வரலாற்று ரீதியான விளக்கங்கள் இந்தப் படைப்புகளில் காணக்கிடைக்கின்றன. துக்ளக் நாமாவை முழுமையான ஒரு வரலாற்று நூலாகவே கொள்ளலாம். சுல்தான் கியாசுத்தீன் துக்ளக்கின் ஆட்சிக்காலத்தில் எழுதப்பட்ட இந்நூல் அக்காலகட்டத்திலுள்ள மக்களின் வாழ்க்கைக் குறித்தும் ஆட்சி முறைகள் குறித்தும் பேசுகிறது. குறிப்பிட்ட காலகட்டம் சார்ந்து வேறெங்கும் இல்லாத பல்வேறு வரலாற்றுத் தகவல்கள் இந்தப் படைப்பில் காணக்கிடைப்பதாக வரலாற்றாய்வாளர்கள் தெரிவிக்கின்றனர். கஸாயினுல் ஃபுதூஹின் வரலாற்றுப்பூர்வமான சிறப்பு அலாவுத்தீன் கில்ஜி நடத்திய போர்களும் அவர் பெற்ற வெற்றிகளும் குறித்தது. இஸ்கியா, அலாவுத்தீன் கில்ஜியின் புதல்வன் கிஸர்கானுக்கும் குஜராத் அரசரான கரணின் புதல்வி துவல் ராணிக்கும் இடையிலான காதலையும் அது தொடர்பான வரலாற்று நிகழ்வுகளையும் சொல்கிறது.

அமீர் குஸ்ருவின் படைப்புகள்

இந்தி, உருது, பார்ஸி ஆகிய மொழிகளில் அமீர் குஸ்ரு 99 நூல்கள்வரை எழுதியிருப்பதாகச் சொல்லப்படுகிறது. இதில் 22 படைப்புகள் மட்டுமே தற்போது காணக் கிடைக்கின்றன. இவற்றில் பாரசீக மொழியிலான அமீர் குஸ்ருவின் ஐந்து காவியத் தொகுப்புகள், ஒன்பது மஸ்னவிகள், கஜல் பாடல்களின் பல்வேறு தொகுப்புகள் ஆகியவற்றுடன் இஜாஸே குஸ்ரவி, கஸாயினுல் ஃபுதூஹ், அஃப்ஸலுல் ஃபவாயித் ஆகிய மூன்று உரைநடைக் காவியங்களும் உட்படும். குஸ்ரு இந்தி மொழியில் எழுதிய 'காலிக் பாரி', 'ஹாலாத்யே கனையா, 'நஸரானாயே ஹிந்தி' ஆகிய மூன்று நூல்களில் தற்போது காலிக் பாரி மட்டும் கிடைக்கிறது. குஸ்ருவின் இந்திப் படைப்புகளில் விடுகதை இலக்கியமும் உட்படும்.

நூல்களின் முன்னுரையில் வரிகளின் எண்ணிக்கை, எழுதிய காலகட்டம், சூழ்நிலை போன்றவற்றையும் அமீர் குஸ்ரு குறிப்பிட்டிருக்கிறார். அவரது படைப்புகளில் ஐந்து காவியத் தொகுப்புகளும் ஒன்பது மஸ்னவிகளும் ஏராளமான கஜல்களும் இன்றும் பயன்பாட்டிலுள்ளன.

துஹ்ஃபத் துஸ்ஸிக்ர்: அமீர் குஸ்ரு தனது பதினாறு வயது முதல் பத்தொன்பது வயது வரையிலான காலகட்டங்களில் எழுதி, கிபி. 1273இல் தொகுத்த முதல் கவிதை நூல். முன்னுரையில், தனது தொடக்கக் கால வாழ்க்கையைப் பற்றிக் குறிப்பிட்டுள்ளார். ஒவ்வொரு கஸீதாக்களின் தொடக்கத்திலும் அதன் உள்ளடக்கம் குறித்து இரண்டு வரிகள் சேர்க்கப்பட்டுள்ளன. இப்படைப்பிலுள்ள எல்லா ஈரடிகளையும் சேர்த்தால் ஒரு கஸீதாவாக அமைகிறது. தொகுப்பிலுள்ள பெரும்பாலான கஸீதாக்களும் சுல்தான் கியாசுத்தீன் பல்பனையும் அவரது மூத்த மகன் சுல்தான் நஸீருத்தீனையும் புகழ்ந்து பாடியவை. இதில், சுல்தான் கியாசுத்தீன் பல்பனின் ஆலோசகர்களில் ஒருவரான, தனது பாட்டனார் இமாமுல் முல்க் குறித்து இரங்கற்பாவும் எழுதியிருக்கிறார். இப்படைப்பை சுல்தானி என்னும் புனைப்பெயரில் எழுதியிருக்கிறார் அமீர் குஸ்ரு. இளமையின் தொடக்கக் காலத்தில் மகாகவிகளான அன்வரி, காகானி போன்றவர்களின் முறையியலைப் பின் தொடர முயற்சிசெய்திருக்கிறார் அமீர் குஸ்ரு. ஆனால், அது அவருக்குக் கை கூடவில்லை.

வஸ்துல் கயாத்: கிபி. 1285இல் தொகுக்கப்பட்ட இந்நூல் குஸ்ருவின் இரண்டாவது காவியப் படைப்பு. அவரது 20 முதல் 24 வயது வரையிலும் 32 முதல் 33 வயது வரையிலும்

எழுதிய இக்கவிதைகளில் அக்காலகட்டம் சார்ந்த நிகழ்வுகள் பதிவாகியுள்ளன. நூலின் தொடக்கத்தில் தனது வாழ்க்கையில் நடந்த முக்கிய சம்பவங்களை விவரிப்பதுடன் மேலும், மூன்று நூல்கள் எழுதவிருப்பது பற்றிய குறிப்பும் தந்துள்ளார். இதிலுள்ள கஸீதாக்களில் பெருமளவும் சுல்தான் முஹம்மத் ஸஹீதைப் புகழ்ந்து பாடியவை. இத்துடன் அவரது இரங்கற்பாவும் இடம் பெற்றுள்ளது. இப் படைப்பிலுள்ள கஸீதாக்கள் மனத்தைக் கவரும் வசீகரத்தன்மை கொண்டவை. வரலாற்று ரீதியாகவும் கலையம்சம் சார்ந்தும் இதிலுள்ள கஸீதாக்கள் மிக அழகிய முறையில் கவிதைகளாகப் பதிவாகியுள்ளன. மகாகவி காகானியையும் கமால் அஸ்ஃபஹானையும் அமீர் குஸ்ரு பின்பற்றியிருப்பதை இதில் காண முடிகிறது.

ஸுர்ரதுல் கமால்: அமீர் குஸ்ருவின் 34 முதல் 43 வயது வரையிலான காலகட்டம் சார்ந்தக் கவிதைகள். அவரது மூன்றாவது கவிதைத் தொகுப்பான இந்நூல், கிபி. 1274இல் தொகுக்கப்பட்டது. இந்தியாவில் எழுதப்பட்ட பாரசீகக் கவிதைகளை இதில் அறிமுகம் செய்வதுடன் அவற்றை விமர்சனப் பார்வையுடன் அணுகுவதாக நூலின் முன்னுரையில் குறிப்பிடப்பட்டுள்ளது. அமீர் குஸ்ருவின் மிகப்பெரிய காவியத் தொகுப்பான இந்நூலில் அவரது புகழ்பெற்ற 'ஜன்னாதில் நஜாத்', 'மிராத்துஸ்ஸஃபா', 'தரியா அப்ரார்' ஆகிய கஸீதாக்கள் இடம் பெற்றுள்ளன.

பகியா நகியா: கிபி. 1316இல் எழுதி முடிக்கப்பட்ட இந்நூல், குஸ்ருவின் நான்காவது கவிதைத் தொகுப்பு. இதிலுள்ள கஸீதாக்கள் அமீர் குஸ்ருவின் முதுமை காலத்தில் எழுதப்பட்டவை. இதில், பழைமைவாதிகளுக்குப் பதில் சொல்வதுபோல் எழுதப்பட்ட கஸீதாக்களும், அலாவுத்தீன் கில்ஜியின் இரங்கற்பாவும் இடம் பெற்றுள்ளன. தனக்கு முந்திய காலத்தில் வாழ்ந்த கவிஞர்களுக்குப் பதில் சொல்வதுபோல் எழுதப்பட்டவை இந்த கஸீதாக்கள்.

நிஹாயதுல் கமால்: குஸ்ருவின் ஐந்தாவது படைப்பான, பல்வேறு இலக்கிய அம்சங்கள் நிரம்பிய இக்கவிதைத் தொகுப்பு சுல்தான் கியாசுத்தீனின் மரணம் குறித்தும் சுல்தான் முஹம்மத் துக்ளக் அரியணையில் அமர்ந்தது குறித்தும் பேசுகிறது. கஜல் பாடல்களின் இந்த இசைக்காவியத்தில் குத்புத்தீன் முபாரக் கில்ஜி மீதான இரங்கற்பாவும் அவரது வாரிசு குறித்த வாழ்த்துப்பாவும் இடம் பெற்றுள்ளன. சில கஸீதாக்களில் ஆன்மிகமும் மெய்ஞ்ஞானமும் குறித்த விளக்கங்கள் இடம் பெற்றுள்ளன.

கிரானுஸ்ஸாதைன்: கிபி. 1289இல் இந்தப் படைப்பை எழுதி முடித்தார் அமீர் குஸ்ரு. பரஸ்பரம் பகைமைகொண்டிருந்த

ALEXANDER VISITS THE SAGE PLATO, FROM THE KHAMSA OF AMIR KHUSRAU

கைக்கோபாதுக்கும் புக்ராகானுக்கும் இடையிலான கடிதத் தொடர்புகளும் அமைதிப் பேச்சு வார்த்தையும்தான் இதன் உள்ளடக்கம். குஸ்ருவின் சாகாவரம் பெற்ற படைப்பாகக் கருதப்படும் இந்தக் கவிதைத் தொகுப்புக்கு வரலாற்று ரீதியான முக்கியத்துவம் இல்லை எனினும் படைப்பு ரீதியாக மிகவும் புகழ்பெற்றது.

மிஃப்தாஹுல் ஃபுதூஹ்: கிபி. 1291இல் இயற்றப்பட்ட இவ்வரலாற்றுக் காவியம் சுல்தான் ஜலாலுத்தீன் ஃபிரோஸ் கில்ஜியின் வெற்றிகளையும் அவர் அடைந்த இலாபங் களையும் பேசுகிறது. சிறிதும் மிகைப்படுத்தல் இல்லாத இந்த மஸ்னவியின் மொழியும் நடையும் மிக எளிமையாக அமைந்துள்ளன.

இஸ்கியா: கிபி. 1315இல் இயற்றப்பட்ட இந்த மஸ்னவி 'மல்சூர் – ஸாகி' என்னும் பெயரிலும் வழங்கப்படுகிறது. இது, குஜராத் அரசகுமாரி துவல் ராணிக்கும் சுல்தான் அலாவுத்தீன் கில்ஜியின் புதல்வன் கிஸர்கானுக்கும் இடையிலான காதலை மையப் படுத்திய ஈரடிக் கவிதைகள்.

நூஹ் ஸிபிஹ்ர்: கிபி. 1318இல் எழுதப்பட்ட இந்த மஸ்னவி, வரலாற்று ரீதியாக முக்கியத்துவம் வாய்ந்தது. ஒன்பது அத்தியாயங்கள்கொண்ட இதன் ஒவ்வொரு அத்தியாயமும் வெவ்வேறு கவிதை வடிவங்களில் எழுதப்பட்டுள்ளன. நூஹ் ஸிபிஹ்ர் (ஒன்பது ஆகாயங்கள்) என்னும் இம்மகத்தான காவியப் படைப்பில் வேறுபட்ட வடிவ உத்திகளைக் கையாண்டுள்ளார் அமீர் குஸ்ரு. இதன் ஒரு அத்தியாயம் தான்பிறந்த மண்ணான பாரதத்தின் பெருமையைப் பேசுவதாக அமைந்துள்ளது. பாரதத்தை இதில் பூலோகத்தின் சொர்க்கம் என்று வர்ணித்திருக் கிறார் அமீர் குஸ்ரு.

துக்ளக் நாமா: அமீர் குஸ்ருவின் வரலாற்று முக்கியத்துவம் வாய்ந்த மஸ்னவிகளில் இது இறுதிப் படைப்பு. இதன் உள்ளடக்கம், கியாசுத்தீன் துக்ளக்கின் வெற்றியையும் அவரது வாழ்க்கையையும் குறித்துப் பேசுகிறது. தனது மரணத்துக்குச் சில நாட்களுக்கு முன் இதை எழுதி முடித்ததாகச் சொல்லப்படுகிறது. பிற வரலாற்றுக் காவியங்களில் சொல்லப்படாத பல்வேறு விஷயங்கள் இதில் சொல்லப்பட்டுள்ளன.

குதாயே சுகன் (காவியக் கலையின் தலைவன்) என்ற சிறப்புப் பெயரால் குறிப்பிடப்படும் மகாகவி நிஸாமி கன்ஜவியின் 'கம்சா' என்னும் ஐம்பெரும் காப்பியங்களை விஞ்சுவதுபோல் அமீர் குஸ்ரு, 'கம்சா எ குஸ்ரு' என்னும் பெயரிலான தனது காவியப் படைப்பை கிபி. 1298 முதல் 1302 வரையிலான காலகட்டங்களில் எழுதி முடித்தார்.

மதனுல் அன்வார்: மகாகவி நிஸாமி கன்ஜவியின் ஐம்பெரும் காப்பியங்களின் முதல் மஸ்னவியான 'மக்ஸனுல் அஸ்ரா'ருக்குப் பதிலாக அமீர் குஸ்ரு இயற்றிய ஐம்பெரும் காப்பியங்களின் முதல் மஸ்னவியான மதனுல் அன்வார் என்னும் இந்நூல், 1298இல் எழுதப்பட்டது.

ஷிரின் குஸ்ரு: நிஸாமியின் 'குஸ்ரு – ஷிரின்' காவியத்தை அடிப்படையாகக் கொண்டு கிபி. 1298இல் எழுதப்பட்டது.

மஜ்னு – லைலா: நிஸாமியின் 'லைலா – மஜ்னு'வை அடிப்படையாகக்கொண்டு கிபி. 1299இல் எழுதப்பட்டது.

ஆயீனே சிக்கந்தரி: நிஸாமியின் 'சிக்கந்தர் நாமா'வை அடிப்படையாகக்கொண்டு கிபி. 1299இல் எழுதப்பட்டது.

ஹஸ்த் பகிஸ்த்: நிஸாமியின் 'ஹஃப்த் பைகா'ரை அடிப்படையாகக்கொண்டு கிபி. 1302இல் எழுதப்பட்டது.

மகாகவி நிஸாமி கன்ஜவியின் உலகப் புகழ் பெற்ற ஐம்பெரும் காப்பியங்களுக்கு நிகராக அமீர் குஸ்ரு இயற்றிய

ஐம்பெரும் காப்பியங்களும் பாரசீக விமர்சகர்களால் மிகவும் போற்றப்பட்டன. இரண்டும் சொல்முறை, வடிவ உத்திகளில் தனித்துவம் பெற்றுச் சமநிலையில் இருந்தாலும் இருவரது படைப்புகளும், அதன் தன்மைகள், உள்ளடக்கம் சார்ந்து வேறுபட்டு விளங்குகின்றன.

மேற்குறிப்பிட்ட படைப்புகளின் ஒப்பீட்டாய்விலிருந்து அமீர் குஸ்ருவின் காவியக்கலைச் சிறப்பை யூகித்துவிட இயலும். மஸ்னவி, கஸீதா, கஜல், ருபாயி போன்ற கவிதைகளின் எல்லா வடிவங்களும் அமீர் குஸ்ருவுக்குக் கைவரப்பெற்றிருந்தன. உரைநடைக் காவியத்திலும் அவரது கைத்திறன் சிறப்புக்குரியது.

அமீர் குஸ்ரு பாரசீக மொழியில் எழுதிய ஐந்து காவியத் தொகுப்புகள், ஒன்பது மஸ்னவிகள், கஜல் பாடல்களின் பல்வேறு தொகுப்புகள் ஆகியவற்றுடன் ‘இஜாஸே குஸ்ரவீ, ‘அஃப்ஸலுல் ஃபவாயித்’, ‘கஸாயினுல் புதூஹ் போன்ற உரைநடைக் காவியங் களும் ‘காலிக் பாரி’ என்னும் மொழியியல் அகராதியும் இன்றும் காணக் கிடைக்கின்றன.

இஜாஸே குஸ்ரவீ: மூன்று பாகங்கள்கொண்ட உரைநடைக் காவியமான குஸ்ருவின் இந்நூல், மொழிப்பிரயோகம், வசன நடை ஆகியவற்றில் கையாளப்பட வேண்டிய நேர்த்திகளை விவரிக்கிறது. இதில் அவர் பல்வேறு அலங்காரப் பிரயோகங்களையும் கையாண்டுள்ளார். ஐந்து சிறு புத்தகங்களாக வேறுபடுத்தப்பட்ட இந்நூல், கிபி. 1319 இல் எழுதப்பட்டது. சுல்தான் அலாவுத்தீன் கில்ஜியைப் பற்றிய விவரணைகளும் குறிப்புகளும் இதில் இடம் பெற்றுள்ளன. இந்நூல் வரலாற்று ரீதியாகவும் ஆய்வாளர்களிடையே மிகுந்த கவனம் பெற்றது.

அஃப்ஸலுல் ஃபவாயித்: இது ஒரு வசன காவியம். அமீர் குஸ்ரு தனது ஆன்மிகக் குருவான ஹஸ்ரத் நிஸாமுத்தீன் அவுலியாவின் மேன்மை மிகுந்த கருத்துகளை வசன கவிதை வடிவத்தில் இதில் தொகுத்திருக்கிறார். கிபி. 1319இல் இப்படைப்பின் ஒரு பகுதியை அவர் நிஸாமுத்தீன் அவுலியாவுக்குச் சமர்ப்பணம் செய்ததாகவும் ஹஸ்ரத் நிஸாமுத்தீன் அவுலியாவுக்கு இது பெரும் மகிழ்ச்சியை அளித்ததாகவும் சொல்லப்படுகிறது. அமீர் குஸ்ரு, நஜ்முத்தீன் ஹஸன், மௌலானா வஜீஉத்தீன் காலீ, மௌலானா ஸிஹாபுத்தீன் மேவாரி, மௌலானா புர்ஹானுத்தீன் கரீப் போன்ற பல்வேறு புகழ்பெற்ற ஆன்மிகக் கவிஞர்கள் கலந்துகொண்ட அறிவார்ந்த பல்வேறு விஷயங்கள் இதில் விவாதிக்கப்படுகின்றன. தத்துவங்களின் அடிப்படைகள் குறித்து விவாதித்த பல்வேறு முக்கியக் கருத்தரங்குகள் குறித்தும் இப்படைப்பில் விவரிக்கப்பட்டுள்ளன.

கஜலில் ஸஅதி ஸீராஸியையும் மஸ்னவியில் நிஸாமி கன்ஜவியையும் கஸீதாவில் ரஜீஉத்தீன் நிஸாப்பூரியையும் அறிவுரைகளிலும் தீர்க்கதரிசனங்களிலும் ஹகீம் ஸனாயியையும் தனது முன்னோடிகளாக அறிவித்த அமீர் குஸ்ரு, "நான் ஒரு போதும் இலக்கிய மோசடியில் ஈடுபட மாட்டேன். என்னுடைய கவிதைகள் ஸூஃபிகளின், மதப் பண்டிதர்களின் அனுமானங்கள் அல்ல" என்று குறிப்பிட்டுள்ளார். அமீர் குஸ்ருவின் கஸீதாக்கள் பொருட்சுவை, சொற்செறிவு ஓசை நயம், அழகியல் பாவனைகளில் தனித்துவமானவை. அவரது இரங்கற்பாக்கள், சோக உணர்வையும் கருணை மனத்தையும் உரக்கச் சொல்பவை.

கஸாயினுல் ஃபுதூஹ்: 'தாரிகே அலாயி' என்ற பெயரிலும் அறியப்படும் இவ்வுரை நடைக் காவியம் கிபி. 1311இல் எழுதி முடிக்கப்பட்டது. இதில் அலாவுத்தீன் கில்ஜியின் ஆட்சிக் காலத்திய நிகழ்வுகள், இடம் பெற்றுள்ன தேவகிரியைக் கைப்பற்றுவதற்கான அலாவுத்தீன் கில்ஜியின் படைப்புறப்பாடு, ஆட்சி முறை, நூருல் உர்தலின் அமைப்பு, மஸ்ஜிதே ஜாமிஆ ஹஸ்ரத் அமைப்பு, அதன் அழகு, தேவகிரி கோட்டையின் மறுகட்டுமானம், அதன் அலங்காரங்கள், மொகலாயரின் போரும் வெற்றியும், இரண்டாம் தவ்ர் வெற்றி, மால்வா – மாம்டு வெற்றி கள், சிற்றூர் தவ்ரில் வெற்றி, தேவகிரிப் பயணம், வாரங்கல் வெற்றி, தேவகிரி மன்னர் இராமதேவனுடன் போர், மொகலாயப் படைகள் பின்வாங்குதல், இறைவனிடம் பிரார்த்தனை செய்தல் போன்றவை இடம் பெற்றுள்ளன.

காலிக் பாரி: இப்படைப்பின் காலகட்டம் குறித்து ஆய்வாளர்களிடையே முரண்பட்ட கருத்துகள் உள்ளன. இதன் மிகவும் முந்திய கையெழுத்துப் பிரதி, கிபி. 1336 இல் எழுதப்பட்டது. இது அரபி, பார்ஸி, துருக்கி, இந்தி மொழிச்சொற்கள் தொகுக்கப்பட்ட ஒரு மொழியியல் நூல்.

அமீர் குஸ்ருவின் மிக முக்கியப் படைப்பான காலிக் பாரி, குழந்தைகள் கல்வியை நோக்கமாகக் கொண்டு எழுதப்பட்டது. உரைநடை வடிவத்தில் ஏராளமான வினோதக் கதைகள் இருப்பதால் மிக எளிதாக குழந்தைகளால் புரிந்துகொள்ள உதவும் வகையில் இது எழுதப்பட்டுள்ளது.

காலிக் பாரியை இயற்றியவர் அமீர் குஸ்ரு அல்ல என்று கருதுகிறவர்களும் உண்டு. பேராசிரியர் ஸீரானியின் கருத்துப்படி இதை எழுதியவர் மாமன்னர் ஜஹாங்கீரின் ஆட்சிக்காலத்தில் வாழ்ந்த ஸியாவுத்தீன் குஸ்ரு. இதற்குச் சான்றாக அவர், காலிக் பாரியில் பயன்படுத்தப்பட்ட பல்வேறு சொற்களைச்

சுட்டிக்காட்டுகிறார். ஸீரானியின் துணிபுகளை ஏற்க மறுத்த ஆய்வாளர்கள் பலர், காலிக் பாரியின் ஆசிரியர் அமீர் குஸ்ருதான் என்று உறுதிபட தெரிவித்துள்ளனர்.

வஹேலிகளும் முக்ரிகளும் பாடல்களும்

அமீர் குஸ்ரு, பாரசீக மொழியை விடவும் இந்தி மொழியில்தான் அதிகக் கவிதைகள் எழுதியதாகச் சொல்லப்படுகிறது. இதில் விடுகதைகளும் முக்ரி (விடுகதைபோன்ற கதை) களும் ஈரடிகளும் பிற பாடல்களும் தவிர வேறு எதுவும் கிடைக்கவில்லை.

குஸ்ருவின் விடுகதைகள் இரண்டு வடிவங்களில் உள்ளன. சில கதைகளில் அதற்கான விடை ஓரளவு மட்டுமே மறைவாக இருப்பதால் உடனடியாகக் கண்டு பிடித்து விட இயலும். வேறு சிலவற்றில் விடையைக் கண்டு பிடிப்பது சிரமமாக இருக்கும். முக்ரி ஒருவகையான விடுகதைதான். ஆனால், இதற்கான விடை, கேள்வி – பதில் வடிவத்தில் அமைந்திருக்கும். இரண்டோ மூன்றோ கேள்விகளில் அதற்கான விடை தென்படுவது ‘தோஸ°கானா’ என்று குறிப்பிடப்படுகிறது. இந்தியிலும் பார்ஸியிலுமுள்ள குஸ்ருவின் படைப்புகள் இலக்கியத்திற்கான மாபெரும் நன்கொடைகள். ஆனால், இவற்றில் பல இன்று கிடைக்கவில்லை என்பதுதான் வேதனைக்குரிய உண்மை.

பார்ஸியும் இந்தியும் கலந்த கஜல் (காதலைக் கருப்பொருளாகக்கொண்ட பாடல்) களை முதன்முதலாக எழுதியவர் அமீர் குஸ்ருதான்.

சுயவாதைமீது எனக்கு இரக்கமில்லை
கதை பேசுகின்றனவே கொஞ்சும் உன் கூர்விழிகள்
எனது பொறுமை வரம்பின்மீதிருக்கிறது
ஓ! நெஞ்சிற்கினியவனே
உன் மனக்கூட்டுக்குள் என்னை ஏன் ஏந்திச் செல்லவில்லை
தனித்த இரவுகள் தாரளகம்போல் நெடிதடர்ந்துள்ளன
உன்னுடன் இணைந்த தினம் ஆயுள்போல் அற்பமானது
இச்சைமிகு இனியவரைக் காணவியலாது
கருமைகொண்ட இரவுகள் கழிவதெப்படி
மனமிருப்பதுபோல், மயக்கும் இரு விழிகளுள்ளன
பலநூறு மாயங்களால் மாசுற்ற மனம் அலைபாய்கிறது
யாரிடம் சென்று முறையிடுவது
என் இனியவருக்கு, இச்சைமிகு எந்தன் நிலைக்கு
தீபம் பிரகாசிக்கிறது; அணுக்கள் திளைக்கின்றன
சதா பொழுதும் அலைகிறேன் காதல் சுடருடன்
இமைகள் துஞ்சுவதில்லை, மெய்யில் அமைதியில்லை
எந்தச் செய்தியும் நான் அறிவதில்லை, சொல்வதுமில்லை
இச்சை மிகுந்த என்னவருடன் இணைந்திருக்கும் அந்நாளை

சிறப்பிக்கும் வகையில் பன்னெடுங்காலம்
என்னைப் பரவசப்படுத்துவார் யார்
ஓ! குஸ்ரோ...
மனதை நான் கட்டுக்குள் வைக்கவிருக்கிறேன்
காந்தனிடம் செல்லும் காலம் வரும் வரை

இந்தி மொழியின் முதல் கவிஞர்

பல்வேறு துறைகளில் வல்லமை பெற்று விளங்கியவர் அமீர் குஸ்ரு. திறமையான போர் வீரரும் புகழ்பெற்ற கவிஞரும் சிறந்த உரை நடை ஆசிரியரும் தேர்ந்த சங்கீத வித்வானுமாக இருந்த குஸ்ரு, ஏறத்தாழ 700 ஆண்டுகளுக்கு முன் பயன்படுத்திய 'கரிபோலி' மொழிதான் இன்று இந்தி மொழியாக மாற்றம் பெற்றிருக்கிறது. கரிபோலி இந்தியின் முதல் கவிஞர் என்னும் தகுதி அமீர் குஸ்ருவுக்கு உண்டு என்பதை இந்தி மொழி சார்ந்த மிக முக்கிய படைப்பாளிகள் அனைவரும் ஒப்புக்கொண்டுள்ளனர்.

குஸ்ருவின் இந்தி (ஹிந்தவி) படைப்புகளின் முதல் தொகுப்பை 'ஜவாஹிரே குஸ்ரவி' என்னும் தலைப்பில் 1918 இல் மௌலானா ரஷீத் அஹ்மத் ஸலாம், அலிகாரில் வெளியிட்டார். இரண்டாவது தொகுப்பை 'குஸ்ரு கி ஹிந்தி கவித' என்னும் பெயரில் 1922 இல் ஸ்ரீ பிரஜ ரத்னதாசின் முயற்சியில் காசிநாகரி பிரச்சாரிணி சபை வெளியிட்டது.

'லைஃப் அண்ட் ஒர்க்ஸ் ஆஃப் குஸ்ரு' என்னும் தனது நூலில் முனைவர் முஹம்மத் வாஹித் மீர்ஸா, குஸ்ரு வாழ்ந்திருந்த காலத்தில் அவரது இந்திக் கவிதைகள் தொகுக்கப் படவில்லை என்பதை ஆதாரங்களுடன் நிரூபித்துள்ளார். அவரது கருத்துப்படி, இன்றைய தொகுப்புகள் அனைத்தும் ஆர்வலர்களால் சேகரிக்கப்பட்டவை. ஏனெனில் இவற்றின் மொழி வடிவம் காவியம் எழுதப்பட்ட காலகட்டங்களிலிருந்து வேறுபட்டதாக உள்ளது.

குஸ்ரு, இந்தி என்று குறிப்பிட்ட மொழி, இன்றைய இந்தி மொழிதானா என்பது விவாதத்திற்குரியது. மொழியியல் அறிஞர்கள் பலர் இது, பிரஜ மொழி என்று சொல்லும் போது, வேறு சிலர் இதை கரிபோலி மொழி என்கின்றனர். குஸ்ருவின் படைப்புகள் கரிபோலியும் பிரஜ மொழியும் கலந்த வடிவத்தில் அமைந்திருப்பதான கருத்தும் முன்வைக்கப்படுகிறது. வஹேலியிலும் முக்ரியிலும் கரிபோலி மொழியைப் பயன்படுத்திய குஸ்ரு, பாடல்கள், தோஹாக்கள், பிரஜ மொழிக்கு முக்கியத்துவம் அளித்திருக்கிறார். கரிபோலி அன்றைய வழக்கு மொழியாக இருந்தது. குஸ்ருவின் விடுகதைகளில் அதிகமும் வாய்மொழியாகப் பகிரப்பட்டவை. ஆகவே, பின்னர் இவை மக்களின்

விருப்பத்திற்கேற்ப மாறுதல்களுக்கு உள்ளாயின. பல்வேறு கவிஞர்கள் தங்களது கவிதைகளை குஸ்ருவின் கவிதைகள் என்றும் சொல்லத் தொடங்கினர். இன்னமும் இது குறித்த ஐயப்பாடுகள் நீங்காமல்தான் உள்ளன. ஆனால், குஸ்ரு எழுதிய கவிதைகளில் இப்படியான மாறுதல்கள் எதுவும் நிகழவில்லை.

'ஜவாஹிரே குஸ்ரு', 'குஸ்ரு கி ஹிந்தி கவித' ஆகிய நூல்களிலும் முஹம்மத் வஹீத் மிர்ஸா (1921) வின் 'அமீர் குஸ்ரு' நூலிலும் குஸ்ருவின் இந்திக் கவிதைகள் பற்றிய குறிப்புகள் இடம் பெற்றுள்ளன. ஸ்ரீ ராமச்சந்திர சுக்லா தன்னுடைய இந்தி இலக்கிய வரலாற்றில் குஸ்ருவின் கவிதைகள் குறித்துச் சொல்லியிருக்கிறார். குஸ்ருவின் காவியத் தொகுப்பை வெளியிடுவதில் மிக முக்கிய பங்காற்றிய முனைவர் ஸ்ரீராம் சர்மா தனது 'காலிக் பாரி' தொகுப்பினூடே அதை நிறைவேற்றினார். 'காலிக் பாரி'யில் ஹிந்தவி, ஹிந்த் என்னும் சொற்பிரயோகங்கள் நிறையவே இடம் பெற்றுள்ளன.

இந்தி இலக்கிய ஆய்வாளரும் கோழிக்கோடு பல்கலைக் கழகத்தின் இந்தித் துறை தலைவரும் தமிழருமான முனைவர் பத்மஸ்ரீ மாலிக் முஹம்மத், அமீர் குஸ்ருவைக் கரிபோலி ஹிந்தியின் முதல் கவிஞர் என்று குறிப்பிட்டுள்ளார். தனது ஆய்வில் மேலும் அவர், பார்ஸி மொழியில் குஸ்ருவுக்கு இருந்த ஆழ்ந்தப் புலமையுடன், அக்கால கட்டத்தில் வழக்கிலிருந்த பிரஜ மொழியும் கலந்தபோது அது ஒரு புதிய மொழியாகவும் பின்னர், இதுவே ஆட்சி மொழியான இந்தி மொழியாகவும் மாற்றம் பெற்றது. இந்தியின் தொடக்க காலப் பிரச்சாரகர் என்னும் நிலை, அமீர் குஸ்ருவின் மேன்மைக்கு மேலும் மகுடம் அணிவிக்கிறது. முரண்பாடுகளைக் கண்டுகொள்ளாமல் பல்வேறு மொழிகளை ஒன்றிணைத்துக் காவியங்கள் படைத்தது, அவரது முயற்சியின் உன்னத உதாரணமாகும். இப்படியான ஒரு மகாகவியின்மீது பல்வேறு இந்தி இலக்கியவாதிகளின் பார்வை சரியான அளவில் பதியவில்லை என்பதுதான் ஆச்சரியம். இந்தி இலக்கிய வரலாற்றை முதன்முதலாக எழுதிய ஸ்ரீராமச்சந்திர சுக்லா, முக்கியத்துவமில்லாத கவிஞர்களுடன் தான் குஸ்ருவையும் கணக்கில்கொண்டார். இது, இந்தி மொழிக்கும் அதன் இலக்கிய வரலாற்றுக்கும் இழைக்கப்பட்ட மாபெரும் அநீதியாகும்.

முனைவர் மாலிக் முஹம்மத் தனது 'அமீர் குஸ்ரோ' நூலில் குறிப்பிட்டுள்ள ஆய்வுகள் மிக முக்கியமானவை. மாலிக் முஹம்மத் குறிப்பிடுகிறார்: "எளிமையும் அழகும் நிரம்பிய இயல்பான மொழி வடிவத்தைக் கையாண்டார் அமீர் குஸ்ரு. அவரது படைப்புகளை முன்னோடியாகக்கொண்டு பிந்தைய

காலங்களில் ஏராளமான படைப்புகள் வெளிவந்தன. இந்தி மொழியில் இலக்கியப் படைப்புகள் அபூர்வமாக இருந்த காலகட்டத்தில் இந்தி இலக்கியம், மொழி வரலாற்றில் முதலில் ஆய்வுகள் மேற்கொண்டவரும் முதல் இந்திக் கவிஞரும் அமீர் குஸ்ருதான் என்பதில் எந்த சந்தேகமுமில்லை. பிற மொழிகள் போல், இந்தி மொழிக்கும் முக்கியத்துவம் தந்து அதற்கு வடிவம் கொடுத்தவர் அந்த இலக்கிய மேதை. உலகம் தழுவிய அவரது தனித்துவம் இலக்கிய ஏடுகளில் என்றும் அழியாப் புகழுடன் நிலைபெற்றிருக்கும்."

தேசப்பற்று மிகுந்த முன்னோடி, அரசு மொழியின் முதல் கவிஞர், இந்து – முஸ்லிம் ஒற்றுமையில் உறுதிகொண்டவர், இந்திய இசை மரபை நவீனப்படுத்தியவர், சிறப்பு வாய்ந்த வரலாற்றாசிரியர் போன்ற எல்லா நிலைகளிலும் அமீர் குஸ்ரு இன்று மக்கள் மனங்களில் வாழ்கிறார். ஒற்றுமைதான் அவரது தனித்துவத்தின் ஆகப்பெரிய சிறப்பாக அமைந்திருந்தது; அவரது ஆற்றலை மேலும் அதிகமாக்கியது. வேறுபட்ட மொழி களையும் கலாச்சாரங்களையும் ஆன்மிகப் பார்வைகளையும் ஒன்றிணைப்பது அவரது முக்கிய நோக்கமாக இருந்தது. மேன்மை மிகுந்த ஆளுமையும் இணைப்புக்கான கண்ணிகளும் சூஃபிசத்தின் கூறுகளும் சேர்ந்து அமீர் குஸ்ருவைச் சமூகத்தின் அனைத்துப் பிரிவினருக்கும் ஏற்புடையவராக மாற்றியது.

காஜா ஹாஃபிஸ்

ஷேக் ஸஅதி, ஸீராசின் பூங்குயில் என்றால் காஜா ஹாஃபிஸை ஸீராசின் வானம்பாடி எனலாம். இரண்டு பேருமே ஸீராஸில் பிறந்து வளர்ந்த மகாகவிகள். 'லிஸானுல் கைப்' (அசரீரி), 'தர்ஜுமானுல் அஸ்ரார்' (மறைபொருளின் மொழிமாற்றம்) என்றெல்லாம் மகாகவி நூருத்தீன் அப்துர் ரஹ்மான் ஜாமியாவால் சிறப்பிக்கப்பட்டவர் மகாகவி ஹாஃபிஸ். இயற்பெயர் காஜா ஸம்சுத்தீன் முஹம்மத் ஹாஃபிஸ். புனிதக் குர்ஆனை மனனம் செய்ததால் ஹாஃபிஸ் என்னும் சிறப்புப் பெயர் பெற்றதாகவும், இது அவருக்குக் கிடைத்த விருதின் பெயர் என்றும் சொல்லப்படுகிறது.

ஹாஃபிஸின் தந்தை பஹாவுத்தீன் பதினான்காம் நூற்றாண்டின் தொடக்கத்தில் இஸ்ஃபஹான் நகரிலிருந்து ஸீராஸுக்குக் குடிபெயர்ந்தவர். அங்கே அவர் வணிகத்தில் ஈடுபட்டார். இக்காலகட்டமான கிபி. 1325 இல் பிறந்தவர்தான் ஸம்சுத்தீன் முஹம்மத் ஹாஃபிஸ். அல்லல்கள் இல்லாத வாழ்க்கையின் இடையே திடீரென்று தந்தையின் வியாபாரம் தகர்ந்தது. இதில் மனமுடைந்துபோன அவர் இறந்துவிடவும் செய்தார். சிறு வயது ஹாஃபிஸும் தாயும் அனாதைகளாயினர். ஆயினும், மதரஸாவுக்குச் சென்று அடிப்படை மார்க்கக் கல்வியைப் பயின்றார் ஹாஃபிஸ்.

சிறுவயது முதல் கவிதை எழுதுவதில் ஆர்வம் காட்டி வந்த ஹாஃபிஸ், புகழ் பெற்ற கவிஞராக

ஆனார். ஸீராஸ் நகரின் ஒரு குன்றின் முகட்டில் அமர்ந்து இயற்கையின் பேரழகுகளை அனுபவித்துக்கொண்டிருக்கும் வேளையில்தான் ஹாஃபிஸின் முதல் கவிதை உருவானதாகச் சொல்லப்படுகிறது.

ஒரு காதல் கதை

ஹாஃபிஸ் தனது இளம் வயதில் ஸாகி இனபத் என்னும் அழகிய பெண்ணைக் காதலித்தார். இதே பெண்ணை ஸீராஸ் நகரின் ஆட்சியாளரான முஃபரிஸுத்தீனின் மகன் ஷாஹ்சுஜாவும் காதலித்தார். இருவருக்குமிடையிலான காதல் போட்டி தீவிரமடைந்தது. அவளை மணம் முடிப்பது ஒன்றுதான் வாழ்க்கையில் உயர்ந்த இலட்சியம் என்பதுபோல் அவர்களது அனைத்து முயற்சிகளும் ஸாகி இனபத்தை அடைவதிலேயே மையம் கொண்டன. இதனிடையே ஹாஃபிஸுக்கு ஒரு இரகசியத் தகவல் கிடைத்தது. ஸீராஸ் மலை முகட்டில் மரங்கள் அடர்ந்த தோட்டம் இருக்கிறது. அதனூடே நீரோடை தவழ்கிறது. அதன் அருகில் பாபா கூஹி என்னும் மகானின் சமாதி இருக்கிறது. அந்த இடத்தில் ஒருவன் நாற்பது நாட்கள் விழித்திருந்து பிரார்த்தனையில் ஈடுபட்டால் மிகச் சிறந்த காவியத் திறன் கைவரப் பெறுவான் என்பதுதான் அந்த இரகசியத் தகவல்.

ஹாஃபிஸ் தாமதிக்கவில்லை. தனது காதல் கனவைக் கை விட்ட அவர், காவியத்திறன் பெறுவதற்காகத் தொடர் விரதமிருந்தார். இரவு முழுவதும் மலையுச்சியில் அமர்ந்தபடியே அவர் பிரார்த்தனையில் மூழ்கினார். இப்படி முப்பத்தொன்பது இரவுகளை வெற்றியுடன் கழித்த நிலையில் இன்னும் ஒரு நாளிரவு மட்டுமே மிச்சமிருந்தது. இதையும் முடித்துவிட்டால் வெற்றி முழுமையடைந்துவிடும். ஆனால், அன்று பகல் நேரத்தில் அவருக்குப் பழைய நினைவுகள் வந்தன. காதலி ஸாகி இனபத் வசிக்கும் தெருவினூடே அவர் நடந்துகொண்டிருந்தார். அவளது வீட்டின் முன் வந்ததும் வீட்டுக் கதவு திறக்கப்பட்டது. அவரது காதலி அங்கே நின்றுகொண்டிருந்தாள். ஹாஃபிஸை அவள் வீட்டுக்குள் வரச்சொல்லி சமிக்கை காட்டினாள். ஹாஃபிஸின் காதல் வெற்றி பெறுவதற்கான வாய்ப்பு கையருகில் நின்றது. காதல் போட்டியில் அரசகுமாரனை வீழ்த்தும் அபூர்வ நிமிடம். தன்னுடைய மனத்தைக் கவர்ந்தவள் அழைக்கிறாள். காவிய சித்திக்காக மேற்கொண்ட கடுந்தவம் நினைவில் ஓடியது. இனி ஒரே ஒரு இரவுதான் இருக்கிறது. ஆனால், வாசலில் நின்று அழைப்பு விடுப்பவளோ தன்னுடைய பிரிய சகி. தவத்தை மறந்த ஹாஃபிஸ் துணிச்சலுடன் அவளது இல்லத்திற்குள் நுழைந்து காதல் ததும்ப அவளுடன் இனிமையாக உரையாடினார்.

பகல் பொழுது சாய்ந்தது. இன்பத்தைக் கையிலேந்தியபடி இரவு காத்திருந்தது. அந்திப் பொழுதின் மயக்கத்தில் ஹாஃபிஸின் காதல் மயக்கம் சற்றுத் தெளிந்தது. வரவிருக்கும் மோக இரவைப் புறக்கணித்த அவர் காதலியின் இல்லத்திலிருந்து வெளியேறினார். ஸீராஸ் மலைத்தொடரில் பாபா கூஹியின் சமாதியின் அருகில், கண்களும் மனமும் விழிப்புடனிருக்க மீண்டும் பிரார்த்தனையில் ஈடுபட்டார் ஹாஃபிஸ். அப்போது அங்கே காட்சியளித்த பச்சை வண்ண ஆடைகளணிந்த ஒரு மகான், ஹாஃபிஸின் வாயில் நல்லமுது ஊற்றினார். அது ஹாஃபிஸின் கவித்திறனுக்கு வலுவூட்டியது. பச்சை ஆடைகள் அணிந்த அம்மனிதர் கிள்ர் என்றும் அலி என்றும் சொல்லப்படுகிறது.

ஹாஃபிஸின் வாழ்க்கை முறை எதுவாக இருந்தது என்பதற்குப் போதிய சான்றுகள் எதுவுமில்லை. அவரது கவிதைகளிலிருந்தும் அதைப் புரிந்துகொள்வது கடினம். அவர் மார்க்கப் பற்றுள்ள ஞானியாக வாழ்ந்தார் என்பதும் அழகியலை வெறுத்த துறவியாக இல்லை என்பதும் பெரும்பாலான வரலாற்றாய்வாளர்களின் கருத்து. மதுவின் மீதான அவரது ஆர்வத்தைக் குறித்தும் சமகால அரசர்களுடன் அவர் கொண்டிருந்த நல்லுறவுகளைக் குறித்தும் அவரது கவிதைகளிலிருந்து புரிந்துகொள்ள முடிகிறது. மதுவின்மீதான அவரது நாட்டம் மத அடிப்படைவாதிகளுக்குக் கோபமூட்டியது என்பது உண்மை. தனது கவிதைகளில் இவர்களைக் கேலி செய்கிறார் ஹாஃபிஸ். கவிதையை ஆராதிப்பது, கவிஞனைத் தூற்றுவது – இவை இரண்டும் பரஸ்பரம் எதிர் நிலைகள் அல்லவா? இறைவன்மீது அன்பு செலுத்தும் அதேவேளையில் அவனது படைப்பான பிரபஞ்சத்தை வெறுப்பதுபோன்ற முரண்பாடு. தங்கள் கைகளால் எழுதப்பட்ட படைப்பைப் பிரபஞ்சத்தின் அனேக வசீகரங்களில் ஒன்றாகவே ஆன்மிகக் கவிஞர்கள் பார்க்கிறார்கள். புலனுணர்வுகளுக்குத் தடை போடாதீர்கள். இசையும் வாசனையும் தொடு உணர்வுகளும் தான் இறையறிவிப்பைச் சுமந்து செல்கின்றன. இதுதான் ஹாஃபிஸின் தத்துவப் பார்வை.

"கண்களில் தென்படும் காதலை, ஆனந்தத்தை நிராகரிப்பதற்கு என்னுடைய பணி, நீதிமானுடையவோ புரோகிதனுடையவோ அல்லவே?"

ஹாஃபிஸ், தான் காதலித்த ஸாகி இனபத்தையே மணமுடித்துக்கொண்டார். ஒரு ஆண் குழந்தை பிறந்தது. அதற்கு ஷாஹ் நுஃமான் என்று பெயரிட்டார். இந்த ஷாஹ் நுஃமான் இந்தியாவுக்கும் வந்தார். இந்தியாவில் வைத்துதான் இவர்

மரணமடைந்தார். கவிதையைப்போல் தான் காதலித்த தனக்கு எல்லாமாக இருந்த ஸாகி இனபத்தின் இறப்பைக் குறித்து தனது கவிதைகளில் கோடிட்டுக் காட்டியுள்ளார் ஹாஃபிஸ்.

எங்கள் உறைவிடத்தை ஆனந்த உலகமாக்கிய
என் பிரியசகி, உத்தம பெண் மறைந்துபோனாளே

ஹாஃபிஸ் தனது பிரிய சகியின் மறைவைக் குறித்துதான் இந்த வரிகளில் குறிப்பிடுகிறார் என்று கருதப்படுகிறது. ஆனால், இதற்குத் தெளிவான வேறு சான்றுகளில்லை. இதுபோல் தனது மகனின் பிரிவுத் துயரைக் குறித்தும் ஹாஃபிஸ் சோகம் மேலிட குறிப்பிட்டுள்ளார்.

மனமே . . .
நேசத்துக்குரிய என் மகன் நெஞ்சில்
பொற்பதக்கம் சூடுவதற்குப் பதில் சிரசின்மீது
கற்பதக்கத்தை அல்லவா ஊன்றிவிட்டது விதி

பாரசீக மாமன்னர்களுடனும் சமகால ஆட்சியாளர்களுடனும் ஹாஃபிஸுக்கு நல்லுறவு இருந்தது. தனது நாட்டின் அரசர் மது விற்பனைக்குத் தடை விதித்ததையும் அனுமதியளித்ததையும் தனது கவிதைகளில் குறிப்பிட்டிருக்கிறார் ஹாஃபிஸ்.

ஹாஃபிஸின் இளைமைக்காலத்தில் ஆட்சியாளராக இருந்தவரும் சற்றுக் கண்டிப்புக் குணம் படைத்தவருமான முஃபரிஸுத்தீன் முஹம்மத் மது விற்பனைக்குத் தடை விதித்தார். மதுக்கடைகள் அனைத்தும் மூடப்பட்டன. ஹாஃபிஸுக்கு இதில் உடன் பாடில்லை. தன்னுடைய கோபத்தை அவர் கவிதை வரிகளாகப் பதிவு செய்தார்.

பேரின்பமூட்டுகிறது கள்ளமுது
பூமணம் ஏந்தி வருகிறது இளங்காற்று
ஆனால், கள்ளுண்ணாதே
காவலன் கண் திறந்திருக்கிறான்
போர்வைக்குள் மறைத்துக்கொள் கோப்பையை
உன் துறவுக் கலிங்கத்தில் கொட்டிய கள்ளை
கண்ணீரால் கழுவு
ஏனெனில் இது மது விலக்குக் காலம்.

தனது கோபத்தை வேறு கவிதை வரிகளிலும் ஹாஃபிஸ் வெளிப்படுத்துகிறார்:

ஹா . . . மதுக்கூடங்களின் வாயில்கள் மீண்டும் உடைபடுமா ?
மதுவின் மரணம் வேண்டி இசை நரம்புகளை நாம் இல்லாது
செய்வோம்
முந்திரிகைப் புதல்வியின் அந்திமம் வேண்டி இரங்கல் கவிதை
எழுதுவோம்
வாசிக்கும் தோழர்கள் வடிக்கட்டும் செந்நீர்

முஃபரிஸுத்தீனின் மகன் ஷாஹ்ஷுஜா ஆட்சிப்பொறுப்பை ஏற்றதும் மதுவிலக்கை நீக்கம் செய்தார். இவர், ஸாகி இனபத் காதல் பிரச்சினையில் ஹாஃபிஸின் எதிரியாவார். இருந்தும் மதுவிலக்கைத் தடை செய்த விஷயத்தில் மகிழ்ச்சியடைந்த ஹாஃபிஸ் பாடினார்:

புலர்காலைப்பொழுதில் அருவப் பேரோசை
காதில் விழுந்தன ஆனந்த வார்த்தைகள்
இது ஷாஹ்ஷுஜாவின் காலம்
துணிச்சலுடன் அருந்துங்கள் மதுவை
மனதின் உணர்வுகள்
ஆனால், நாவு மொழிய மறுத்தது
பிரிந்துபோன நாளிதோ மறைந்து போனது
ஹே! ஹாஃபிஸ் நீ பாவம் ஒரு துறவி
அரசன் அறிவான் ராஜாங்க ரகசியம்
நீ வாயை மூடு.

மது விற்பனைக்கு அனுமதியளித்த ஷாஹ்ஷுஜாவை வாழ்த்தி ஹாஃபிஸ் வேறு சில கவிதைகளும் இயற்றியுள்ளார். இருப்பினும் அவர்களிடையிலான பகைமை அகலவில்லை. காதல் போராட்டத்தில் ஹாஃபிஸிடம் தோல்வியுற்ற ஷாஹ், ஹாஃபிஸை முற்றிலுமாக வெறுத்ததுடன், இமாதீ பாகிஹ் என்னும் நாடோடிக் கவிஞருடன் நட்புறவு காட்டினார். அவரையே அரசவைக் கவிஞராகவும் நியமித்தார். புகழ்பெற்ற கவிஞரான ஹாஃபிஸுக்குக் கோபமூட்டுவது மட்டுமே ஷாஹ் ஷுஜாவின் நோக்கம்.

இமாதீ பாகிஹ் ஒரு பூனையை வளர்த்து வந்தார். தன்னைப்போல் அந்தப் பூனைக்கும் அவர் தொழுவதற்குக் கற்றுக்கொடுத்தார். ருகூஹ், ஸுஜூத் போன்ற வணக்க முறைகளையும் கற்றுக்கொடுத்தார். கவிஞருடன் சேர்ந்து அவரது பூனையும் இறைவனை வழிபடுவதைக் கண்டு அரசர் ஷாஹ்ஸுஜா வியப்படைந்தார். இதையறிந்த ஹாஃபிஸ், தவளை விளையாட்டு என்று அதை எள்ளி நகையாடினார்.

சூஃபி தன் சுயரூபத்தைக் காட்டத் துவங்கிவிட்டார்
இறைவன் முன் இந்திர ஜாலம் காட்டுகிறார்
ஹே! பயமின்றி நடை பயிலும் பறவைக்குஞ்சே
துறவியின் பூனை தொழுவதைக் கண்டு
நீ ஏமாந்து விடாதே

இமாதீ பாகிஹ் என்னும் துறவிக் கவிஞருக்கு மட்டுமல்ல, ஷாஹ்ஸுஜாவுக்கும் அடி விழுந்தது போலானது. ஹாஃபிசின் கவிதைகளில் தென்பட்ட எள்ளல் தொனி, ஷாஹ்ஸுஜாவின் கோபத்தை மேலும் தூண்டியது. வாய்ப்புக் கிடைக்கும்போதெல்லாம் ஹாஃபிஸின் கவிதைகளை

இடித்துரைத்து வந்தார் அரசர். ஹாஃபிஸின் கவிதைகள் எந்த இலட்சிய நோக்குமற்றவை என்றும் அவற்றில் சிறப்புக்குரிய எந்தக் கூறுகளுமில்லை என்றும் மதுவின் மயக்கம் மட்டுமே அதில் அதிகமாக உள்ளது என்றும் அவர் குற்றம் சாட்டினார்.

ஹாஃபிஸும் இதற்கான பதிலைச் சொன்னார்: அரசரின் கூற்றிலும் உண்மை இருக்கலாம். ஆனால், என்னுடைய கவிதை வரிகளை அனைவரும் புகழ்ந்து அல்லவா பேசுகிறார்கள்? இங்குள்ள வேறு சில கவிதை வரிகளால் ஷீராஸ் நகரை விட்டு வெளியே தலைகாட்ட இயலவில்லையே?"

எரிச்சலுற்ற அரசர் ஹாஃபிஸுக்குத் தகுந்த பாடம் கற்பிப்பதற்கான வாய்ப்பை எதிர்பார்த்திருந்தார். இதை ஹாஃபிஸும் அறிந்துகொண்டார்.

ஹாஃபிஸ் நினைப்பதுபோல்
முஸ்லிம்கள் இருப்பார்களெனில் இதோ

இன்றுபோலுண்டோ நாளையொரு நாள்?

ஹாஃபிஸ் எழுதிய இவ்வரிகள் ஷாஹ்ஸுஜாவின் கவனத்திற்கு வந்தன. மேற்கண்ட வரிகளில் ஹாஃபிஸ் முஸ்லிம்களை அவமானப்படுத்துகிறார் என்று குற்றம் சுமத்தினார் ஷாஜ்ஸுஜா. இறை நம்பிக்கையை இழந்தவன் மட்டுமே இதுபோன்ற வரிகளை எழுதுவான் என்றார் ஸுஜா.

ஷாஹ்ஸுஜாவின் நோக்கத்தைப் புரிந்துகொண்டார் ஹாஃபிஸ். இப்படியான ஒரு குற்றச்சாட்டுக்கு என்ன பதிலைச் சொல்வது? ஹாஃபிஸ் யோசனையில் ஆழ்ந்தார். ஷாஹ்ஸுஜாவின் தந்திரம் செயல்பட இருந்த நிலையில் மௌலானா ஸெய்னுத்தீன் அபூபக்ர் தயாபாதி என்னும் மகான் ஒருவர் ஷீராஸ் நகருக்கு வருகை தந்தார். ஹாஃபிஸ் அவரை அண்மித்து விவரங்களைச் சொன்னார். மௌலானா ஸெய்னுத்தீன் அறிவுரைத்தார்: "இவ்வரிகளை நீர் உம் வாயால் சொன்னால் தவிர உம்மை யாராலும் தண்டிக்க இயலாது. ஆகவே, இவ்வரிகளின் முன் அதை இன்னொருவர் சொல்வதுபோல் ஈரடிகளை எழுதிச் சேர்த்து விடும்."

ஹாஃபிஸின் கற்பனை ஊற்றெடுத்தது:

இன்று அதிகாலையில் ஒரு கிறிஸ்தவர்
மதுக்கூடத்தின் வாசலில் நின்று
வாத்திய இசையுடன் பாடினார்
'ஹாஃபிஸ் நினைப்பதுபோல்
முஸ்லிம்கள் இருப்பார்களெனில் இதோ
இன்றுபோலுண்டோ நாளையொரு நாள்?

மார்க்க விரோத கவிதை இயற்றியதாகக் குற்றம் சுமத்தப்பட்டு அரசவைக்கு அழைத்து வரப்பட்ட ஹாஃபிஸ் தன்னுடைய கவிதை முழுவதையும் கேட்கும்படி வேண்டுகோள் விடுத்துவிட்டு, அந்தக் கவிதை வரிகளைப் பாடினார். ஒரு கிறிஸ்தவர் குறிப்பிடுகிற கருத்துக்களுக்குத் தான் பொறுப்புடையவன் அல்ல என்றார் ஹாஃபிஸ். தீர்ப்புச் சொல்ல வந்த நீதிமான்கள் ஹாஃபிஸின் வாதத்தை ஏற்றுக்கொண்டனர். ஹாஃபிஸ் மீதான ஷாஜ்ஸுஜாவின் பகையுணர்வு மேலும் பல மடங்கு அதிகரித்தாலும் அப்போது அவரால் ஹாஃபிஸைத் தண்டிக்க இயலவில்லை.

ஷாஹ்ஸுஜாவுக்குப் பிறகு அவரது புதல்வர்களில் ஒருவர் நான்கு வருடங்கள் ஆட்சி செய்தார். இவரைச் சிறையில் அடைத்துவிட்டு ஷாஹ் மன்ஸூர் ஆட்சிப் பொறுப்பை ஏற்றார். இவர் ஹாஃபிஸுடன் நல்லுறவைப் பேணி வந்தார். ஹாஃபிஸ் எழுதினார்:

ஷாஹ் மன்சூரின் கொடிமரம் உயர்ந்துவிட்டது
வெற்றி முழக்கச் செய்தி விண்ணில் அதிர்கிறது

ஷாஹ்ஸுஜாவின் புதல்வனின் அரசாட்சியின்போது மங்கோலியனான தைமூர் பாரசீகத்தினூடே தனது படைகளைச் செலுத்திக்கொண்டிருந்தான். கிபி. 1387 இல் ஸீராஸ் நகரைச் சூழ்ந்துகொண்ட தைமூர் அதைத் தனது ஆதிக்கத்தின்கீழ்க் கொண்டு வந்தான். கொடூர மனம் படைத்த தைமூரும் காவிய மனம் படைத்த ஹாஃபிஸும் சந்தித்துக் கொண்டதாகவும் சொல்லப்படுகிறது. ஹாஃபிஸ் தன்னுடைய ஒரு கவிதையில்:

குணவதியான ஸீராஸ் குமரி
என் மனதைக் கைகளில் தாங்குவாளெனில்
அவள் கன்னக் கருமருவுக்குப் பதிலாக நான்
புகாராவையும் ஸமர்கண்டையும் சமர்ப்பிப்பேன்

என்று பாடினார். கவிதையைக்கேட்ட தைமூருக்குக் கோபம் வந்ததாகவும் சொல்கிறது அந்தச் செய்தி.

புகாராவும் ஸமர்கண்டும் தைமூரின் நாடுகள். அங்குள்ள ஆட்சியாளர்கள்தான் அருகிலுள்ள நாடுகளை வெற்றி கொண்டு தங்களுடைய சாம்ராஜ்யத்துடன் இணைத்துக் கொண்டிருக்கிறார்கள். இப்படியான தனது இரு நாடுகளையும் ஏதோ ஒரு கவிஞன் தன்னுடைய காதலியின் கடைக்கண் பார்வைக்கு வைக்கப்போவதாகச் சொன்னால் தைமூருக்குக் கோபம் வராமல் இருக்குமா?

ஸீராஸைத் தனது ஆதிக்கத்தின்கீழ்க் கொண்டு வந்த தைமூரின் முன் மகாகவி ஹாஃபிஸ் பயத்துடன் நின்றுகொண்டிருந்தார்.

அந்தக் கவிதை வரிகளைப் பாடும்படி சொன்னார் தைமூர். ஹாஃபிஸ் பாடினார்.

தைமூர் சொன்னார்: "என்னுடைய தோள் வலுவால் உலகின் பெரும்பகுதியையும் நான் கீழடக்கினேன். எத்தனையோ நாடுகளையும் நகரங்களையும் அழித்திருக்கிறேன். எதற்காக? என்னுடைய நாடும் எனது சாம்ராஜ்யத்தின் தலைநகருமான புகாராவையும் ஸமர்கண்டையும் போற்றுவதற்காக. ஆனால், மிக எளியவனான நீ ஸீராஸ் கன்னியின் கன்னத்திலிருக்கும் மருவுக்கு அவற்றைப் பிணையாக வைக்க நினைக்கிறாயா?"

ஹாஃபிஸ் பணிவுடன் சொன்னார்: "பிரபோ, இதுபோன்ற ஊதாரித்தனங்களால்தான் நான் இப்படி ஏழ்மையுடன் அலைந்து திரிகிறேன்."

கொடூர குணம் படைத்த தைமூருக்குள்ளும் நகைச்சுவைக் குணம் இருந்திருக்கிறது. ஹாஃபிஸின் விளக்கத்தைக் கேட்ட தைமூர் சிரித்தான். கூடவே, ஹாஃபிஸுக்கு அவன் அன்பளிப்புகள் வழங்கியதாகவும் சொல்லப்படுகிறது.

இந்தக் கதைக்கு ஹாஃபிஸின் கவிதைகளைத் தவிர வேறு ஆதாரங்கள் எதுவுமில்லை. எனினும், தகவல் உண்மைதான் என்று வரலாற்றாய்வாளர்கள் ஒப்புக்கொள்கின்றனர். ஹாஃபிஸின் ஊதாரித்தனம் பிரசித்திப் பெற்றது. கிடைத்த செல்வத்தை உடனடியாகச் செலவு செய்து விடுவதிலும் ஹாஃபிஸ் திறமை பெற்றவர்.

பல்வேறு ஆட்சியாளர்களுடன் நல்லுறவு இருந்தும் வறுமையில்தான் வாழ்ந்து வந்தார் ஹாஃபிஸ். பாக்தாதைத் தலைநகராகக்கொண்டு ஆட்சி செய்த ஈல்கானி சக்கர வர்த்தி அஹமத் பின் உவைசி ஜுளைர், ஹாஃபிஸுக்குப் பல்வேறு சலுகைகள் அளித்தார். இந்தியாவில் டெக்கான் ஆட்சியாளராக இருந்த மஹமூத் ஷா மஹ்மீதும் வங்காள ஆட்சியாளராக இருந்த கியாஸுத்தீன் பின் சிக்கந்தரும் பெரும் தொகையை ஹாஃபிஸுக்கு வெகுமதியாக அனுப்பி வைத்தனர்.

டெக்கான் அரசர், ஹாஃபிஸைத் தன்னுடைய அரசவைக்கு அழைத்தார். மிகப் பெரிய தொகையை அன்பளிப்பாகவும் அனுப்பி வைத்தார். அந்தத் தொகையில் பெரும் அளவை ஸீராஸை விட்டுப் புறப்படுவதற்குள் செலவு செய்திருந்தார் ஹாஃபிஸ். ஒருமுறை பாரசீகத் தலைநகரை நோக்கிப் பயணம் செய்துகொண்டிருந்தார் ஹாஃபிஸ். வழியில் லார் என்னும் இடத்தில் சந்தித்த ஒரு நண்பர் வறுமையில் உழன்றுகொண்டிருப்பதை அறிந்தார். இயல்பாகவே

DOUBLURES INSIDE A 19TH-CENTURY COPY OF THE DIVAN OF HAFEZ. THE FRONT DOUBLURE SHOWS HAFEZ OFFERING HIS WORK TO A PATRON.

உதவும் மனம்படைத்த கவிஞர் தன்னிடம் மிச்சமிருந்த பணம் முழுவதையும் அவருக்குக் கொடுத்தார்.

பயணத்தினிடையே சில வணிகர்கள் ஹாஃபிஸைத் தங்களுடன் இந்தியாவுக்கு வரும்படி அழைப்பு விடுத்தனர். பயணச் செலவைத் தாங்கள் ஏற்றுக்கொள்வதாகவும் வாக்குறுதியளித்தனர். ஹாஃபிஸ் அவர்களுடன் இந்தியாவுக்குப் புறப்பட்டார். அவர்கள் ஹுர்மூஸ் துறைமுகத்தை அடைந்தனர். அங்கே இந்தியாவுக்குப் புறப்படத் தயாராக கப்பல் நின்றுகொண்டிருந்தது. அவர்கள் அதில் ஏறினார்கள். ஹாஃபிஸ் கப்பலில் ஏறியதும் மிகப்பலமான காற்று வீசியது. ஹாஃபிஸ் பதற்றமடைந்தார். உடனேயே அவர் கப்பலிலிருந்து இறங்கி ஸீராஸுக்குத் திரும்பிவிட்டார். ஊருக்கு வந்ததும் தனக்கு பணம் அனுப்பி வைத்த, டெக்கான் அரசர் மஹமூத் ஷாவிற்கு ஒரு கவிதை எழுதி அனுப்பினார்.

தாழ்த்திய தலை ஒரு கணம்
தோற்றுவிக்கும் இம்சைக்கு
இம்மைச் சுகம் அனைத்தையும்
தந்திடினும் ஈடாகாது.
மதுவுக்கு விற்ற என் துறவு அங்கியின்
மதிப்பை விடவும் கிடைப்பது அதிகம்
இரத்தினக் கற்கள் ஒளிரும்
மன்னனின் மகுடத்தை
மரண பீதியும் நிலைபெற்ற

இச்சையும் சூழ்ந்து நிற்கின்றன
அது ஆவலைத் தூண்டும் தலையணைதான்
தலைக்கே வினையாகும் தலையணை.
சிவந்த மதுவின் விற்பனைக் கூடத்தில்
என் பிரார்த்தனைப் பாயை விற்றால்
ஒரு கோப்பை மதுகூட கிடைக்காது.
எத்துணை உறுதி என் இறை உணர்வுக்கு
ஒரு கோப்பை மதுவின்
பெறுமானம்கூட இல்லையே.

வங்காளத்தை ஆண்டுகொண்டிருந்த கியாஸுத்தீனும் ஹாஃபிஸுக்கு அன்பளிப்புகள் வழங்கினார். அவருக்கு அனுப்பிய கடிதத்தில் ஹாஃபிஸ் குறிப்பிட்டார்:

வங்கம் நோக்கிச் செல்லும்
இன்கவியின் தேன் சுவையை
இந்திய தத்தைகள் நுகரும்
சுல்தான் கியாஸுத்தீனின் ஆர்வத்தில்
ஹாஃபிஸே நீ அலட்சியம் காட்டாதே

உமர் கய்யாமை விடவும் அதிகமாக மதுவைப் பாடிய காஜா ஹாஃபிஸ் உண்மையில் கய்யாம் அளவுக்கு விமர்சனங்களுக்கு உள்ளாகவில்லை. மதுவைக் குறித்து ஏராளமாகப் பாடிய ஹாஃபிஸ், இதையெல்லாம் கடந்த தன்னுடைய கவித்திறனால் பல்வேறு சிறந்த கருத்துகளைப் பாடினார். விமர்சனங்களின் வீரியமின்மைக்கு இதுவே காரணமாக இருக்க வேண்டும். ஹாஃபிஸின் பொருள் நிறைந்த கருத்தியல் வீரியம் மிக்க கவிதைகள் மது போதையை மெல்ல மெல்ல மாய்த்து விட்டன. தனது இளமைக்காலத்தில் ஹாஃபிஸ் எழுதிய கவிதைகள் மது மயக்கத்தில் ஆழ்ந்திறங்கியவையாக இருப்பினும் முதுமையில் அவர் இயற்றிய கவிதைகள் மானுட கற்பனையின் உன்னதங்களைத் தொடுவதாக அமைந்திருந்தன. இதுவே, விமர்சன அம்புகளைக் கடந்து அவர் போற்றப்படுவதற்கான காரணம்.

காஜா ஹாஃபிஸ் கிபி. 1390 இல் இவ்வுலக வாழ்வை முடித்துக்கொண்டார். சலவைக் கற்களால் உருவாக்கிய ஒரு கபரில் ஹாஃபிஸின் பௌதிக உடல் மறைவு செய்யப்பட்டது. ருக்னாபாத் அருவி நீர் வளர்த்திய ஒரு பூந்தோப்பில் மகாகவி ஹாஃபிஸ் இறுதித் துயில் கொள்கிறார். கபரின் அருகிலுள்ள கல்லில் ஹாஃபிஸ் இறந்த வருடம் பற்றிய குறிப்பும் அவரது கவிதையும் பொறிக்கப்பட்டுள்ளன. அதில்:

ஆன்மிக வழியில் பயணிப்பவர்களுக்கு
ஹாஃபிஸின் தீபம் ஒளிகாட்டியது
எல்லையற்ற ஒளியிடையே
அவரது தீபநாளங்கள் பிரகாசித்தன

TOMB OF HAFEZ IN SHIRAZ

அவரது இருக்கை பிரார்த்தனைப் பாய்
அதில் அமர்ந்து உனக்கான பாடத்தைப் பயில்

என்று பொறிக்கப்பட்டுள்ளது. ஹாஃபிஸைப் பற்றி நன்றாகப் புரிந்துகொண்டவர்களுக்கு அந்தப் பூந்தோட்டத்தில் ஹாஃபிஸின் மனம் மயக்கும் பாடல் வரிகளின் இசை வடிவ அலையொலிகள் கேட்பதாகச் சில பார்வையாளர்களின் குறிப்புகளில் காணப் படுகின்றன.

ஹாஃபிஸ் அடக்கம் செய்யப்பட்ட இடம் இப்போது 'ஹாஃபிஸிய்யா' என்னும் பெயரில் குறிப்பிடப்படுகிறது. மிக அழகான பூந்தோட்டம் அது. முன்பு அது ஒரு பொது மய்யவாடியாக இருந்தது. முஸ்லிம்களை அடக்கம் செய்வதற்கான மய்யவாடி. "ஹாஃபிஸின் மரணத்தைத் தொடர்ந்து அவரது ஆதரவாளர் களுக்கும் அவரை எதிர்த்தவர் களுக்குமிடையே பிரச்சினை எழுந்தது. ஹாஃபிஸ் கவிதைகள் மார்க்கத்திற்கு எதிரானவை. ஆகவே, அவரது உடலை முஸ்லிம்களுக்கான மய்யவாடியில் அடக்கம் செய்யக்கூடாது" என்று அவரை எதிர்த்தவர்களும், "ஹாஃபிஸின் கவிதைகளின் அடி நாதமும் சாரப்பொருளும் இஸ்லாமியக் கருத்தியல்களின் அடிப்படையில் அமைந்தவை. ஆகவே அவரது உடலை முஸ்லிம்களின் பொது மய்யவாடியில்தான் அடக்கம் செய்ய வேண்டும்" என்று அவரது ஆதரவாளர்களும் விவாதத்தில் ஈடுபட்டனர். இறுதியில் இரு பிரிவினரும் ஓர் உடன்படிக்கைக்கு ஒப்புக்கொண்டனர். ஹாஃபிஸின் சிந்தனைகள் அடங்கிய அத் தீவான் என்னும் படைப்பைப் பரிசீலனைக்கு எடுத்துக்கொண்டு முடிவு செய்வதாக

அவர்கள் உடன்பாட்டுக்கு வந்தனர். அத் தீவான் என்னும் படைப்பு ஆய்வு செய்யப்பட்டது. அதில் முதலில் தென்பட்ட வரிகள் இவைதான்:

'ஹாஃபிசின் பூதவுடலிருக்கும் பேழையை இகழாதீர்
அவநெறிகளில் மூழ்கி வாழ்ந்தாலும் அவன்
ககனத்தில் புகுவான்'

மகாகவி ஹாஃபிஸின் உடலை அடக்கம் செய்வது தொடர்பான எல்லா எதிர்ப்புகளுக்கும் இது முற்றுப்புள்ளியாக அமைந்தது. ஹாஃபிஸின் உடல் அந்த இடத்திலேயே அடக்கம் செய்யப்பட்டது. ருக்னாபாத் அருவி தவழ்ந்தோடும் அந்த மய்யவாடி பின்னர் மிக அழகிய மலர்த்தோட்டமாக மாறியது. ஆனால், ஹாஃபிஸின் அடக்கம் தொடர்பான இந்த ஆச்சரியமான நிகழ்வுகள் எதுவும் உண்மையாக நடந்தவை அல்ல என்றும் வெறும் செவி வழிச் செய்திகள்தான் என்றும் சில வரலாற்றாய்வாளர்கள் குறிப்பிடுகின்றனர்.

ஹாஃபிஸை உலகப்புகழ்பெற்ற கவிஞராக ஆக்கியது அவரது அத் தீவான் என்னும் படைப்புதான். இதுதான் அவரது மிகச் சிறந்த படைப்பும். கற்பனையும் பொருட்செறிவும் கலந்து மிளிரும் மகத்தான கருத்தியல்களின் கஜல் வடிவக் கவிதைகள் அத் தீவான். இளைஞர்கள், முதியவர்கள் என்ற வயது வேறுபாடின்றி

DIVAN OF HAFEZ, WITH A PERSIAN MINIATURE AT LEFT AND GHAZALS IN NASTALIQ AT RIGHT. SIGNED BY SHAH QASEM, 1617. NATIONAL MUSEUM OF IRAN, TEHRAN, PERSIA.

அனைவரையும் கவர்ந்திழுக்கும் கவிதைத் தொகுப்பு இது. ஆன்மிக மணம் பரப்பும் அத் தீவானில் முழுமை பெற்ற ஏராளமான ஈரடிகளும் இடம் பெற்றுள்ளன.

நிகரற்ற நிலைபேறின் அகல்வெளியில்
அநாதி என்பது உறுதி
அங்கிருந்தே ஆயின
எங்கும் நிரம்பிய எழிலின் பொலிவுகள்
ஏகனின் மூடுதிரையின்கீழ்
புருவக்கொடிகள் ஜொலித்தன
அவ்வழியே இச்சையும்
இயல்பும் தோற்றம் பெற்றன
மலர்களில் நிரம்பின
இன்மணமும் பேரெழிலும்...

ஹாஃபிஸின் உலகப்புகழ்பெற்ற அத் தீவானை முழுமையாக வாசித்தால் மன நிலை பாதிக்கும் என்றொரு நம்பிக்கையும் நிலவியது. ஒரு நிகழ்வை இதற்கு உதாரணமாகக் குறிப்பிடுகிறார்கள் சில வரலாற்றாசிரியர்கள்.

மகாகவி ஸஅதி, ஹாஃபிஸின் சிறிய தந்தையாவார். ஸஅதி ஒரு கவிதை எழுத ஆரம்பித்தார். வெளியே செல்ல வேண்டிய நிலையில் அவர் அதைப் பாதியில் நிறுத்தி விட்டுச் சென்றார். அப்போது அங்கு வந்த ஹாஃபிஸ், சிறிய தந்தையார் எழுதி வைத்திருந்த முழுமை பெறாத கவிதையைக் கண்ணுற்றார். உடனே அவரது கற்பனை, சிறகை விரித்தது. அவர் அந்தக் கவிதையைப் பூர்த்தி செய்தார். திரும்பி வந்த ஸஅதிக்கு தனது கவிதையை ஹாஃபிஸ் எழுதி முடித்திருப்பதைக் கண்டதும் கோபம் வந்தது. இதுபோல் வேறு கவிதைகள் எழுதும்படி சொன்னார் ஸஅதி. இப்படித்தான் அத் தீவானை எழுதி முடித்தார் ஹாஃபிஸ்.

மகன் ஹாஃபிஸ் எழுதிய இந்தப் படைப்பை வாசிப்பவர்களுக்கு மனநிலை பாதிக்கும் என்று சிறிய தந்தையார் சாபமிட்டார் என்று சொல்லப்படுகிறது. அத் தீவானை வாசிப்பவர்களுக்கு மனநிலை பாதிக்கும் என்ற நம்பிக்கை உருவாவதற்கான காரணம் இதுதான். இந்தத் தகவல்கள் எதையும் நம்புவதற்கில்லை என்று சில வரலாற்றாசிரியர்கள் குறிப்பிடுகின்றனர். ஹாஃபிஸ் இயற்றிய கஜல்கள் அவர் வாழும் காலத்தில் நூல் வடிவில் வெளிவரவில்லை. அவரது மரணத்துக்குப் பிறகு காஸிமுல் அன்வர் என்னும் கவிஞர் அவற்றைத் தேர்வு செய்து தீவான் என்ற பெயரில் வெளியிட்டார்.

ஹாஃபிஸ் இளமைக்காலத்தில் எழுதிய பாடல்கள் எதுவும் தீவானில் இடம்பெறவில்லை. அவரது ஸூஃபிய சிந்தனைகள்தான்

அதில் அழுத்தமாக உள்ளன. “ஹாஃபிஸ் தன்னுடைய இறுதிக் காலத்தைப் புனிதக் ’குர்ஆன்’, ‘கஸ்ஸாஃப்’, ‘மிஸ்ஃபாஹ்’ போன்றவைகளின் வியாக்கியானங்களிலும் ‘மதாலிபுல் அன்சார்’, ‘மிஃப்தாஹ்’ போன்ற நூல்களைப் பயில்வதிலும் செலவிட்டார். ஆகவேதான் தான் எழுதியவற்றை அவரால் நூல் வடிவத்தில் கொண்டு வர இயலவில்லை” என்று அல்லாமா ஸிப்லி நுஃமானி குறிப்பிடுகிறார்.

ஹாஃபிஸின் தலை சிறந்த படைப்பான அத் தீவானை, பாரசீகத்தில் பலர் சகுன நூலாகவும் பயன்படுத்தினர். தங்களுடைய எதிர்பார்ப்புகள் நிறைவேற வேண்டுமெனில் தீவானின் ஒரு பக்கத்தைப் புரட்டிப் பார்த்து, அதிலிருந்து ஏதேனும் அறிகுறிகளைக் கண்டுபிடித்து அதற்கேற்ப சகுனத்தை முடிவு செய்வதை அவர்கள் வழக்கமாகக்கொண்டிருந்தனர்.

ஹாஃபிஸின் மரணத்துக்குப் பிறகு ஷாஹ் இஸ்மாயீல் என்னும் ஷியா அரசர் ஆட்சிப் பொறுப்புக்கு வந்தார். ஸன்னி பிரிவினரின் கடும் எதிர்ப்பாளராக இருந்த அவர், ஸன்னிகளின் அடக்கத்தலங்களில் இருந்த கட்டிட அமைப்புகள் அனைத்தையும் இடித்துத் தரை மட்டமாக்கினார். அப்போது ஹாஃபிஸின் எதிரியும் ஷாஹ் இஸ்மாயீலின் நண்பருமான மகஸி, “ஹாஃபிஸூம் ஒரு வகையில் ஸன்னி முஸ்லிம்தான்; ஆகவே அவரது அடக்கத் தலத்தையும் இடித்துத் தரைமட்டமாக்க வேண்டும்” என்று ஷாஹ் இஸ்மாயீலிடம் சொன்னார். ஹாஃபிஸின் அத் தீவானில் இது குறித்து ஏதேனும் சொல்லப்பட்டுள்ளதா என்று ஆய்வு செய்ய வேண்டும் என்றார் அரசர். அத் தீவான் ஆய்வுக்கு எடுக்கப் பட்டது. அதிலுள்ள சில கவிதை வரிகள் இப்படி இருந்தன.

நான் அரசனுக்குக் கீழ்ப்படிபவன்
இதை நான் சூளுரைத்துச் சொல்வதுபோல்
சூரியக் கதிர் என்மீது பதிந்தது.

இந்தக் கவிதை வரிகளை வாசித்த ஷாஹ் இஸ்மாயீல், ஹாஃபிஸ் தனக்குப் பணிவுடையவர் என்பதைப் புரிந்து கொண்டார். மேலும் சில பக்கங்களை அவர் வாசித்தார். அதிலொன்றில்,

ஹே, மகஸ்
நீ சுற்றித் திரிய தீபத்தின் நாவுகள் பொருத்தமல்ல;
உன் நிலையைக் குலைத்த நீ
என்னை மனம்குலைய செய்கிறாய்.

மகஸ் என்றால் ஈ என்று பொருள். இந்த ‘மகஸ்’ என்ற சொல்லைக் கொண்டு, தன்னுடன் பகைமை பாராட்டியவாகளை எள்ளல் தொனியுடன் ஹாஃபிஸ் குறிப்பிடுகிறார்.

பேரரசர் ஷாஜஹானுக்கு ஏற்பட்ட சில சந்தேகங்களுக்கான விடை அத் தீவானிலிருந்து கிடைத்ததாகச் சொல்லப்படுகிறது. ஷாஜஹானை மிகவும் கவர்ந்த படைப்பு அத் தீவான். இதுபோல் முகலாயப் பேரரசர்கள் பலர் ஹாஃபிஸின் வாசகர்களாக இருந்தனர்.

"காஷ்மீரின் நாட்டிய தாரகைகளும் ஆடலழகன்களும் ஹாஃபிஸின் கஜல்களுக்கு அபிநயம் புரிகிறார்கள்." வாழ்ந்திருந்த காலத்திலேயே தன்னுடைய கஜல்களுக்காக புகழின் உச்சிக்கே சென்ற ஹாஃபிஸ் இப்படி பாடியதில் வியப்பில்லை.

வேறு பல பாரசீகக் கவிஞர்கள்போல் ஹாஃபிஸும் அரசர்களுக்கான கவிதைகள் இயற்றிப் பெருமளவிலான அன்பளிப்புகளைப் பெற்றதுண்டு. இருப்பினும், ஹாஃபிஸ் இதில் கௌரவமாக நடந்துகொண்டார் என்பது ஆய்வாளர்களின் கருத்து. அவர் அரசர்களைப் போற்றிக் கவிதைகள் இயற்றியது புகழுக்காகவோ செல்வத்துக்காகவோ அல்ல. அல்லாமா சிப்லி நுஃமானி குறிப்பிடுகிறார்: "அன்வரி, ஸாஹிர் ஃபர்யாபி, சல்மான் போன்ற புகழ்பெற்ற கவிஞர்கள்போல் பணம் சம்பாதிக்கும் நோக்கத்துடன் ஹாஃபிஸ் தரம் தாழ்ந்த கீழான மார்க்கங்களை ஒருபோதும் பின்பற்றியதில்லை. ஹாஃபிஸுக்கும் பாரசீகத்தின் பிற புகழ்பெற்ற கவிஞர்களுக்குமிடையிலான வேறுபாடு இதுதான். புகழ் பாடிப் பலனில்லை என்றான பிறகு ஹாஸ்ய கவிதை இயற்றும் பணிகளிலும் அவர் ஈடுபடவில்லை."

புகழ்பெற்ற அறிஞரான எமர்சன் குறிப்பிடுகிறார்: "ஹாஃபிஸ் குறிப்பிடுகிற மதுவையும் மங்கையரையும் வெறும் கேளிக்கையின் குறியீடுகளாகக் கருதிவிடக்கூடாது. குறிப்பிட்ட கவிதைகள் எந்தச் சூழ்நிலைகளில் இயற்றப்பட்டவை என்று ஆய்வு செய்ய வேண்டுமே தவிர, சொற்களின் நேரடிப் பொருளில் அவற்றை மதிப்பிடக் கூடாது. அவர், மங்கையரையும் மலர்களையும் குழந்தைகளையும் பறவைகளையும் மதுவையும் இசையையும் காலத்தையும் போற்றிப் பாடினார். ஆனந்தத்தின், களிப்பின் வெளிப்பாடுகள் அனைத்தின்மீதும் அவர் ஆர்வம்கொண்டிருந்தார். புனித வேடதாரிகளையும் விகார உணர்வுகளையும் வெறுப்பதாக வெளிப்படையாகவே அறிவித்தவர் அவர். அறிவைப் பயன்படுத்துவதிலும் காவியப் படைப்பினூடே மனநிறைவு கொள்வதிலும் மிகுந்த ஆர்வம்கொண்டிருந்தார். ஹாஃபிஸ் ஒருவகையான தரம் தாழ்ந்த வகையில் பொழுதைப் போக்கியவர் என்று கருதினால் உங்களுக்குத் தவறு நேர்ந்திருக்கிறது."

மதுவைக் கொண்டு வாருங்கள்
ஆன்ம சுதந்திரம் என்னும் அரசவையில்

காவலாளி யார்? சுல்தான் யார்?
பண்டிதன் யார்? பாமரன் யார்?

சில சந்தர்ப்பங்களில் அவரது விருந்து, விருந்தினர், உலகம் என அனைத்துமே சதாகாலமும் சஞ்சரித்துக்கொண்டிருக்கும் விதியெனும் கொடுங்காற்றில் அகப்பட்ட சிறு வைக்கோல் துரும்பாக மாறிவிடுகின்றன.

நானிருக்கிறேன் அல்லவா?
நான் எதுவாக இருக்கிறேனோ அதுவே
மீண்டும் எனது இறகுகளாக மாறுகிறது.

கவிஞர்களின் மகாகவியான ஹாஃபிஸ், பறவையின் இறகால் எழுதினாலும் சரி, தேவதூதனின் சிறகால் எழுதினாலும் சரி, பிரச்சினை எழுதுகோல்கள் சார்ந்தது அல்ல.

எமர்சனைப்போன்ற ஏராளமான மேற்குலகச் சிந்தனையாளர்கள் ஹாஃபிஸின் கவிதைகளைப் புகழ்ந்து பேசியிருக்கிறார்கள். ஹாஃபிஸின் கவிதைகளைக் குறித்து ஏராளமாகப் பேசியவர்களில் அறிவுஜீவிகள்தான் அதிகம்.

ஹாஃபிஸின் அத் தீவானிலுள்ள சில கவிதைகள்:

மாசற்ற மதுவும் மங்கையரும்
செல்வழியின் இடர்குழிகள்;
மண்ணாலான பசலைப் பெண்டிரைக்
கறைப்படுத்தும் கயமைக் காதலன் நானல்ல
உலுத்தர் கூட்டத்திலும் நானில்லை
நகரிலுள்ள என் தோழர்கள்
இறவாப் புகழ் பெற்றவர்கள்.
ஹா, பக்தியுடன் மதுக்கூடத்தில் நுழையுங்கள்
அங்கே கூடியிருக்கும் குடிமக்களிடையே
கோவேந்தனின் காதுகளுமுண்டு.
மண்தரையைத் தலையணையாக்கிய
துறவியரை இகழாதீர் அவர்கள்
உடைவாளில்லா ஷாஹின் ஷா;
மணிமுடியற்ற மாமன்னர்கள்
முன்னறிவிப்பு,
நிந்தனைக் கொடுங்காற்று வீசுகையில்
தலை சாய்த்து நிற்கும் தானியக் கதிர்கள்
ஒரு பசிய மணி இல்லாமல் உதிர்த்து விடலாம்.

ஸாகீ, கோப்பைக் கொடு, ஊற்று!
ஆதியில் பாரமற்றிருந்த காதல்
இன்று அதன் பழு நெரிக்கிறது
வழித்தடத்தின் எல்லா விடுதிகளும் அறிந்த
எனது பழைய வழிகாட்டி சொன்னான்
'தொழும்போது உன் விரிப்பில்
கடும் சிவப்பு படர்ந்தால் சிறப்பு'

இளம் காற்றே விரைந்து வா! என்
உயிர்க் காதலியின் கருங்கூந்தலை அவிழ்த்து விடு
என்னுயிரைப் பறிக்க நிகழ்ந்த சதியின்
நிகழ்விடம் அதுதான்
இதை நான் ஆணையிட்டுச் சொல்கிறேன்.
ஆர்த்துலைக்கும் பைசாசக் கொடுங்காற்றில்
நள்ளிரவும் கடலும் நாட்டியமாடுகின்றன
நாம் படும் துயரம் அதற்கென்ன தெரியும்
பிரிவெனும் இம்மாளிகையின் மகிழ்ச்சி
தோன்றும் முன் மறைய நேர்கிறது
அங்கே எந்நேரமும் முழங்கிக்கொண்டிருக்கும்
மணியோசை சொல்கிறது
'எழுந்து மீண்டும் நட'
ஹாஃபிஸ், குற்றம் குறையையும்
வாழ்த்துப்பாவையும் கேட்டு
சஞ்சலம்கொண்ட உன்
உயிருக்கு விடுப்பு வேண்டுமெனில்
இவ்வுலகையும் இதன் வழிகளையும் பிரிந்து
காதலியை ஆரத்தழுவி ஆனந்தம்கொள்.
ரமலான் மாதம் சென்றுவிட்டது
எனக்கு மது கொண்டுவா
பெயரும் புகழும் இப்போது இல்லை.
இவ்விருக்கையில் நீண்டகாலம் இருக்கிறேன்
உன் ஒரு துளி மதுவுக்காக
பரிவெனும் ஆசைத்தீயில் நான்
நெடுங்காலம் வெந்தடங்கினேன்
ஹே, திராட்சை வாசமே,
என் ஆன்மாவின் உணவே!
அது என்னை இறப்பிலிருந்து விடுவிக்கிறது
எனக்கு மதுவருந்த வேண்டும்
கோப்பையின்றி வாழ்ந்த நாட்களைக்
குடித்து நிரப்ப வேண்டும்
மாயப் பெண்டிரின் மனத்தில்
வருவதென்ன, வராததென்ன
பிரித்தறிய இயலாமல் குடி!

மௌலானா ஜாமி

ஹேரத்தின் புனித மணியோசையான மௌலானா நூருத்தீன் அப்துர் ரஹ்மான் ஜாமி மகாகவி, மாபெரும் ஞானி, அனைத்துக்கும் மேலாக ஸூஃபி சிந்தனையாளர். பாரசீக மகாகவிகளான ஃபரீதுத்தீன் அத்தார், நிஸாமி, ஸஅதி, ஹாஃபிஸ் ஆகிய நால்வரும் ஒருவராகத் தோற்றம் பெற்று வந்தால் அவர்தான் மௌலானா ஜாமி. புனிதக் குர்ஆன் விரிவுரையில் தொடங்கிப் பல்வேறு தத்துவச் சிந்தனைகளுக்கான விளக்கங்கள், முஸ்லிம் அறிஞர்களின் வரலாறு, நீதி போதனைகள், அரபு இலக்கணம், படைப்பிலக்கியங்கள் என ஜாமி இயற்றிய நூல்களின் எண்ணிக்கை தொண்ணூற்றாறு. இதில் நாற்பத்தாறு நூல்கள் அவர் வாழும் காலத்திலேயே பல்வேறு அறிஞர்களால் போற்றப்பட்டவை. பாரசீகத்தின் ஏனைய கவிஞர்கள்போல் அரசர்களையோ ஆட்சியாளர்களையோ துதிபாடவோ சேவகம் புரியவோ ஜாமி முன்வரவில்லை. இருந்தும் பல்வேறு அரசர்கள் அவர்மீது மிகுந்த மதிப்பு வைத்திருந்தனர். அவரது படைப்புகளின் மகத்துவம் மட்டும்தான் இதற்குக் காரணமாக இருந்தது. ஆட்சியாளர்களின் ஆதரவை நிஸாமியை விடவும் மிக அதிகமாகப் பெற்றிருந்தவர் மௌலானா ஜாமி ஒருவர்தான்.

நூருத்தீன் அப்துர் ரஹ்மான், குராசான் பகுதியில் ஜாம் மாவட்டத்தில் பிறந்ததால் ஜாமி என்னும் பெயரில் அறியப்பட்டார். ஜாம் மாவட்டத்தில் கர்ஜிர்த் பர்கானாவில் கிபி. 1414 இல் பிறந்தார் ஜாமி. தந்தை நிஸாமுத்தீன் அஹமத் பின்

ஸம்சுத்தீன் முஹம்மத் ஜாமிலிருந்து குடும்பத்துடன் ஹேரத்திற்கு இடம் பெயர்ந்தார். முன்பு அவரது குடும்பம் இஸ்ஃபகானின் அருகிலுள்ள தஷ்த் என்னும் சிறு நகரில் வசித்து வந்தது. ஆகவே, ஜாமி என்னும் புனைப்பெயரை வைத்துக்கொள்வதற்கு முன் அவர் தஷ்தி என்னும் பெயரில் எழுத ஆரம்பித்தார்.

கூர்மதி படைத்த நூருத்தீன் சிறுவயதிலேயே மகான்களின் நல்லாசியைப் பெற்றிருந்தார். அவரது ஐந்தாவது வயதில் காஜா முஹம்மத் பர்ஸா என்னும் மகான் மக்காவுக்குப் போகும் வழியில் ஜாமில் வந்து தங்கியிருந்தார். ஜாம் மக்கள் அவரிடம் சென்று ஆசி பெற்றனர். நூருத்தீன் அப்துர் ரஹ்மான் தனது தந்தையுடன் சென்று காஜாவைச் சந்தித்தார். காஜாவைக் கண்டதுமே நூருத்தீனின் இளம் மனத்தில் மிகுந்த பயபக்தி உருவானது. இந்தச் சந்திப்பை ஜாமி பிற்காலத்தில் நினைவுகூரும்போது குறிப்பிட்டார்:

"அவரது ஒளியார்ந்த முகம் இன்றும் என் கண்முன் நிழலாடுகிறது. அந்தச் சந்திப்பில் எனக்குள் உருவான ஆனந்த உணர்வை ஒருபோதும் என்னால் மறக்க இயலாது. பிற்காலத்தில் மகான்களுடன் அதிகமான உறவைப் பேணவும், அதைப் பாது காக்கவும் இந்தச் சந்திப்புதான் எனக்கு உதவியாக அமைந்தது. எனது மனவுறுதியும் அன்புறவும் அவரது பார்வையிலிருந்து கிடைத்ததாகவே நான் உறுதிபட நம்புகிறேன்."

ஜாமியின் சிறு வயதிலேயே அவருக்கு மார்க்க அறிஞர்கள்மீது மிகுந்த மதிப்பும் நம்பிக்கையும் இருந்தது. மிகச்சிறு வயதில் தன்னை ஒரு மகான் மடியில் அமர வைத்த நிகழ்வையும்கூட மகிழ்ச்சியுடன் நினைவுகூர்கிறார் ஜாமி.

ஹேரத் நகரில்தான் ஜாமி கல்வி பயின்றார். பாடசாலையின் கட்டுப்பாடுகள் அவருக்குப் பிடிக்கவில்லை. பாடங்களை வலுக்கட்டாயமாகப் படிக்கும் வழக்கம் அவரிடம் இல்லை. விளையாட்டின்மீதுதான் அதிகமான ஆர்வம் இருந்தது. ஆனால், ஒரு நூலை ஒருமுறை வாசித்தால் போதும். அதிலுள்ள கருத்துக்கள் அவரது மனத்தில் ஆழப் பதிந்துவிடும். பாடசாலைக்குச் செல்லும்போது தோழர்களிடமிருந்து புத்தகத்தை வாங்கி ஒரு தடவை மட்டும் படிப்பார். வகுப்பில் ஆசிரியர் கேட்கும் கேள்விகளுக்கான பதிலைச் சொல்வதற்கு அதுவே அவருக்குப் போதுமானதாக இருந்தது.

நாற்பது வரையிலான பாடங்களை மட்டும் அவர் ஆசிரியர் உதவியுடன் கற்றார். தொடர்ச்சியான பிற பாடங்களை ஆசிரியர்களின் உதவியின்றித் தாமாகவே கற்றுத் தேர்ந்தார்.

அடிப்படைக் கல்வியைக் கற்றுத் தேர்ந்ததுடன் மேற்படிப்புக்காக ஸமர்பந்துக்குச் சென்ற ஜாமி, அங்கே காஸிம் ரூமி என்னும் அறிஞரின் சொற்பொழிவைக் கேட்டார். தொடர்ந்து, அவரது மார்க்கச் சொற்பொழிவுகளைக் கேட்பதை வழக்கமாகக்கொண்டார். இறுதியில், ஒருநாள் காஸிமியுடன் வாதப்பிரதிவாதத்தில் ஈடுபட்டார். இளைஞனான ஜாமி, காஸிமுடன் விவாதம் செய்வது சபையோருக்குப் பிடிக்கவில்லை. ஜாமிமீது அவர்களுக்குக் கோபம் உருவானது. ஆனால், காஸிம் ரூமி இதை மிகவும் வரவேற்றார். ஜாமியின் விவாத முறைகள் அவரை மிகவும் கவர்ந்தன. மறுநாள், தனது சொற்பொழிவைத் தொடங்கும்போது காஸிம் ரூமி, ஜாமியைப் புகழ்ந்து பேசினார்:

“ஸமர்பந்த் நகரம் உருவான பின்னர், அதன் வரலாற்றில் இளைஞன் ஜாமியைப் போன்ற கூர்மதியும் வாக்கு வன்மையுமுள்ள வேறு யாரும் ஆக்ஸஸ் நதியைக் கடந்து இன்றுவரை இந்நகருக்கு வந்ததில்லை.”

காஸிம் ரூமியின் புகழுரைகள் ஜாமியை அகந்தைகொள்ள வைத்தன. பிறரை உதாசீனமாகக் கருதும் குணம் அவருக்குள் வளர்ந்து வந்தது. தான் எந்த ஆசிரியரின் கீழும் பயின்றதில்லை என்றும் தான் பெற்ற அறிவுக்காக யாருக்கும் தான் கடன்படவில்லை என்றும் பேச ஆரம்பித்தார். தனது அகந்தையின் காரணமாக ஜாமி எழுதினார்: “எனக்குக் கல்வி கற்பித்த ஆசிரியர்களில் யாரும் என்னை விட அறிவுத்திறன் பெற்றவர்களாக இருந்து நான் பார்த்ததில்லை. அவர்கள் அனைவரையுமே என்னுடைய வாதத்திறமையால் தோற்கடித்திருக்க முடியும். ஆகவே, அவர்களிடமிருந்து நான் கற்றுக்கொண்டேன் என்பது உண்மையல்ல. யாரை என்னால் ஆசிரியராகக் கருத இயலும் என்றால் எனக்குப் பேசக் கற்றுத் தந்த என்னுடைய தந்தையை மட்டுமே!”

இப்படியான அகந்தை குடிகொண்ட ஜாமி, ஒரு நாளிரவு ஒரு கனவு கண்டார். கனவில் தோன்றிய மகான் ஸஃதுத்தீன் முஹம்மத் அல்காஸ்கரி சொன்னார்: “மகனே, உனக்கு வழிகாட்டும் திறமைபெற்ற ஒருவரை நீ கண்டடைவாயாக.” கனவிலிருந்து விடுபட்ட ஜாமி, உடனே கனவில் தோன்றிய மகான் ஸஃதுத்தீன் முஹம்மத் அல்காஸ்கரியைத் தேடிப் புறப்பட்டார். நக்ஸபந்த் தரீக்காவின் நிறுவனரான பஹாவுத்தீன் நக்ஸபந்தியின் தலைமைச்சீடரும், பின்னர் அதன் ஷேக்குமாக ஆனவர் ஸஃதுத்தீன் முஹம்மத் அல்காஸ்கரி. தன்னுடைய ஆன்மிகத் தேடலுக்கு வழிகாட்டியாக இருக்கும்படி ஸஃதுத்தீன் அல் காஸ்கரியிடம் வேண்டினார் ஜாமி.

ILLUSTRATION FROM THE BAHARISTAN, DATED 1595, WITH TWO LINES OF INCLUDED SCRIPT

நீண்ட காலமாக ஸஃதுத்தீன் அல் காஸ்கரியை ஆன்மிகக் குருவாகக்கொண்டு இலௌகிக வாழ்க்கையை விட்டு விலகி வாழ்ந்தார் ஜாமி. கடுமையான சோதனைகள் அனைத்தையும் திடமனத்துடன் வெற்றிகொண்டார். அதன் பின்னர்தான் ஸஃதுத்தீன் அல் காஸ்கரி, ஜாமிக்கு ஆன்மிக இரகசியங்களை வெளிப்படுத்தினார். சூஃபியாக மாறிய ஜாமி, தனது வாதத் திறமையை இழந்துவிட்டிருந்தார். மிகுந்த சிரமத்திற்குப் பிறகுதான் இழந்து விட்ட தனது வாதத்திறமையை அவர் மீட்டெடுத்தார்.

மௌலானா ஜாமியின் இறுதிக்காலத்தில் அவருக்குச் சித்தபிரமை பீடித்ததாக பாரசீக இலக்கிய ஆய்வாளர் தவ்லத் ஷா குறிப்பிட்டுள்ளார். ஜாமி ஒரு அறைக்குள் நுழைந்து கதவை மூடிக்கொண்டதாகவும் பிறகு வெளியே வரவில்லை என்றும் சொல்லப்படுகிறது. ஆனால், ஜாமியுடன் மிக நெருக்கமான நட்புறவு வைத்திருந்த அலீஷிர் நவாயீ, ஜாமியின் இறுதி நாட்களிலும் அவருடன் இருந்தவர். ஜாமியின் சித்தபிரமை

பற்றி அலீஷிர் நவாயீயின் எந்தக் குறிப்புகளிலும் இல்லை. கிபி. 1492 இல் ஹேரத்தில் தன்னுடைய இல்லத்தில் வைத்துக் காலமானார் மௌலானா ஜாமி.

ஜாமியின் இறப்புச் செய்தியை அறிந்த ஏழை எளிய மக்களும் ஹேரத்திலுள்ள சாதாரண குடும்ப உறுப்பினர்களும் பேரறிஞர்களும் அரசப் பிரமுகர்களும் மிகுந்த சோகத்துடன் வந்து அவரது இறுதிச் சடங்கில் கலந்துகொண்டனர். ஜாமியின் ஆன்மிகக் குருவான ஸஃதுத்தீன் முஹம்மத் அல் காஸ்கரியின் அடக்கத்தலத்தின் அருகில்தான் ஜாமியின் உடலும் அடக்கம் செய்யப்பட்டது. அந்த இடம் இப்போது 'மஸாரே ஷரீஃப்' என்னும் பெயரில் குறிப்பிடப்படுகிறது.

ஜாமி, தனது ஆன்மிகக் குருவான ஸஃதுத்தீன் அல் காஸ்கரியின் புதல்வியை மணமுடித்துக் கொண்டார். இதில் நான்கு மகன்கள் பிறந்தனர். இதில் மூன்று பேர் சிறு வயதிலும் நான்காவது மகன் இளம் வயதிலும் இறப்பெய்தினார்கள். ஷேக் ஸஅதியின் 'குலிஸ்தா'னை வாசித்துக்கொண்டிருந்த தன்னுடைய மகனுக்கு அதைக் குறித்து விளக்கம் அளிக்கும்போதுதான் தனது தலைசிறந்த படைப்பான 'பஹாரிஸ்தா'னை இயற்றுவதற்கான தூண்டுதல் ஜாமிக்கு ஏற்பட்டது.

ஜாமி மிகுந்த நகைச்சுவை உணர்வுள்ளவராகவும் இருந்தார். ஜாமியின் சம காலத்தில் வாழ்ந்த ஸாகரீ என்னும் கவிஞர் ஒருவர், பிற கவிஞர்கள் தன்னுடைய கருத்துக்களைத் திருடித் தங்கள் பெயரில் எழுதுவதாகக் குறைபட்டுக்கொண்டார். இதற்குப் பதிலாக ஜாமி எழுதிய ஒரு கவிதையின் பொருள்:

'என்னுடைய கவிதையில் ஒரு நல்ல கருத்து இருந்தால் கருத்துக் கள்வர்கள் அதைக் களவாடிவிடுகின்றனர் என்று ஸாகரீ சொல்கிறார். உண்மைதான். அவரது கவிதைகளை நானும் வாசித்துப் பார்த்தேன். அதில் கருத்துக்களே இல்லை. யாரோ களவாடி விட்டனர்.'

கவிஞர் ஒருவர் ஜாமியிடம் வந்து தான் எழுதிய ஒரு கவிதை குறித்து மிகுந்த பெருமையுடன் சொன்னார். "அலிப் (முதல் எழுத்து) எழுத்தை முற்றிலுமாகத் தவிர்த்து இந்தக் கவிதையை நான் இயற்றியுள்ளேன்."

ஜாமி சொன்னார்: "போதாது. அனைத்து எழுத்துக்களையுமே நீர் தவிர்த்திருக்க வேண்டும்."

இளங்கவிஞர் ஒருவர் மருத்துவரிடம் வந்து "நெஞ்சில் ஏதோ அடைத்துக் கொண்டிருப்பதுபோல் தோன்றுகிறது"

என்றார். மருத்துவர் கேட்டார்: "நீர் எழுதிய கடைசிக் கவிதையை யாரிடமும் வாசித்துக் காட்டவில்லையா? அதன் வறண்ட தன்மைதான் உமது நெஞ்சை அடைத்துக்கொண்டு நிற்கிறது. யாரிடமாவது அதை வாசித்துக் காட்டினால் சரியாகி விடும்."

மௌலானா ஜாமியின் பன்முகத் தன்மையும் செழுமையும் வாய்ந்த இலக்கியப் படைப்புகள் முழுமை பெற்ற அறிஞரின் விரிவையும் ஆழத்தையும் தெளிவுபடுத்துவதுடன் மொழிசார்ந்தும் அவரது புலமையை வெளிப்படுத்துகிறது. ஜாமியின் வசன நடையிலான படைப்புகள் ஏராளம். ஆனால், அவரைப் புகழின் உச்சிக்குக் கொண்டு சென்றவை காவியப் படைப்புகள்தாம். ஜாமியின் முதல் காவியப் படைப்பு, 'ஹஃப்த் அவ்ரங்' (ஏழு சிம்மாசனங்கள்), என்னும் தலைப்பிலான ஏழு மஸ்னவிகள். இளமைக் காலத்தில் அவர் இயற்றிய கற்பனைக் காவியமான மூன்று 'தீவான்' தொகுப்புகள்: 'ஃபாதிஹத் அல்ஸபாப்' (இளமையின் தொடக்கம் – கிபி. 1479), 'வாஸிதத் அல் இக்த் (கழுத்தணியின் நடுவே நல்முத்து), 'காதிமத் அல்ஹயாத்' (வாழ்க்கையின் முடிவு – கிபி. 1490) என்னும் தலைப்புகளைக் கொண்டவை. முதலில் குறிப்பிட்ட ஏழு மஸ்னவிகள், 'ஸில்ஸிலத் அல் தகப்' (தங்கச் சங்கிலி) என்ற தலைப்பில் சுல்தான் ஹுஸைன் பைகாருக்குச் சமர்ப்பிக்கப்பட்டது. கிபி. 1468 இல் ஹுஸைன் பைகார் ஆட்சிப் பொறுப்பை ஏற்பதற்கும் கிபி. 1473 இல் ஜாமியின் ஹிஜாஸ் பயணத்திற்கும் இடைப்பட்ட காலகட்டத்தில் இந்தக் காவியம் இயற்றப்பட்டது. சுவையான கதைத் தொடர்ச்சியினூடே தத்துவார்த்தச் சிந்தனையை, தார்மிகக் கருத்துகளை, மார்க்கம் தொடர்பான பிரச்சினைகளைப் பேசுகிறது இந்தப் படைப்பு.

கிபி. 1480 இல் எழுதப்பட்ட 'ஸலமான் வ அப்ஸால்' என்னும் காவியப் படைப்பை அரசர் யஃகூப் அக் கோயுன்லூவுக்குச் சமர்ப்பணம் செய்துள்ளார் ஜாமி. அறிவியல் சார்ந்த புனைவுகள் இதன் உள்ளடக்கம். இதிலுள்ள கதாபாத்திரங்களை நஸீருத்தீன் தூஸியின் வார்த்தைகளில் சொல்வதானால், "இவை அனைத்தும் பல பகுதிகளில் வாழும் அறிவாளிகளின் பிரதிபிம்பங்கள்."

'துஹ்ஃபத்துல் அஹ்ரார்' (பிரபுக்கான அன்பளிப்பு – கிபி. 1481) நீதிநெறியையும் தத்துவச்சிந்தனையையும் அடிநாதமாகக்கொண்ட போதனைக் காவியம். இதன் தொடக்கத்தில் இரண்டு துதிப்பாடல்கள் இடம்பெற்றுள்ளன. முதலில், நக்ஸபந்த் தரீக்காவின் நிறுவனரான பஹாவுத்தீன் நக்ஸபந்தியைப் போற்றியும், அடுத்து, காஜா அப்ரார் என்னும் பெயரில் அறியப்படும் நாஸிருத்தீன் உபைதுல்லாஹ்வைப் போற்றியும் எழுதப்பட்ட இரண்டு பாடல்கள்.

'ஸுப்ஹத்துல் அஹ்ரார்' (இறை நம்பிக்கையாளரின் ஜெபமாலை – கிபி. 1482) சுல்தான் ஹுஸைன் பைகாராவைச் சிறப்பிக்கும் நோக்குடன் எழுதப்பட்டது. இவரைப் போற்றும் விதமாக ஜாமி எழுதிய மற்றொரு காவியம் 'யூஸுஃப் – ஸுலைகா' (கிபி. 1483). ஹுஸைன் பைகாராவின் உதவியுடன் இயற்றிய இந்தப் படைப்பு, அலெக்ஸாண்டருக்கும் சில மேதைகளுக்கும் இடையே நடக்கும் தத்துவ, தார்மிகச் சிந்தனைகள் சார்ந்த விவாதங்களை உள்ளடக்கியது.

மேற்கண்ட சில படைப்புகளின் கருப்பொருட்களை ஜாமிக்கு முன்பே பல்வேறு பாரசீகக் கவிஞர்கள் கையாண்டிருக்கிறார்கள். ஆனால், ஜாமியின் படைப்புகள் நூற் பொருட்களை மட்டுமே முதன்மையாகக் கொண்டவை அல்ல! முந்தைய கவிஞர்களின் சொல்முறையும் ஜாமியின் சொல்முறையும் முற்றிலுமாக மாறுபட்டவை.

உதாரணமாக, ஹகீம் ஸனாயியின் 'ஹதீகத்துல் ஹகீகத்' அவ்ஹதியின் 'ஜம் – இ – ஜம்' ஜாமியின் முதல் படைப்புடனும், இப்னு ஸீனாவின் இழந்துவிட்ட ஒரு படைப்பு இரண்டாவது படைப்புடனும் நிஸாமியின் 'மக்ஸனுல் அஸ்ரார்', அமீர் குஸ்ருவின் 'மதனுல் அன்வார்' ஆகிய படைப்புகளுடன் மூன்றாம் நான்காம் படைப்புகளும், ஃபிர்தவ்ஸியின், 'யூஸுஃப் – ஸுலைஹா' ஐந்தாவது படைப்புடனும், கைஸின் அரபி தீவான் ஆறாவது படைப்புடனும் ஆராய்வதற்குரியன. நிஸாமியின் 'இஸ்கந்தர் நாமா' (இரண்டாவது தொகுப்பு), அமீர் குஸ்ருவின் மற்றொரு படைப்பு ஆகியவை ஜாமியின் படைப்புகளில் கருப்பொருள் சாயல்களைக்கொண்டுள்ளன. ஜாமிக்கு முன்பே இவர்கள் இவற்றைக் கையாண்டார்கள்தான். எனினும், அவற்றிலிருந்து மாறுபட்ட புதிய வடிவத்திலும் சொல்முறையிலும் ஜாமி தனது படைப்புகளை இயற்றியுள்ளார். புதுமையான வெளிப்படுத்தல் மூலம் ஏற்கெனவே சொல்லப்பட்ட கருப்பொருளுக்கு ஜாமியால் புத்துயிரூட்ட இயன்றது என்பது இதன் சிறப்புகளில் ஒன்று.

ஜாமியின் உரைநடைக் காவியங்கள் பல உள்ளன. குர்ஆன் விளக்கவுரைகளும் ஹதீஸ் விளக்கவுரைகளும் அவற்றில் முக்கியமானவை. 'நஃபஹாதுல் அன்ஸ்' (அன்பின் மூச்சு) என்னும் புகழ்பெற்ற படைப்பும் சூஃபிகளின் வாழ்க்கை வரலாறுகளும் சூஃபிஸம் குறித்த ஆய்வுகளும் இதில் உட்படும். இந்தப் படைப்பை முழுமைப்படுத்தும்போது ஃபரீதுத்தீன் அத்தாரின் 'தத்கிரத்துல் அவ்லியா' என்னும் படைப்பை அதிகமாகப் பயன்படுத்தியுள்ளார் ஜாமி. 'ஷவாகியத்துல் நுபுவ்வா' (தூதுத்துவத்தின் முத்திரைகள்) என்னும் படைப்பு

ILLUSTRATION FROM JAMI'S ROSE GARDEN OF THE PIOUS, DATED 1553. THE IMAGE BLENDS PERSIAN POETRY AND PERSIAN MINIATURE INTO ONE, AS IS THE NORM FOR MANY WORKS OF PERSIAN LITERATURE.

ஆழமும் தெளிவும்கொண்ட ஒரு படைப்பு. 'லவாயிஹ்' (விளக்குத் தூண்கள்) சூஃபிஸ சிந்தனையைப் பொறுத்தவரைக்கும் ஒரு எளிய படைப்பு. இதில் இடையிடையே கதைக்கூறுகளும் கவிதைகளும் இடம் பெற்றுள்ளன.

ஜாமியின் மிக முக்கியமான மற்றொரு உரைநடைக் காவியம் 'பஹாரிஸ்தான்.' ஷேக் ஸஅதி ஸீராஸியின் உலகப் புகழ்பெற்ற 'குலிஸ்தான்' காவியத்தைத் தன் மகனுக்கு விளக்கிக்கொண்டிருக்கும்போதுதான் இதை இயற்றுவதற்கான தூண்டுதல் ஜாமிக்கு ஏற்பட்டதாம். மறக்கவியலாத சொற்களின் தொகுப்புகளும் அங்கத ரசனையும் சுவை மிகுந்த உண்மைக் கதைகளும் இறைவனைப் பற்றிய சிறுசிறு குறிப்புகளும் விலங்குகள் பற்றிய கதைகளும் அடங்கிய படைப்பு 'பஹாரிஸ்தான்.'

மௌலானா ஜாமி இயற்றிய காவியப் படைப்புகளில் 'நஃபஹாதுல் அன்ஸ்' (அன்பின் மூச்சுகள்) மிக முக்கியமான மற்றொரு படைப்பு. இதன் உள்ளடக்கம், மகாத்மாக்களான அறு நூற்றுப்பதினொரு சூஃபிகளின் வாழ்க்கை வரலாறு. 'ஷவாஹியத்துல் நுபுவ்வா' (தூதுத்துவத்தின் முத்திரைகள்) என்னும் படைப்பு நபி பெருமானாரைப் புகழ்கிற விரிவான ஒரு ஆய்வு நூல். 'ஆஸியத்துல்லமாத்' (ஒளிக்கதிர்களின் அழகு) என்னும் படைப்பு இராகி இயற்றிய 'லம்மாத்' என்னும் படைப்பின் விரிவுரை.

'பஹாரிஸ்தா'னிலுள்ள சில பொன்மொழிகள்

அகந்தையில்லை என்பதில் பெருமைகொள்ள வேண்டாம். காரணம், அது வெளியே தெரியாதது. உலகம் இருண்டு கிடக்கும் இராப்பொழுதில் கரும் பாறையில் எறும்பரித்த இடத்தைக்கூட பார்த்துவிட முடியும், ஆனால், அகந்தை என்பது பார்வைக்கே உட்படாதது. உன் மனத்திலிருந்து அதை மறைத்து வைப்பதை நீ எளிதாகக் கருத வேண்டாம். ஊசி முனையால் மலையைப் பெயர்ப்பது அதை விடவும் எளிது என்பதைப் புரிந்துகொள்.

நண்பனிடம் பகை ஏற்பட்ட பிறகும் அவனுடன் அதிகமான உறவைப்பேண நினைப்பவன்தான் உண்மையான நண்பன். தன்மீது வேண்டுமென்றே கற்களை வீசினாலும் உண்மை நண்பன் நட்பை வலுப்படுத்தவே விரும்புவான்.

மகனே, பகைவனிடமிருந்து மறைத்தாக வேண்டிய இரகசியத்தை நண்பனிடம் வெளிப்படுத்தி விடாதே! கால மாற்றத்தில் நண்பர்கள், பகைவர்களாவதையும் பகை, நட்பாக மாறுவதையும் அனுபவரீதியாக நான் உணர்ந்திருக்கிறேன்.

இரகசியத்தை மூடி மறைத்ததற்காக யாரும் துன்பப்பட நேர்ந்ததில்லை. அதை வெளிப்படுத்திய காரணத்துக்காகப் பலரும் துன்பப்பட்டிருக்கிறார்கள்.

மௌனமாக இருங்கள்; அமைதியான மனத்துடன் மௌன மாக இருப்பது துயரத்தை உருவாக்கும் பேச்சை விட சிறந்தது.

இந்த அளவிலான பரந்து விரிந்த நிலப்பரப்பையும் அதிகாரத்தையும் மகத்துவத்தையும் இவ்வளவு குறைந்த வயதில் இவ்வளவு குறுகிய காலஅளவில் எப்படி அடைய முடிந்தது என்று கேட்டபோது அலெக்ஸாண்டர் சொன்னார்: "எதிரிகள் பகைமையைக் கைவிடும்வரை அவர்களை அமைதிப்படுத்தியும், அவர்களுடனான நட்பைப் பலப்படுத்தும்வரை அதை வளர்த்தும்தான் இதைச் சாதித்தேன்."

மனிதர்களின் மகத்துவம் அவன் தேடிவைத்த செம்பொன்னோ வெண்பொன்னோ அல்ல. அவனுடைய நெறிவழியும் விவேக அறிவும்தான். சன் மார்க்கச் செயல்களில் ஈடுபட்ட எத்தனையோ அடிமைகள் அரசர்களாகி இருக்கிறார்கள். துன்மார்க்கச் செயல்களில் ஈடுபட்ட எத்தனையோ அரசர்கள் அடிமைகளை விடவும் கீழ் நிலைக்குச் சென்றிருக்கிறார்கள்.

துன்பம் வரும்போதுதான் தோழன் தேவைப்படுகிறான். வளமுடன் வாழும்போது தோழர்களுக்குப் பஞ்சமில்லை.

"மனம் என்பது கண்ணாடி. துன்பம் என்பது அதில் படியும் அழுக்கு. அந்த அழுக்கை நீக்கும் திரவம் நகைச்சுவைதான்" என்று சொல்லும் ஜாமியின் சில நகைச்சுவைக் கதைகளும் 'பஹாரிஸ்தா'னில் இடம்பெற்றுள்ளன.

நெசவுத் தொழிலாளி ஒருவன் மௌலவி ஒருவரிடம் சில பொருட்களைக் கொடுத்து வைத்திருந்தான். கொஞ்ச நாட்களுக்குப் பிறகு, அதைத் திரும்பப் பெறுவதற்காக அவன் மௌலவியிடம் சென்றான். வீட்டுத் திண்ணையில் தனது மாணவர்களின் முன் அமர்ந்திருந்தார் மௌலவி.

"மௌலானா அவர்களே, நான் தங்களிடம் கொடுத்து வைத்திருந்த அந்தப் பொருட்களைத் திருப்பித் தாருங்கள்" என்று கேட்டான் நெசவுத் தொழிலாளி. "நான் மாணவர்களிடம் பாடம் கேட்டுக்கொண்டிருக்கிறேன். அவர்கள் சொல்லி முடிப்பது வரைக்கும் பொறுத்திருங்கள்" என்றார் மௌலவி.

மாணவர்கள் பாடம் சொல்லும்போது, மௌலானா தலையை ஆட்டுவதைக் கவனித்த அந்த நெசவுத் தொழிலாளி, பாடம் கேட்பது என்பது தலையை ஆட்டுவதுதான் என்று புரிந்துகொண்டு மௌலவியிடம் சொன்னான்: "மௌலானா அவர்களே! எனக்கு விரைவாகச் செல்ல வேண்டிய தேவை இருக்கிறது. தாங்கள் என்னுடைய பொருட்களை எடுத்துக் கொண்டு வரும் வரைக்கும் நான் வேண்டுமானால் தலையை ஆட்டுகிறேனே."

யாசகன் ஒருவன் ஒரு வீட்டின் முன்நின்று யாசகம் கேட்டான். வீட்டில் இருந்தவர், வீட்டிலுள்ளவர்கள் வெளியே சென்றுவிட்டார்கள் என்றார். யாசகனுக்குக் கோபம் வந்தது. அவன் சொன்னான்: "எனக்குத் தேவை ஒரு பிடி உணவுதானே தவிர, அவர்களல்ல."

வயோதிகர் ஒருவர் தொழுகை முடிந்த பின் இரண்டு கைகளையும் உயர்த்திப் பிரார்த்தனையில் ஈடுபட்டிருந்தார்.

தன்னை நரகத் தண்டனையிலிருந்து விடுவித்து சொர்க்கத்தை அளிக்கச் சொல்லி அவர் பிரார்த்தனை செய்துகொண்டிருந்தார். இது, அவரது அருகாமையில் அமர்ந்திருந்த மூதாட்டியின் காதுகளில் விழுந்தது. அவளும் பிரார்த்தனை செய்தாள்: "இறைவா, இந்த மனிதர் கேட்பதில் எனக்கும் ஒரு பங்கு தருவாயாக." இதைக்கேட்ட அந்த முதியவருக்குக் கோபம் வந்தது. அவர், "இறைவா என்னைத் தூக்கு மரத்தில் ஏற்றி, தீயிட்டு எரிப்பாயாக" என்று வேண்டினார். உடனே அந்த மூதாட்டி, "இறைவா, என்னை மன்னித்தருள்வாயாக; இவர் கேட்பதிலிருந்து என்னைப் பாதுகாப்பாயாக" என்று இறைவனிடம் பிரார்த்தனை செய்தார். இதைக்கேட்ட அந்த முதியவர், மூதாட்டியின் பக்கம் திரும்பிச் சொன்னார்: "நல்ல பங்காளி இவள். சுகத்தில் மட்டும் என்னுடன் பங்கு சேரவும், துன்பத்தில் என்னை விட்டு விலகவும் விரும்புகிறாள்."

அழகற்ற உருவம்கொண்ட ஒருவன் சொன்னான்: "ஒருநாள், என்னைப் பித்தளை வார்ப்புப் பணிகள் செய்யும் தொழிற்கூடத்திற்கு அழைத்துச் சென்ற ஒரு பெண், வார்ப்புக் காரனிடம், "இதோ, இவனைப்போல்" என்று சொன்னாள். நான் அவனிடம் இது குறித்து விசாரித்தேன். அப்போது அவன் சொன்ன பதிலைக் கேட்டு நான் அடைந்த மன வருத்தம்போல் வாழ்க்கையில் அனுபவித்ததே இல்லை. வார்ப்புக்காரன் சொன்னது இதுதான்: "அவள், ஷைத்தானின் உருவம் ஒன்றை வார்த்துத் தரும்படி கேட்டாள். எந்த வடிவத்தில் இருக்க வேண்டும் என்று கேட்டேன். அதற்காகவே உன்னை இங்கே அழைத்து வந்து இதோ இவனைப்போல் என்றாள்."

பேரரசர் நவ்ஷர்கான் வசந்த கால விருந்து வைத்தார். விருந்தோம்பல் நடந்துகொண்டிருக்கும்போது அவருடைய ஏழை உறவினர் ஒருவர் ஒரு தங்கக் கோப்பையை எடுத்துத் தனது ஆடைக்குள் மறைத்து வைத்தார். அரசர் அதைப் பார்த்தும் பார்க்காததுபோல் இருந்துவிட்டார். விருந்து முடிவுற்று அனைவரும் பிரிந்துபோகும் வேளையில் வேலைக்காரன் ஒருவன், தங்கக் கோப்பை ஒன்றைக் காணவில்லை என்றும் அனைவரையும் சோதனையிட வேண்டும் என்றும் சொன்னான். அரசர் சொன்னார்: "அதனால் பயனேதும் விளையப் போவதில்லை. எடுத்தவன் தரவோ, பார்த்தவன் சொல்லவோ மாட்டான்."

சில நாட்களுக்குப் பிறகு, தங்கக்கோப்பையைத் திருடியவன் விலையுயர்ந்த ஆடைகள் அணிந்துகொண்டு அரண்மனைக்கு வந்தான். அரசர் அவன் அணிந்திருந்த ஆடையைப் பார்த்த

விதம், 'இதை நீ எப்படி வாங்கினாய் என்பதை நான் அறிவேன்' என்று சொல்வது போலிருந்தது. இதைப் புரிந்து கொண்டவனாக அவனும் புதிதாக வாங்கிய தனது காலுறையையும் அரசரின் கண்களில் படும்படியாகக் காண்பித்தபடி 'இதையும் அப்படித் தான் வாங்கினேன்' என்பதுபோல் அரசரைப் பார்த்தான். அவன் தனது வறுமையின் காரணமாகவே தங்கக் கோப்பையைத் திருடினான் என்பதைப் புரிந்துகொண்ட அரசர் அவனுக்கு ஆயிரம் பொற்காசுகளையும் வழங்கினார்.

"உன்னுடைய குற்றத்தைக் கருணை மிகுந்த மன்னர் அறிவார் எனில், இழைத்த குற்றத்திற்காக நீ மன்னிப்புக் கேள். நான் செய்யவே இல்லை என்று சாதிக்காதே. அது நீ செய்த முதல் குற்றத்தை விடவும் மிகப் பெரிய குற்றமாகும்."

மௌலானா ஜாமியின் 'ஹஃப்த் அவ்ரங்' (ஏழு சிம்மாசனங்கள்) என்னும் பெயரில் அறியப்படும் ஏழு மஸ்னவி கவிதைகளின் தொகுப்பு, 'ஸில்சிலத் அல் தகப்' (தங்கச் சங்கிலி), 'ஸலாமன் வ அப்ஸல்', 'துஹ்ஃபதுல் அஹ்ரான்' (சுதந்திரமானவர்களின் அன்பளிப்பு), 'ஸுப்ஹதுல் அப்ரான்' (பக்தர்களின் துதிப்பாடல்கள்), 'யூஸுஃப் – ஸுலைஹா', 'லைலா – மஜ்னூன்', 'கிரத் நாமாயெ ஸிக்கந்தரி' (அலெக்ஸாண்டரின் சரிதம்) ஆகியவை.

ஜாமியின் மூன்று காவியத் தொகுப்புகள், 'ஃபாத்திஹத் அல்ஸபாப்' (இளமையின் தொடக்கம்), 'வாஸிதத் அல் இக்த் (கழுத்தணியின் நடுவே நல்முத்து), 'காதிமத் அல் ஹயாத்' (வாழ்க்கையின் முடிவு) ஆகியவை. இவை ஸஅதியையும் ஹாஃபிசையும் பின் பற்றி எழுதிய காவியங்கள் என்று சொல்லப் படுகின்றன.

'ஸில்சிலத் அல் தகப்' தத்துவச் சிந்தனை, நீதி நெறி, மார்க்க சம்பந்தமான விஷயங்கள் ஆகியவற்றைத் தெளிவான உதாரணங்களுடன் விளக்கும் காவியப் படைப்பு. 7200 கவிதைகள்கொண்ட இந்தக் காவியப் படைப்பு சுல்தான் ஹுஸைன் பைகாராவுக்குச் சமர்ப்பணம் செய்யப்பட்டுள்ளது.

'துஹ்ஃபதுல் அஹ்ரா'ரும் 'ஸுப்ஹதுல் அப்ஹா'ரும் நீதிபோதனைகள் அடங்கிய படைப்புகள். இவற்றில் மார்க்கம் தொடர்பான விஷயங்கள் அதிகமாக உள்ளன.

நிஸாமியும் அமீர் குஸ்ருவும் காவியங்களாக்கிய லைலா மஜ்னூன் கதையை ஜாமியும் எடுத்தாண்டுள்ளார். கருப்பொருள் ஒன்றாக இருப்பினும் ஜாமியின் சொல்முறையும் வடிவ நேர்த்தியும் வேறுபட்டதும் புதுமையானதுமாகும். 'கிரத் நாமாயெ ஸிக்கந்தரி'

என்னும் காவியப் படைப்பு, அலெக்ஸாண்டரின் அற்புதச் செயல்பாடுகளை விவரிக்கிறது. அறிவியல் தொடர்பான பல கதைகள் அடங்கிய வரலாற்றுக் காவியம் இது.

ஸலமான் – அப்ஸல்: யூனான் (கிரேக்கம்) நாட்டைச் சேர்ந்த ஒரு அரசன், உலகியல் ஆர்வங்கள் அனைத்தையும் முற்றிலுமாகத் துறந்த ஞானியும் பேரறிஞருமான ஒருவரைத் தனது ஆலோசகராக நியமிக்கிறான்.

அரசனுக்குத் திருமணமாகவில்லை. அதனால், தனக்குக் குழந்தை இல்லையே என்று அவன் மிக வருந்தினான். தன்னுடைய ஆலோசகரான அறிஞரிடம் இதை அவன் பகிர்ந்து கொண்டான். அந்த அறிஞர், பெண் என்பவள் காமக்கயிற்றைக் கையில்கொண்டிருக்கும் மாயப்பிசாசு என்றும் மனிதனை அது கூடாத பாதைகளை நோக்கிக் கொண்டு செல்லும் என்றும் விவரித்தார்.

இருந்தும் அரசனின் புத்திர தாபம் அதிகரித்ததே ஒழிய குறையவில்லை. கடைசியில், அரசனுக்கு ஒரு மகன் கிடைத்தான். அரசனின் திருமணத்தின் மூலமோ ஒரு பெண் பெற்றெடுத்ததன் மூலமோ பிறந்த குழந்தை அல்ல அது. தனது அற்புத சக்தியின் விளைவால் கிடைத்த அந்த வாரிசுக்கு அரசன் ஸலாமன் என்று பெயரிட்டான்.

பாலகனைச் சீராட்டி வளர்ப்பதற்கு அரசன், அப்ஸல் என்னும் ஓர் அழகியை நியமித்தான். அவள் அந்தக் குழந்தையைத் தன்னுயிருக்கு நிகராக வைத்துப் போற்றிப் பாதுகாத்து வளர்த்து வந்தாள். ஸலாமனைத் தவிர உலகிலுள்ள எதன் மீதும் அவளது பார்வை பதியவில்லை. ரோஜா இதழாலும் கஸ்தூரியாலும் அவனது மேனியைத் தூய்மை செய்தாள். தேனடையைப் பிழிந்து அவனது வாயில் அமுதூட்டினாள். தூங்க வைத்து இரவு முழுவதும் அவனது தலையருகில் இமை துஞ்சாமல் காவல் காத்தாள். காலையில் புத்தாடைகள் அணிவித்துக் கண்களில் அஞ்சனம் தீட்டினாள். குழற்சிகையில் நறுமணம் பூசினாள். இடையில் மரகதக் கற்கள் பதித்த பொன்னரைஞாண் பூட்டினாள்.

இப்படியாக, அப்ஸல் காட்டிய கரிசனம் ஸலாமனின் பதினாறாம் வயதில் காதலாகப் பரிணமித்தது. தன்னை விட இருபது வயது இளைய ஸலாமன்மீது காதல் கொண்டாள் அப்ஸல். அவனுக்கும் தன்மீது காதல் உருவாக வேண்டும் என்பதற்காக கடும் முயற்சிகளை மேற்கொண்டாள். அவன் மனத்தினுள் மோகத் தீயை மூட்டினாள்.

தன் குழற்சிகையை விரித்தாள்
அவனைச் சிக்க வைக்க
விழிகளில் தீட்டிய மையிருளை
இரு மடங்காக்கினாள்
அவனை வழிதவறச் செய்ய
விற்புருவங்களை இன்னும் வளைத்தாள்
அவன்மீது சரம் தொடுக்க
புது ரோஜாவும் புனுகும் தூவினாள்
அவன் எண்ணப் பறவையைச் சிறைப்பிடிக்க
செம்மைப் பூத்த கன்னங்களை இன்னும் சிவப்பாக்கினாள்
இதழ் மொட்டுத் திறந்து முத்துக்கள் உதிர்த்தாள்
அங்குமிங்கும் நடந்தாள் அவன் அறைக்குள்
அங்கிப் பட்டைக் காட்ட அங்கை உயர்த்தினாள்
சருக்கென எழுந்தாள் பொற்சலங்கை சரசரக்க
பற்பல பாசாங்குகள்
ஸலாமன் விழிகளை ஈர்க்க, பார்வையைக் கவர
கண்களில் கலந்து கருத்தினுள் புகுந்தால்
காதல் கனல்பெறும் என்றறிவாள் அவள்

ஸலாமன் மயங்கினான். அவனை மானுட இன்பத்தின் எல்லைக்குக் கடத்திச் சென்றாள் அப்ஸல். ஓராண்டு காலம் ஈருடல் ஒருயிராக அப்ஸலும் ஸலாமனும் பிணைந்து கிடந்தனர். இறுதியில் அரசனும் இதை அறிந்துகொண்டான். தன் அருமை மகனை அழைத்து அறிவுரை சொன்னான் அரசன். காம வேட்கையை விடவும் கானக வேட்டை சிறந்தது என்றான். ஆனால், அப்ஸலிடம் போதையுற்ற ஸலாமனின் மனம் அதை ஏற்க மறுத்தது. 'இகபர லோகங்கள் யான் வேண்டேன்' அப்ஸலின் மலர் வதனம் ஒன்றே போதும் என்றான் ஸலமான்.

ஞானியின் அறிவுரைகளும் அவன் மனதை மாற்றவில்லை. அப்ஸல் அவனை அழகிய ஒரு தீவுக்கு அழைத்துச் சென்று உலக இன்பத்தில் எல்லையைக் காட்டினாள்.

மகனின் பிரிவுத் துயரால் வேதனையுற்ற நிலையில் வாழ்ந்துகொண்டிருந்தான் அரசன். அப்போது உலகைக் காட்டும் கண்ணாடி ஒன்று அவனுக்குக் கிடைத்தது. அதில் பார்க்கும்போது, மகன் தனது இணையுடன் ஆனந்தமாக இருக்கும் தீவு தெரிந்தது. புற உலகம் ஒன்று இருப்பதே அறியாத நிலையில் இணைகள் கட்டுண்டு கிடந்தன. முதலில் இதற்காக அனுதாபம்கொண்ட அரசனுக்குப் பின்னர் கோபம் வந்தது. தன்னுடைய மந்திர சக்தியைப் பயன்படுத்திய அரசன் மகனைத் தன்னிடம் வரவழைத்தான். விரக தாபம் மேலிட்ட நிலையில் மீண்டும் காதலியைத் தேடித் தீவுக்குச் சென்றான் ஸலாமன்.

மீண்டுமொரு பிரிவுக்கு அஞ்சிய இணைகள் இருவரும் நறுமணக் கட்டைகளை அடுக்கி வைத்து நெருப்பு மூட்டிக்

YUSUF AND ZULAIKHA (JOSEPH CHASED BY POTIPHAR'S WIFE)
MINIATURE BY BEHZAD 1488

கைகளைக் கோர்த்தபடியே அதில் இறங்கினர். தீயின் தாபத்தால் பிணைந்த கைகளின் பிடி நழுவியது. அழகி அப்ஸலை நெருப்பு அணைத்துக்கொண்டது. ஸலாமனை அது தீண்டவில்லை. அவனது மனத்திலிருந்த உலகியல் ஆசைகள் அனைத்தும் நெருப்பில் வெந்து தணிந்தன. அத்துடன் அப்ஸல் மீதான ஸலாமனின் காதலும் வெந்தடங்கியது.

அப்போது ஞானியும் அரசனும் அங்கே வந்தனர். ஞானி தெய்வீகக் காதல் குறித்து ஸலாமனுக்கு விளக்கிச் சொல்லி, வானுலக மங்கையான ஸுஹ்ரா என்னும் தாரகையை அவனுக்குக் காட்டினார். அப்போதுதான் முன்னர் தன்னைப் பிணைத்து நின்றது அப்ஸலின் விலங்கு என்பதை அவன் புரிந்துகொண்டான். அது காதல் அல்ல என்பதையும் வெறும் புலனிச்சை மட்டுமே என்பதையும் அவன் புரிந்துகொள்கிறான். தெய்வீக அன்பின் பெருமையை உணர்ந்த தன் மகன் ஸலாமனை அரியணையில் அமர வைத்தான் தந்தை.

உலக இன்பங்களான புலனிச்சைகளில் கட்டுண்டு கிடக்கும் மானுட ஆன்மா, ஒரு வழிகாட்டியின் உதவியுடன் அவற்றைத் தீயிட்டுப் பொசித்துவிட்டு, அதை விட்டு விலகித் தெய்வீக வழியில் பயணித்தால் தனக்கான உயர்ந்த இடத்தை அடைய முடியும் என்னும் கருத்தை இந்தக் கதையினூடே சொல்ல வருகிறார் ஜாமி.

யூஸுஃப் – ஸுலைகா: ஜாமியின் புகழ்பெற்ற 'யூஸுஃப் – ஸுலைகா' என்னும் இந்தக் காவியப் படைப்பு இலக்கிய உலகில் மிகவும் உன்னதமாக இடத்தைப் பெற்றுள்ளது. ஆயினும், பாரசீக இலக்கியங்களை வாசிப்பவர்கள் இம்மகாகாவியத்தின் முக்கியத்துவத் தைப் புரிந்துகொள்வதில்லை. இதைப் புரிந்துகொள்வதற்கு முதலில் இம்மகாகாவியத்தின் சிறப்புகள் குறித்து அறிந்தாக வேண்டும்.

யூஸுஃப் – ஸுலைகா மிகப் புராதனமான வரலாறு. திருக்குர்ஆன் பன்னிரண்டாம் அத்தியாயத்தில் இந்தக் கதை விரிவாகச் சொல்லப்பட்டுள்ளது. பைபிளில் ஆதியாகமம் 39 ஆம் அத்தியாயத்திலும் இந்தக் கதை குறிப்பிடப்பட்டுள்ளது. இவ்வளவு விரிவான மற்றொரு வரலாறு திருக்குர்ஆனில் சொல்லப்படவில்லை என்பதையும் கவனத்தில் கொள்ள வேண்டும். குர்ஆன் இதை மிகவும் அற்புதமான வரலாறாகச் சிறப்பிக்கிறது – அஹ்ஸானுல் கஸஸ் என்னும் பெயரில். இறை நிச்சயத்தையும் இறை நோக்கத்தையும் விளக்கி, நபி பெருமானாருக்கும் அவர்களது வழிநிற்கும் மற்றவர்களுக்கும் சில ஆன்மிக உண்மைகளை எடுத்துக்காட்டுவதற்காகவே திருக்குர்ஆனில் இந்தக் கதை விளக்கமாகச் சொல்லப்படுகிறது. யூஸுஃபுக்கும் ஸுலைகாவுக்கும் இடையிலான காதலைத் திருக்குர்ஆன் அதிகமாக விவரிக்கவில்லை. இந்த இடத்தையே ஜாமி, தன்னுடைய காவியப் படைப்பின் கருப்பொருளாக எடுத்துக் கொண்டார். யூசுஃப் – ஸுலைகாவின் கதை இதுதான்:

ஸுலைகா, மஹ்ரிபிலுள்ள அரசனின் புதல்வி. ஒப்பாரும் மிக்காரும் இல்லாத பேரழகி. பருவ வயதை அடைந்த ஸுலைகா, தனது கனவில் உயர்குலத்தில் பிறந்த ஓர் ஆணைத் தனக்குத் துணையாகக் கண்டாள். கனவில் வந்த அந்த அற்புத அழகனை அவள் காதலித்தாள். அவனை மீண்டும் கனவில் தரிசித்தாள். மூன்றாவது முறையாகவும் கனவில் வந்தவனிடம் ஸுலைகா, யாரென்று கேட்டாள். அவன் தன்னுடைய பெயரைச் சொல்லவில்லை. ஆனால், தான் மிஸ்ரி (எகிப்து) தேசத்தின் அமைச்சர் என்று மட்டும் சொல்லி விட்டு மறைந்தான். அவன் நினைவிலேயே சதாகாலமும் ஆழ்ந்த ஸுலைகா, தன்னை

மணம் செய்துகொள்வதற்காக வந்த அரசகுமாரர்களையும் பிரபுக்களையும் ஏற்க மறுத்தாள். இறுதியாக அவள் மிஸ்ரி தேசத்தின் அமைச்சரை மட்டுமே தான் தன் மணவாளனாக ஏற்றுக்கொள்வேன் என்று தந்தையிடம் முடிவாக அறிவித்து விட்டாள். வேறு வழியேதும் இல்லாத நிலையில் ஸுலைகாவின் தந்தையும் அதை ஏற்றுக் கொண்டார். தன்னுடைய மகளை மணம் புரிந்துகொள்ள கோரி, ஒரு ஞானியை மிஸ்ரி தேசத்துக்குத் தூது அனுப்பிவைத்தார் அவர்.

தூதுவராகச் சென்ற அந்த ஞானி, மிஸ்ரி அமைச்சரின் மாளிகைக்குச் சென்றார். அந்த அமைச்சரின் பெயர் அஸீஸ். ஸுலைகாவின் ஆசையையும் அவளது தந்தையின் விருப்பத்தையும் அவனிடம் சொன்னார் ஞானி. ஸுலைகாவின், அவளது தந்தையின் கோரிக்கைக்குச் செவி மடுத்த, மிகப்பெரிய ஆகிருதி படைத்த அந்த அமைச்சர், இத்தகைய பேரதிர்ஷ்டம் வாய்த்ததில் மிகுந்த மகிழ்ச்சியுடன் தனது ஒப்புதலை அறிவித்தான். ஆனால், அந்த அமைச்சர் ஆண்மையற்ற ஒரு நபும்சகன். தான் நேரில் சென்றால் தன்னை அவள் ஏற்றுக்கொள்வாளோ என்ற சந்தேகம் அவனிடம் உருவானது. அவன் தூதுவரிடம் சொன்னான்: "ஒரு கணம்கூட என்னால் மிஸ்ரியை விட்டு அகல இயலாது. இது அரச உத்தரவு. அரசரை விட்டு விலகி நிற்க எனக்கு அனுமதியில்லை. ஆகவே, ஸுலைகாவை என்னிடம் அனுப்பி வைக்கலாம். அவளை என்னுடைய அரசியாக நான் ஏற்றுக் கொள்வேன்."

தான் அதற்கு இணக்கம் தெரிவித்தாலும் ஸுலைகாவும் அவளது தந்தையும் இணங்குவார்களா என்ற சந்தேகம் உருவான ஞானி குழப்பத்தில் ஆழ்ந்தார். ஆனால், அந்த அமைச்சரோ, அரச உத்தரவின்படி, ஸுலைகாவை அழைத்துவரும்படிக் கேட்டு, இருநூறு பொற்சிவிகைகளையும் ஆயிரம் அடிமைப்பெண்களையும் அனுப்பிவைத்தார்.

மிஸ்ரியின் இளங்காளையான அமைச்சர் தன்னை மணமுடித்துக்கொள்ள இணங்கியதை அறிந்த ஸுலைகா மிகுந்த மகிழ்ச்சி அடைந்தாள். தன் கனவுக் காதலனை அடைய இருப்பதை எண்ணி அவள் அளவில்லாத ஆனந்தம் கொண்டாள்.

மணப்பெண்ணை சர்வாலங்கார பூஷிதையாக்கிய அரசர் மிஸ்ரிக்கு அனுப்பி வைத்தார். ஸுலைகா ஏறிய பல்லக்கில் சந்தன மரத்தில் அழகிய சிற்பங்கள் செதுக்கி வைக்கப்பட்டிருந்தன. சித்திர அலங்காரம் செய்யப்பட்ட அப்பல்லக்கின் மேல் தட்டில், ஜாம்ஷித் அரசரின் அரண்மனை உப்பரிகைபோல் தங்கத்தில் பதித்த வைரங்களும் வைடூரியங்களும் இரத்தினக் கற்களும் ஒளி

வீசிக்கொண்டிருந்தன. பல்லக்கைச் சுற்றியுள்ள திரைச்சீலைகளில் பட்டிழைகளால் கோர்க்கப்பட்ட மரகதக் கற்கள் அசைந்தாடின. தனது கனவு நாயகனிடம் செல்லும் ஸுலைகாவின் பயணம் ஆர்வத்தைத் தூண்டுவதாக அமைந்திருந்தது. மிஸ்ரியின் தலைநகரக் கபாடத்தின் முன், அமைச்சர் அஸீஸ் பொறுமையிழந்த நிலையில், தனது மணவாட்டியை வரவேற்க ஆடம்பரமான ஆடை அணிகலன்களுடன் நின்றுகொண்டிருந்தான்.

அடக்க இயலாத ஆர்வத்துடன் பல்லக்கின் திரைச்சீலையினூடே கணவனாக வரவிருக்கும் தனது கனவுக் காதலனைப் பார்த்தாள் ஸுலைகா. அத்துடன் அவளது மனக் கோட்டைகள் யாவும் தகர்ந்து விழுந்தன. நான் கனவுகண்ட ஆசைக் காதலன் இவன் அல்லவே? நான் கண்ட அந்தக் காதலன் எங்கே? என்ன இது? இனி என்ன செய்வதென்று அறியாத ஸுலைகா பரிதவித்து நிற்கும்போது ஒரு அசரீரி கேட்டது: உன் ஆசை நாயகன் இவன் அல்ல என்பது உண்மைதான். ஆனால், இவன் மூலமாக, உன்னுடைய கனவுக் காதலனை நீ அடைய இயலும். இம்மனிதனைப் பார்த்து நீ அஞ்சத் தேவையில்லை. உன்னுடைய கன்னிமை இவனிடம் பாதுகாப்பாக இருக்கும். வாளில்லாத வெறும் உறையைக் கண்டு நீ அஞ்சத் தேவை யில்லை."

இனி என்ன செய்ய இயலும்? இந்த நபும்சகத்தை ஏற்பதைத் தவிர மாற்று வழியில்லை. அவனைக் குற்றம் சொல்வதிலும் பயனில்லை. ஆடம்பரமான அந்தத் திருமணத்தை ஏற்பதாகவே அவள் முடிவு செய்தாள்.

ஆனால், ஸுலைகாவின் மனம் முழுக்கவும் கனவுக்காதலனே நிறைந்து நின்றான். அவள் தனது ஏமாற்றத்தையும் வேதனையையும் வெளிக்காட்டிக்கொள்ளாமல் வாழ்ந்து வந்தாள்.

மயக்கத்திலாழ்ந்த தனது உண்மைக் காதலின் நிலையை அறிந்துகொள்ள விரும்பினாள் ஸுலைகா. தனது அகமனத்தின் இனிய ராகத்தை அவள் இசையாகப் பொழிந்தாள். தனது கனவுக்காதலன் மீது அவளுக்கு இன்னமும் நம்பிக்கை இருந்தது. அவள் தனிமையில் அரற்றினாள். என் கனவில் தோன்றிய நீ எதற்காக உன்னை எகிப்தின் அமைச்சர் என்று சொல்லிக்கொண்டாய்? உன்னுடன் வாழ்வதற்காக, உன்னுடையவள் ஆவதற்காக நான் காடும் மேடும் கடந்து தேசத்தை விட்டு வரவேண்டியதாயிற்றே? இறுதியில் என்றாவதொரு நாள் உன்னை அடைவேன் என்ற நம்பிக்கை எனக்கு இருக்கிறது. அந்தப் பரவசம் தரும் நாளை எதிர்பார்த்து நான், நானாக இல்லாமல், நீயாகி இருக்கிறேன். விரைவில் உன்னை என்னால்

காண இயலுமா? நம்பிக்கையும் எதிர்பார்ப்பும் ஆவலுமாகக் காத்திருந்தாள் ஸுலைகா.

ஒருநாள் வியப்பூட்டும் செய்தி ஒன்று வீதிகளெங்கும் பரபரப்பாகப் பேசப்பட்டது. அயல் தேச வணிகன் ஒருவன் ஓர் அடிமையைக் கொண்டு வந்திருக்கிறான். அழகிலும் அறிவிலும் புறத்தோற்றத்திலும் ஒழுக்க விழுமியங்களிலும் அந்த அடிமைக்கு நிகராக யாருமில்லை என்று மக்கள் பேசிக்கொண்டனர். அம்மனிதன் அடிமையே அல்ல! ஒளியின் புதல்வன், களங்கமின்மையின் மனித உருவம், அன்பெனும் பேரரசின் அதிபதி. இப்படியான அடிமையை வணிகம் செய்பவன், இன்னமும் சரியான நாட்டுக்குள் நுழையவில்லை என்றுதான் சொல்ல வேண்டும். செய்தியை அறிந்த அரசன் தனது அமைச்சரை அழைத்து, உடனடியாக அந்த வணிகனைத் தன்முன் அழைத்து வரும்படி உத்தரவிட்டான்.

அமைச்சரான அஸீஸ் – ஸுலைகாவின் கணவன் – வீதிக்குச் சென்று அந்த அடிமையைப் பார்த்தான். அடிமையாக வந்திருக்கும் யூசுஃபைக் கண்ட அமைச்சர், அடிமையைக் குறித்து மக்கள் பேசிக்கொண்டிருக்கும் புகழுரைகளின் போதாமையை உணர்ந்துகொண்டான்.

அடிமை யூசுஃபின் முன் அமைச்சர் அஸீஸ் தன்னையறியாமல் தலை தாழ்த்தி நின்றான். யூசுஃப் அவனுக்கு ஏகத்துவம் குறித்தும் இறைவன் முன் மட்டும்தான் மனிதர்கள் தலை தாழ்த்த வேண்டும் என்றும் அறிவுரைத்தார். யூசுஃபின் எஜமானனான அவ்வணிகனிடம் அரசர் அழைப்பு விடுத்திருப்பதைச் சொன்னான் அஸீஸ். தாங்கள் நெடுந்தூரம் பயணம் செய்த களைப்பிலும் அழுக்கடைந்த நிலையிலும் இருப்பதாகச் சொல்லி, நைல் நதியில் நீராடி, உணவு அருந்தி, ஓய்வெடுத்த பின்னர் அரசரின் முன்னிலையில் பணிவுடன் தலை காட்டுவதாகச் சொன்னான் வணிகன்.

இதனிடையில் யூசுஃபின் அழகும் ஒழுக்கக் குணங்களும் இன்னபிற சிறப்புகளும் குறித்த செய்தி, காட்டுத்தீ போல் எங்கும் பரவின. யூசுஃபைக் காண வந்த மக்கள் கூட்டம் யூசுஃபின் சிறப்பம்சங்களில் ஏதேனுமொன்றாவது தங்களிடம் இருந்திருக்கலாகாதா என்று ஏக்கத்துடன் சொல்லிக்கொண்டது. ஏதோ ஓர் அந்நிய மக்கள் மனங்களை இந்த அளவுக்குக் கவர்ந்துகொண்டதில் அவர்களுக்குப் பொறாமை உருவானது.

மக்கள், யூசுஃபின் உன்னதங்களைப் பேசப்பேச, வணிகன் தான் கொண்டு வந்த விலை மதிக்க இயலாத மாணிக்கத்தின்

சிறப்பைப் புரிந்துகொண்டான். ஆகவே, தனது பொருளின் விலையை அவன் அடிக்கடி உயர்த்திக்கொண்டிருந்தான். யூசுஃபின் விலையாக தனது நாட்டின் ஒட்டுமொத்த வருமானத்தைத் தரவும் அரசன் தயாராக இருந்தான். ஆனால், அரசனை விடவும் அதிக விலை கொடுத்து யூசுஃபின் அழகை விலைக்கு வாங்குவதற்கான தகுதியும் தேவையும் அந்நாட்டில் ஒரே ஒரு பெண் மணிக்குத்தான் இருந்தது. அது ஸுலைகா. அவளிடமிருந்த நவரத்தின வைர வைடூரியங்களும் பிற ஆபரணங்களும் எகிப்தின் வருமானத்தை விடவும் இருபது மடங்கு அதிக மதிப்புள்ளவை. யூசுஃபை இலட்சியமாகக்கொண்டு நிம்மதியற்ற நிலையில் வாழ்ந்து கொண்டிருக்கும் ஸுலைகாவுக்கு அவற்றால் எந்தப் பயனுமில்லை. யூசுஃபை அடைவதற்காக, அவை அனைத்தையும் இழப்பதற்கு அவள் தயாராக இருந்தாள்.

அந்த அற்புத அடிமையைப் பார்ப்பதற்கு அவள் ஆர்வம் கொண்டாள். தனது பல்லக்கில் ஏறிய அவள் கடை வீதிக்குச் சென்றாள். பல்லக்கின் திரைத்துணியை நீக்கி அவள் யூசுஃபைப் பார்த்தாள். 'ஹா! இந்த அழகிய மலர் முகத்தை அல்லவா நான் கனவு கண்டேன்? இவனுக்காக அல்லவா நான் வீட்டை விட்டுப் புறப்பட்டேன்? இவனுக்காக அல்லவா பன்னெடுங்காலம் காத்திருந்தேன்? இறுதியில் இதோ எனது ஆசை நாயகனைக் கண்டுகொண்டேன். போதுமா? பார்த்தால் மட்டும் போதுமா?'

வணிகன் யூசுஃபையும் அழைத்துக்கொண்டு அரண்மனைக்குப் புறப்பட்டான். மக்கள் கூட்டம் யூசுஃபின் அழகில் மெய் மறந்து நின்றது.

எப்படியாவது யூசுஃபை வாங்க வேண்டும். என்ன விலை கொடுத்தேனும் யூசுஃபை வாங்கச் சொல்லி கணவனான அஸீசை வற்புறுத்தினாள் ஸுலைகா. அமைச்சரான அஸீசுக்குக் குழந்தைகளில்லை. அவனால் தந்தையாக இயலாது. இதை அரசரும் அறிவார். ஆகவே, அமைச்சரே யூசுஃபை விலைக்கு வாங்கி வாரிசாக ஏற்றுக் கொண்டால் அதன் பலன்கள் தனக்கே கிடைக்கும் என்று கருதினார் அரசர். அஸீசின் காலத்துக்குப் பிறகு, யூசுஃபின் சேவைகள் அனைத்தும் தனக்குக் கிடைக்கும் என்பது அரசரின் எண்ணம். அரசரிடம் சொல்லி யூசுஃபை ஏலத்தில் எடுக்கும் அனுமதியைத் தனக்கே பெற்றுத் தரும்படி கணவனிடம் அவள் வற்புறுத்தினாள். அமைச்சரின் கோரிக்கையில் திருப்தியுற்ற அரசர் அனுமதி வழங்கினார். யூசுஃபை வாங்குவதற்கான செல்வம் போதாது என்றால், தன்னுடைய கஜானாவைத் திறந்து தருவதாகவும் வாக்குறுதியளித்தார் அரசர்.

அடிமை யூசுஃபை ஏலம் விடத் தொடங்கினான் வணிகன். ஏலம் கேட்கும் அனைவருமே யூசுஃப் தங்களுக்குக் கிடைத்து விடவேண்டும் என்று ஏங்கி நின்றனர். ஒரு மூதாட்டியிடம் சிறிதளவு நூல் மட்டுமே இருந்தது. இதைக் கொடுத்து யூசுஃபை வாங்கி விடலாம் என்று அவளும் கருதினாள். யூசுஃபை ஏலம் விடுவதில் கலந்துகொள்ளும் அதிர்ஷ்டம் கிடைத்தால் போதும் என்பதுதான் அவளது எண்ணம். அங்கே வருகை தந்தவர்களில் சிலர் வேடிக்கை பார்ப்பதற்காக வந்திருந்தனர். சிலர், பொறாமையுடன் வந்திருந்தனர். சிலர், பல்லாயிரங்களைக் கொடுத்தால் யூசுஃபை வாங்கி விடலாம் என்ற பேராசையுடன் வந்திருந்தனர். ஆனால், அவர்கள் அதிகபட்சமாக நிச்சயித்திருந்த விலைக்கு ஆறு மடங்கு அதிகமாக கேட்புத்தொகை ஆரம்பித்தது.

உலகம் முழுவதும் சஞ்சரித்து சுகந்த வஸ்துக்கள் தேடும் வணிகர் ஒருவர், யூசுஃபின் எடைக்கு எடை விலை மதிப்பு மிக்க வாசனைப் பொருட்கள் தருவதாகச் சொன்னார். யூசுஃபின் எடைக்கு எடை வைர, வைடூரியங்கள் தருவதாகச் சொன்னார் மிகப் பெரிய வணிகர் ஒருவர். ஏலம் தொடர்ந்துகொண்டிருந்தது. அமைச்சரின் சொத்துக்கள் முழுவதுடன் அரசரின் வருமானத்தையும் சேர்த்துக் கிடைக்கும் தொகையையும் கடந்து கேட்புத்தொகை உயர்ந்துகொண்டே இருந்தது. ஆயினும், ஸுலைகா சோர்ந்து விடவில்லை. மஃரிப் நாட்டின் அரசகுமாரியான அவளது நிதிக்குவியலில் ஏராளமான வைர, வைடூரியங்கள் இருந்தன. தனது உயிரை விடவும் மேலானவர் யூசுஃப் அல்லவா? இறுதிக் கேட்புத்தொகையை விட இரு மடங்கு அதிகமாகக் கேட்கும்படி கணவனிடம் சொன்னாள். இத்துடன் ஏலம் முடிவுற்றது. அமைச்சர் அஸீஸ் இல்லத்துக்குத் திரும்பினான்.

ஏலத்தொகையை விடவும் யூசுஃப் பலமடங்கு அதிக மதிப்புள்ளவர் என்பது ஸுலைகாவுக்குத் தெரியும். இருந்தாலும், யூசுஃபிற்கு இப்போது ஒரு விலை இருக்கிறது என்று அவளது அகமனம் சொன்னது. தன்னுடைய அழகும் குலமும் பெருமைகளும் காதலும் மாண்புகளும்தான் யூசுஃபிற்கான விலையாக இருக்க முடியும் என்று கருதினாள் ஸுலைகா. யூசுஃபிற்கு இதை வழங்குவது எப்படி? புறத்தோற்றம் சார்ந்து இவ்வுலகில் நடந்த வணிகம் உண்மையில் வெறும் மாயை அல்லவா? இதில் எதையும் கவனத்தில் கொள்ளாத ஸுலைகா, மேலும் துன்பங்களையும் துயரங்களையும் அனுபவிக்க வேண்டிய நிலை ஏற்படும் என்பதை அப்போது உணரவில்லை. மன இச்சைகளால் யூசுஃப்மீது உருவான உணர்வின் அலைகள் அவளை அலட்டிக்கொண்டிருந்தன.

மிகவும் ஏழ்மை நிலையில்கூட சமத்துவமாகவும் இயல்பாகவும் நடந்து கொள்ளும் யூசுஃபை அவளால் தீண்டவும் இயலவில்லை. மனத்தைத் துளைக்கும் எத்தனை எத்தனை பார்வைகள், நீல விழிகளின் கடைக்கண் பார்வைகள். யூசுஃபின் மனம் சஞ்சலங்களுக்கு அப்பாற்பட்டதாக இருந்தது. அவரது நடவடிக்கைகள் களங்கமற்றவையாக இருந்தன. அவரது ஆண்மை எந்த இழப்புக்கும் உள்ளாகவில்லை.

ஸுலைகாவின் மலர்வனம் போன்ற வதனமோ, அதில் பூத்து நிற்கும் பல வண்ண மலர்களோ, செம்மைப் பூத்த கன்னங்களோ, செவ்வரி படர்ந்த விழிகளோ, உயிர்நீரூறும் உதடுகளோ, மாதுளங்கனி போன்ற தனபாரங்களோ, காஃபூர் என்னும் புனிதப் பரவசமூட்டும் கவுள் குழிகளோ, புனித சோபை சொரியும் நறுநுதலோ, மல்லிகை மலர் போல் மின்னும் புயங்களோ, இள நெஞ்சைக் காவுகொள்ளும் அங்கங்களோ யூசுஃபின் மனத்தைச் சஞ்சலத்திற்கு உள்ளாக்கவில்லை. பிறன் மனையை, விக்கிர ஆராதனை செய்பவளை அவர் ஏறெடுத்தும் பார்க்கவில்லை. இருந்தும் ஸுலைகா அவர் முன் சென்று பணிவுடன் இரந்து நின்றாள்.

ஏழுஞாயிறுக்கீடாம் உம்மதிமுகத்தால்
இகத்தைக் கீழ்ப்படுத்தும் எழில் திறத்தால்
சந்திரப் பொலிவைக் குன்றச்செய்யும்
உம்முடலின் ஆண்மை ஒளிக்கதிரால்
பிரார்த்தனைக்கு ஆயத்தமான பிறைநுதலால்
அலை நெளியும் குழற்சிகையால்
அதரங்களெனும் மந்திரத்தால்
அவை மலர்ந்துதிரும் குறுநகையால்
இம்மியேனும் என்மேல் கடைக்கண் காட்டுவீராக
காதல் நாயகா, என்மீது கடைக்கண் காட்டுவீராக!

ஏங்கி நிற்கும் என் விழி மழையின்
அகத்தைக் கீறும் என் சுடுமூச்சின்
துயரம் என்னும் என் கை விலங்குகளின்
உயிர் மரண வாதையற்று
நானுற்ற காதல் அன்பினால்
என்மீதருள் கூர்ந்து பரிவு காட்டுவீராக
என் அக உணர்வின் தகிப்பை அணைப்பீராக!
உம் முகவனத்தின் நறுமணம்
என் அகமனத்தினுட் புகுந்தது முதல்
காலங்களாக வெம்பி வாழுமென்
காயத்துக்கு மருந்தாவீராக!
ஈரம்கொன்ற என் மனவுணர்வுகளில்
உம் மணங்கமழும் குணத்தைக் காண்பீராக.
பசலையுற்ற என் அவத்தைக்கு
பசியறும் உணவைத் தருவீராக.

காமவிகாரம் முற்றிய நிலையிலுள்ள ஸுலைகாவின் வேண்டுகோள் எதையும் யூசுஃப் கண்டுகொள்ளவே இல்லை.

அக்காலகட்டத்தில் ஆத் வம்சத்தைச் சேர்ந்த கட்டிளம் அழகியும் பிரபுக்கள் குலத்தில் பிறந்தவளுமான ஃபாஸிகா என்பவளும் வந்து யூசுஃபைக் கவர்ந்துகொள்ள முயற்சி செய்து தோல்வியடைந்தாள். ஆனால், அவள் யூசுஃபின் குணமேன்மைகளால் கவரப்பட்ட நிலையில் தனது மனத்தை மாற்றிக்கொண்டு, ஏக இறையை ஏற்று, அனாதைகளுக்கும் ஆதரவற்றோர்களுக்கும் வழிப்போக்கர்களுக்கும் உதவி செய்வதில் தனது வாழ்க்கையைக் கழித்து வந்தாள்.

ஆனால், ஸுலைகாவின் இயல்பு அத்தகையதல்ல. அவள் சத்தியத்தையும் அமைதியையும் வேறு வழிகளில் கண்டடைய முயன்றாள். முட்கள் நிரம்பிய பாதையை அவள் தேர்வு செய்தாள். யூசுஃப் மீதான அவளது ஆர்வம் கட்டுக்குள் அடங்கவில்லை. அவரது அலட்சியம் அவளது ஆர்வத்தை மேலும் உரமிட்டு வளர்த்தது. அவளது ஆர்வம் யூசுஃபிற்கு இடையூறாக அமைந்தது.

தன்மீது அன்புகாட்டுபவர்களுக்குத் தீராத் துன்பங்களும் ஏமாற்றங்களும் ஏற்படுவதைப் புரிந்துகொண்டிருந்த யூசுஃப் மிகுந்த துயருற்றார். யூசுஃபின் தந்தையான யஃகூப் நபி (அலை) மகன்மீது அளவற்ற அன்பு வைத்திருந்தார். இதில் பொறாமை கொண்ட சகோதரர்கள் தந்தையிடமிருந்து மகனை அகற்றுவதற்காக, கன்ஆனிலுள்ள ஒரு கிணற்றில் யூசுஃபைத் தள்ளினார்கள். அதன் பிறகு, அவரை ஓர் அடிமை வியாபாரிக்கு அவரை விற்பனை செய்தனர். மகனின் பிரிவுத் துயரால் தீரா வேதனையில் ஆழ்ந்த அந்தத் தந்தை சோகத்துடன் வாழ்ந்துகொண்டிருக்கிறார். இன்று, தனது எஜமானர்களாகிய அமைச்சருக்கும் அவரது மனைவிக்கும் போதுமான அளவுக்குச் சேவை செய்ய யூசுஃப் தயாராக இருக்கிறார். ஆனால், தீமையை நோக்கித் தன்னை கொண்டு செல்லத் துடிக்கும் ஸுலைகாவின் அழைப்பை அவரால் ஏற்றுக்கொள்ள இயலவில்லை.

தனது மலர்வனத்தில் ஒரு கேளிக்கை இல்லத்தை உருவாக்கி வைத்திருந்தாள் ஸுலைகா. அந்த உல்லாச மாளிகையின் சுவர்கள் அனைத்தும் மனம் கவரும் ஓவியங்களால் அலங்கரிக்கப்பட்டிருந்தன. அங்கே, ஸுலைகா வழிபடும் ஒரு விக்கிரகமும் பிரதிஷ்டை செய்யப்பட்டிருந்தது. அதன் கண்கள் இரத்தினக் கற்களால் அமைந்தவை. அவ்விக்கிரகம் ஒரு பட்டுத் திரைக்குள் மறைத்து வைக்கப்பட்டிருந்தது. அந்தக் கேளிக்கை இல்லத்திற்கு யூசுஃபை வரவழைத்த ஸுலைகா, அவரைப் பலாத்காரமாக அடைய முயன்றாள். அங்கிருந்து தப்பியோட

முயன்ற யூசுஃபைத் துரத்திச் சென்ற ஸுலைகாவின் பிடியில் யூசுஃபின் மேலாடை சிக்கியது. அவர் குதறிப் பாயவே, உடையின் பின்பகுதி கிழிந்தது. பிடிகொடுக்காமல் தப்பித்து வெளியே வந்தார் யூசுஃப். வாயில் பகுதியில் நின்றிருந்த அமைச்சர் அஸீஸ், யூசுஃபின் தோளில் கை வைத்து அவருடன் இயல்பாக உரையாடியபடி ஸுலைகாவின் அறைக்குள் சென்றார்.

ஸுலைகாவின் முறைகேடுகள் குறித்து யூசுஃப், அமைச்சரிடம் முறையிடவோ, பலாத்காரம் குறித்த அடையாளங்களை வெளிப்படுத்தவோ இல்லை. ஆனால், தன்னைப் பற்றி அமைச்சரிடம் யூசுஃப் ஏதாவது சொல்லி விடுவாரோ என்ற அச்சத்துடனிருந்த ஸுலைகா, கணவனைக் கண்டதும் பதற்றத்துடன் ஓடி வந்து, யூசுஃப் தன்னைப் பலாத்காரம் செய்ய முயன்றதாகக் குற்றம் சாட்டினாள். தன்னுடைய அமைதி, அமைச்சர் அநீதி இழைப்பதற்குக் காரணமாகி விடுவோமோ என்ற பயத்துடன் நடந்த நிகழ்ச்சியைச் சுருக்கமாகச் சொன்னார் யூசுஃப். அவரது மேலாடையின் பின்பகுதி கிழிந்திருப்பதைக் கண்ட அஸீஸும் என்ன நடந்திருக்கும் என்பதை யூகித்துக்கொண்டார். பின்னர், இறைவனிடம் மன்னிப்புக் கேள் என்று மட்டும் ஸுலைகாவுக்கு அறிவுரை சொன்னான் அமைச்சர் அஸீஸ்.

ஸுலைகா தனது அடிமைமீது காதல்வயப்பட்ட செய்தியும் அடிமை அதை ஏற்றுக் கொள்ள மறுத்த செய்தியும் நாடு முழுவதும் பரவின. குடும்பப் பெண்களிடையிலும் இந்தக் காதல் கதை விவாதப் பொருளானது. பெண்கள் அனைவரும் ஸுலைகாவைக் குறை சொன்னார்கள். தங்களைப்போன்ற அழகோ திறமையோ ஸுலைகாவுக்கு வாய்த்திருந்தால் அடிமையை மிக எளிதாக வசீகரித்து தன்வயப்படுத்த இயன்றிருக்கும் என்றும் சொல்லிக்கொண்டனர். இதை ஸுலைகாவும் அறிந்துகொண்டாள். அந்தப் பெண்களுக்குப் பாடம் கற்பிக்க வேண்டுமென்ற நோக்கத்துடன் அவர்களை ஒரு விருந்துக்கு வரழைத்தாள் ஸுலைகா.

விருந்துபசரணைகளுக்குப் பிறகு, பெண்கள் அனைவரும் தங்களுக்குக் கொடுக்கப்பட்ட பழங்களை ஒரு கையிலும் இன்னொரு கையில் அதை நறுக்குவதற்கான கத்தியுடனும் அமர்ந்திருந்தனர். அப்போது ஸுலைகா, ஏதோ ஒரு காரணத்தைச் சொல்லி பெண்கள் அமர்ந்திருக்கும் பகுதிக்கு யூசுஃபை வரவழைத்தாள். யூசுஃபைக் கண்ட பெண்கள் அவரது அழகில் தங்களையே மறந்துவிட்டனர். உணர்வு கலங்கிய நிலையில் கையில் இருந்த பழங்களை நறுக்குவதற்குப் பதிலாக விரல்களை நறுக்கிக்கொண்டனர். அடிமையின்மீது ஸுலைகா மையல்

கொண்டதன் காரணத்தையும் அவர்கள் புரிந்துகொண்டனர். மட்டுமல்ல, ஒவ்வொரு பெண்ணும் யூசுஃபை அடைவதற்கான வழிவகைகளைக் குறித்து யோசிக்கத் தலைப்பட்டனர். இத்துடன் ஸுலைகாவினுள் பொறாமைத்தீ கனல்கொண்டு எரிந்தது. யூசுஃபிற்கு அப்போது, இந்தப் பெண்களிடையே வாழ்வதை விடவும் காராக்கிரகத்தில் வதைபடுவதே மேல் என்று தோன்றியது. இப்படியாக யூசுஃப் சிறையில் அடைக்கப்பட்டார்.

அப்போதும் ஸுலைகாவின் மனம் யூசுஃப்மீதே மையம் கொண்டிருந்தது. அவளது மனசாட்சிக்குப் பங்கம் விளைந்தது. கொடும் மனவேதனைக்கு இரையான ஸுலைகா, மெல்ல மெல்ல நோய் வாய்ப்பட்டாள். பொறுமையைக் கடைப்பிடிக்க முயற்சிக்கும் தோறும் யூசுஃப் மீதான அவளது வேட்கை மேலும் கொழுந்து விட்டெரிந்தது.

யூசுஃப் சிறைக்கைதிகளுக்கும் அங்கே பணியாற்றுபவர்களுக்கும் ஏகத்துவத்தின், சத்திய விசுவாசத்தின் உண்மைகளை எடுத்துரைப்பதில் தன்னை ஈடுபடுத்திக்கொண்டார். யூசுஃபின் உதவியைப் பெற்ற அனைவரும் அவருடன் அன்பாக நடந்து கொண்டனர். அதில் இரண்டு கைதிகள் தாங்கள் கண்ட கனவை யூசுஃபிடம் சொல்லி அதற்கு விளக்கம் கேட்டனர். அவர் சொன்ன விளக்கம் உண்மையாக முடிந்தது. இதில் ஒருவர் அரசரிடம் சேவகம் பார்ப்பவர். அவர் யூசுஃப் அளித்த கனவு விளக்கப்படி சிறையிலிருந்து விடுதலை பெற்று மீண்டும் அரண்மனையில் பணியாற்றினார். அக்காலகட்டத்தில் அரசர் கண்ட ஒரு விசித்திரமான கனவிற்கு அரண்மனை வல்லுநர்களால் விளக்கம் சொல்ல இயலாமல் போனது. சிறையிலிருந்து விடுதலை பெற்ற சேவகன் மூலம் அரசர், யூசுஃபின் கனவு விளக்கம் குறித்து அறிந்துகொண்டார். அரசரின் குறிப்பிட்ட கனவுக்கான சரியான விளக்கம் யூசுஃபிடமிருந்து கிடைத்தது. இதில் திருப்தியடைந்த அரசர் யூசுஃபை விடுதலை செய்தார்.

அப்படி இருக்கும்போது ஒருநாள், ஸுலைகாவின் கணவரான அமைச்சர் அஸீஸ் மரணமடைந்தார். அஸீஸின் பதவியில் யூசுஃபை நியமித்தார் அரசர். கனவுக்கான யூசுஃபின் விளக்கம் மூலம், வரவிருக்கும் பஞ்சம் குறித்து ஒரு முன்னறிவிப்பு கிடைத்தது. தேவையான உணவுப் பொருட்களை முன்னரே சேகரித்துவைத்துப் பஞ்சகாலத்தை எதிர் கொள்வதற்குத் தேவையான முன்னேற்பாடுகளைச் செய்துகொண்டார் அரசர்.

காலங்கள் கடந்தன. கைம்பெண்ணான ஸுலைகா, தனது அழகையும் இளமைத் துடிப்பையும் இழந்தாள். செல்வத்தையும் ஆதரவையும் இழந்த அவளது பார்வைத் திறனும் குறைந்துபோனது.

முகத்தில் சுருக்கங்கள் விழுந்தன. முதுகில் கூன் விழுந்தது. ஆடைகள் அழுக்கடைந்தன. ஆனால், அவளது காதலுணர்வுக்கு எந்தப் பங்கமும் நேரவில்லை. விழிநீரைச் சொரிந்து அதை அவள் பாதுகாத்து வந்தாள். அமைச்சராக இருந்த யூசுஃப், ஸுலைகாவை விடவும் தகுதியிலும் பெருமையிலும் இப்போது உயர் நிலையை அடைந்திருந்தார். இலௌகிக உலகின் உன்னத இடத்தை வகித்திருந்த யூசுஃப், ஸுலைகாவை நினைவுகூர்ந்தார். அவளது அகந்தை தகர்ந்து போனது. அகக்கண் திறந்தது.

அமைச்சர் யூசுஃப் தனது விலையுயர்ந்த குதிரையிலேறி நாட்டை வலம் வந்து கொண்டிருந்தார். அப்போது, "அமைச்சர் யூசுஃப் வருகிறார்" என்று சேவகன் உரத்தக் குரலில் அறிவிப்பது ஸுலைகாவின் காதுகளில் விழுந்தது. அவள் கூனிக்குறுகிய படியே வீதிக்கு வந்து யூசுஃபின் அருகாமையில் சென்றாள். "வழி விடு; வழி விடு" என்று சேவகன் உரத்தக் குரலில் சொல்லிக் கொண்டிருந்தான்.

யூசுஃபை அடைவதற்காக தவறான எத்தனையோ வழிமுறைகளை மேற்கொண்ட ஸுலைகா, இப்போது சுயத்தை உணர்ந்துகொண்டாள். திரும்பித் தனது வீட்டுக்குள் சென்ற அவள், தான் தெய்வமாகப் போற்றிய விக்கிரகத்தை உடைத்தெறிந்தாள். கண்ணீரால் கால்களைக் கழுவினாள்; குளித்து உடல் சுத்தி செய்துகொண்டாள். பின்னர் இறைவனிடம் மன்னிப்புக் கேட்டுப் பிரார்த்தனையில் ஈடுபட்டாள்.

ஓ... இறைவா, கதியற்றோர்தம் இரட்சகா,
இக்கணம்வரை உருவகத்தை ஆராதித்த தவறை
நான் உணர்ந்துகொண்டேன், இறைவா!
என் பாவக்கறையைப் போக்கினாய் நீ.
இனியாவது யூசுஃபின் மலர்வனத்திலொரு
மலரேனும் பெறும்பாக்கியம் அருள்வாயாக!
அனைத்தின்மீதும் சர்வ வல்லமை படைத்தவனே,
அனைத்துப்போற்றுதலுக்கும் உரியவன் நீயே
மன்னவனை இரவலனாக்குபவனும் நீயே
இரவலனுக்கு முடி சூடுபவனும் நீயே.

ஸுலைகாவின் பிரார்த்தனைச் சொற்கள் யூஸுஃபின் காதுகளில் விழுந்தன. யூசுஃப் கேட்டார்: "யாரிந்த மூதாட்டி?" அருகில் சென்ற பிறகுதான் அவள் ஸுலைகா என்பதைப் புரிந்துகொண்டார் யூசுஃப். செல்வத்தில், அழகில், இளமையில், ஆடம்பரத்தில் திளைத்த ஸுலைகாவை நிராகரித்த அதே யூசுஃப், வயதான, பணிவுகொண்ட ஸுலைகாவை ஏற்றுக்கொள்ள முன் வந்தார். கதியற்றவர்களுக்குத் தோழனாக இருப்பதல்லவா அவர் ஏற்றுக்கொண்ட பண்பாடு.

“ஸுலைகா, தங்களுக்கு எது வேண்டுமோ அதைக் கேட்கலாம்” என்றார் யூஸுஃப்.

ஸுலைகா அப்போது மூன்று கோரிக்கைகளை முன்வைத்தாள். யூசுஃபிற்கு அளிப்பதற்காக தனக்கு அழகு, இளமை, உடல் வலு இந்த மூன்றும் தேவை. யூசுஃப் இறைவனிடன் மன்றாடினால் இவை மூன்றையும் தன்னால் திரும்பப் பெற இயலும் என்பதில் அவளுக்கு நம்பிக்கை இருந்தது. ஸுலைகாவை மணம் முடித்துக்கொள்ள இறைவனின் அனுமதியை வேண்டினார் யூசுஃப். அப்படியாக, யூசுஃபும் ஸுலைகாவும் இணைகளாயினர். இருந்தும் அவர்களது காதல் முழுமை பெறவில்லை. இருவரும் தத்தமது இதயங்களை இறை ஆராதனையிலும் தியானத்திலும் ஈடுபடுத்திக்கொண்டதன் பின்னர்தான் அவர்களிடையிலான காதல் முழுமை பெறும்.

இறவாத் தன்மை பெற்ற ஆன்மிகக் காதல் எது, நிரந்தரமில்லாத கற்பிதக் காதல் எது? இதைத்தான் மௌலானா ஜாமி, யூசுஃப் – ஸுலைகா காவியத்தில் விவரிக்கிறார். மனிதர்களிடையிலான காதல், மானுட வாழ்க்கைபோல் பற்பல மாற்றங்களுக்கும் உள்ளாகின்றன. கீழான உணர்வுகளைக்கொண்ட காதல், மனித மனங்களை ஆசாபாசங் களின் கேளிக்கைக் கூடாரமாக மாற்றுகிறது. இதனால்தான், காதலியிடமிருந்து ஒரு ரோஜா மலரைப் பறிப்பவன், பலநூறு முட்களால் கிழிக்கப்படுகிறான். மனிதர்களிடையே உண்மைக் காதலும் கற்பனைக் காதலும் கலந்திருப்பதுபோல் நம்முடைய அகமன வாழ்க்கையில் ஓர் இறைக்காதல் இருக்கிறது. இது மனித மனங்களின் வரம்புகளைக் கடந்து புனிதக் காதலாகப் பரிணமிக்கிறது. இதுதான் உண்மைக்காதல். இந்தக் காதலினூடே மட்டுமே சரியான வீடுபேற்றை அடைய இயலும். இதுவே உண்மைக் காதல் எனப்படுகிறது.

அகவிழிகளை மூடிய நிலையில்
வாழ்வின் கற்பிதத் தரிசனங்கள்
கடந்துபோக அனுமதித்த
அந்தராத்மாவில் துயில்கொள்ளும்
மந்திர சக்தி பெறாத உண்மைகளை
உள்ளுணர்வுடன் உணர்ந்தவன்
அதிர்ஷ்டவானாவான்.
பார்வைக்குட்படுவதும் ஒளிவதுமான
கற்பிதக்காதலை விட்டு விலகு.
பார்வைக்குட்படாததும் திடமானதுமான
உண்மைக் காதலைக் கண்டடைவாய்.

பணிவுடனும் பக்தியுடனும் இலௌகிக உலகம் சார்ந்த, தங்களுக்கு விருப்பமான அனைத்தையும் தியாகம் செய்து, தொடர்

முயற்சியுடனும் மனஉவகையுடனும் இறைவனிடம் காதல் கொள்பவன் மீது அவன் அளவற்ற அன்பைச் சொரிகிறான். மானுடனாகப்பட்டவன் பச்சாதாபம் மேலிட்ட நிலையில் பிராயச்சித்தம் மேற்கொண்டு பிழை பொறுக்கக் கோரினால் அவனது பாவங்களை இறைவன் மன்னிக்கிறான். அடங்காத அகந்தையும் இறுகிய மனமும்கொண்டவனை எதிர்பார்த்துப் படுபாதாளம் காத்திருக்கிறது. இதுதான் இம் மகாகாவியத்தின், வேத அறிவியலிலிருந்து உருவான காலத்தை வென்ற காதல் கதையின் கருப்பொருள்.

'மறைபொருளாக இருந்த நான், அனைவராலும் அறியப்பட விரும்பினேன். ஆகவே படைப்புகளை சிருஷ்டித்தேன்' என்று இறைவன் அருளியதாக ஹதீஸில் உள்ளது. இம்மகாகாவியத்தை இயற்றுவதற்கு ஜாமியைத் தூண்டிய அம்சமும் இதுதான் என்று சில ஆய்வாளர்கள் குறிப்பிட்டுள்ளனர்.

ஃபிர்தவ்ஸி, நிஸாமி, அமீர் குஸ்ரு, ஜாமி ஆகிய பாரசீக மகாகவிகள் அனைவரும் 'யூசுஃப் – ஸுலைகா' என்னும் பெயரிலான ஒரே கருப்பொருளை அடிப்படையாகக் கொண்டு காவியங்கள் படைத்துள்ளனர். மௌலானா ஜாமியின் 'யூசுஃப் – ஸுலைகா' என்னும் மகாகாவியம் பிற பாரசீகக் கவிதைகளிலிருந்து மாறுபடுவது அதன் புதுமையும் சொல் வடிவமும்தான்.

ஷேக் ஃபைஸி

மொகலாயப் பேரரசர் அக்பரின் அரசவையில் ஆஸ்தானக் கவிஞராக இருந்தவர் ஷேக் ஃபைஸி. இவர், அக்பரின் சாதனைகளைத் தன்னுடைய கவிதைகள் மூலம் புகழ்ந்து பாடியவரும் அவருடைய 'தீனே இலாஹி' என்னும் புதிய மார்க்கத்தைப் பரப்புரை செய்தவருமாவார். இலக்கியப் படைப்புகள் மூலம் இந்து – முஸ்லிம் ஒற்றுமையைப் பாதுகாக்கும் முயற்சியை மேற்கொண்ட ஷேக் ஃபைஸியின் பங்களிப்பு, பாரசீகத்தில் சமஸ்கிருத இலக்கியம் புகழ்பெறுவதற்கு மிக முக்கியக் காரணமாக அமைந்தது.

ஷேக் முபாரக் நாகூரியின் புதல்வனாக கி.பி. 1547 இல் ஆக்ராவில் பிறந்தார் ஃபைஸி. இவரது தந்தையான ஷேக் முபாரக் நாகூரி மிகப்பெரிய மார்க்க அறிஞராகத் திகழ்ந்தவர். 'மன்பஉல் உயூன்' என்னும் பெயரில் புனிதக் குர்ஆனுக்கு நான்கு தொகுப்புகளாக விரிவுரை எழுதியவர். 'ஜவாமிஉல் கலீம்' என்னும் மற்றொரு நூலையும் அவர் எழுதி யிருந்தார். ஷேக் முபாரக் நாகூரியின் இன்னொரு புதல்வன் 'ஆயீனே அக்பரி' என்னும் ஆன்மிக நூலின் ஆசிரியர்.

தந்தையிடமிருந்து அரபு மொழியையும் பாரம் பரியமான வைத்திய அறிவையும் கற்றுக்கொண்ட ஷேக் ஃபைஸியும் தந்தையும் ஏழைகளுக்கு இலவசமாக வைத்தியம் பார்த்து வந்தனர்.

ஷேக் ஃபைஸியின் சிறுவயதில் ஒரு மிகப்பெரிய சம்பவம் நிகழ்ந்தது. ஃபைஸியின் இளைய சகோதரனான அபுல் ஹஸன், தனது 'ஆயீனே அக்பரி' யில் இது குறித்து விவரித்துள்ளார்.

ஃபைஸிக்கு அப்போது பத்தொன்பது வயதிருக்கும். ஆக்ராவின் காதி அப்துந் நவிக்கு ஃபைஸி ஒரு விண்ணப்பம் அளித்தார். தான் வசிப்பதற்கு சிறிதளவு நிலம் தானமாக அளிக்க வேண்டுமென்பதுதான் ஃபைஸியின் அந்தக் கோரிக்கை. ஃபைஸி, ஷியா பிரிவைச் சேர்ந்த முஸ்லிம். ஆக்ராவின் காதியோ ஷியா பிரிவுக்கு எதிரானவர். ஃபைஸியின் கோரிக்கையை ஏற்க மறுத்த அவர், அத்துடன் நிற்காமல் ஆட்களை ஏவி விட்டு அவரது கழுத்தைப் பிடித்து வெளியே தள்ளினார்.

இந்நிகழ்வுக்குப் பிறகுதான் ஆக்ரா பகுதி அக்பர் சக்ரவர்த்தியின் ஆதிக்கத்தின் கீழ் வந்தது. இந்நிலையில், தனது அரசவைக்கு வருமாறு அக்பரிடமிருந்து ஃபைஸிக்கு அழைப்பு வந்தது.

அக்பர் சக்ரவர்த்தியின் அழைப்பு, ஃபைஸியை மிகப்பெரிய ஆபத்தில் கொண்டு போய்ச் சேர்க்கப்போகிறது என்று ஃபைஸியைப் பிடிக்காத சிலர் பிரச்சாரம் செய்தனர். ஃபைஸியும் சக்ரவர்த்தி தன்னைத் தண்டிப்பதற்காகவே அழைப்பு விடுத்துள்ளார் என்று அஞ்சி நடுங்கினார். சக்ரவர்த்தியின் அழைப்பை ஏற்கமறுத்த ஃபைஸி, அயல் தேசத்தை நோக்கிப் பயணம் மேற்கொண்டார்.

ஃபைஸியைப் பிடிக்காத நகரத் தலைவர், இவ்வாய்ப்பைப் பயன்படுத்திப், பணியாட்களை வைத்து ஃபைஸியின் வீட்டைத் தனது கட்டுப்பாட்டின் கீழ்க் கொண்டு வந்தார். ஃபைஸி தலைமறைவாக இருப்பதாகவும் அவரது இருப்பிடத்தை ஃபைஸியின் தந்தை அறிவார் என்றும் சொல்லி அம்முதியவருக்கு அவர்கள் தொல்லை கொடுத்தனர். ஃபைஸி அயல்தேசத்திலிருந்து திரும்பி வந்தார். உடனே, அவர்கள் ஃபைஸியைப் பிடித்து அக்பர் சக்ரவர்த்தியின் முன் கொண்டு சென்றனர். அக்பர் அவரை மிகுந்த அன்புடன் வரவேற்று அமரச் செய்தார். அவருக்கு அன்பளிப்புகள் வழங்கிக் கௌரவித்தார். அக்பரின் நட்பைப் பெற்றுக்கொண்ட ஃபைஸி, முன்பு தனக்கு நிலம் தராமல் அவமதித்த காதி அப்துந் நவியைப் பதவியிலிருந்து நீக்கச் செய்தார்.

அக்பர் சக்ரவர்த்தியின் வேண்டுகோள்படி ஃபைஸி ஆடிய ஒரு சாகச நாடகம் குறித்து கிளவுட் ஃபீல்ட் தன்னுடைய 'பாரசீக

இலக்கியம்' என்னும் நூலில் குறிப்பிட்டுள்ளார். அந்நிகழ்வு இதுதான்:

பிராமணர்களின் வேத இரகசியங்களை அறிந்துகொள்ள விரும்பினார் அக்பர் சக்ரவர்த்தி. அந்நியர் யாரும் அறிந்துகொள்ள இயலாதபடி அவர்கள் அதைப் புனிதமாகக் கருதிப் பாதுகாத்து வந்தனர். ஆகவே, இளைஞனான ஃபைஸியை சமஸ்கிருதம் பயில்வதற்காக ஒரு பிராமண பண்டிதரிடம் அனுப்பி வைத்தார் அக்பர் சக்ரவர்த்தி.

ஃபைஸி பிராமண இளைஞனின் வேடத்தில் புறப்பட்டார். குடுமி வைத்து பூணூலும் அணிந்துகொண்டு ஒரு கிராமத்துக்குச் சென்ற ஃபைஸி, வேத சாஸ்திரங்களில் பாண்டித்யம் பெற்ற ஒரு வைதீக பிராமணரின் முன் சென்று பணிவுடன் வணங்கி நின்றார். வேத சாஸ்திரங்களும் சமஸ்கிருதமும் கற்பதற்காகக் குருவை நாடி வந்திருப்பதாகவும் தன்னைச் சீடனாக ஏற்றுக்கொள்ளுமாறும் அவர் தாழ்மையுடன் கேட்டுக்கொண்டார்.

ஃபைஸியின் கோரிக்கையை ஏற்றுக்கொண்ட பிராமண பண்டிதர் தனது இல்லத்தில் தங்கியிருந்து அவற்றைக் கற்றுக்கொள்ள அனுமதித்தார். ஃபைஸி மிகுந்த ஆர்வத்துடன் அவரிடமிருந்து வேத சாஸ்திரங்கள் அனைத்தையும் கற்றுத் தேர்ந்தார். சமஸ்கிருத மொழியில் மிகுந்த புலமையும் பெற்றார். வேதப் பொருட்களின் இரகசியங்களையும் கற்றுத் தேர்ந்தார்.

குருவாகிய அந்தப் பிராமண பண்டிதரின் அழகான ஒரே மகள் ஃபைஸியின்மீது காதல்கொண்டாள். ஃபைஸியும் அவளைக் காதலித்தார்.

அவர்களிடையிலான காதல் தீவிரமடைந்து யாராலும் தங்களைப் பிரிக்க இயலாது என்ற நிலையை அடைந்தது. இதையறிந்த பிராமண பண்டிதர், வேத சாஸ்திரங்களில் தன்னைப் போலவே பாண்டித்யம் பெற்ற ஃபைஸிக்கு மகளைத் திருமணம் செய்து வைக்க முன் வந்தார்.

சீடனை அழைத்த அந்தப் பிராமண பண்டிதர் தன்னுடைய விருப்பத்தைத் தெரிவித்தார். தன்னை பிராமணன் என்று நம்பியிருந்த குருவுக்கு ஃபைஸி வஞ்சனை செய்ய விரும்பவில்லை. தான் யாரென்ற உண்மையைக் குருவிடம் தெரிவித்து மன்னிப்புக் கேட்பதாக முடிவு செய்தார் ஃபைஸி. இதையும் மீறி, தனது மகளை அவர் மணம் செய்து தருவதற்கு ஒப்புக்கொண்டால் ஏற்றுக்கொள்வது என்ற முடிவுடன் குருவிடம் தன்னைப் பற்றிய அனைத்தையும் வெளிப்படையாகச் சொன்னார் ஃபைஸி.

வேதவிற்பன்னரான அந்தப் பிராமண பண்டிதரால் இதை தாங்கிக்கொள்ளவே இயலவில்லை. சற்று நேரம் அமைதியாக இருந்த அவர் சூலத்தை எடுத்துத் தனது மார்பில் பாய்ச்சிக்கொள்ள முயன்றார். ஃபைஸி அதைத் தடுக்க முயற்சிசெய்தபோது அவர் மயக்கம் போட்டு விழுந்தார். மயக்கம் தெளிந்த குருவுக்கு ஆறுதல் வார்த்தைகள் சொல்லி அமைதிப்படுத்திய ஃபைஸி, தன்னை மன்னித்து அருளும்படி மன்றாடினார். இதற்குப் பிராயச்சித்தம் செய்துகொள்ளலாம் என்றும் தைரியமூட்டினார். பிராமண பண்டிதர் கண்ணீர் விட்டு அழுதார்.

மன்னிப்பு வழங்க வேண்டுமெனில் தன்னுடைய நிபந்தனையை சீடன் ஏற்றுக் கொள்ள வேண்டுமென்றார் குரு. இதற்காக எதையும் செய்ய தயாராக இருந்த ஃபைஸி, குருவின் நிபந்தனை எதுவாக இருந்தாலும் ஏற்றுக்கொள்வதாக உறுதியளித்தார்.

“வேதங்களை நீ இன்னொரு மொழியில் மாற்றம் செய்யக்கூடாது; வேத இரகசியங்கள் எதுவும் உன்னுடைய நாவிலிருந்து வெளிவரக்கூடாது.” குரு நிபந்தனை விதித்தார்.

கட்டை விரலை இழந்த ஏகலைவன்போல் அதை ஏற்றுக்கொண்டு அக்பரின் அரசவைக்குத் திரும்பிய ஃபைஸி, நடந்தவற்றை அவரிடம் எடுத்துரைத்தார்.

ஃபைஸி, குருவுக்குக் கொடுத்த வாக்குறுதியைத் தனது இறுதிக்காலம் வரைக்கும் மீறவில்லை.

ஷேக் ஃபைஸியைக் குறித்து, பாரசீகத்தின் ஏனைய வரலாற்றாசிரியர்கள் யாரும் குறிப்பிடாத இந்த மகத்தான உண்மையை கிளவுட் ஃபீல்ட் தன்னுடைய படைப்பில் எழுதினார். இதன் நம்பகத்தன்மை குறித்துச் சில வரலாற்றாசிரியர்கள் கேள்வி எழுப்பியதுண்டு.

எதுவாயினும், அக்பரின் அரசவையில் ஷேக் ஃபைஸிக்கு மிக முக்கியமான இடம் இருந்தது என்பது மட்டும் உண்மை. அரசவைக் கவிஞர் என்னும் நிலையிலும் ஃபைஸி புகழ்பெற்று விளங்கினார். அக்பர் சக்ரவர்த்தியின் முப்பத்து மூன்றாவது வயதில் ஷேக் ஃபைஸிக்கு மலிக்கஸ்ஸுஹ்ரா (அரசவைக்கவிஞர்) பட்டம் வழங்கப்பட்டது.

ஷேக் ஃபைஸி தன்னுடைய முப்பதாவது வயதிலேயே ‘கம்ஸா’ என்னும் ஐம்பெரும் காப்பியங்களை இயற்றுவதாக முடிவு செய்தார். இதற்குத் தூண்டுகோலாக அமைந்தவை மகாகவி நிஸாமியின் படைப்புகள். நிஸாமியின் ஐம்பெரும்

காப்பியங்களை அடிப்படையாகக்கொண்டு, அதுபோன்ற ஒரு படைப்பை இயற்றும் எண்ணம் ஏற்கெனவே ஷேக் ஃபைஸிக்கு இருந்தது. 'மஹ்ஸனுல் அஸ்ரார்,' குஸ்ரு – ஷிரின்', 'லைலா – மஜ்னு', 'ஹஃப்தே பைக்கார்', 'ஸிக்கந்தர் நாமா என்னும் நிஸாமியின் 'கம்ஸா' ஷேக் ஃபைஸியை மிகவும் கவர்ந்திருந்தது. இதுபோன்று, 'மர்கஸுல் அத்வர்', 'சுலைமான் பல்கீஸ்', 'நல்தமன்', 'ஹஃப்தி கிஸ்வர், 'அக்பர் நாமா' என்னும் பெயர்களில் ஐம்பெரும் காப்பியங்களை இயற்றுவதற்கான முயற்சிகளில் ஈடுபட்டார் ஷேக் ஃபைஸி. ஆனால், விரும்பியதுபோல் அவரால் இவற்றை எழுதி முடிக்க இயலவில்லை. அக்பரின் அனைத்து வகையான ஆதரவுகள் இருந்தும், 'நல்தமர்' என்னும் ஒரே ஒரு நூலை மட்டுமே அவரால் முழுமையாக எழுதி முடிக்க இயன்றது. நளன் – தமயந்தியின் கதைதான் இந்தக் காவியப் படைப்பின் கருப்பொருள். ஆனால், இது குறித்துப் பிற்காலத்தில் எந்தத் தகவலும் தெரியவரவில்லை.

ஷேக் ஃபைஸிக்கு இருதய நோய் இருந்து வந்தது. ஒருநாள் அக்பர் சக்ரவர்த்தி அயல்தேசப் பயணம் புறப்படத் தயாராகும்போது இந்நோய் அவரை அதிகமாகப் பாதித்தது. தான் நாளைக்கு இறந்துபோய்விடக் கூடும் என்றும் அதனால் அரண்மனையிலிருக்கும் தனது இளைய சகோதரனைத் தன்னிடம் அனுப்பி வைக்கும்படியும் அவர் கேட்டுக்கொண்டார். இதையறிந்த அக்பர் சக்ரவர்த்தி தனது பயணத்தை ரத்து செய்துவிட்டு, ஃபைஸியைக் காண்பதற்காக வந்தார். அவர் தன்மீது வைத்திருக்கும் ஆழ்ந்த அன்பை எண்ணி, மரணப் படுக்கையில் கிடந்தபடியே அக்பர் சக்ரவர்த்தியைப் புகழ்ந்து ஒரு கவிதை எழுதினார் ஷேக் ஃபைஸி. கிபி. 1595 இல் ஷேக் ஃபைஸியின் உயிர் பிரிந்தது. அவரது உடல் ஆக்ராவில் அடக்கம் செய்யப்பட்டது.

விவாத நாயகன்

ஷேக் ஃபைஸி பல்வேறு வகைகளில் வரம்பை மீறி, அக்பர் சக்ரவர்த்திக்கு உதவியாக இருந்திருக்கிறார். அக்பரின் தூதுவராகவும் பணியாற்றி இருக்கிறார். அரச குமாரர்களுக்குக் கல்வி கற்பிக்கும் பணியையும் அவர் ஏற்றிருந்தார். அக்பரின் 'தீனே இலாஹி' என்னும் மதத்தை மக்களிடையே பரப்புரை செய்த காரணத்துக்காக மார்க்க அறிஞர்களின் விமர்சனத்திற்கும் உள்ளானார் ஷேக் ஃபைஸி.

வெள்ளிக்கிழமை நடைபெறும் ஜும்ஆ தொழுகைகளை இஸ்லாத்தின் தொடக்க காலம் முதல் கலீஃபாக்களே தலைமை

ஏற்று நடத்தி வந்தனர். அக்பரும் இதையே கடைப்பிடித்து வந்தார். ஆனால், அக்பர் சக்ரவர்த்திக்கென ஒரு குத்பா தொழுகை முறையை உருவாக்கிக் கொடுத்தார் ஃபைஸி. அக்பர் சக்ரவர்த்தியின் குத்பா, ஃபைஸியின் கவிதையுடன் தொடக்கம் பெறும்.

நமக்கு அரசுரிமையளித்தவனின்
அறிவையும் திடத்தையும் தந்தவனின்
நம்மை நேர்வழியில் செலுத்தியவனின்
நீதியைத் தவிர பிற அனைத்தையும்
நம் மனதை விட்டு அகற்றியவனின் திருநாமத்தால்
அவன் புகழ் நம் சிந்தைக்கு அப்பாற்பட்டது
அதிமகத்தானது, அல்லாஹு அக்பர்

என்னும் பொருள்கொண்ட இந்தக் கவிதையைத் தொடர்ந்து புனிதக் குர்ஆனின் முக்கிய அத்தியாயமும் பிற வசனங்களும் சேர்க்கப்பட்டிருக்கும். இப்படியான ஜும்ஆ தொழுகைதான் அக்பர் சக்ரவர்த்தியின் தலைமையில் நடந்துகொண்டிருந்தது.

அக்பர் சக்ரவர்த்தியின் அக்கசாலையிலிருந்து வெளிவந்த நாணயங்களில் ஃபைஸியின் ருபாயி பொறிக்கப்பட்டிருந்தது. அதன் வரிகள்:

'எழு கடலில் முத்து விளைவது
எழும் ஞாயிறிலிருந்து;
கரும்பாறைகள் பொன்னணிவது
கதிரவனின் ஒளியில்;
கன்முகைகளில் பொன் விளைவது
இறை வல்லமை;
பொன்னின் பெறுமானம்
அக்பரின் இலச்சினையில்.'

அக்பர் சக்ரவர்த்தியைப் புகழ்ந்து பாடுகிற ஏராளமான கவிதைகளை ஷேக் ஃபைஸி இயற்றியிருக்கிறார். மற்ற பல பாரசீகக் கவிஞர்களும் தாங்கள் வாழ்ந்துகொண்டிருக்கும் காலகட்டத்தைச் சேர்ந்த பேரரசர்களையும் அரசர்களையும் வானளாவப் புகழ்ந்து கவிதைகள் இயற்றியுள்ளனர். ஆனால், ஷேக் ஃபைஸி, அக்பர் சக்ரவர்த்தியை இறைவனுக்கு நிகராகவே வைத்துக் கவிதைகள் எழுதினார். ஷேக் ஃபைஸியைத் தவிர வேறெந்த கவிஞர்களும் இதற்கு முன்வரவில்லை என்பது குறிப்பிட வேண்டிய ஒரு உண்மை. ஃபைஸி எழுதிய இத்தகைய ஒரு கவிதை:

அவரது அறிவுத் திறனால்
அவரை நாம் ஸுப்ஹான்
என்றழைக்கிறோம்;
நெறி சார்ந்து எம் வழிகாட்டி என்கிறோம்;

மன்னவர்கள் மறையோனின் சாயை எனினும்
இவர் அதன் நிஜமாக வாழ்கிறார். எனவே,
இவரை நிழலாகக் கருதல் தகுமோ?
நான் கண்டதுபோல் உண்மையை
நீங்களும் காண விரும்பினால்,
கோமகனைக் காண இயலாது
ஒருபோதும் உங்களால் காண இயலாது
சாஷ்டாங்கம் பலனளிக்காது
அது முந்தைய ஏற்பாடு
இறைவனைக் காண்பீர்
அக்பரின் வடிவில்."

அக்பர் சக்ரவர்த்தியை வரைமுறைகளைக் கடந்து புகழ்ந்தேத்தும் இதுபோன்ற கவிதைகள் ஏகத்துவக் கொள்கையாளர்களிடையே ஷேக் ஃபைஸியைக் குறித்த பார்வை களைக் கேள்விக்குள்ளாக்கின. ஃபைஸியின் இத்தகைய தனிநபர் வழிபாட்டுக் கவிதைகளுக்கு ஒருவேளை அக்பர் சக்ரவர்த்தியின் தூண்டுதல் காரணமாக இருக்கும் எனில், கவிஞரின் ஏகத்துவச் சிந்தனையின் புரிதல் சார்ந்த கேள்வி மேலும் அழுத்தம் பெறுகிறது.

மதச்சகிப்புத் தன்மையில் அக்பர் சக்ரவர்த்தி போற்றப்படுகிறார் என்பது உண்மை. வரலாறும் அவரை மதச்சகிப்புத் தன்மையுள்ள ஆட்சியாளர் என்றே பதிவு செய்துள்ளது. ஆனால், தனது புனிதத் தன்மையை யாரும் கேள்விக்குள்ளாக்குவதை அக்பர் அனுமதிக்கவில்லை என்பது மற்றொரு உண்மை. தனக்குள் இருப்பதாக அக்பர் சக்ரவர்த்தி நம்பிக்கொண்டிருந்த புனித சக்தியில் இருந்து உருக்கொண்டதுதான் அவரது 'தீனே இலாஹி' மதம். நம்பிக்கை சார்ந்த அக்பரின் கோட்பாடு, அவரது சுயத்தையே முன்நிறுத்தியது. முதலில் தன்னை ஒரு புதிய மதத்தின் தீர்க்கதரிசியாகவும் பிறகு, இறைவனுக்கு நிகராக வைப்பதிலும் அவருக்கிருந்த அதீதமான ஆர்வம்தான் 'தீனே இலாஹி' மதத்தின் தோற்றத்திற்கான காரணம். ஷேக் ஃபைஸிக்கு இது தெரியும் என்றாலும் சக்ரவர்த்திக்கு அவர் அனுசரணையாக இருந்தார்.

அக்பர் சக்ரவர்த்தி சூரியனை வழிபடுபவராக இருந்தார் என்பது உண்மைதான். மற்றவர்கள் தன்னை ஆராதிப்பதிலும் வணங்குவதிலும் போற்றுவதிலும் அம்மொகலாய மாமன்னர் மிகுந்த ஆர்வம் காட்டினார். மகத்தான கோட்பாடுகளை உட்கொண்டு ஏராளமான கவிதைகளை இயற்றிய மாபெரும் பண்டிதரான ஷேக் ஃபைஸி, அக்பர் சக்ரவர்த்தி என்னும் தனி நபரை ஆராதிக்கும் அளவுக்குச் சென்றடைந்தார் என்பதுதான் அதிர்ச்சியான உண்மை.

ஷேக் ஃபைஸியின் கஸல்கள்

அநாதி முதல் அந்திமம்வரை நிலைபெற்றவனே,
உன் பேரொளியைத் தாங்க இயலவில்லை;
உன் பூரணத்தின் எழிலை வெளிக்கொணர இயலவில்லை.
ஒளி, அறிவுக்கு உருவம் அளிக்கிறது
உன் மகத்துவம் அறிவைப் பொலிவிழக்கச் செய்கிறது.
உன் விருப்பத்தால் வேறுபாடுகள் அழிகின்றன.
உன்மீதான எண்ணம் என் சிந்தனையைக் குலைக்கிறது
உனது கபாடத்தின் காவலாளி
மானுட அறிவின் முகத்தில் அறைந்து
பதற்றம்கொள்ள வைக்கிறான்
அறியாமையைக் கழுத்தைப் பிடித்துத் தள்ளுகிறான்
உன்னைச் சேர வரும் பூரணத்தின் பாதையில்
காட்சிகள் அறிவின் மறைவில்
தூசுப்படலத்தின் திரைக்குள்
அறிவென்னும் நகரம்
உன் ஞான உலகின் சிறு பகுதி மட்டும்.
மனித அறிவும் சிந்தனையும் ஒன்றிணைந்து
உனதன்பின் 'அ'காரத்தையே அசைபோட இயலும்.
உன்னைக் குறித்து எம் நாவுகள் உச்சரிக்கும் யாவும் அறியாமை
உன்னைச் சேர அறிவுள்ளோர் ஆர்வம்கொள்கின்றனர்.
ஆரம்ப நிலையிலுள்ளோர் அரிது
பூரணம் பெற்றோர் அதனினும் அரிது
உன்னை அறியும் எண்ணம்
அனைவரிலும் நிரம்பியுள்ளது.
நம்பிக்கைக் குறைபட்ட சிந்தனையால்
பிளேட்டோவின் நெற்றி நொறுங்கி விடுகிறது.
ஹே! காருண்யவானே,
என்னறிவைத் தூய்மையாக்கித் தா!
இல்லையெனில், நிம்மதியிழந்த நிலையில்
நானும் மாறிவிடுவேன் மஜ்னூனாக!

ஷேக் ஃபைஸி பிற்காலத்தில் 'ஃபையாஸி' என்னும் பெயரையும் தன் பெயருடன் சேர்த்துக்கொண்டார். சமஸ்கிருதத்திலுள்ள உயர்ந்த கணித சாஸ்திர நூலான 'லீலாவதி'யை ஷேக் ஃபைஸி பாரசீக மொழியில் மாற்றம் செய்தார். சமஸ்கிருத மொழியில் மிகுந்தப் புலமை பெற்ற ஷேக் ஃபைஸி, 'மகாபாரத'த்தைக் கற்று அதனை சுருக்கமான வடிவத்தில் பாரசீக மொழிக்கு மறு ஆக்கம் செய்தார். அரபி, பார்ஸி, உருது மொழிகளில் ஷேக் ஃபைஸி பல நூல்கள் எழுதியுள்ளதாகத் தெரிய வருகிறது.

அக்பர் சக்ரவர்த்தியின் ஆட்சி காலத்தில் இந்தியாவுக்கு வருகை தந்த குராசான், இரான் தேசக் கவிஞர்கள் பலர் ஷேக் ஃபைஸியைச் சந்தித்திருக்கிறார்கள். பன்னிரண்டாயிரம் நூற்களைக்கொண்ட மிகப் பெரிய நூலகம் ஒன்று ஷேக்

ஃபைஸியிடம் இருந்தது. அதில், நான்காயிரத்து முந்நூறு நூல்கள் கையெழுத்துப் பிரதிகளாக இருந்தன. அரபி, பார்ஸி, உருது மொழிகளில் படைப்புகள் எழுதிய ஷேக் ஃபைஸி, பாரசீக நாட்டில் போதுமான அங்கீகாரம் கிடைக்கப்பெறாத கவிஞராகவே இருந்தார். ஃபைஸியின் சகோதரரான அபுல் ஃபஸல், மூத்த சகோதரரான ஃபைஸியை விடவும் அதிகமாகப் புகழ் பெற்று விளங்கினார். 'அயர் தானிஷ்' என்னும் பெயரில் சில சமஸ்கிருத நூல்களை அவர் பார்ஸியில் மொழிபெயர்த்திருந்தார். ஷேக் ஃபைஸி, தனது இளைய சகோதரர் அபுல் ஃபஸலைப் புகழ்ந்து எழுதியதாகவும் சில குறிப்புகள் உள்ளன.

பாரசீகப் பூங்குயிலின் இராக மாலிகையான அமீர் குஸ்ரு என்னும் இந்தியப் பாடகனின் இசை உலகெங்கும் எதிரொலிக்கிறது. ஆனால், இந்தியனான பிறந்த ஷேக் ஃபைஸியின் இசைக்காவியங்களும் கஸல்களும் இதுபோல் எதிரொலிக்கவில்லை. இதற்குக் காரணம், அக்பர் சக்ரவர்த்தியின் துதிபாடகராகவும், அவரது 'தீனே இலாஹி' மதத்தின் பரப்புரையாளராகவும் இருந்ததன் விளைவுதானா என்பது ஆய்வுக்குரிய விஷயங்கள்.

24